THIÊN MỆNH KHÔNG CÒN

GEOFFREY D. T. SHAW

THIÊN MỆNH KHÔNG CÒN

Hoa Kỳ phản bội Tổng Thống Việt Nam Ngô Đình Diệm

Với lời tựa của Linh mục James Schall, S.J.
Giáo sư Đại học Georgetown University

Ban dịch thuật của Decency and Clarity, Inc

Bảo trợ tài chính: National Organization for Vietnamese-American Leadership
(NOVAL-DFW)

Nhà xuất bản quyển sách tiếng Anh:

IGNATIUS PRESS   SAN FRANCISCO

Cover design by Riz Boncan Marsella

ISBN 9781990434402

Original English version:

© 2015 by Ignatius Press, San Francisco All rights
reserved
ISBN 978-1-58617-935-9
Library of Congress Control Number 2014959911
Printed in the United States of America

*"**Quân tử dụ ư nghĩa, tiểu nhân dụ ư lợi**"*

(Người quân tử hiểu rõ về đạo nghĩa, kẻ tiểu nhân hiểu rõ về lợi).

— Khổng Tử

MỤC LỤC

Kính thưa quý độc giả,

Trước hết chúng tôi xin cảm ơn quý vị đã ủng hộ và có trong tay bản dịch tiếng Việt của tác phẩm "The Lost Mandate of Heaven: The American Betrayal of Ngô Đình Diệm, President of Vietnam". Chúng tôi xin được giới thiệu sơ lược về tổ chức National Organization for Vietnamese-American Leadership - Dallas Ft Worth (NOVAL-DFW) và mục đích chúng tôi hỗ trợ công trình dịch thuật và xuất bản tác phẩm quan trọng này.

NOVAL-DFW là một tổ chức phi lợi nhuận hoạt động với mục đích phát triển và xây dựng các nhân tố lãnh đạo bền vững trong cộng đồng người Mỹ gốc Việt, đóng góp tích cực vào sự thịnh vượng của đất nước Hoa Kỳ. Mục tiêu của NOVAL-DFW là thu hút các thế hệ người Mỹ gốc Việt tham gia vào việc học hỏi và trao đổi về các nhà lãnh đạo nổi bật trong lịch sử và tương lai của chúng ta.

Chúng tôi tin tưởng một nhà lãnh đạo kiệt xuất là hiện thân của bốn phẩm chất nhân từ, dũng cảm, tháo vát, và khôn ngoan. Tổng thống Ngô Đình Diệm là hiện thân của nhà lãnh đạo ngoại hạng đó. Dưới sự lãnh đạo dũng cảm của ông, miền Nam Việt Nam trong thời Đệ Nhất Cộng Hòa thực sự trở thành một quốc gia tự do và thịnh vượng, được thành lập dựa trên ý tưởng về tự do, dân chủ chứ không phải từ những ý tưởng tàn bạo của chủ nghĩa xã hội và chủ nghĩa cộng sản. Câu chuyện về cuộc đời và thành quả lãnh đạo của Tổng thống Diệm đã được kể lại nhiều lần, hầu hết là từ những quan điểm thiên lệch sai lầm phục vụ mục tiêu chính trị. Hiếm khi câu chuyện của Ông được chia sẻ từ một nghiên cứu kỹ lưỡng dựa trên chứng liệu lịch sử khả tín. Trong tác phẩm The Lost Mandate of Heaven, Tiến sĩ Geoffrey Shaw đã tiết lộ những sự thật về chiến tranh Việt Nam và Tổng thống Diệm qua các nghiên cứu sâu rộng. Hợp tác với nhóm dịch thuật Decency and Clarity gồm các dịch giả có tâm như Ông Việt Thanh, Ông Nguyễn Tiến, Bà Lê Thị Hiền Minh, và Ông

Phan Quang Trọng, NOVAL-DFW được truyền cảm hứng để chia sẻ sự thật và di sản cuộc đời của Tổng thống Diệm. NOVAL-DFW trân trọng giới thiệu đến quý độc giả bản dịch của tác phẩm The Lost Mandate of Heaven của Ti̇̃   ̣̃ ̃ ̃

Trong tương lai với sự hỗ trợ của quý độc giả, NOVAL-DFW hy vọng sẽ tạo ra nhiều dự án giáo dục hơn nữa mang lại lợi ích cho sự phát triển của cộng đồng chúng ta.

Thân quý,

Nhi T. Bui
Chủ Tịch HĐ Chấp Hành, NOVAL-DFW

LỜI TỰA

Phạm trù xã hội chính trị, hiểu trong nghĩa căn bản nhất, đã được hình thành trong lịch sử nhân loại vì nhân loại cần một phương thế để thoát ra khỏi tình cảnh trả thù nhau truyền kiếp, cứ một bên vi phạm công lý, thì bên kia đáp trả với một vi phạm khác, và cứ thế tiếp tục, v.v. Nhìn lại lịch sử nhân loại, chính trị gia La Mã Cicero đã cho việc giết một bạo chúa là một hành động cao cả; rồi khi chính khách Brutus - người bạn thân thiết của lãnh tụ La Mã Caesar - ám sát ông Caesar vì ông này đã xoá bỏ thể chế cộng hòa La Mã, thì hành động này đã được xem là chính đáng. Thêm vào đó, đôi khi các nhà thần học Kitô giáo cho hành vi giết một nhà độc tài chuyên chế là chính đáng, như trường hợp nhóm mưu toan ám sát Hitler - Tướng Erwin Rommel là một thành viên trong số người này - đã được hoan nghênh. Tuy nhiên, Tổng thống Lincoln đã bị bắn chết bởi một người cho ông ta là độc tài. Bao nhiêu vụ ám sát các lãnh tụ chính trị giỏi đã xảy ra suốt nhiều thế kỷ cho tới gần đây. Một trường phái tư duy chủ trương chỉ có bạo lực mới có thể đem đến sự thay đổi, trong khi một trường phái tư duy khác xem việc dùng bạo lực là nguyên nhân gây ra rối loạn. Một trường phái tư duy thứ ba cho rằng mức độ sở hữu và sử dụng vũ lực một cách hợp lý là cần thiết trong hiện trạng nhân sinh của con người nói chung.

Trong một nghĩa nào đó, chúng ta có thể xem việc bầu cử người lãnh đạo quốc gia hay các nhà lãnh đạo chính trị khác là một cách để tránh các vấn nạn xảy ra mỗi khi thay đổi đường hướng chính trị mà không thể giữ được sự an hoà. Một trong những lợi điểm của chế độ quân chủ cha truyền con nối là luật kế thừa được bảo đảm một cách rõ ràng và trật tự, nhưng với hình thức xã hội chính trị này thì không thể nào tiên đoán được khả năng hoặc cá tính người kế vị. Tìm một người lãnh đạo khôn ngoan có thể hướng dẫn và bảo vệ người dân là một điều đã có từ ngàn xưa. Chúng ta thường nhận ra được sự khác biệt giữa hình thức lập hiến, trong đó người được chỉ định sẽ được thay thế đều đặn, và những hình thức hiện hành của nhiều thể thức khác nhau. Lịch sử các chế độ dân chủ cho thấy hình thức xã hội chính trị này có thể tạo ra những nhà lãnh đạo tham nhũng hay kém cỏi, nhưng cũng có khi có được người lãnh đạo giỏi. Người được "trời" trao cho thiên mệnh theo cái nhìn của Nho giáo, hoặc theo nguyên tắc dòng dõi máu mủ, hay theo phong tục của một nhóm, cũng thường là những nhà lãnh đạo tốt. Hơn nữa, các nhà lãnh đạo có tài điều binh để bảo vệ đất nước không hẳn có khả năng điều hành đất nước như các nhà lãnh đạo chính trị giỏi. Điều hành một quốc gia trong thời chiến đòi hỏi những hiểu biết và khả năng khác với thời bình.

Tất cả những vấn đề trên đều có liên quan đến chủ đề của cuốn sách được viết bởi ông Geoffrey D. T. Shaw. Gần nửa thế kỷ đã trôi qua từ khi Chiến tranh Việt Nam chấm dứt. Công việc khảo cứu đòi hỏi can đảm quay lại với những biến cố đau thương gây nhiều tranh cãi, với mục đích cố gắng thẩm định, hết sức mình, những căn nguyên và hệ quả của cuộc chiến. Điều rất quan trọng ở đây là chúng ta không nên để cho bị đánh lừa trong vấn đề chiến tranh. Đôi khi, chúng ta nghe rằng chiến tranh không cần thiết hoặc chỉ là điều xấu xa và gây ra toàn đổ vỡ. Nhưng chúng ta phải hỏi, ai là kẻ thù của chúng ta? Thắng hay thua một cuộc chiến, cả hai đều mang những hậu quả nhãn tiền, cần phải trực diện. Nếu chúng ta bị đẩy vào thế phải tự vệ, chống lại một kẻ thù hung hãn, tốt nhất là phải hiểu được bản chất của thứ vũ khí họ dùng, cũng như nhân lực họ có. Nhưng cần nhất là phải hiểu ý đồ và căn bản triết lý của họ dựa vào đâu. Một cuộc chiến có thể thua hay thắng trên trận địa, nhưng những gì xảy ra ở đó thường phản ánh ý thức hệ và chiến lược đã được chọn bởi những bên tham chiến. Cuốn sách này, chắc chắn là một cuốn sách nói về chiến tranh, nhưng đây là cuốn đầu tiên nói về những căn nguyên đã gây ra cuộc chiến đó và cả những lý do để biện minh cho nó. Như vậy, đây là một dịp để tiến hành, theo tinh thần của ông Christopher Dawson, việc soạn một "phán quyết về các quốc gia."

Vào năm 1954, tôi là một sinh viên của trường Mount Saint Michael tại thành phố Spokane, tiểu bang Washington. Lúc đó, tôi nhớ đã đọc về cuộc bại trận của quân đội viễn chinh Pháp tại Điện Biên Phủ, ở Việt Nam. Người chỉ huy Cộng sản chiến thắng lúc đó, tướng Võ Nguyên Giáp, đã thừa thắng xông lên lãnh đạo quân đội Bắc Việt khắc phục Lào, Cam Bốt và chinh phục Miền Nam Việt Nam. Từ cuộc chiến bại này của Pháp, hiệp định Genève đã ra đời, chia đôi Việt Nam tại vĩ tuyến thứ 17. Miền Bắc Việt Nam sau đó trở thành một quốc gia Cộng sản, dưới sự lãnh đạo của ông Hồ Chí Minh, trong khi Miền Nam Việt Nam trở thành một quốc gia độc lập dưới quyền Quốc trưởng Bảo Đại, người sẽ được thay thế sau đó bởi ông Ngô Đình Diệm trong vai trò tổng thống.

Vào thời điểm đó, Pháp đã cầu cứu sự hỗ trợ của quân đội Mỹ, nhưng Tổng thống Dwight D. Eisenhower, sau Chiến tranh Triều Tiên, đã không muốn lao vào một cuộc chiến khác ở quốc ngoại. Sau khi được đọc về những biến cố này, tôi nhớ rất rõ đã thấy rằng cuộc thua trận này của Pháp có bóng đen nặng nề hơn phần đông những người khác muốn công nhận. Nó đã sửa soạn cho sự bành trướng của Cộng sản, khắp khu vực đó. Thất bại quân sự luôn kèm theo hiện tượng chia lại ranh giới trong một vùng. Sự giàu có và vị trí địa lý của các quốc gia đều là kết quả của những thất bại cũng như những chiến thắng quân sự. Ai thắng, ai thua đều quan trọng.

Nhưng chiến tranh, đặc biệt đối với những xã hội dân chủ, là hệ quả của những yếu tố thuộc cả hai địa hạt nội vụ và ngoại vụ. Đâu là trách nhiệm mà một quốc gia phải có đối với một quốc gia bị tấn công một cách bất công?

Năm 1972, tôi đã ở Sài Gòn khoảng một tuần. Các linh mục Dòng Tên gốc Gia Nã Đại, vùng nói tiếng Pháp, có một cơ sở truyền giáo ở đó. Một hôm, nhân một buổi đi dạo quanh thành phố, tôi trông thấy một ngôi thánh đường Công Giáo lớn sừng sững với một cái gì như một vòng giao thông rộng lớn phía trước. Tôi đã bước vào và có người cho tôi biết đó là nơi mà ông Ngô Đình Diệm bị giết ngày Lễ Các Đẳng Linh Hồn năm 1963 *(ông Schall lầm nhà thờ Đức Bà với nhà thờ Cha Tam tại Ngã Sáu Chợ Lớn - nơi hai anh em ông Diệm đến cầu nguyện trước khi bị bắt lên quân xa của phe đảo chính)*. Ông ta, và bào đệ là Ngô Đình Nhu, bị bắt trong khuôn viên nhà thờ và bị giết sau đó trong một quân xa bởi tay một quân nhân người Việt Nam, dưới quyền ông tướng người Việt Nam, có biệt hiệu là Minh "Cồ" (Dương Văn Minh). Ông này sau này đã chiếm chỗ ông Diệm, nhưng không được bao lâu. Ông Diệm đã dự thánh lễ sáng hôm đó. Tổng thống John F. Kennedy, các thành phần quan trọng của Bộ Ngoại giao Hoa Kỳ, Thượng nghị sĩ Mike Mansfield, và phần đông báo chí, nhất là tờ New York Times, đã, trên nguyên tắc, như cuốn sách này kể lại, hoặc thu xếp, hoặc thông qua lệnh ám sát hai anh em ông Diệm và ông Nhu. Dưới mắt tôi, vụ án mạng này vẫn là một cuộc tử vì đạo, hơn là một cuộc thanh toán chính trị. Nhưng không có gì ngăn cản nó là cả hai.

Trong cuốn sách này, học giả người Gia Nã Đại, ông Geoffrey D. T. Shaw, kể cho chúng ta câu chuyện về cái chết của ông Ngô Đình Diệm một cách rất cẩn thận, thẳng thắn; về những nguyên nhân đã đưa đến sự việc đó; ai mang trách nhiệm; vì sao nó đã xảy ra; cũng như những hậu quả tai hại. Đây không phải là một câu chuyện vui, trừ ra nó cho chúng ta được biết rất rõ ràng về những gì đã xảy ra và những nhân vật có mặt quanh vụ sát hại này. Nhân vật chính của cuốn sách này là vị cựu đại sứ Hoa Kỳ tại Việt Nam, nguyên quán tiểu bang Virginia, ông Frederick Nolting. Nhìn lại, ông ta là người đã hiểu ông Diệm nhất, hiểu về lợi ích của người Mỹ, về tình trạng của Việt Nam, về những người Cộng sản, và về những gì phải làm giữa tất cả những điều đó. Tủ sách phong phú mà ông Shaw sưu tầm đã cho phép vẽ lại từng bước, một cách chân thật, những gì đã dẫn đến cuộc thảm sát một nhà lãnh đạo lớn của Miền Nam Việt Nam, một nạn nhân của sự bất công đầy quỷ quyệt của báo chí Mỹ, hậu quả của một sự thiển cận không thể tưởng tượng, đồng thời cũng là sự cố tình nhắm mắt trước sự thật.

Theo Socrate, một vấn nạn lớn trong phạm vi triết lý chính trị vẫn là vấn đề những người ngay thẳng và tốt lành bị giết một cách "hợp pháp" tại những thành phố, đặc biệt có tính dân chủ. Ông Diệm đã không bị giết bởi tay những người Miền Bắc đã từng phải nể ông. Dĩ nhiên, những người Cộng sản Việt Nam ở Miền Bắc rất muốn thấy ông bị trừ khử, khi họ đã hiểu ra vị thế quan trọng của ông Diệm trong mắt mọi người Việt Nam. Họ đã khá kinh ngạc khi thấy một phản tướng ở Miền Nam Việt Nam làm việc này thay cho họ, dưới sự chi phối và hỗ trợ của Mỹ. Cộng sản Miền Bắc đã không cần đổ một giọt mồ hôi. Người duy nhất có khả năng ngăn cản chiến thắng của Cộng sản bằng cách xây dựng Miền Nam Việt Nam đầy tiềm năng, ông Diệm, đã bị tẩy trừ bởi chính tay những người gọi là bạn của ông. Mỉa mai thay mà cũng đau đớn thay! Điểm khác biệt, trong trường hợp của ông Diệm, là ông đã bị giết vì những gì nhân danh là Dân Chủ — bị giết vì là một người công chính và tài giỏi — không do người cùng xứ sở với ông mà do đồng minh thiếu kiên quyết, những người Mỹ.

Cái chết của Chúa Giêsu dưới vòng luật pháp La Mã cũng đã có nhiều điểm tương đồng với cái chết của ông Diệm, ngoài việc nó không làm cho ông Diệm được thờ như thánh thần. Như ông Shaw đã chứng minh, ý định "giết một người" là một việc phản đạo đức, dù trong mắt những kẻ đã cho thi hành bản án đẫm máu. đó là cần thiết, nhân danh lợi ích quốc gia. Trừ khử ông Diệm, rồi mọi chuyện sẽ êm đẹp! Nhưng như ông Nolting — cũng như những cố vấn Anh, Pháp, Úc và Phi Luật Tân—đã khuyến cáo, vụ giết người này sẽ làm cho mọi chuyện trở nên tệ hại hơn. Và đúng như vậy, án mạng đó đã đưa đến việc kéo dài chiến tranh một cách vô bổ thêm cả chục năm sau, kéo theo bao nhiêu là thương tổn và tàn phá trên mọi phương diện. Chính chúng ta vẫn còn sống với những hậu quả của nó. Và cuối cùng, Mỹ cũng thua, không thua trên trận địa, nhưng thua vì theo ý dân, một cách dân chủ trên đất Mỹ, vì đã không giữ vững những nguyên tắc đủ lâu dài để đạt tới những mục đích đã tuyên bố. Một khi đã vi phạm nguyên tắc chính yếu của nền văn minh nhân loại do triết gia Socrate đề xướng: không bao giờ có lẽ phải khi làm điều trái, như chuyện bỏ rơi ông Diệm, dân Mỹ đã vùi chôn giá trị đạo đức của mình.

Điều làm cho người Mỹ phải đặc biệt trăn trở khi đọc cuốn sách này là những luận cứ rất rõ ràng và chặt chẽ đã chứng minh một điều cần được nhắc lại: đó là Mỹ cuối cùng đã thua, không phải trên mặt trận quân sự, mà là trên mặt trận chính trị và đạo đức — tệ hại hơn nữa, trên mặt trận cá nhân một số các chính khách và nhà báo Mỹ quá tự phụ. Cuộc chiến tại Việt Nam lẽ ra không thể thua. Đây là chủ đề gốc của nhà nghiên cứu Shaw. Không biết bao nhiêu là tài liệu đã xác nhận điều này. Chương trình ban đầu rất khả thi. Chúng ta đã ủng hộ ông Diệm. Ông ta là một thủ lãnh danh chính ngôn thuận, được sự khuyến khích để lãnh đạo xứ của ông. Chúng ta không hề có ý chiếm đóng Việt Nam. Ông Diệm, đến một lúc nào đó, đã lo lắng có thể bị Mỹ đô hộ thay thế chỗ của Pháp. Hoa Kỳ đã gây áp lực để áp đặt mô hình dân chủ theo kiểu Mỹ trong một xã hội mang văn hoá Nho giáo không có điểm nào có thể so sánh với nước Mỹ được, ngay giữa lúc phải ứng chiến với những kẻ thù vừa quỷ quyệt vừa tàn nhẫn. Nỗ lực này ngay từ căn bản đã là hoang tưởng. Ông Diệm rất hiểu việc này, như Đại sứ Nolting, Giám đốc CIA tại Sài Gòn William Colby, Phó tổng thống Lyndon Johnson, phần đông các nhân vật trong quân đội Mỹ, và nhất là chuyên gia về chiến tranh Anh tại Mã Lai, ngài Robert Thompson, người đã được mời làm cố vấn.

Trong câu chuyện này, Tổng thống Kennedy—người cũng đã bị ám sát chỉ ba tuần sau khi ông Diệm bị giết — đóng một vai đặc biệt khó chấp nhận, nhất là đối với nhóm Công giáo. Ông Diệm là một con chiên Công giáo thuần thành, một chính trị gia và một nhà ái quốc đáng kính. Đáng lý ra những điều này có thể là một giây liên kết vững chắc. Ai cũng biết vậy. Ngay tại Hoa Kỳ, ông Kennedy đã bị kết án bởi những kẻ thù ghét ông Diệm về mối liên hệ tôn giáo có thể làm mất tính khách quan, nếu ông không ly khai với ông Diệm. Phần ông Diệm, ông bị kết án là ghét Phật giáo, một tội thật vô lối vì không hề có một bằng chứng nào. Những ghi nhận về cách đối xử công bằng của ông Diệm đối với các tôn giáo là điều rõ ràng không thể chối cãi. Sau khi chiến tranh chấm dứt, Bắc Việt đã công nhận các nhà sư tự thiêu để chống đối chính sách bài Phật Giáo của ông Diệm là người của họ trong một số nhỏ các chùa Phật Giáo có mấy nhà sư thuộc sắc dân thiểu số tại Việt Nam. Những chi tiết này chưa bao giờ được thấy trong các tin được báo chí Mỹ loan đi lúc bấy giờ.

Trong vấn đề nêu trên, Tổng thống Kennedy đã tỏ ra yếu đuối và dễ bị lung lạc. Trong khi đó, ông Diệm lại rất vững vàng, cao cả và có ý thức rõ ràng về những tội vạ ông đang bị gán cho. Những thành phần trong Bộ Ngoại giao —Averell Harriman, Roger Hilsman, Henry Cabot Lodge, và những người khác — đều được coi như những nhân vật hão huyền, thù dai, nệ vì lý thuyết và không có đủ dữ kiện trong tay. Họ đã vận động, thúc đẩy để Lào thành nước trung lập. Thể chế trung lập của Lào bị Cộng sản sử dụng để biến cả nước Lào thành một con đường tắt để cộng quân tiến vào hông của VNCH mà không cần đối đầu với quân đội VNCH tại phía Bắc miền Nam VN. Thể chế "trung lập" này tại Lào là công trình của ông Harriman và nó đã gần như vô hiệu hóa việc bảo vệ Miền Nam Việt Nam. Quân chính quy Bắc Việt đã vào Miền Nam Việt Nam qua ngã Lào. Kết quả này đặc biệt tiêu biểu khi mà nhiều người Mỹ thấy kẻ địch là ông Diệm, chứ không phải là Việt Cộng và Miền Bắc Việt Nam.

Một trong những điểm làm độc giả cảm thấy băn khoăn nhất trong cuốn sách này là tiêu đề về sự bất tín của người Mỹ. Nhiều quốc gia Đông Âu thời đó đã phải tuân phục quân đội Nga cũng chỉ vì không thể hoàn toàn tin vào người Mỹ. Ông Diệm đã càng ngày càng phân vân liệu người Mỹ có đáng tin? Ông ta biết có thể tin tưởng ông Nolting và một vài cố vấn khác. Nhưng ông không thể đặt niềm tin vào tổng thống hoặc những thành phần của Bộ Ngoại giao Mỹ. Báo chí dường như là sức mạnh chính đã đạp đổ ông Diệm. Có một vài ký giả, như bà Marguerite Higgins, đã hiểu được thấu đáo toàn diện vấn đề. Nhưng những tờ báo lớn, có số người đọc đông nhất, thì cứ một mực đổ tất cả lỗi cho ông Diệm. Theo họ, muốn giải quyết được vấn đề thì chỉ có cách là trừ khử ông Diệm.

Mặc dù cuốn sách này là một công trình khảo cứu nghiêm chỉnh, nó cũng mang chiều kích của một vở bi kịch. Thảm kịch thường được khai thác quanh một sai lầm bi thảm, dẫn đến cái chết bi thiết của nhân vật thường là người tốt trên nhiều phương diện. Cuốn sách này không phải là một cuốn sổ kết tội Cộng Sản, nó công nhận họ tàn nhẫn, mạnh thế, và có quyết tâm chiến thắng. Nhưng việc phân tích sức mạnh của phe Cộng sản không phải là mục tiêu của công trình khảo cứu này. Ngược lại, ở đây, người Cộng sản là những người ngồi yên hưởng lợi theo từng diễn biến của thảm kịch. Sẽ không có gì để nói nếu Miền Nam Việt Nam mất vào tay Bắc Việt và Trung Cộng nhờ vào chiến thuật cao và vũ khí hùng hậu của họ. Kẻ mạnh có quyền thống trị. Nhưng đó không có nghĩa là công lý, mà chỉ là kết quả trước mắt. Người thắng thường là những kẻ không biết lẽ phải.

Tác giả cũng không kết luận Bắc Việt đã thắng nhờ có sức mạnh áp đảo và chủ nghĩa Cộng sản có sức thu hút mạnh mẽ. Cộng sản cuối cùng cũng đã thắng và vẫn còn cai trị trên toàn lãnh thổ Việt Nam. Nhưng chiến thắng này lại là hậu quả của những lỗi phạm về mặt đạo đức và tri thức của các cố vấn Mỹ. Dân chúng Miền Nam Việt Nam có thể đã tạo dựng được phần đất của họ, nếu dự định ban đầu về sự hỗ trợ của Mỹ không bị thay đổi. Vì lý do này, cuốn sách này dẫn chúng ta cùng nhìn vào cuộc xâm lăng Miền Nam Việt Nam của Cộng Sản, với những hậu quả tương tự như ở Lào và kinh khủng hơn nữa, ở Cam Bốt. Cuốn sách này ôn lại những hành động thiếu chân chính và sự thiếu hiểu biết của những nhà ngoại giao Mỹ có học thức rất cao hoặc đến từ tầng lớp thượng lưu trong xã hội Mỹ, cũng như những phóng viên Mỹ, đã nhất định tin rằng họ hiểu tình trạng của Việt Nam hơn nhà lãnh đạo của xứ này, hơn những người Mỹ đã hiểu rằng vị lãnh đạo này đã chọn cách đối phó thích hợp nhất với kẻ địch.

Tổng thống Kennedy có mặt ở đây, dưới hình ảnh một người bị nao núng vì các biến cố mà ông ta không thể hiểu được. Ông đã đồng ý với chính sách ban đầu, và đã có thể thành công nếu chọn con đường tiếp tục trung thành với Tổng thống Diệm. Nhưng ông ta chỉ ủng hộ chính sách ban đầu ấy cho đến khi bị đe dọa bởi các bài báo, cũng như bởi áp lực từ các thành phần trong Bộ Ngoại giao. Ông ta đã thay đổi ý định vì nỗi lo toan cho cuộc bầu cử năm 1964. Nhưng trong trường hợp của vị tổng thống này, nguyên tắc mà ai cũng biết do Tổng thống Truman đề ra, "Người cao cấp nhất phải quyết định và lãnh trách nhiệm (The buck stops here)", phải được áp dụng ở đây. Tổng thống Kennedy là tiếng nói tối cao đã chấp thuận cho thực hiện âm mưu đảo chính ông Diệm. Ông đã có thể chặn đứng nó (nếu ông muốn). Các viên chức của Bộ Ngoại giao đã nói đến "trừ khử" ông Diệm. Không ai đã nói trắng ra là xử tử ông Diệm, nhưng ý định trừ khử ông Diệm đã rõ ràng ngay từ ban đầu. Việc thực hành ý đồ bẩn thỉu này đã được khởi xướng bởi các viên chức Bộ Ngoại giao Hoa Kỳ mà người đứng đầu là ông Harriman, không phải các tướng lãnh Việt Nam.

Sau vụ thảm sát hai anh em ông Diệm, cả người Mỹ và người Việt Nam đều nhốn nháo tìm người thay thế, nhưng đã không bao giờ thật sự thành công. Những người tốt như Đại sứ Nolting đã rút lui, mang một nỗi buồn sâu kín và cảm giác kinh hoàng trước những biến cố này. Cuộc chiến tiếp diễn và đã kết thúc bằng một chiến bại. Cuốn sách này không nhắm tường thuật về diễn biến của cuộc chiến trong hơn mười năm tiếp theo. Nó có mục đích xem xét lại việc một chính trị gia tốt và đáng kính bị chính phe mình giết hại. Đây là khía cạnh bi thảm của cuốn sách này. Buông cuốn sách, chúng ta sẽ không tránh được tư lự, không phải vì cách cai trị của Cộng sản, cũng không phải vì những cuộc trừng phạt đẫm máu của họ, mà vì cách những người tốt đã bị giết hại ngay trên đất của họ, bởi tay những kẻ đã vượt qua lằn ranh do triết gia Socrate đã vẽ ra: không bao giờ có lẽ phải khi làm điều trái, bất kể tình huống có phức tạp đến đâu. Và một khi lằn ranh này không còn, thì một quy tắc mới sẽ được áp dụng, đó là không ai còn phải bị bó buộc bởi nguyên tắc căn bản nào nữa.

Mỗi một hành vi chính trị đều có thể được gán cho một động lực. Cách nhìn này cũng có thể áp dụng trong trường hợp cái chết của ông Diệm. Việc quy trách nhiệm tối hậu khả thi vì có đủ dữ kiện. Nhưng những nỗ lực để giải thích cho hành vi này thì rất khác nhau. Không ai có thể cho phép một sự việc như vậy xảy ra mà không toan tính chuyện biện minh cho nó. Thay vì chú trọng nhiều vào những biện minh ấy, quyển sách này đặt trọng tâm vào thu thập dữ liệu giúp theo dõi từng diễn tiến đưa đến hậu quả đó, cho thấy ai là người có trách nhiệm tối hậu và đâu là những hậu quả trực tiếp. Cuốn sách này không dễ đọc. Nhưng nó là kết quả của một công trình nghiên cứu đúng đắn có mục đích đem lại sự thật cho những gì đã xảy ra. Đánh thức hồi ức là một bước cần thiết để khôi phục sự thật theo đúng thứ tự từ đầu, ngay từ trong suy nghĩ của chúng ta, cũng như trong cách sinh hoạt chính trị xã hội. Nhà nghiên cứu Shaw đã phô bầy đầy đủ những bằng chứng cho việc này. Trưng bày bằng chứng là việc một sử gia có thể làm vì lợi ích chung. Việc giết ông Diệm không giống như việc loại trừ những chính trị gia không xứng đáng trong lịch sử thế giới, mà là thêm một bước đi đến giết chết nguyên tắc căn bản trên đó nền văn minh được xây dựng.

James V. Schall, S.J.
Giáo sư Danh dự (Nghỉ hưu)
Đại học Georgetown

LỜI NÓI ĐẦU

Luận điểm bao quát của quyển sách này là tổng thống đầu tiên của VNCH, ông Ngô Đình Diệm, có được Thiên mệnh của Nho giáo, một thẩm quyền đạo đức và chính trị đã được công nhận rộng rãi bởi người dân Miền Nam Việt Nam, trong đó có giáo dân theo đạo Phật và Thiên Chúa Giáo. Nhà lãnh đạo Công giáo La Mã sùng đạo này không bao giờ đánh mất thiên mệnh trong mắt người dân của mình nhưng thiên mệnh của ông đã bị các đồng minh của ông lấy mất- những người trong chính phủ Hoa Kỳ đã sớm ủng hộ ông ngay từ đầu. Đại sứ Hoa Kỳ tại VNCH - ông Frederick "Fritz" Nolting - cũng là một nhân vật chính nổi bật trong quyển sách này, bởi vì ông là nhân chứng khả tín và cao cấp nhất của Hoa Kỳ về sự trung kiên của ông Ngô Đình Diệm và bất công của vụ sát hại ông. Ông Diệm chết vì đạo trong mắt của một số người Việt Nam.

Nền tảng của nghiên cứu này bắt đầu cách đây khoảng hai mươi bốn năm, khi tôi đọc nhiều tài liệu về Chiến tranh Việt Nam và tình cờ thấy có nhiều chi tiết tiêu cực về ông Diệm. Là một nhà quân sử học, tôi tìm kiếm những manh mối quân sự tiêu chuẩn để xác định lý do tại sao Hoa Kỳ thất bại trong cuộc chiến này. Nhưng những manh mối này hầu như không có trong các tài liệu về những năm cơ bản trong thời gian Hoa Kỳ tham chiến tại Việt Nam. Thật vậy, hầu hết các chỉ dấu mà tôi xem xét kỹ đã nói lên một chiến dịch chống bạo loạn đang đạt được thành tích đáng kể vào năm 1963. Chính người Cộng sản cũng thừa nhận tình thế lúc đó rất khó khăn cho họ. Do đó, tôi chuyển trọng tâm từ các khía cạnh quân sự sang chính trị.

Khi tiến hành công việc này, tôi thấy những phán xét tiêu chuẩn về ông Diệm trong các tài liệu lịch sử nổi tiếng của Hoa Kỳ trái ngược với những thành tựu chính trị, kinh tế, văn hóa và quân sự mà của ông gặt hái được. Các tài liệu nói đến "chính phủ tham nhũng" của ông Diệm rõ ràng không phù hợp với tính cách thực của ông Diệm trong những tài liệu khác mà tôi đã đọc — một ông Diệm dự Thánh lễ lúc 6:30 mỗi buổi sáng, được người Việt Nam tôn kính là một nhà lãnh đạo vĩ đại từ lúc ông mới bước chân vào quan trường cho đến lúc ông lãnh đạo cả một quốc gia. Ông cũng tốt bụng, thậm chí không cảm thấy vui sướng gì khi nhiều loạn quân Việt Cộng bị giết. Sự khác biệt này đã khiến tôi ngày càng nghiên cứu sâu hơn về hai nhiệm kỳ tổng thống của ông Diệm, về những người Mỹ đã ủng hộ ông ta và những người sau này quyết định tiêu diệt ông ta. Có đúng là tôi đã tìm thấy một "Tận Cùng Bóng Tối" theo nghĩa của tác giả Joseph Conrad không? Có, tôi đã tìm thấy nó nhưng không phải ở nơi mà tất cả những tài liệu nổi tiếng của Mỹ đều chĩa mũi dùi vào — nói một cách khác, không phải ở Sài Gòn, mà là ở tại Hoa Thịnh Đốn, ngay trong vòng các cố vấn thân cận nhất của Tổng thống John F. Kennedy.

Hành động của những người này đã dẫn đến cuộc thảm sát ông Diệm. Và với cái chết của vị tổng thống này, công lao chín năm rưỡi trời để xây dựng mối giao hảo giữa Hoa Kỳ và Miền Nam Việt Nam đã tan thành mây khói. Chỉ trong vòng vài tuần, mọi hy vọng về sự thành công ở Việt Nam, xây dựng một quốc gia tự do và dân chủ thân thiện với Hoa Kỳ, đã bị dập tắt. Trên thực tế, để giải quyết một vấn đề không có thật, chính quyền của Tổng thống Kennedy đã tạo ra một vấn nạn không thể giải quyết được. Và đó là thực chất được che dấu đằng sau hành vi bất nhân này.

Tiến sĩ Geoffrey D. T. Shaw
Ngày 7 tháng 11, năm 2013

TRI ÂN NHỮNG ĐÓNG GÓP
CHO TÁC PHẨM NÀY

Tôi xin cảm tạ tất cả quý vị đã giúp đỡ tôi hoàn tất tác phẩm này, đặc biệt những cá nhân sau đây đã giúp đỡ và khuyến khích tôi:

Francis F. M. Carroll—giáo sư, khoa Lịch sử, Đại học Manitoba

Lawrie Cherniack—luật sư giám đốc, Cherniack and Smith

William E. Colby—cựu giám đốc CIA

Vivian Dudro—chủ bút lâu năm của NXB Ignatius

Linh mục Dennis Dickson—quản nhiệm, Giáo đường Anh giáo Thánh Thomas Becket

Oleh Gerus—giáo sư, khoa Lịch sử, Đại học Manitoba

Đại tướng Nguyễn Khánh—cựu thủ tướng, cựu tổng tư lệnh Quân lực VNCH.

Mục sư M. McLean—quản nhiệm Phân bộ Đại học Saint John trong Viện Đại học Manitoba

Thiếu tá Ralph Millsap—quản lý Chương trình Huấn luyện về Chiến tranh Chống Bạo loạn tại Trường Huấn luyện Lực lượng Đặc biệt ("Trường Đặc nhiệm") Không quân Hoa Kỳ, Hurlburt Field, Florida

Mark Moyar—nghiên cứu viên cao cấp tại Trường Cao đẳng Liên Quân Lực lượng Đặc biệt và Viện Nghiên cứu Chính sách Đối ngoại

Rena Niznick—người phụ tá pháp lý rất giỏi giang của Luật sư Lawrie Cherniack

Grace Lindsay Nolting—ái nữ của ông Frederick Nolting và phu nhân, bà Lindsay Nolting, và là người lưu giữ các tài liệu lịch sử của gia đình bà Lindsay Nolting—phu nhân và người được Đại sứ Frederick Nolting thổ lộ thông tin về thời cuộc

Douglas Pike—giáo sư, phó giám đốc Trung tâm Nghiên cứu và Lưu trữ Tài liệu về Việt Nam, Đại học Texas Tech

James Reckner—giáo sư, giám đốc và người sáng lập Trung tâm Nghiên cứu và Lưu trữ Tài liệu về Việt Nam, Đại học Texas Tech

Steven Sherman—trung úy bộ binh, Chi đoàn Lực lượng Đặc biệt Số Năm đã đóng ở Việt Nam, 1967–1968

Kenneth Thompson—giáo sư, giám đốc Trung tâm Miller, Đại học Virginia

Ngoài sự hỗ trợ mà tôi đã nhận được từ các vị trong danh sách kể trên, tôi cũng cảm ơn gia đình tôi đã hỗ trợ rất nhiều cho công việc này của tôi — cả vật chất lẫn tinh thần.

CÁC TỪ VIẾT TẮT

QLVNCH	Quân lực Việt Nam Cộng Hoà
CIA	Central Intelligence Agency - Cơ quan Tình báo Trung ương
CIP	Counterinsurgency Plan (Kế hoạch Chống Bạo loạn)
BQP	Bộ Quốc phòng Hoa Kỳ
BNG	Bộ Ngoại giao Hoa Kỳ
VNDCCH	Việt Nam Dân chủ Cộng hoà
CSBV	Cộng sản Bắc Việt
MAAG	Military Assistance Advisory Group/ Phái đoàn Cố vấn Hỗ trợ Quân sự
NATO	North Atlantic Treaty Organisation - Tổ chức Hiệp ước Bắc Đại Tây Dương
MTDTGPMNVN	Mặt trận Dân tộc Giải phóng Miền Nam Việt Nam
SHP	Strategic Hamlets Program/ Chương trình Ấp Chiến lược
CPVN	Chính phủ Việt Nam (các viên chức Mỹ thường dùng cụm từ này thay vì "chính phủ Miền Nam VN", "chính phủ VNCH")
VNCH	Việt Nam Cộng Hoà (Miền Nam Việt Nam)
VC	Việt Cộng

Dẫn Nhập

Ông Ngô Đình Diệm

Vào ngày 2 tháng 11 năm 1971, kỷ niệm tám năm ngày ông Ngô Đình Diệm bị hạ sát, hàng ngàn người đã tập trung về Sài Gòn để tưởng niệm cái chết của cựu tổng thống Việt Nam. "Một nhà sư mặc áo cà-sa vàng đã làm lễ tưởng niệm theo nghi lễ Phật giáo, và các giáo dân Công giáo đọc lời cầu nguyện bằng tiếng Latinh. Các biểu ngữ ghi dòng chữ ông Diệm là vị cứu tinh của miền Nam được trưng lên. Ngày hôm trước, Ngày Các Thánh, những người Công giáo từ các ngôi làng tị nạn ở ngoại ô Sài Gòn đã đến, mang theo chân dung của vị tổng thống bị giết.

Thật vậy, kể từ năm 1970, cái chết của ông Ngô Đình Diệm đã được nhiều cộng đồng tưởng niệm công khai ở Việt Nam, mặc dù đôi khi có nơi làm một cách kín đáo. Hình ảnh của ông đã được cộng đồng người Việt hải ngoại trên khắp thế giới khắc ghi một cách công khai hơn. Câu hỏi đặt ra là nhà lãnh đạo VNCH bị giết hại này, người vẫn được xem là nhân vật quan trọng trong lịch sử của Việt Nam sau năm 1945, là người như thế nào? Hy vọng rằng phần dẫn nhập này sẽ giúp cho người đọc ít nhất hiểu khá đầy đủ về thân thế của ông, từ đó có thể hiểu rõ sự thật về cái chết bi thảm của ông.

Có lẽ chủ đề quan trọng nhất của tác phẩm này là vai trò của ông Ngô Đình Diệm trong việc Hoa Kỳ lập kế hoạch ngoại giao, quân sự và chính trị nội bộ từ đầu nhiệm kỳ tổng thống của ông cho đến khi ông bị sát hại - hoặc tử vì đạo, theo cộng đồng Công giáo Việt Nam, một cộng đồng đã từng chịu đựng nhiều nỗi khốn khó trong thời gian lâu dài. Không nghi ngờ gì nữa, đức tin Công giáo của ông, thường được mô tả giống như của một tu sĩ, điểm thêm vẻ nghiêm nghị, là nền tảng của tinh thần ông. Nếu không có ông, không thể có một miền Nam Việt Nam (VNCH) đáng kể và chắc chắn sẽ không có một VNCH, trong khi phải đối mặt với một chế độ Cộng sản vô thần, quân phiệt nhất. Nhờ ông mà VNCH có thể phát triển và thành công tuy là một quốc gia non trẻ đang bị kẹt ngay trong giai đoạn nặng nề của Chiến tranh Lạnh.

Không có gì đáng bàn cãi, ảnh hưởng của ông Ngô Đình Diệm lên lịch sử Việt Nam sau năm 1945 có ý nghĩa quan trọng đến mức ngay cả các trường phái sử học liên quan đến Chiến tranh Việt Nam cũng được xếp loại dựa trên quan điểm về ông của những học giả trong trường phái: những người lên án ông gắn bó với những người đồng quan điểm, chúng ta có thể gọi họ là những môn đệ thuộc trường phái "chính thống"; còn những người thấy được lòng bác ái cao cả của ông, như đã được thể hiện trong tình yêu thương của ông đối với Thiên Chúa, Giáo hội Công giáo và đồng hương của ông, có thể được xem là môn đệ của "trường phái xét lại", một trường phái mang cái tên không đúng lắm. Những người có thế giới quan theo chiều ngang hơn coi ông Diệm là một trở ngại cho sự tiến bộ, và nói thẳng ra, một số người trong nhóm đó ghét ông; những người có cái nhìn siêu việt về ông, những người nhận thức rõ sự cao quý của ông thông qua sự khiêm tốn, chăm lo bổn phận và đức hy sinh, đã tôn vinh ông Diệm. Dù thế nào đi nữa, ông Ngô Đình Diệm cũng ở tâm điểm của tất cả các nghiên cứu lịch sử về cuộc chiến của Hoa kỳ tại Việt Nam. Nếu việc người Công giáo La Mã Việt Nam tụ tập vào ngày 2 tháng 11 hàng năm tại địa điểm ông Diệm bị sát hại để cầu nguyện cho linh hồn của ông mà họ tôn kính, thì có lẽ điều đó phù hợp với nhà sử học người Gia Nã Đại không theo Công giáo - một người theo trường phái "xét lại" đối với sự tham gia của Mỹ vào cuộc chiến tranh Việt Nam - đưa ra một hình thức tôn kính của riêng mình.

Hầu hết các nguồn thông tin phổ biến về chiến tranh Việt Nam, kể cả các nguồn Mỹ và Việt Nam, đều trích dẫn thành phố Huế là nơi sinh của ông Ngô Đình Diệm, nhưng sau khi nghiên cứu kỹ lưỡng các tài liệu xưa của Việt Nam, nhà báo kiêm sử gia Pháp Bernard Fall nghĩ địa điểm nhiều khả năng là Đài Phương, thuộc tỉnh Quảng Bình, phía Bắc nơi đã trở thành khu phi quân sự giữa Bắc và Nam Việt Nam. Xác định nơi sinh của ông Ngô Đình Diệm rất quan trọng để hiểu lý do tại sao mà nhiều năm sau, ông chỉ đạo bộ trưởng ngoại giao của mình tại Hội nghị Genève 1954 phản đối mạnh mẽ việc chia đôi đất nước Việt Nam. Theo văn hóa Việt Nam, cách mỗi cá nhân nhận xét vai trò của mình trong xã hội bắt nguồn từ quan hệ giữa cá nhân với nơi chôn nhau cắt rốn, tổ tiên và quê hương. Người Mỹ (cố vấn về việc viện trợ, nhà ngoại giao và chính trị gia) dường như chưa bao giờ hoàn toàn hiểu được mục tiêu lâu dài và mong muốn sâu sắc của ông Diệm là thống nhất Việt Nam dưới một chính phủ trung ương chống Cộng.

Mặc dù sinh ra ở miền Bắc, ông Diệm có quan hệ với trung tâm quan lại của Việt Nam, thành phố Huế. Trên thực tế, địa vị cao trong xã hội của ông bắt nguồn từ các mối liên hệ với triều đình ở đó, các mối liên hệ đã được thiết lập vài thế kỷ trước đó. Ông Diệm là thành viên của một trong những gia tộc có tiếng của Việt Nam, và "theo truyền thống, khả năng và ý thức trách nhiệm của Nho giáo", rất thích đáng để các thành viên trong gia đình đó được đứng vào hàng ngũ quan trường của triều đình. Cha của ông Diệm, ông Ngô Đình Khả, là Thượng thư Bộ Lễ và là quan đại thần. Ông là một tín đồ Công giáo La Mã sùng đạo và cũng hấp thụ đạo lý của Nho giáo. Một trong số ít những người Việt Nam thuộc thế hệ của ông được giáo dục cả ở Việt Nam và ở nước ngoài (Mã Lai), ông đã hướng dẫn các con trai, đặc biệt là hai ông Diệm và Nhu, học cả văn hoá phương Tây và văn hoá Việt Nam.

Ngay từ thuở thiếu thời, ông Diệm đã hấp thụ được sự dốc lòng của thân phụ vào việc học. Ông thức dậy trước bình minh và học bài dưới ánh sáng của ngọn đèn dầu cho đến khi ông rời nhà để đến trường Công giáo Pháp. Ý chí của ông còn được biểu lộ qua hành vi vượt xa việc ông dậy thật sớm để học, sau khi ông giành được giải thưởng đầu tiên của trường khi mới 6 tuổi. Như một trong những người anh em của ông sau này kể lại cho tạp chí Time, một lần ông Diệm lén đến trường bằng cách đi bộ dọc theo con đê tuy ông và các anh trai được thân phụ ra lệnh phải ở nhà vì lũ lụt. Khi bị cha trừng phạt vì bất tuân, ông Diệm không hề cảm thấy bất công và chấp nhận bị trừng phạt, xem như không có sự bất công nào. Quyết tâm đặc biệt của ông Diệm, không chùn bước trước nghịch cảnh, đã trở thành đặc điểm của ông từ khi ông tham chính.

Việc học của ông Diệm có một khía cạnh chính trị và chịu ảnh hưởng đáng kể của cha của ông. Cha ông đã tiếp đón nhiều vị lãnh đạo Việt Nam tại nhà, gồm cả vua Thành Thái và Duy Tân, cũng như nhiều người quyền thế khác, những người đến để khẩn cầu sự ủng hộ hoặc để được ông Ngô Đình Khả tư vấn. Ông Diệm đã may mắn có cơ hội thảo luận về các sự kiện đương đại với những nhà lãnh đạo này trong những năm ông còn trong tuổi đi học. Khi nhiều người Việt có tinh thần quốc gia tranh cãi về việc có nên lật đổ chế độ thực dân Pháp hay không, và khi chủ đề này được thảo luận tại nhà, thân phụ của ông Diệm nhất định phản đối việc dùng bạo lực hoặc gây đổ máu. Ông nhấn mạnh cuộc cách mạng chỉ có thể xảy ra bằng giáo dục quần chúng. Ông nói, khi người dân Việt Nam sẵn sàng gánh vác việc nước, Việt Nam sẽ giành được độc lập từ tay người Pháp một cách tự nhiên, không cần phải giết chóc. Việc ông được cha ông truyền tư tưởng chính trị khi ông còn non trẻ có ảnh hưởng rất sâu sắc; vì khi ông Diệm là tổng thống và bị đồng minh Hoa Kỳ ép buộc phải tăng cường nỗ lực tiêu diệt Việt Cộng, ông Diệm có phản ứng từ trong đáy lòng là không đồng thuận với ý tưởng giết người đồng chủng của ông. Một người bạn thân của gia đình họ Ngô, ông Andre Nguyễn Văn Châu, nhớ lại tính cách hiền hoà của ông Diệm khi ông nhắc đến việc nhân vật này không bao giờ thích gay gắt với bất cứ ai. Ông Douglas Pike, một chuyên gia về Việt Cộng hàng đầu của Mỹ, đồng tình với đánh giá của ông Châu về ông Diệm. Bất chấp quan điểm của các nhóm chỉ trích ông, ông không chuộng bạo lực, thậm chí cũng không độc đoán.

Ông Diệm học rất giỏi khi còn nhỏ cho đến khi ông theo học các lớp cao hơn. Ông học ở trường Quốc Học, một cơ sở do cha ông đồng sáng lập để các quan lại Việt Nam có thể tiếp thu tư tưởng phương Tây. Ông được điểm rất cao trong kỳ thi tốt nghiệp và người Pháp muốn cho ông học bổng để theo học chương trình đại học ở Ba Lê. Nhưng ông không nhận, chỉ tiếp tục học ở Việt Nam vì mong muốn lớn nhất của ông là được phục vụ người dân Việt Nam. Ông là một sinh viên đại học xuất sắc. Năm 1921, ông tốt nghiệp thủ khoa Trường Luật và Hành chính Hà Nội, một trường của người Pháp.

Trong quá trình học tập, ông Diệm ngày càng nhận ra nhiều điểm tương đồng giữa Công giáo và Nho giáo, kể cả quan điểm về đạo đức. Những người Mỹ có tư tưởng thế tục và chú trọng về giải quyết mọi vấn đề theo nhu cầu chính trị, những người mà sau này ông sẽ cộng tác với họ, không hiểu được cách ông Diệm suy nghĩ và hành xử. Người phương Tây, người Mỹ rất tôn trọng quyền tự do cá nhân và tự do theo đuổi hạnh phúc cá nhân, hầu như luôn luôn xem hai quyền này cao hơn mọi cân nhắc khác. Tuy nhiên, ông Diệm nghĩ, cá nhân có bổn phận dùng ý chí và tài năng của mình để phục vụ gia đình, cộng đồng và quốc gia. Triết lý chính trị của ông không chấp nhận những ai theo đuổi những hoạt động chính trị đưa đến việc đánh đổ một chính phủ có chính danh. Đức tin Công giáo của ông Diệm và các nguyên tắc Nho giáo đã được kết hợp một cách chặt chẽ và triết lý chính trị của ông không thể bị lay chuyển bởi các lập luận trái ngược.

Công giáo và Nho giáo đều nhấn mạnh hạnh phúc gia đình là trách nhiệm xã hội quan trọng nhất của một dân tộc và nhà cầm quyền. Ông Diệm không bao giờ quên trách nhiệm này, ngay cả khi trào lưu thế giới đang làm mất văn hóa truyền thống Việt Nam. Ông Diệm hình như luôn bận tâm về vấn đề này, vấn đề ông nghĩ là sôi bỏng nhất: ông thường than thở, đức tin và đời sống gia đình của đồng hương bắt đầu suy thoái sau khi người Pháp đến. Ví dụ, khi ông nhậm chức tổng thống, Phật giáo đã suy tàn nhiều, như một âm hưởng dư thừa của thời đại đã qua. Ông đau buồn, và trong thời gian làm tổng thống, ông đã trích công quỹ để trùng tu các nơi thờ tự của Phật giáo. Ông Diệm là một người bảo thủ thực sự: ông muốn bảo tồn lối sống truyền thống tại Việt Nam. Trước hết, ông muốn khôi phục lại địa vị của gia đình theo quan điểm của Nho giáo - một thực thể có tư cách pháp nhân và trách nhiệm trong làng xã. Để đạt được mục đích này, và phù hợp với đức tin Kitô giáo của mình, ông chủ trương cấm hành vi đa thê. Hóa ra, việc ông Diệm rất xem trọng các bổn phận tôn giáo, gia đình và xã hội đã tạo một khoảng cách tinh thần, đạo đức và trí tuệ giữa ông và nhiều cố vấn Mỹ của ông, những người sau này nhận thấy đây là một hố sâu cực kỳ khó để băng qua. Những vấn đề liên quan đến sự bất đồng giữa ông và người Mỹ, nếu bắt nguồn từ sự cách biệt này, rất khó giải quyết so với nhiều bất đồng về chính sách khác. Bản chất con người ông không thể thay đổi được.

Một trong những chi tiết biểu lộ tâm tính của ông Diệm là việc ông đã mong muốn được làm linh mục khi ông còn niên thiếu; thật vậy, ông đã vào một chủng viện lúc ông mười lăm tuổi, trước khi đi đến quyết định theo đuổi sự nghiệp chính trị để lên được vị trí của một người lãnh đạo công dân. Bản chất của ông Diệm phù hợp với đạo hạnh của người Công giáo hơn là một người sẵn sàng đón nhận những ý tưởng chính trị thuần túy. Những đoạn độc thoại dài dòng của ông đã khiến nhiều viên chức Mỹ tham dự các cuộc họp với ông cảm thấy khó chịu vì chúng khá giống như những bài giảng đạo. Một thành viên trong gia đình ông Diệm đã đề nghị nhà báo Denis Warner nên lưu ý đến cách suy nghĩ rất khác biệt của ông Diệm - như thể ông sống trong một thế giới khác - qua câu nói: "Ông nghĩ rằng ông có thể có một cuộc gặp gỡ tâm đầu ý hợp với ông Diệm. . ., [nhưng] tôi cho ông biết điều đó là không thể có. Đối với một người phương Tây, ông Diệm không chỉ đến từ một nền văn hóa hay bán cầu khác mà đến từ một hành tinh khác".

Đức tin Công giáo dấn thân của ông Diệm đã được cha ông rèn luyện, khắc sâu vào tâm khảm của ông. Đó là một lợi ích thiết thực: cha của ông chủ tâm hun đúc đức tính kiên định của các con trai vì người theo Kitô giáo thế nào cũng gặp phải sự chống đối và thù ghét. Kể từ thời ông cố của ông Diệm theo đạo Công giáo, gia đình họ Ngô đã phải cắn răng chịu đựng mỗi khi có phong trào bài đạo vì hiểu lầm là giáo dân ắt phải cộng tác với người Pháp, người Pháp thực dân áp bức. Cũng như nhiều người Công giáo Việt Nam khác, thời đó gia đình ông đã phải trả giá rất đắt cho đức tin của mình. Tuy nhiên, cần phải nói thêm, sự đàn áp giáo dân Công giáo ở Việt Nam đã không kéo dài liên tục; thường có những giai đoạn họ được chấp nhận để được sống trong hòa bình.

Đức tin Công giáo vững chắc của ông Diệm được củng cố bởi một đặc điểm quan trọng khác có sức hấp dẫn sâu sắc đối với tâm hồn nhà Nho trong xã hội Việt Nam: nếp sống khổ hạnh. Ông có lối sống rất kỷ luật, và đây là điều mà người dân Việt Nam tôn kính, theo cách nhìn của họ - phẩm chất của một người được đo lường bởi khả năng chịu đựng gian khổ. Tính cách giống như học giả và thầy tu của ông Diệm khiến người dân Việt Nam hâm mộ ông trong vai trò lãnh đạo đất nước, so với một chính trị gia kiểu phương Tây, cười lộ hàm răng to, tay bắt mặt mừng, thích hôn trẻ con. Thật vậy, một chính trị gia như vậy sẽ không được cảm tình của người Việt Nam, nhưng chính mô hình (chính trị gia kiểu Âu tây) này được nhiều cố vấn Mỹ thúc đẩy ông Diệm nên theo.

Có một lý do khác khiến ông Diệm được người dân Việt Nam ưu ái. Như nhà văn Việt Nam Trần Văn Định đã giải thích, theo đạo đức Nho giáo và các quan niệm của Đạo giáo về sự hài hòa và trật tự trong xã hội, những người coi trọng tiền tài hơn hầu hết những thứ khác và đạt được mục đích đó đều bị coi thường. Người dân nghi ngờ động cơ của họ, và do đó, người dân cũng nghi ngờ đạo đức của họ. Ngay cả cái tên dành cho họ cũng mang tính chất chế giễu: trọc phú, có nghĩa là "nhà giàu bẩn thỉu". Không hổ danh là một vị quan, ông Diệm và gia đình ông không màng gì đến việc theo đuổi tiền tài, và điều này cũng có thể là một phần căn nguyên tại sao sau này ông Diệm không thích ông W. Averell Harriman, một người nổi tiếng thuộc giai cấp thượng lưu Hoa Kỳ, người đã trở thành một trong những cố vấn chính sách đối ngoại có ảnh hưởng nhất của Tổng thống Kennedy. Đối diện với trọc phú là thanh bần, hay còn gọi là trí thức "nghèo cho sạch"; do đó, kẻ sĩ thanh bần được ưu ái trong xã hội Việt Nam theo Nho giáo. Ông Hồ Chí Minh đã làm hết sức mình để tỏ ra thanh bần vì ông biết mình sẽ bị họ đánh giá theo quan điểm Việt Nho về một nhà lãnh đạo giỏi. Tuy nhiên, ông

Hồ hơi giả tạo về hình ảnh của mình, trong khi ông Diệm là nguyên bản qua thân thế và quá trình giáo dục.

Trên hầu hết mọi lĩnh vực đáng kể, xã hội Việt Nam truyền thống có những giá trị hoàn toàn trái ngược với những xã hội phương Tây hiện đại, thế tục, đặc biệt là Hoa Kỳ. Trật tự xã hội Việt Nam từ trên xuống dưới, như sau: đứng đầu là sĩ, hay học giả, những người có học thức như ông Ngô Đình Diệm và em trai Ngô Đình Nhu; bậc thứ hai là nông (nông dân); bậc dưới nữa dành cho công (công nhân); ở bậc dưới, thấp hơn nhiều, là thương, gồm doanh nhân và thương gia; và bậc cuối cùng trong trật tự Nho giáo Việt Nam là binh, hay binh lính, những người được xem giống như những công nhân vệ sinh thời hiện đại của chúng ta, làm một công việc cần thiết nhưng bẩn thỉu. Vị thế thấp của quân nhân trong xã hội Việt Nam cho thấy cuộc đảo chính ông Diệm được Hoa Thịnh Đốn ủng hộ chắc chắn sẽ thất bại khi thay thế một kẻ sĩ bằng một nhóm binh lính. Hơn nữa, các cuộc đảo chính do quân đội chủ trương "liên miên" diễn ra sau đó khiến người dân Việt Nam tự hỏi tại sao trật tự bị đảo lộn như thế này. Tính chính danh chính trị, dưới hình thức Thiên mệnh của Nho giáo, không bao giờ có thể dựa trên một chế độ quân phiệt.

Người Việt Nam nghĩ, chỉ có những ai chịu được gian khổ và đủ kỷ luật để kiểm soát mọi ham muốn trần tục của mình mới có thể thực sự lãnh đạo nhân dân, và ông Diệm được biết đến là một người như vậy. Trong một cuộc phỏng vấn với tác giả, Tướng Nguyễn Khánh nói, cuộc sống thuần khiết và giản dị của ông Diệm đã khiến ông trở thành gương mẫu cho người Việt Nam, giáo dân Công giáo cũng như Phật tử. Vị tướng này, người đã tham gia vào cuộc đảo chính dẫn đến việc ông Diệm bị sát hại, nhắc lại việc ông Diệm đã không bận tâm đến bề ngoài khi sống trong dinh tổng thống. Chẳng hạn, ông ngủ trên một phản gỗ cũ (*Ông Diệm quen dùng phản chứ không dùng ghế bố như tác giả đã viết trong sách*) trong văn phòng của mình. Cho đến ngày nay, người dân Việt Nam vẫn giữ một lòng tôn kính sâu sắc, gần như nể sợ khi họ nói về vị cựu tổng thống này. Chuyên gia về Việt Nam Paul Mus, một học giả người Pháp lớn lên ở Việt Nam, nói với nhà sử học Ellen Hammer: chỉ có một người Việt có khả năng thành công trong việc tranh đấu với ông Hồ Chí Minh, đó là ông Ngô Đình Diệm. Ông Mus biết cả hai ông Hồ và Diệm, và ông nhấn mạnh, chính đức tính lừng danh của ông Diệm đã khiến ông trở thành đối thủ đáng ngại của ông Hồ. Ông nói với các viên chức Mỹ vào năm 1949 rằng ông Diệm là giải pháp khả thi duy nhất để tránh một chế độ Cộng sản, nhưng ông cũng cảnh cáo họ, không thể mua chuộc được vị này và sẽ không bao giờ vị này chịu làm "người dễ bảo của họ" ở Sài Gòn.

Nhiều lời khen ngợi ông Diệm nồng nàn hơn đến từ những địch thủ của ông. Ví dụ, Tướng Trần Văn Đôn, người cầm đầu cuộc đảo chính ông Diệm năm 1963, thừa nhận ông là một người yêu nước nhiệt thành, kiên quyết bảo vệ sự độc lập của đất nước, và lòng trung kiên của ông không thể bị lay chuyển. Một nhà lãnh đạo quân sự và đồng mưu khác, ông Nguyễn Cao Kỳ, ca ngợi tính trung thực và liêm chính của ông. Minh chứng nổi tiếng nhất cho tính cách không thể chê trách được của ông Diệm không ai khác chính là Hồ Chí Minh, người lãnh đạo khi Cộng sản dồn nỗ lực vào việc thôn tính Việt Nam và địch thủ không đội trời chung của ông Diệm. Vào tháng 9 năm 1945, người anh trai của ông Diệm tên là Khôi bị du kích Việt Minh sát hại, và ông Diệm cũng bị họ bắt, đưa ra trình diện ông Hồ Chí Minh, lãnh tụ của họ. Ông Hồ đã cố gắng thuyết phục ông Diệm theo Việt Minh trong cuộc chiến chống Pháp. Ông Diệm nói ông không bao giờ có thể làm việc với những kẻ Cộng sản đã giết anh trai ông, những kẻ đang tàn phá đất nước ông. Ông Hồ chối, nói ông đã không ra lệnh giết ông Khôi và bất kỳ hành vi bạo lực nào đối với gia đình ông Diệm là do sự sai lầm. Qua việc ca ngợi tinh thần ái quốc của ông Diệm, ông Hồ muốn vỗ về ông ta. Ông Diệm nhất định không chấp nhận, và do ấn tượng sâu sắc với lòng dũng cảm của ông Diệm, ông Hồ — thật bất ngờ — thả ông ta ra, có lẽ hy vọng một khi ông Diệm đã hiểu được những gì mà người Pháp đang làm và tiếp xúc sơ khởi với người Mỹ, ông ta sẽ quay lại.

Sau khi ông Diệm tốt nghiệp đại học năm 1921, ông gia nhập chính quyền cấp tỉnh của Việt Nam do Pháp kiểm soát với chức tri huyện phụ trách khoảng 225 làng. Đây là một nhiệm vụ không nhỏ đối với một người trẻ như vậy, nhưng bất kể tuổi trẻ và thiếu kinh nghiệm, ông đã thể hiện những phẩm chất của một nhà lãnh đạo thực sự khi phát triển một chiến thuật chống loạn quân của ông Hồ Chí Minh đang hoạt động ở các làng quê Việt Nam. Ông Diệm thiết lập mạng lưới tình báo bí mật của mình trong cơ sở hạ tầng chính trị của Cộng sản. Sau đó, khi thời điểm thích hợp, ông ra lệnh bắt giữ những đặc công của ông Hồ, cải tạo họ, và dùng họ để chống Cộng sản. Ông đã thành công một cách phi thường trong việc này vì ông tránh làm đổ máu. Để triển khai một kế hoạch hiệu quả như vậy, ông Diệm đã nghiên cứu kỹ lưỡng chủ nghĩa Mác và chủ nghĩa Cộng sản khi chúng được áp dụng ở Việt Nam, do đó ông là một trong những viên chức Việt Nam đầu tiên đã hoàn toàn nhận định được mức độ người dân trong nước ủng hộ Cộng sản.

Mặc dù người Pháp phớt lờ những báo cáo nhạy bén của ông về bản chất và nguy cơ của Cộng sản trong các làng mạc, nhưng vào năm 1929 họ vẫn thưởng ông Diệm vì ông làm việc tốt bằng cách bổ nhiệm ông làm tỉnh trưởng (tuần phủ) Phan Thiết ở tuổi 28. Trong bốn năm sau đó, ông Diệm được nhiều người biết đến là một vị quan thanh liêm và tài giỏi, đồng thời là một đối thủ đáng ngại của những kẻ chủ trương dùng bạo lực để làm cách mạng. Điều đáng kể là ông dựa vào pháp quyền, chứ không phải quyền hạn cá nhân của mình, để duy trì trật tự, và do đó ông đã có thể làm hài lòng cả người Pháp và người Việt Nam, ít nhất là trong một thời gian ngắn. Người Pháp nhận thấy ông là một công chức xuất sắc, và người Việt Nam kính trọng ông vì ông tận tụy giúp họ, không hề tham nhũng hoặc áp bức họ - ông là một tài năng hành chính hiếm có còn ghi lại trong ký ức gần đây của hầu hết người Việt Nam.

Tuy nhiên, không phải mọi chuyện đều êm thắm trong mối quan hệ giữa ông Diệm và chính quyền thuộc địa Pháp, vì ông Diệm đã không ngừng xin người Pháp cho dân Việt Nam được tự do hơn. Cụ thể, ông yêu cầu trao quyền tự trị nhiều hơn cho nông dân Việt Nam ở cấp làng xã, đặc biệt là trong bối cảnh Cộng sản ngày càng gia tăng hoạt động ở nông thôn. Tuy nhiên, người Pháp luôn phớt lờ đối với các yêu cầu của ông ta, vì họ tin rằng mối đe dọa lớn nhất không đến từ những người Cộng sản hay nông dân mà là từ những người Việt Nam yêu nước - nói cách khác, từ những người Việt Nam giống như ông Ngô Đình Diệm. Tuy nhiên, ông Diệm tiếp tục tranh luận rằng không chỉ Cộng sản là mối đe dọa lớn mà còn những mối đe doạ khác, như sự thờ ơ ngày càng tăng của nông dân, hoặc ngược lại, những người nông dân bị khốn đốn có thể thù ghét bất kỳ hình thức chính quyền nào. Ông Diệm đã cố gắng chứng minh chính quyền, bắt đầu với những biện pháp đơn giản để giúp đỡ người dân ở cấp làng xã, có thể ngăn chặn sự bành trướng của Cộng sản đang dùng tuyên truyền và đe dọa, nhưng người Pháp không nghe theo.

Dù người Pháp coi thường những lời báo động của ông Diệm về tình trạng nông dân ở nông thôn, họ đã nhận ra tài năng hành chính phi thường của ông và khuyên nhân vật mà họ nắm, vua Bảo Đại, bổ nhiệm ông Diệm làm Bộ trưởng Nội vụ (Lại bộ Thượng thư), thực sự có nhiệm vụ như Thủ tướng. Tuy nhiên, sự rắc rối bắt đầu gần như ngay lập tức, khi người Pháp thấy, không giống như Bảo Đại, ông Diệm không dễ bị họ mua chuộc. Ngược lại, và đúng với bản chất thẳng thắn của mình, ông Diệm đã phàn nàn một cách cay đắng với người Pháp về tình trạng chính phủ Việt Nam có rất ít quyền và thậm chí thiếu chính danh trong mắt người dân. Ông sẽ không chấp nhận Pháp tước hết quyền lực của vua Bảo Đại. Thái độ của ông Diệm đã tạo mối hiềm khích giữa ông và chính quyền thuộc địa Pháp.

Dường như người Pháp không bao giờ tha thứ cho ông Diệm sau khi ông vạch trần và phàn nàn về bản chất thực của chế độ Bảo Đại, một chính phủ hoàn toàn chịu sự kiểm soát của Pháp. Khi ông Diệm thấy rõ Pháp sẽ không cho phép bất kỳ cuộc cải cách có ý nghĩa nào, ông từ chức và ngay lập tức bị Pháp trả đũa. Họ thu hồi các bằng khen thưởng đã ban cho ông dựa vào việc làm xuất sắc của ông và đe dọa trục xuất ông. Tuy nhiên, người Pháp không muốn đi quá xa vì họ không muốn biến một người lãnh đạo được nhân dân vô cùng kính trọng thành vị thánh tử vì đạo; người Mỹ ít kinh nghiệm hơn sẽ mắc phải lỗi đau buồn đó nhiều năm sau.

Bị đánh giá là kẻ gây rối khó bị mua chuộc nhất, ông Diệm bị chính quyền thực dân Pháp quấy nhiễu liên tục trong mười năm sau đó. Trong thời gian ông không làm tại các cơ quan công quyền, ông Diệm đã dành phần lớn thời gian sống với người em trai là Ngô Đình Cẩn tại thành phố Huế. Ông cầu nguyện, tham gia Thánh lễ, đọc và học hỏi nhiều hàng ngày. Thỉnh thoảng ông cưỡi ngựa, chụp ảnh, hoặc chăm sóc khu vườn của gia đình. Nhiều người Việt Nam yêu nước thường đến tư dinh của họ Ngô ở Huế, và ông Diệm cũng đến thăm những người này ở Sài Gòn. Trong khi nhiều người trong số đó bàn về cách mạng, việc bàn luận này không đi đến đâu. Mối quan hệ chính trị thực sự nổi bật mà ông Diệm đã tạo dựng vào thời điểm này là với ông Võ Nguyên Giáp, người sau này trở thành vị chỉ huy trưởng thành công của Việt Minh. Trong khi ông này kháng cự các lập luận của ông Diệm ủng hộ một biện pháp phi xã hội chủ nghĩa, về phần mình, ông Giáp đã cố gắng thuyết phục ông Diệm theo xã hội chủ nghĩa. Không ai thành công trong việc thay đổi chính kiến của người kia, mặc dù họ ngưỡng mộ nhau.

Một sự kiện quan trọng đã xảy ra trong những năm ông Diệm không tham chính làm tăng thêm tính chính danh cho lòng yêu dân yêu nước của ông. Khi quân Nhật tiến vào Đông Dương trong Thế chiến thứ hai, ông Diệm tin cơ hội giúp đỡ đất nước đã đến và yêu cầu họ trao độc lập cho Việt Nam. Người Pháp không ưa việc ông Diệm bày tỏ chính kiến này.

Chính phủ Vichy đã đặt ông ta dưới sự giám sát chặt chẽ hơn nữa. Năm 1944, chính phủ Vichy công khai cáo buộc ông Diệm có âm mưu thay đổi chế độ và cho tên ông vào danh sách "bị truy nã gắt gao nhất". Nhưng người Pháp không cần bận tâm, vì người Nhật không quan tâm đến nguyện vọng chính trị của Việt Nam; họ quan tâm nhiều hơn đến việc duy trì sự kiểm soát hiệu quả đối với Khối Thịnh vượng Chung Đại Đông Á của họ. Tuy nhiên, vào năm 1945, người Nhật đã cố gắng mời ông Diệm vào chính quyền Đông Dương của họ, nhận chức thủ tướng của một chính phủ mà họ đã vội vã dựng lên ở Hà Nội. Ông Diệm, đúng với tính cách của mình, khước từ mọi quan hệ với chế độ bù nhìn ngụy trang sơ sài của Nhật được tạo ra vì họ tuyệt vọng hơn vì bất cứ lý do nào khác, trong những ngày tàn của đế chế của họ.

Trong thời kỳ hậu chiến, ông Diệm phải đối mặt với hai vấn đề cơ bản: thứ nhất, ông vẫn nằm trong danh sách truy nã của Pháp và bị truy lùng ráo riết; và thứ hai, ông Hồ Chí Minh đã thành lập một chính phủ lâm thời ở Hà Nội. Những diễn biến này đã buộc ông Diệm phải rời bỏ sự an toàn tương đối của những người bạn ở Sài Gòn và ra Bắc để báo động người dân ở đó về mưu mô của ông Hồ. Chính trong chuyến đi này, ông đã bị Việt Minh bắt, như đã đề cập. Mặc dù cuối cùng ông đã được chính ông Hồ trả tự do, nhưng ông vẫn chống Việt Minh. Điều này không có gì đáng ngạc nhiên vì Việt Minh không chỉ sát hại anh trai ông bằng cách chôn sống ông này mà còn đột kích vào nhà của gia đình họ Ngô, phá hủy thư viện với hơn mười nghìn quyển sách.

Gần như ngay sau khi được Việt Minh trả tự do, ông Diệm bắt đầu tổ chức căn cứ chống Cộng ở miền Bắc Việt Nam. Nhưng ông thiếu tiền và nguồn cung cấp vũ khí cần thiết cho một công việc như vậy, không đạt được gì ngoài việc bị đe dọa sát hại. Trong cơn tuyệt vọng và âu lo về an toàn cá nhân, ông đã tạm nương náu tại nhà dòng của các tu sĩ Gia Nã Đại sống ở Việt Nam cho đến khi một hiệp định tạm thời giữa Việt Minh và Pháp được ký kết vào ngày 8 tháng 3 năm 1946.

Ông Diệm không nản lòng vì ông rất muốn người Việt Nam yêu nước có cơ hội kết hợp chặt chẽ. Mùa xuân năm 1947, ông thành lập một đảng chính trị lấy tên Mặt trận Liên hiệp Quốc gia, với mục đích vận động để trao trả độc lập cho Việt Nam trong Liên hiệp Pháp. Mặt trận Liên hiệp Quốc gia đã xuất bản một bản tin tại Sài Gòn nhưng người Pháp giải thể đảng và đóng cửa tờ báo của đảng sau khi bắt giam một chủ bút. Một chủ bút khác bị côn đồ sát hại mà không biết ai chủ mưu. Ông Diệm lại một lần nữa bị thất vọng về chính trị.

Từ năm 1947 đến năm 1948, người Pháp đã nỗ lực phối hợp để tái lập vị vua mà họ thích, là Bảo Đại. Ông Diệm cũng liên lạc với ông Bảo Đại: ông đi đến nơi tạm cư của vị vua này ở Hồng Kông, nơi ông yêu cầu vua đừng chấp nhận lời đề nghị của Pháp nếu không có cam kết dứt khoát của Pháp về việc trao độc lập cho Việt Nam trong tương lai gần. Bất chấp những yêu cầu của ông Diệm, ông Bảo Đại trở lại mà không đặt điều kiện nào để "lãnh đạo" Đông Dương do Pháp kiểm soát. Vào tháng 5 năm 1949, ông ta yêu cầu ông Diệm nhận chức thủ tướng, và ông Diệm đã từ chối vì ông chán ngấy chế độ này. Người Pháp, cũng như người Nhật và sau đó là người Mỹ, trong các tính toán chính trị của họ, đã không thể vượt qua các nguyên tắc đạo đức và quyết tâm của ông đối với nền độc lập của Việt Nam.

Đến năm 1950, ước nguyện của ông Diệm đối với đất nước của ông đã được biểu lộ vững chắc, nhưng ông vẫn đang tìm kiếm những phương tiện để ông có thể lãnh đạo quốc gia với quyền lực để giải cứu đất nước của ông khỏi ách thực dân hoặc không để một chính quyền tồi tệ hơn nắm vận mệnh của toàn dân. Cùng với em trai Ngô Đình Nhu và anh trai là Giám mục Ngô Đình Thục, Giám quản Tông tòa Vĩnh Long, ông Diệm đã dày công gây dựng các phong trào chính trị mới như Đảng Xã hội Thiên chúa giáo, nhưng Việt Minh và chính quyền Pháp đã cản trở hầu hết những nỗ lực này vì mỗi địch thủ của ông có những lý do riêng của họ. Thất vọng về chính trị và mong muốn thoát khỏi bản án tử hình do Việt Minh áp đặt, ông Diệm và Đức ông Thục rời Việt Nam vào tháng 8 năm 1950 để tìm kiếm sự hỗ trợ ở hải ngoại. Ông Diệm rất ngạc nhiên khi thấy những người tân tòng tốt bụng - người Mỹ, người phương Tây, sẽ sớm ủng hộ những ước vọng yêu nước của ông. Điểm dừng chân đầu tiên của ông Diệm là Nhật Bản, nơi ngoài việc thăm một người bạn cũ, ông đã cố gắng cầu xin Tướng Douglas MacArthur giúp để có được sự ủng hộ của Mỹ đối với một chính phủ Việt Nam không Cộng sản. Do bận tâm về Triều Tiên, Tướng MacArthur không cảm thấy hứng thú, vì vậy ông Diệm đã tìm đến những người Mỹ khác ở Nhật Bản để được tư vấn và giúp đỡ. Không có gì đáng ngạc nhiên khi một số người trong số này có ấn tượng tốt và hứng khởi bởi ông Diệm và lòng yêu nước chống thực dân của ông, bao gồm một giáo sư chính trị học trẻ tuổi từ Đại học Michigan State, Wesley Fishel, người đã khuyên ông Diệm nên trực tiếp xin chính quyền Hoa Kỳ ủng hộ một

Việt Nam độc lập, lời khuyên mà ông Diệm áp dụng. Trên đường từ Nhật Bản đến Hoa Kỳ, ông Diệm dừng lại ở La Mã, nơi ông được tiếp kiến riêng với Đức Giáo hoàng, một cuộc viếng thăm mà một số người cho rằng nhằm gây ấn tượng với thành phần tinh hoa trong cộng đồng Công giáo Hoa Kỳ. Nhưng có một một cách giải thích khác: Năm 1950 là Năm Thánh, khi nhiều người Công giáo La Mã sùng đạo hành hương đến La Mã. Vào thời điểm này, ông Diệm và vị giám mục - anh trai của ông - đương nhiên muốn đến La Mã, nơi vị giám mục sau này đã học tại Đại học Gregorian. Chỉ vì lý do họ sùng đạo nên họ đã xin hội kiến với Giáo hoàng.

Trong thời gian hai năm ở Mỹ, ông Diệm sống trong các chủng viện của Hội Truyền giáo Maryknoll ở ngoại ô New York và New Jersey. Ông Diệm theo lối sống của Tu hội Maryknoll, làm những công việc vặt vãnh như các chủng sinh. Những vị khách có vị thế cao trong chính trường Hoa Kỳ đã sửng sốt khi thấy ông Diệm đổ rác, lau nhà và làm những công việc thấp kém khác mà không hề phàn nàn. Rõ ràng, ông đang tìm kiếm quyền lực chính trị không phải vì tham vọng cá nhân mà vì muốn cống hiến cho Thiên Chúa và đồng hương, những chủ thể mà ông muốn phục vụ. Ông Diệm tạo ấn tượng rất tốt với Đức Hồng y Phanxicô Spellman, tổng giám mục của New York, người đã giới thiệu ông Diệm với những nhân vật mà ông biết ở Hoa Thịnh Đốn, những người có thể giúp đỡ ông. Nhân dịp này, ông Diệm được kết bạn với Thẩm phán Tối cao Pháp viện William O. Douglas, Thượng nghị sĩ Mike Mansfield, và ngôi sao chính trị đang lên John F. Kennedy.

Điều dường như đã thu hút những người môi giới quyền lực ở Hoa Thịnh Đốn này, ngoài đức tin Công giáo của ông Diệm, là lập trường kiên quyết chống lại cả chủ nghĩa Cộng sản và thực dân Pháp. Thẩm phán Tối cao Pháp viện Douglas, một trong những người tạo ra huyền thoại về ông Diệm - "người đàn ông thần kỳ" - đã kết luận sau chuyến thăm Đông Nam Á năm 1954 rằng Ngô Đình Diệm "được người dân Việt Nam tôn kính vì ông là người trung thực, độc lập và kiên quyết kháng cự ảnh hưởng của Pháp —một anh hùng ở miền Trung và Bắc Việt Nam, với một lượng người ủng hộ đáng kể ở miền Nam". Ông Diệm dường như là nhân vật lý tưởng mà người Mỹ đang tìm kiếm, một người theo chủ nghĩa dân tộc, được lòng dân, liêm khiết, chống cộng. Điều mà ông Douglas và những người Mỹ khác dường như không nhận ra là chính những đức tính của ông Diệm mà họ ngưỡng mộ sau này sẽ khiến chính phủ của họ xung đột với các chính khách ở Hoa Thịnh Đốn sẽ trở nên quan trọng hơn đối với ông trong tương lai, nhưng trước mắt, ông Diệm không có kế hoạch cụ thể nào để thu hút sự ủng hộ mạnh mẽ này của Mỹ. Ngược lại, ông tạm ẩn một thời gian để đánh giá mọi việc, và ông rời Hoa Kỳ vào tháng 5 năm 1953, đến một tu viện Biển Đức ở Bỉ. Ở đó, ông đã lánh xa việc đời để đến gần Chúa hơn. Vào thời điểm này trong cuộc đời của ông, ông Diệm đã hình thành một khuôn mẫu nhập thế, một khuôn mẫu mà ông tiếp tục theo cho đến khi qua đời. Khi gặp khó khăn, bị đe dọa, hoặc chỉ cần yên tĩnh và suy tư, ông vào một tu viện hoặc một cơ sở tôn giáo tương tự. Sau khi tâm hồn của ông thanh tĩnh lại và ông ổn định những suy nghĩ của mình thông qua việc chiêm nghiệm Kitô giáo, ông lại nhập cuộc tranh đua chính trị một lần nữa. Sau thời gian tạm ẩn ở Bỉ vào năm 1953, ông đến Ba Lê để thăm em trai của mình là ông Luyện, người đã tìm kiếm và kêu gọi sự ủng hộ cho ông Diệm trong cộng đồng người Việt đông đảo ở đó.

Ông Diệm dường như bị lôi kéo mạnh mẽ cùng lúc về hai hướng đối nhau, một đằng là sở thích tu hành và đằng kia là nghĩa vụ công dân. Trong một nỗ lực rõ ràng để thực hiện cả hai, vào ngày 12 tháng Giêng năm 1954, ông gia nhập Dòng Biển Đức thứ ba, cam kết sống theo quy tắc của Thánh Biển Đức thích hợp cho một giáo dân. Nhiều năm sau, trong giây phút bực bội với sự ngây thơ chính trị của ông Diệm trong cuộc khủng hoảng Phật giáo năm 1963, ông Ngô Đình Nhu, người em của ông, đã hét lên rằng lẽ ra ông nên đi tu chứ không nên làm tổng thống. Những người biết ông đều hiểu rằng hai chữ "hiếu", "trung" đã không cho phép ông đi tu.

Sự ủng hộ mà ông Diệm thu hút được trong chuyến thăm Mỹ bắt đầu tăng trưởng với tốc độ phi thường một năm sau đó khi chính phủ Hoa Kỳ thấy rõ ý định của Cộng sản đưa toàn bộ Đông Nam Á vào trong vòng kiểm soát của họ. Họ đã kiểm soát Trung Hoa, Bắc Hàn và, sau Hiệp định Genève 1954, miền Bắc Việt Nam. Nhóm ủng hộ ông Diệm trong giai đoạn quan trọng này là những người Mỹ đáng nể như Thượng nghị sĩ John F. Kennedy và Thượng nghị sĩ Mike Mansfield; Kenneth Young của Bộ Ngoại giao; Allen Dulles và John Foster Dulles, cả hai đều thuộc Cơ quan Tình báo Trung ương Hoa Kỳ (CIA); và Edward Geary Lansdale, một sĩ quan tình báo quân đội đã trở thành một người bạn thực sự của ông Diệm. Bên ngoài chính quyền Eisenhower, những người ủng hộ ông Diệm bao gồm các chủ bút của tạp chí Life và Time; và nhóm vận động hành lang quyền lực gồm Hồng Y Spellman, Thẩm phán Tối cao Pháp viện Douglas, giáo sư Fishel, ông Leo Cherne của Viện Nghiên cứu Hoa Kỳ, và cộng sự của ông Cherne là ông Joseph Buttinger, một nhà hoạt động từng theo đảng Xã Hội

Áo (chống Phát xít và Cộng sản) và tác giả nổi tiếng từ Áo. Vào năm 1955, khi ông Diệm là tổng thống, cả hai ông Fishel và Buttinger đều làm cố vấn cho ông ta ở Sài Gòn. Cuối cùng ông Buttinger bất đồng với ông Diệm. Một nhân vật quan trọng khác trong mối quan hệ mới được thiết lập của ông Diệm với Hoa Kỳ là ông Wolf Ladejinsky, một đảng viên linh hoạt của Đảng Dân chủ thuộc phái New Deal (Xã Hội Mới). Quan trọng hơn đối với ông Diệm, người được biết đến qua những công việc cải cách và tái tổ chức, Ladejinsky là một chuyên gia cải cách ruộng đất ở châu Á, đã phục vụ chính phủ Hoa Kỳ với tư cách đó ở cả Nhật Bản thời hậu chiến và Đài Loan của Tưởng Giới Thạch. Là người tị nạn Do Thái trong thời kỳ Cách mạng Nga, ông Ladejinsky bị Bộ Nông nghiệp sa thải năm 1954, khi bị cáo buộc có liên quan đến "các hoạt động bất lợi cho Mỹ". Tuy nhiên, khi ông Diệm dùng ông Ladejinsky làm người có toàn quyền trong chương trình cải cách ruộng đất, động thái này đã tạo ra thiện chí đáng kể trong giới tinh hoa cấp tiến của Hoa Kỳ, vì họ coi đây là bằng chứng về sự chân thành của ông Diệm đối với vấn đề quan trọng đó.

Cuối cùng, cần có một chú thích ngắn gọn ở đây về thái độ của ông Diệm đối với Phật giáo. Ông Diệm rất tôn trọng đạo Phật. Thật vậy, có một lần, lúc ông thổ lộ tâm sự với một người bạn thân của gia đình, ông đã nói ông thích cách hành đạo Phật giáo hơn triết học Nho giáo vì Phật tử phải hướng nội và hoàn chỉnh lối sống của chính mình. Là một người Công giáo La Mã sùng đạo, ông Diệm biết cách tốt nhất để thuyết phục người khác theo Đấng Kitô là cho họ nhận thấy hạnh kiểm của chính ông là tấm gương nên theo; nhà lãnh đạo Việt Nam này không bao giờ muốn ép buộc bất cứ ai theo đạo của ông. Ngoài ra, ông Diệm cho rằng Phật giáo là một phương tiện để khôi phục lại bản sắc truyền thống của xã hội Việt Nam. Chế độ thực dân Pháp phần lớn đã làm mất đi nền văn hóa truyền thống của người dân và đã tạo ra một khoảng trống trong tâm hồn của nhiều người, điều mà người Cộng sản có thể lợi dụng để truyền bá chủ nghĩa Cộng sản. Ông Diệm hy vọng một ngày nào khi Phật giáo có nhiều tín đồ ở vùng nông thôn, người dân sẽ tìm thấy được một trọng tâm hướng dẫn tinh thần và ngăn chặn được âm mưu chiếm lĩnh nông thôn của Cộng sản. Giả định rằng ông Diệm đã không nghĩ đến chiến lược này, ông cũng không bao giờ đàn áp Phật giáo như những người chỉ trích ông đã cáo buộc. Đạo đức Nho giáo của ông về việc hiếu kính cha mẹ và tổ tiên sẽ không cho phép ông xúc phạm Phật giáo là đạo của ông cố và các bậc tiền bối khác trong gia đình ông.

Ghi chú - Tiếp theo

3. ...tác giả: Jacob Ramsay. *Quan lại và Tử Vì Đạo/ Mandarins and Martyrs: The Church and the Nguyen Dynasty in Early Nineteenth-Century Vietnam* (Stanford, Calif.: Stanford University Press, 2008) tìm cách giải thích tại sao các cuộc đàn áp có thể xảy ra ngay cả khi Công giáo đã được xã hội Việt Nam chấp nhận khá rộng rãi.

7. ... tham luận trình bày tại Hội thảo "Sự trỗi dậy và sụp đổ của ông Ngô Đình Diệm: Những tác động đối với Hoa Kỳ và Việt Nam", Vietnam Center and Archive, Texas Tech University, Lubbock, Texas, October 24, 2003. Ông là người có học thức, có tư tưởng quốc tế và có tư tưởng phóng khoáng hơn nhiều so với Cựu hoàng Bảo Đại đi trước ông. Dù cho các hành động phi dân chủ của Sài Gòn có thể là sai lầm về mặt chính trị, chúng chủ yếu là một phản ứng quân sự đối với [một] thách thức bên ngoài. Theo cách đánh giá đó, chúng không quá đáng và cũng không vô lý". Douglas Pike, "Miền Nam Việt Nam: Mổ xẻ một Cuộc Khủng hoảng Cộng hưởng/ South Vietnam: Autopsy of a Compound Crisis", trong quyển sách *Những Bạo chúa Thân thiện: Một Tình thế Tiến thoái Lưỡng nan của Hoa Kỳ/ Friendly Tyrants: An American Dilemma*, ed. Daniel Pipes and Adam Garfinkle (New York: St. Martin's Press, 1991), 38, 47, 52–53.

36. ... Ông Lansdale khá có thiện cảm với Tổng thống Diệm, và được nhà lãnh đạo Việt Nam đáp ứng lại. Sau khi giải ngũ với quân hàm thiếu tướng, ông Lansdale trở lại Việt Nam, nơi ông làm việc trong Toà đại sứ Mỹ tại Sài Gòn. Ngay cả khi chính phủ Hoa Kỳ bỏ rơi ông Diệm vào năm 1963, ông Lansdale vẫn trung kiên bảo vệ ông Diệm.

CHƯƠNG 1

CÁC QUAN HỆ NGOẠI GIAO Ở VIỆT NAM CỘNG HOÀ TỪ CUỐI THẬP NIÊN 1950 ĐẾN NĂM 1960

Chủ đề của tác phẩm này là lịch sử của một thời kỳ trong quan hệ Mỹ-Việt, thời điểm mà các người từng là đồng minh của Tổng thống Ngô Đình Diệm cấu kết với những người đồng mưu Việt Nam để phản bội và sát hại ông. Do đó, chương này, chương đầu tiên của quyển sách, trình bày bối cảnh cho câu chuyện Mỹ phản bội một đồng minh ngay trong thời chiến.

Sau khi người Mỹ vừa mới giúp ông Diệm lên làm tổng thống miền Nam Việt Nam (Việt Nam Cộng Hoà - VNCH) vào năm 1955, ông lập tức bắt tay vào việc cải thiện đất nước. Những người thực tiễn trong Chính phủ Cộng sản, đối thủ của ông Diệm, hiểu rằng họ không dễ dàng thắng được chính phủ có khả năng của ông Diệm vì chính phủ này thúc đẩy các dự án phát triển đầy tham vọng của ông ở các vùng nông thôn. Vậy, rất khó để họ đạt được điều mà họ muốn - làm cho VNCH tan rã trong hỗn loạn để rồi bị dồn vào thế bị thống nhất với miền Bắc Cộng sản.

Người Cộng sản biết rõ nhiều mối bất bình mà họ có thể khai thác để tổ chức một phong trào cách mạng bản địa ở miền Nam, được gọi là Mặt trận Dân tộc Giải phóng Miền Nam Việt Nam (National Liberation Front of South Vietnam - NLF). Loại vấn nạn này thường xảy ra tại các quốc gia đang phát triển, nhất là ở Đông Nam Á.[1] Nhưng Cộng sản cần phải triển khai một chiến dịch song hành với một chiến dịch quân sự hỗ trợ cho chiến dịch chính trị nhằm ngăn chặn và phá hoại quan hệ đang hình thành giữa chính phủ của ông Diệm và người dân. Chiến dịch này mang hình thức khủng bố, được thiết kế và thực hiện một cách thô bạo và được họ đặt tên một cách trớ trêu là Chiến dịch Diệt Áp bức. Đến tháng 3 năm 1958, Chiến dịch Diệt

---

[1] Ngài (Sir) Robert Thompson đã đưa ra một cái nhìn tổng quan đầy đủ về những vấn đề này trong *Đánh bại Cuộc bạo loạn của Cộng sản: Kinh nghiệm từ Mã Lai và Việt Nam/ Defeating Communist Insurgency: Experiences from Malaysia and Vietnam* (London: Chatto and Windus, 1966); see esp. 21–23.

Áp bức đã làm thiệt mạng hơn bốn trăm viên chức cấp thôn làng. Năm 1959, Cộng sản bắt đầu sát hại giáo viên, chủ yếu ở các tỉnh trọng điểm của Đồng bằng sông Cửu Long như Long An, Kiến Hòa và Định Tường.

Chiến dịch này đã làm cho gần ba mươi nghìn trẻ em không được đến trường, một lợi thế cho Cộng sản vì các em sẽ trở thành những người không có bất kỳ mối quan hệ tích cực nào với chính phủ VNCH.[2]

Danh sách những đối tượng sẽ bị tra tấn và thủ tiêu trong Chiến dịch Diệt Áp bức được Cộng sản lập ra không chỉ dựa trên sự chọn lọc chiến thuật mà còn bao quát về mặt chiến lược, được thiết kế để làm cho dân chúng sợ hãi đến nỗi không dám giúp đỡ và ủng hộ chính phủ. Thật vậy, như người Cộng sản đã viết: "Mục đích của chúng tôi không chỉ là thủ tiêu những người có thể gây hại cho phong trào (cuộc bạo loạn) mà còn để làm cho người dân sợ hãi, không dám hợp tác với chính phủ."[3] Vì vậy, người Cộng sản đã có ý định làm suy yếu tính chính danh của chính phủ cho đến khi chính phủ trở thành bất lực.[4] Cụ thể, mục tiêu của họ là phá hoại sự lãnh đạo của ông Diệm do họ biết rằng ông có một vị thế độc nhất vô nhị trong mắt người Việt Nam.

Học giả người Pháp Paul Mus rất quen biết với cả ông Hồ Chí Minh, nhà lãnh đạo Cộng sản miền Bắc Việt Nam (CSBV), và ông Ngô Đình Diệm, và ông hiểu rằng người Việt Nam chỉ chấp nhận "người nào có tiếng là đạo đức và sống một cuộc sống khổ hạnh" là một nhà lãnh đạo chính đáng. Do đó, ông nói với sử gia Ellen Hammer, "Chỉ có một người có khả năng đối đầu với ông Hồ Chí Minh để giành vị trí lãnh đạo - ông Ngô Đình Diệm. Bởi vì chỉ có ông ấy cũng nổi tiếng về đức độ và sống khổ hạnh như ông Hồ."[5] Ông Mus theo gia đình sang Việt Nam từ nhỏ và lớn lên ở đây, hiểu biết rất

---

[2] William R. Andrews, *Cuộc Chiến trong các Thôn Làng: Hoạt động Cách mạng Cộng sản Việt Nam trong tỉnh Định Tường, 1960–1964/ The Village War: Vietnamese Communist Revolutionary Activities in Dinh Tuong Province, 1960–1964* (Columbia, Mo.: Đại học Missouri Press, 1973), 51, 54–55....*Xem tiếp phần còn lại ở cuối chương.*

[3] Trích dẫn trong RAND và Bộ Chỉ huy Hỗ trợ Quân sự, Việt Nam J-2, "Các Nghiên cứu về Mặt trận Giải phóng Miền Nam", DT-99, 2. Found in the notes of Andrews, Village War, 51, 54–55

[4] Xem Alexander Dallin và George W. Breslauer, *Khủng bố Chính trị trong Hệ thống Cộng sản/ Political Terror in Communist Systems* (Stanford, California: Stanford University Press, 1970), 7, để giải thích tại sao loạn quân Cộng sản lại cần khủng bố.

[5] Ellen J. Hammer, *Một cái Chết trong Tháng 11: Hoa Kỳ tại Việt Nam/ A Death in November: America in Vietnam*, 1963 (New York: E. P. Dutton, 1987), 47.

nhiều về đất nước này, được Pháp bổ nhiệm làm sứ giả mỗi khi Chính phủ Pháp cần bàn thảo gì với phe của ông Hồ Chí Minh vào thời điểm Chiến tranh Đông Dương Lần thứ nhất.

Năm 1948, khi ông Mus chia xẻ những nhận xét của ông về ông Diệm với người Mỹ trong đó có nhiều lời khen ông Diệm, ông Mus có hậu ý cho Mỹ biết đừng mong giật dây ông Diệm sau khi họ giúp ông nắm quyền.[6] Trong cuộc phỏng vấn với tác giả, vị tướng Việt Nam Nguyễn Khánh, người đã tham gia đảo chính ông Diệm, đồng tình với đánh giá của ông Mus về ông Diệm. Ông nói rằng đức tính của ông Diệm là nền tảng của tính chính danh của ông ta. "Điều quan trọng nhất là cách sống, cuộc đời của ông ấy được xem là một tấm gương sáng. Ông ấy đã hy sinh cả cuộc đời của mình!"[7]

Chiến dịch Diệt Áp bức có lúc giết ít người hoặc không giết người và có lúc tàn sát đến mức độ mà ngay cả người Mỹ ở giai đoạn tồi tệ, vô kỷ luật nhất của họ[8] cũng không thể sánh kịp.[9] Theo phân tích tàn nhẫn của họ, người Cộng sản hiểu rằng khủng bố hiệu quả nhất khi nó làm tê liệt hoạt động của nhiều người nhất; do đó, nó lợi hại nhất khi nó dường như chỉ có tính chọn lọc một phần, giống như sét đánh, không ai có thể đoán được nạn nhân nào sắp bị sát hại.[10]

Nhà phân tích William R. Andrews, trong các cuộc nghiên cứu, thăm viếng và phỏng vấn ở VNCH, đã xác định rằng các vụ giết hại các viên chức cấp thôn làng, giáo viên, nhân viên y tế công cộng và các công chức khác đã lên đến đỉnh điểm vào năm 1963, và sụt giảm rõ ràng vào năm 1964.[11] Ông

---

[6] Đã dẫn như trên.

[7] Tướng Nguyễn Khánh, phỏng vấn bởi tác giả, ngày 16 tháng 6 năm 1994, Trường Đặc nhiệm của Không quân Hoa Kỳ, Phi trường Hurlburt, FL./ General Nguyen Khanh, interview by author, June 16, 1994, United States Air Force Special Operations School, Hurlburt Field, FL., transcript, 61, Vietnam Center and Archive at Texas Tech University, Lubbock, TX, and the United States Air Force Special Operations School, Hurlburt Field, FL.

[8] Ngay cả cuộc thảm sát diễn ra tại Mỹ Lai, nhiều năm sau đó, cũng không bằng những gì Cộng sản đã làm.

[9] Malcolm Browne, *Bộ Mặt Mới của Chiến tranh/ The New Face of War* (New York: Bobbs-Merrill, 1965), 103.

[10] Andrews, *Chiến tranh trong các Thôn làng/ Village War*, 57–58.

[11] Ông Andrews đã thu thập thống kê sau đây: *Số người bị ám sát trong các năm:* 1957–1960: 1,700; 1961: 1,300; 1962: 1,700; 1963: 2,000; 1964: 500 Nguồn: Đã dẫn như trên, 60.

Andrews nghĩ số công chức bị giết giảm mạnh trong năm 1964 do sự kết hợp của nhiều yếu tố. Ngay từ đầu, vào năm 1964, Chiến dịch Diệt Áp bức đã hiệu quả trong việc thủ tiêu những viên chức chính phủ trong những khu vực đã bị Cộng sản xâm nhập trước đó; thứ hai, các viên chức VNCH ở nông thôn không còn lộ diện để tham gia với dân ở các làng quê vì họ sợ bị sát hại.[12]

Tuy nhiên, có một cách giải thích thứ ba, có ý nghĩa chiến lược chính, liên quan mật thiết đến luận điểm chính của quyển sách này, đó là tầm quan trọng kỳ lạ của ông Ngô Đình Diệm. Đến năm 1964, Cộng sản không cần giết nhiều công chức và làm mất uy tín của chính phủ VNCH như trước vì ông Diệm, trụ cột quyền lực nhất và mạnh nhất trong việc đảm bảo được tính chính danh của chính phủ, đã bị loại bỏ. Ngay cả khi VNCH và Hoa Kỳ cố gắng dùng sức mạnh quân sự để thay thế sự mất mát chính trị sau cuộc đảo chính ông Diệm, chỉ có thể cứu vãn tình thế trong một thời gian mà thôi. Những người tham gia cuộc bạo loạn là Cộng sản, nhưng họ cũng là người Việt Nam, và họ biết các quân nhân cầm quyền không thể thu phục được trái tim và khối óc của người dân so với một nhà lãnh đạo như ông Diệm. Vì vậy, khi nói vụ sát hại ông Ngô Đình Diệm đã trao cho người Cộng sản một chiến thắng chính trị có tính chiến lược, không phải là thổi phồng quá đáng đâu.

Tất cả những điều này có liên quan rất nhiều đến câu hỏi ai là người đáng bị quy trách nhiệm cho cuộc bạo loạn ở miền Nam: chính phủ bị cáo buộc là tham nhũng và bất tài của Tổng thống Diệm, như một số người gièm pha ông đã lập luận, hay cuộc bạo loạn của Cộng sản được lên kế hoạch và thực hiện cẩn thận? Câu trả lời là đã có chứng cớ về một cơ cấu tổ chức rất hữu hiệu đã được thiết lập ngay cả trước khi ông Diệm lên nắm quyền.[13]

Cộng sản Bắc Việt không tìm cách che dấu việc họ là chủ chốt của cuộc bạo loạn ở miền Nam. Điều này đã được thể hiện rõ ràng khi vào năm 1963, họ đề nghị với ông Ngô Đình Nhu, em trai và cố vấn chính trị của ông Diệm, hai bên thoả thuận ngừng bắn nếu Mỹ chịu rút khỏi Việt Nam. Thật vậy, ông Seymour M. Hersh lập luận rằng chính phủ Kennedy đã thiết kế và ủng

---

[12] Những con số này của ông Andrews được xác tín bởi các nghiên cứu của chuyên gia về Việt Cộng Douglas Pike. trong quyển *Viet Cong* (Cambridge, MA: MIT Press, 1966), 102.

[13] Xem Douglas Pike, *Lịch sử Chủ nghĩa Cộng sản/ History of Communism, 1925–1976* (Stanford, Calif.: Hoover Institution Press, 1978), 115–18.

hộ cuộc đảo chính ông Diệm vì ông Kennedy và các viên chức của ông ta lo ngại họ Ngô sẽ đạt được thoả thuận này với miền Bắc.[14]

Ông Dennis Duncanson, khi nghiên cứu về tình hình Việt Nam trong thập niên 1950, nhận thấy Cộng sản đã tiến hành chiến dịch khủng bố của họ từ những ngày đầu tiên của chính phủ ông Diệm. Chiến dịch của họ được xúc tiến vào lúc Tổng thống Diệm vừa đánh bại các lực lượng vũ trang của Bình Xuyên, Cao Đài và Hòa Hảo và vẫn tiếp tục sau thời điểm này.[15] Theo ông Duncanson, Cộng sản gài sẵn "tổ nằm vùng", hay còn gọi là cơ sở tàng ẩn của đảng, trong hầu hết các thôn làng,[16] và lực lượng này đe dọa, cưỡng bức và ám sát theo một kế hoạch chọn lọc đối tượng để làm cho nông dân luôn trong tình trạng kinh hoàng. Khi ông Diệm từ chối tổ chức các cuộc bầu cử trên toàn quốc cùng với chính phủ Cộng sản miền Bắc vào năm 1956, chiếu theo Hiệp định Genève đã được ký kết để chấm dứt Chiến tranh Đông Dương lần thứ nhất giữa Pháp và Việt Minh, người Cộng sản lại có thêm một lý lẽ mới và một công cụ tuyên truyền mới cho chiến dịch khủng bố và leo thang các hoạt động bạo lực của họ.[17] Một chuyên gia chống bạo loạn người Anh từng làm cố vấn của chính phủ của ông Diệm, Ngài Robert Thompson, ghi nhận rằng số liệu được công bố về các vụ giết người và bắt cóc bởi loạn quân đã vượt quá mười hai nghìn thường dân và nhân viên chính phủ từ năm 1960 đến năm 1961.[18]

Để chia cách người dân và chính phủ của họ, Cộng sản vừa ám sát công chức, vừa hoạt động với mục đích làm cho tình trạng tương đối hòa bình và ổn định ở nông thôn VNCH bị tụt lùi để xoá bỏ những tiến bộ từ năm

---

[14] Seymour M. Hersh, *Mặt Trái của Vương quốc Thiên đường/ The Dark Side of Camelot* (Boston: Little, Brown, 1997), 423.

[15] Các giáo phái — Cao Đài, Hòa Hảo, và băng đảng Bình Xuyên — đã là một thách thức đối với tính chính danh chính trị của ông Diệm ngay từ những ngày đầu cầm quyền của ông ta (xem Bernard B. Fall, *Hai Nước Việt Nam: Phân tích Chính trị và Quân sự/ The Two Viet-Nams: A Political and Military Analysis* [New York: Praeger, 1963], 239)...

[16] Duncanson, *Chính quyền và Cách mạng/ Government and Revolution*, 252.

[17] Sau khi ông Ngô Đình Diệm không chấp thuận cuộc bầu cử toàn quốc, tỷ lệ các vụ ám sát dường như đã tăng lên. Mặc dù chính phủ không thể kiểm soát hành chính trọn vẹn như trước và không thể biết hết những gì đã xảy ra, nhưng giờ đây, người ta thường cho rằng trong chín năm ông Diệm nắm quyền, gần hai mươi nghìn người đã mất mạng vì loạn quân của Cộng sản. Xem Duncanson, *Chính phủ và Cách mạng*, 252.

[18] Thompson, *Đánh Bại Cuộc Bạo loạn của Cộng sản/ Defeating Communist Insurgency*, 27.

1955 đến năm 1958. Một chuyên gia chống bạo loạn người Anh khác, ông PJ Honey, người cùng trong nhóm người Anh cố vấn cho Tổng thống Diệm do ông Thompson lãnh đạo, đã ghi nhận sự an lành trong thời điểm này:

Trong ba năm tương đối hòa bình và êm ả, chính phủ ra sức làm một việc tối cần, tái thiết đất nước. Tình trạng thiếu an ninh ở nông thôn là yếu tố có tác dụng xấu nhất lên đời sống người dân Việt Nam trong suốt những năm trước đó, đã buộc nông dân phải bỏ ruộng đồng, về các thành phố lớn cho an toàn. Ngày nay mọi người có thể đi khắp miền Nam Việt Nam mà không gặp rủi ro gì. Quân đội và lực lượng an ninh đã tiêu diệt hầu hết các lực lượng chính trị chống đối có quân đội riêng, các nhóm du kích Cộng sản, và các băng đảng cướp.[19]

Người Cộng sản khủng bố vùng nông thôn rêu rao rằng họ phải trả đũa vì ông Diệm từ chối tham gia các cuộc bầu cử thống nhất đất nước. Thật ra, người Cộng sản ở miền Bắc biết thời điểm này không thuận lợi cho việc tổ chức những cuộc bầu cử này, và họ chỉ cáo buộc việc không tuân thủ Hiệp định Genève để che dấu thực tâm của họ.[20] Nói một cách ngắn gọn, họ dùng bạo lực để tạo ra một tình hình bất ổn, làm cho ông Diệm, người Mỹ, và những người ủng hộ khác đi đến kết luận không thể tổ chức bầu cử toàn quốc được, và từ đó, Cộng sản viện cớ để tuyên truyền bất lợi cho chính phủ của ông Diệm. Tất cả các hành động của người Cộng sản đều được tính toán để làm xói mòn lòng tin vào ông Diệm.[21] Cộng sản tính toán rằng cách này sẽ làm người dân không ủng hộ chính phủ Sài Gòn và guồng máy hành chính VNCH sẽ bị tê liệt. Đây là một nỗ lực toàn diện nhằm tiêu diệt tính chính danh của ông Ngô Đình Diệm và chính phủ của

---

[19] Quốc hội, Hạ viện, Ủy ban Quân vụ, "Cuộc bạo loạn chống Mỹ-Diệm", tab 2 của Diễn biến Chiến tranh/ Congress, House, Committee on Armed Services, "Rebellion against My-Diem", tab 2 of Evolution of the War: Origins of the Insurgency, 1954–1960, section IV.A.5 of bk. 2 of *United States–Vietnam Relations, 1945–1967: Study Prepared by the Department of Defense* (Washington, D.C.: United States Government Printing Office, 1971), 46.

[20] Edward Geary Lansdale, người đã chỉ huy các hoạt động bí mật ở miền Bắc Việt Nam, đã dự đoán rằng ngay trước cuộc bầu cử năm 1956 đã được lên kế hoạch, chính miền Bắc có thể đã tìm ra một cách thuận tiện để không phải theo quá trình này và đổ lỗi cho miền Nam vi phạm Hiệp định Genève...

[21] Andrews, *Chiến tranh trong các Thôn làng/ Village War*, 20.

ông.[22]

Trong khi Cộng sản thi hành chiến thuật tiêu diệt tính chính danh của chính phủ ông Diệm ở nông thôn,[23] vào ngày 23 tháng 5 năm 1959, tại Hội nghị lần thứ mười lăm của Ban Chấp hành Trung ương Đảng Cộng sản, các nhà lãnh đạo CSBV đã đưa ra quyết định chỉ đạo chiến lược ở khắp Nam Bộ. Ban lãnh đạo Cộng sản Bắc Việt đã cân nhắc một số vấn đề; quan trọng nhất trong số này là có nên cho quân đội miền Bắc của họ vào Nam hay đơn giản, chỉ tăng cường hỗ trợ cho tổ chức Việt Minh đã có ở miền Nam. Họ chọn gia tăng hỗ trợ cho Việt Minh (sau này gọi là Việt Cộng) trong giai đoạn này, tạm hoãn việc sử dụng quân chính quy, Quân đội Nhân dân Việt Nam (QĐNDVN) trừ khi sức kháng cự của miền Nam quá mạnh mẽ. Như vậy, thế giới sẽ ít lên án hơn so với quyết định xâm lược miền Nam thẳng thừng theo kiểu Bắc Hàn trong Chiến tranh Triều Tiên. Nếu sau này họ thấy phải xâm lược, họ sẽ dùng quân đội miền Bắc trong chiêu bài hỗ trợ "các dân tộc yêu tự do của miền Nam trong cuộc chiến chống áp bức." Từ khi miền Bắc quyết định mở rộng cuộc bạo loạn ở miền Nam, họ giao cho bộ Quốc phòng của họ quyền chỉ đạo các lực lượng Việt Minh cùng lúc với quân đội chính quy của Bắc Việt.[24]

Ông William Colby, giám đốc văn phòng CIA ở Sài Gòn từ năm 1959 đến năm 1962, đã thấy Cộng sản không có lựa chọn nào khác ngoài cách dùng bạo lực mạnh mẽ để ngăn chặn sự thành công của ông Diệm trong việc ổn định và tái thiết VNCH; nếu không, họ sẽ thất bại ở miền Nam và có thể mất

---

[22] Thomas Perry Thornton, "Khủng bố được dùng làm vũ khí kích động chính trị", trong *Nội Chiến: Vấn đề và Cách Tiếp cận*, ed. Harry Eckstein (New York: Free Press, 1968), 83.

[23] Nhận định này được hỗ trợ bởi các nghiên cứu của RAND Corporation. Xem Stephen T. Hosmer, *Đàn áp của Việt Cộng và Những Ảnh hưởng cho Tương lai* (báo cáo cho Cơ quan Dự án Nghiên cứu Cấp cao /*Viet Cong Repression and Its Implications for the Future* (report prepared for the Advanced Research Projects Agency; R-475/1-ARPA (Santa Monica, Calif.: RAND Corporation, 1970), 7–8.

[24] "Quân đội Nhân dân Việt Nam của ông Hồ có thể thắng nếu họ dùng chiến tranh theo quy ước như Bắc Hàn đã dùng ở Nam Hàn vì quân đội VNCH yếu và nhiều đơn vị VNCH được bố trí xa cách nhau, nhưng miền Bắc ngại dư luận thế giới và họ có biện pháp khác mà Đảng Lao Động (Cộng sản) có thể dùng để tấn công Miền Nam Việt Nam. Đảng Lao Động bỏ ý định dùng chiến tranh quy ước và quyết định dùng chiến tranh du kích. Các điều kiện ở miền Nam Việt-Nam, dù được cải thiện đến đâu, cũng rất thuận lợi cho biện pháp này." Andrews, *Village War*, 20–21.

luôn miền Bắc.[25] Ông Colby mô tả các kế hoạch của Chính phủ miền Nam để tái thiết hạ tầng nông thôn từ năm 1956 đến năm 1959, là "sự tái tạo toàn diện về kinh tế và xã hội của VNCH." Những ngôi làng bị bỏ hoang trong chiến tranh thời Việt Minh đã được tái lập. Cải cách ruộng đất đã giúp nông dân sản xuất nhiều hơn; ví dụ, sản lượng lúa gạo đang tăng lên. Các trường học mới đang được xây dựng nhanh chóng. Tại một tỉnh mà ông Colby đến thăm, chỉ có hai hoặc ba trường học vào giai đoạn cuối của cuộc chiến tranh thời Việt Minh, và cả hai hoặc ba trường này đều nằm ở tỉnh ly. Vào mùa xuân năm 1959, có khoảng bốn mươi trường học mới được xây khắp tỉnh.[26] Qua những thành tựu này, người dân thấy rõ ông Diệm quan tâm đến họ. Nói tóm lại, người Cộng sản biết chiến dịch chiếm miền Nam của họ sẽ thất bại trừ khi họ leo thang bạo lực để chia cách người dân với Chính phủ VNCH. [27]

Đó là thời điểm để miền Bắc gia tăng đáng kể sự hỗ trợ cho các cán bộ đã ở lại miền Nam, và hầu hết các nhà quan sát đều thấy rõ, năm 1960, Việt Minh bắt đầu một cuộc chiến lớn khác với mục tiêu chính trị là ông Ngô Đình Diệm, sau này lịch sử cho thấy cuộc chiến chính trị chống ông Diệm đã hiệu quả hơn khi Cộng sản lung lạc được người Mỹ thay vì lung lạc người Việt Nam.[28]

Từ khi ông Diệm được bầu vào chức tổng thống năm 1955, ông đã trở thành cái đích của một số người VNCH có tư tưởng phóng khoáng, có học thức và có tài ăn nói, đặc biệt là những người có tham vọng chính trị cá nhân. Từng phải đối đầu với các giáo phái vũ trang và sau đó, loạn quân của Cộng sản, ông Diệm chọn chính sách cứng rắn đối với bất kỳ phe đối lập chính trị nào, kể cả đặt một số nhóm ra ngoài vòng pháp luật, đóng cửa các tờ báo của họ và bắt giữ một số lãnh đạo của họ, vì ông nghĩ phải làm thế để bảo toàn một nền Cộng hòa non trẻ. Tuy nhiên, một số người VNCH

[25] "Và tất nhiên, Cộng sản kết luận là sẽ không có cơ hội. Sẽ không giành được vai trò nào, vì các lực lượng của họ bị đẩy lui bởi động lực của VNCH, bởi động lực tích cực của sự phát triển kinh tế và xã hội. Và tôi nghĩ đó là lý do họ quyết định, chúng ta phải khơi lại cuộc chiến. Nếu không, chúng ta sẽ thua, không chỉ ở miền Nam Việt Nam, mà ở cả miền Bắc Việt Nam." Colby, phỏng vấn bởi Gittinger, phỏng vấn 1, trang 1, 7-9.

[26] Đã dẫn như trên.

[27] Lansdale, *Ngay Giữa các Cuộc Chiến/ In the Midst of Wars*, 354."

[28] Denis Warner, *Nhà Nho Cuối cùng: Việt Nam, Đông Nam Á và phương Tây/ The Last Confucian: Vietnam, Southeast Asia, and the West*, rev. ed. (Sydney, Australia: Angus and Robertson, 1964), 146.

xem ông Diệm và gia đình ông là phong kiến, độc tài, gia đình trị. Chẳng hạn, nhà lãnh đạo đối lập Phan Quang Đán nói với phóng viên John Osborne của báo Life: ông Diệm đang xây dựng một "Ngô triều."[29]

Một số người đối lập đã công bố một bản tuyên ngôn liệt kê các điều làm cho họ bất bình tại khách sạn Caravelle ở Sài Gòn và do đó họ được gọi là nhóm Caravelle.[30] Trong "Tuyên ngôn của Mười tám (nhân vật)",[31] mà họ đưa ra cho báo chí quốc tế, họ tuyên bố ông Diệm và em trai của ông - ông Nhu - đang rơi vào bẫy của Cộng sản qua việc dùng cách cai trị cứng rắn dựa trên lý do "tình trạng khẩn cấp." [32] Họ còn tuyên bố ông Diệm không biết được tình hình bên ngoài dinh tổng thống vì nội các của ông bưng bít sự thật; ông nên quan tâm đến các khuyến nghị của nhóm Caravelle kẻo đất nước có thể bị tan hoang khi người dân bạo loạn.[33] Nhưng cơ quan tình báo quân đội Mỹ cẩn trọng hơn, cho biết nhiều người trong số mười tám thành viên nhóm Caravelle chưa chắc là vô tư không thiên vị. Tất cả mọi thành viên đều can dự đến chính trị ở Sài Gòn và có tham vọng nắm quyền.[34]

Tổng thống Diệm và người em trai làm cố vấn cho ông, ông Ngô Đình Nhu, không tin lập luận của nhóm Caravelle. Theo ông Colby, "Hai ông Diệm và Nhu coi thường và bác bỏ bản thỉnh nguyện của họ, sau khi chê bai họ đã tụ tập tại một nơi sang trọng như khách sạn Caravelle mà không hề tiếp xúc với các vùng nông thôn nơi chính phủ đang thực sự giao tranh

---

[29] John Osborne, "Người Đàn ông Cứng rắn, Kỳ diệu của Việt Nam: ông Diệm, Vị khách mới Đến Mỹ, đã Làm Đất nước Hứng khởi và Đánh Cộng sản đỏ Chạy có cờ/ The Tough Miracle Man of Vietnam: Diem, America's Newly Arrived Visitor, Has Roused His Country and Routed the Reds", Life, May 13, 1957, 168

[30] Duncanson, Chính phủ và Cách mạng/ Government and Revolution, 267.

[31] Quốc hội, Hạ viện, Ủy ban Quân vụ, "Cuộc bạo loạn Chống Mỹ-Diệm"/ Congress, House, Committee on Armed Services, "Rebellion against My-Diem", 34.

[32] Duncanson, Chính phủ và Cách mạng/Government and Revolution, 267.

[33] Congress, House, Committee on Armed Services, "Rebellion against My-Diem", 39.

[34] Edward Geary Lansdale, "Bản ghi nhớ cho Bộ trưởng Quốc phòng [và] Phó Bộ trưởng Quốc phòng; Chủ đề: Việt Nam ", [từ ngày 14 đến ngày 17 tháng 1 năm 1961], trong "Nhận thức của Hoa Kỳ về Cuộc bạo loạn, 1954–1960"/ "Memorandum for Secretary of Defense [and] Deputy Secretary of Defense; Subject: Vietnam", [between January 14 and 17, 1961], in "U.S. Perceptions of the Insurgency, 1954–1960", tab 4 of Evolution of the War: Origins of the Insurgency, 1954–1960, 67, 69, 73.

với Cộng sản và tình trạng kém phát triển."[35] Tuy nhiên, tiếng kêu gọi "tự do"và "dân chủ" của nhóm Caravelle đã gây được tiếng vang trên báo chí Mỹ, khiến làm Đại sứ Hoa Kỳ tại VNCH, Elbridge Durbrow, xung đột với ông Diệm. Về cơ bản, dưới áp lực từ Hoa Thịnh Đốn, ông Durbrow bảo ông Diệm cần tiến hành nhanh chóng các cải cách dân chủ vì nếu không, sự phẫn nộ chính trị sẽ bùng phát như đê bị vỡ bờ. Ông Diệm trả lời, chính phủ non trẻ của một quốc gia đang phát triển phải có nhiều quyền hành trong khi đang xây dựng các cơ chế dân chủ. Chính phủ VNCH càng có nhu cầu này vì nguy cơ Cộng sản và mấy giáo phái có quân đội riêng đều đang tìm cách tiêu diệt chính phủ hợp pháp. Ông Diệm còn nói nhóm Caravelle không có người ủng hộ ngoài các quán cà phê ở Sài Gòn, nơi nhiều phóng viên Hoa Kỳ tụ tập để lấy tin của những phe chống ông Diệm.[36]

Đáp lại những lời chỉ trích này, ông Diệm tăng cường các biện pháp ban đầu đã gây ra chỉ trích: kiểm duyệt báo chí, giam giữ không xét xử, thực hiện Chương trình Agroville (Khu Trù Mật)[37], và để cho Đảng Cần Lao[38] kiểm soát quân đội.[39] Dù nhóm Caravelle đã không đưa ra bất kỳ phương pháp chống Cộng thiết thực nào, các cố vấn Mỹ tiếp tục thúc giục ông Diệm thực hiện các cải cách dân chủ để có được lòng tin và sự ủng hộ của người dân.[40] Nhưng "tác dụng thực sự của bản kiến nghị [của nhóm Caravelle] là khơi ngòi một cuộc chiến tranh chính trị trong nội thành Sài Gòn - cuộc chiến xảy ra cùng lúc với chiến tranh du kích ở nông thôn và tạo thêm khó khăn cho chính phủ." [41]

Lúc ấy, truyền thông Mỹ cũng chỉ trích cuộc cải cách ruộng đất của ông Diệm. Nhà sử học George C. Herring chê chương trình này không có lợi gì cho đa số nông dân. Ông cáo buộc ông Diệm biểu lộ "một sự thiếu quan tâm

[35] William Colby and Peter Forbath, *Những Người Đáng Kính: Sự nghiệp của tôi trong CIA/ Honorable Men: My Life in the CIA* (New York: Simon and Schuster, 1978), 159.

[36] Colby, phỏng vấn bởi Gittinger, phỏng vấn 1/ interview by Gittinger, interview 1, p. 11.

[37] Được triển khai vào năm 1959, Chương trình Agroville đã di chuyển nông dân từ các khu vực bị loạn quân Cộng sản làm mất ổn định đến các khu vực do Quân đội VNCH trấn đóng.

[38] Đảng Cần Lao, do em trai của ông Diệm - Ngô Đình Nhu - lãnh đạo, được thành lập để hỗ trợ chính phủ.

[39] Xem Duncanson, *Chính phủ và Cách mạng/ Government and Revolution*, 267.

[40] Shaplen, "Phóng viên tại Việt Nam/ Reporter in Vietnam", 125.

[41] Colby, *Những Người Đáng Kính/ Honorable Men*, 159.

và thiếu trách nhiệm gần như nhẫn tâm." [42] Tuy nhiên, ông Herring đã không đếm xỉa đến các điều kiện xã hội mà ông Diệm đang cố gắng cải thiện và sự lũng đoạn của chiến dịch tuyên truyền của Cộng sản.

Mặt khác, ông William Colby khen ông Diệm đối phó thực tiễn với những thách thức to lớn. Theo ông Colby, để trả lời chỉ trích từ các cố vấn Hoa Kỳ là những thửa đất lấy được từ người Pháp và bán cho người Việt Nam quá lớn và số địa chủ có thế lực chưa bị ảnh hưởng gì, ông Diệm nói ông không thể ra lệnh chia làm nhiều thửa nhỏ hơn mà không làm hại đến tầng lớp trung lưu. Ông Diệm kêu gọi các người đồng minh hãy kiên nhẫn, bởi vì ông "sẽ sử dụng cơ chế xã hội hiện hữu để tiến hành cải cách đòi hỏi thời gian này." Ông Colby ghi nhận, Cộng sản đang phá hoại, tuyên truyền nông dân rằng cải cách ruộng đất sẽ làm tăng thuế họ phải trả.[43]

Cùng với việc phân chia lại đất canh tác hiện có, chính phủ ông Diệm đã cung cấp thêm đất để trồng trọt, cung cấp các loại hạt giống mới và xây dựng các cộng đồng nông thôn kiểu mẫu, để nông dân khá giả hơn vì không bị ảnh hưởng bởi cuộc bạo loạn của Cộng sản. "Một trong những thực tế là sự phát triển của vùng Xuyên Bassac, vùng đất nằm giữa nhánh Bassac của sông Mê Kông và Vịnh Thái Lan. Trong giai đoạn đầu tiên, chính phủ định cư hơn một trăm nghìn người trong các cộng đồng nông trại kiểu mẫu mới ở khu vực Cái Sắn và khơi thông vùng đất trũng bằng cách đào 125 dặm kênh." [44] Như đã đề cập trước đó, ông Diệm đã tuyển dụng chuyên gia cải cách ruộng đất người Mỹ Wolf Ladejinsky để giúp lập kế hoạch cho các cộng đồng này.

---

[42] George C. Herring, *Cuộc Chiến Dài nhất của Hoa Kỳ: Hoa Kỳ và Việt Nam, 1950–1975* (New York: Alfred A. Knopf, 1986), 65.

[43] "Việc cải cách ruộng đất được thi hành theo cách mà hầu hết các chương trình cải cách ruộng đất thành công trước đây đã thực hiện — chương trình ở Nhật Bản, chương trình ở Đài Loan, nhiều chương trình khác — trong đó chính phủ lấy đất từ các chủ có đất lớn hơn, đặc biệt từ người Pháp, và sau đó cho nông dân vay tiền, để rồi họ sẽ hoàn trả trong vài năm sau. Nhưng ngay lúc đó, người Cộng sản xoáy vào một cách rất khôn ngoan: đó chỉ là một cách để khẳng khăng đòi dân nộp thêm thuế. Bởi vì trong suốt những năm chiến tranh, không thu được thuế vì tình hình rối ren và náo động, và vì vậy nông dân không phải nộp thuế. Cách giải thích thành công của người Cộng sản đưa ra nghe có phần chính xác, đó là việc họ tuyên truyền rằng ngày nay nông dân được yêu cầu nộp thuế mà trước đây họ không phải nộp - tức là chính phủ đã tung hỏa mù hợp pháp để đạt được mục đích này." Colby, phỏng vấn bởi Gittinger, phỏng vấn 1, trang 13–14.

[44] Lansdale, *Ngay Giữa các Cuộc Chiến/ In the Midst of Wars*, 354–56.

Sau khi quan hệ giữa hai người trở thành thân thiết vào năm 1956, ông Ladejinsky được cấp một căn nhà cạnh dinh tổng thống và hầu như sáng nào cũng ăn điểm tâm với ông Diệm. Do đó, ông Diệm có thông lệ ăn sáng với ông Ladejinsky trong khi thảo luận về các biện pháp cải cách ruộng đất do ông Ladejinsky soạn thảo, để sau đó ông Diệm ban hành sắc lệnh thi hành, cũng như thảo luận trong bữa ăn sáng về vô số vấn đề của toàn bộ các dự án nông nghiệp đang tiến triển. Cả hai người đều có chung ước mơ biến Việt Nam thành một vườn địa đàng sản xuất dư thừa thực phẩm cho Việt Nam và nguồn thực phẩm dồi dào cho các quốc gia khác trong khu vực Thái Bình Dương.[45]

Các nhà phê bình ông Diệm nhận thấy có nhiều sai lầm với những dự án đầy tham vọng này. Họ cáo buộc ông Diệm quá độc tài, kiểm soát quá mức vì muốn tăng thanh thế cá nhân. Để chứng minh ông Diệm độc tài, ham quyền lực, hoặc ít nhất là một kẻ làm không nên việc, những người chỉ trích ông Diệm đã chê bai việc ông đình chỉ các cuộc bầu cử dân chủ ở địa phương vào năm 1956. Gọi hành động của ông Diệm là "quyết định định mệnh nhất", ông Bernard Fall viết, "Bất chấp một trong những truyền thống quan trọng nhất của Việt Nam, "phép vua thua lệ làng", chính phủ Sài Gòn đã vung bút ký các nghị định bãi bỏ các cuộc bầu cử trưởng thôn và hội đồng thôn, sau đó chỉ định những người được đảm nhiệm các chức này.[46] Nhà sử học Larry Cable phụ hoạ, ông Diệm đã phạm phải "một sai lầm lớn lao và nghiêm trọng vào năm 1956, khi ông ra lệnh đình chỉ các cuộc bầu cử làng truyền thống từng được dân làng trân trọng và thay vào đó, chỉ định người Công giáo tị nạn từ miền Bắc vào các vị trí này. Đây là một sai lầm mà ngay cả người Pháp và người Nhật đã không phạm phải khi họ chiếm đóng Việt Nam. Đó là một nguyên nhân gây ra sự bất bình lớn của người dân ở nông thôn VNCH."[47] Ông Cable chỉ trích sai vì ông đã không xét đến việc người Cộng sản đang dùng khủng bố ở nhiều vùng quê với mục đích lật đổ chính phủ, và Chính phủ VNCH phải xen vào nội bộ thôn

---

[45] Đã dẫn như trên.

[46] Bernard B. Fall, *Những Suy tư Cuối cùng về Một Cuộc chiến: Những Bình luận Cuối cùng của Bernard B. Fall về Việt Nam/ Last Reflections on a War: Bernard B. Fall's Last Comments on Vietnam* (Garden City, N.Y.: Doubleday, 1967), 198–99.

[47] Larry E. Cable, *Những Huyền thoại Đối nghịch: Sự Phát triển của Học thuyết Chống bạo loạn của Hoa Kỳ và Chiến tranh Việt Nam/ Conflict of Myths: The Development of American Counterinsurgency Doctrine and the Vietnam War* (New York: New York University Press, 1986), 185.

làng. Như chúng ta đã thấy, ở những nơi đó, dân làng đối mặt với một lựa chọn rất khó khăn: phục tùng Cộng sản hoặc bị Cộng sản giết cả nhà một cách thật tàn nhẫn.

Quá nhiều lời chỉ trích ông Diệm của người phương Tây không dựa trên sự so sánh công bằng giữa sự lãnh đạo của ông và đối thủ của ông ở miền Bắc, ông Hồ Chí Minh. Ông Fall cho rằng Cộng sản ở miền Bắc không ngu dại đến mức can thiệp vào nội bộ làng xã, nhưng sự thật đáng buồn cho thấy ông này sai lầm. Nông dân Bắc Việt đã biểu tình vì lý do chính trị và nhà cầm quyền Cộng sản của họ không nhượng bộ, lại còn tàn sát nhiều nạn nhân. Năm 1956, đã có một cuộc nổi dậy lớn chống lại cuộc cải cách ruộng đất của ông Hồ Chí Minh (trên thực tế là sự tập thể hóa theo chủ nghĩa Stalin). Ông Hồ đã điều động quân đội, sát hại khoảng mười ngàn nông dân Việt Nam.[48] Theo một ước tính khác, ít nhất 50.000 người đã bị sát hại.[49] Ông Lansdale nói Cộng sản điều hành chiến tranh du kích giỏi nhưng điều hành nhà cầm quyền Hà Nội rất kém cỏi, và Cộng sản miền Bắc bị dân chán ghét vào thời điểm này đến nỗi họ sẽ thua xa ông Diệm nếu cuộc trưng cầu dân ý thống nhất đất nước được tổ chức vào năm 1956.[50]

Mặc dù ông Fall thừa nhận đã có một tổ chức Cộng sản nằm vùng đáng kể ở miền Nam nhưng ông ta không đả động đến việc tổ chức này có đủ khả năng kích động một cuộc cách mạng.[51] Ông ta không coi trọng nguy cơ cho chính phủ ông Diệm, không quan tâm đến việc tổng thống phải đối phó như thế nào. Ông Fall cũng không ghi nhận ông Diệm chỉ can thiệp tạm thời ở cấp làng xã. Sau khi Chương trình Ấp Chiến lược được thực hiện, các cuộc bầu cử thôn làng đã được Chính phủ VNCH khôi phục trong những vùng được bảo vệ, không còn bị Cộng sản uy hiếp.[52]

Những lời chỉ trích các chương trình cải cách ruộng đất của ông Diệm từ

---

[48] Lansdale, *Ngay Giữa các Cuộc Chiến/ In the Midst of Wars*, 346.

[49] Jean-Louis Margolin, " "Việt Nam và Lào: Sự Bế tắc của Chủ nghĩa Cộng sản thời Chiến", trong *Sách Đen về Chủ nghĩa Cộng sản: Tội ác, Khủng bố, Đàn áp/ Vietnam and Laos: The Impasse of War Communism", in The Black Book of Communism: Crimes, Terror, Repression*, trans. Mark Kramer and Jonathan Murphy (Cambridge, Mass.: Harvard University Press, 1999), 569.

[50] Lansdale, *Ngay Giữa các Cuộc Chiến/ In the Midst of Wars*, 345.

[51] Fall, *Những Suy tư Cuối cùng/ Last Reflections*, 198.

[52] Ông Robert Thompson, tuy nhiên, không bỏ qua những gì ông Diệm nói hoặc làm trong bối cảnh này, và ông ủng hộ tổng thống Việt Nam trong nỗ lực làm Cộng sản mất khả năng kiểm soát các làng mạc. Xem Thompson, Đánh bại cuộc bạo loạn của Cộng sản, 78–79.

nhóm Caravelle đã đánh dấu sự khởi đầu của một cuộc ly gián tăng dần trong chính sách của Mỹ đối với chính phủ VNCH và nguy cơ du kích đang gia tăng. Cơ quan tình báo CIA nằm trong thế kẹt giữa hai cách nhìn khác biệt giữa Bộ Quốc phòng Hoa Kỳ (BQP) và Bộ Ngoại giao Hoa Kỳ (BNG), và sự bất đồng này khởi đầu một cuộc chiến lâu dài và cay đắng. Ông Colby, người đã thấy tận mắt diễn biến này, cho biết, BQP cho rằng cuộc chiến đã bắt đầu từ lúc cuộc bạo loạn của Việt Cộng lan rộng. Do đó, các sĩ quan Hoa Kỳ, chẳng hạn như Tướng Sam Williams, muốn quân đội VNCH được chỉnh đốn và tổ chức lại để có khả năng chặn đứng một cuộc xâm lược quy mô từ miền Bắc Việt Nam. Cố vấn quân sự Mỹ tại Việt Nam đã tổ chức lại cơ cấu chỉ huy của Quân lực Việt Nam Cộng hòa (QLVNCH) vào năm 1959 và kêu gọi tăng quân số từ 150.000 lên 170.000 binh sĩ.[53] Cũng nên biết, bất kể các quan điểm khác nhau về cách thiết kế quân đội Việt Nam để đánh bại Cộng sản — nhiều binh lính hơn hay là nhiều cảnh sát hơn — nói chung, ông Diệm và các viên chức của ông có quan hệ khá tốt với quân đội Hoa Kỳ.

Ông Colby nhớ lại, xung đột nảy sinh giữa Sài Gòn và Hoa Thịnh Đốn là giữa ông Diệm và BNG. Lý do chính của sự bất đồng là hướng đi mà ông Diệm và quân đội Hoa Kỳ đã chọn. BNG muốn chế độ của ông Diệm dân chủ và bớt độc đoán hơn. Do đó, BNG coi viện trợ quân sự của Hoa Kỳ là đòn bẩy để gây áp lực buộc ông Diệm phải cải tổ chính phủ của mình. Dĩ nhiên, các cố vấn quân sự Mỹ rất giận các viên chức trong BNG, những người tự hào chỉ có họ mới biết cách ngăn chặn cuộc xâm lấn của CSBV.[54]

Trong khi quan sát cuộc đấu giữa BQP và BNG, ông Colby đã đưa ra kết luận của riêng mình về kế hoạch chống bạo loạn, khác hẳn với chủ trương của cả hai bộ và được rút tỉa từ sự thành công của nước Anh và thất bại của nước Pháp. Theo ông Colby, năm 1960 chính phủ miền Bắc quyết định theo chiến lược dùng "chiến tranh nhân dân" thay vì chiến tranh theo quy ước. Ông nhận ra các chỉ tiêu đáng kể của giai đoạn đầu của loại chiến tranh này: họ huy động và tổ chức các lực lượng Cộng sản bạo loạn.[55] Những học thuyết quân sự tiêu chuẩn của các cố vấn quân sự Hoa Kỳ không có khả năng giải quyết nguy cơ của một cuộc chiến chính trị. Tuy nhiên, ông Colby đã nhanh chóng bổ sung rằng các lời kêu gọi chính phủ VNCH nên dân chủ hơn sẽ không ảnh hưởng nhiều đến khả năng giải quyết nguy cơ này. Tác

[53] Colby, *Những Người Đáng Kính/ Honorable Men*, 159–60.

[54] Colby, *Những Người Đáng Kính/ Honorable Men*, 159–60.

[55] Đã dẫn như trên, 161–70.

giả này đã ví von trong một cuộc phỏng vấn, "Làm sao mà có thể bắt tay vào việc bơm nước từ một đầm lầy cho đến khi nó khô và sạch khi nhiều con cá sấu còn đang lăm le trong đó."

Ông Colby ghi nhận trận chiến thực sự là để thu phục "trái tim và khối óc của mọi người", như Ngài Robert Thompson đã mô tả trong những tác phẩm nổi tiếng của ông. Theo ông Thompson, "Một phong trào bạo loạn là một cuộc chiến để thu hút nhân tâm." [56] Ông Colby cũng đã tuyên bố, bên nào được lòng người dân ở nông thôn thì bên đó sẽ chiến thắng:

Đối với tôi, cuộc thi đua thực sự diễn ra ở các ngôi làng, nơi mà các vấn đề có tính cách cơ bản hơn. Nếu người dân cộng tác với chính phủ Sài Gòn, liệu tương lai của họ có tốt đẹp hơn, cả về kinh tế và chính trị, hay không? Hay người dân trong làng nghĩ, tham gia cuộc bạo loạn là lựa chọn tốt nhất của họ, qua lời kêu gọi mang tính cách dân tộc và cách mạng của những cán bộ Cộng sản có nhiệm vụ tổ chức cuộc bạo loạn, và họ sợ hãi chiến dịch khủng bố của du kích quân? Những chuyến thăm viếng của tôi tại vùng đất này đã giúp tôi thấy khoảng cách lớn giữa người sống ở thành thị chịu ảnh hưởng của người Pháp và dân làng còn theo truyền thống Việt Nam. Nhưng những chuyến đi cũng cho tôi thấy sự chấp nhận nhiệt tình của người dân làng đối với sự phát triển kinh tế và xã hội cũng như việc họ sẵn sàng cần cù làm lụng để đạt được điều này. Về lâu dài, dân làng chắc chắn sẽ đòi có nhiều tiếng nói hơn trong các vấn đề có tầm vóc quốc gia, ngay cả theo đường lối của những người đối lập ở Sài Gòn, nhưng trong thời gian tới, họ quan tâm nhiều hơn đến những cải tiến thiết thực có thể được thực hiện cho cuộc sống của họ và trong vấn đề sinh tử liên quan đến việc họ được bảo vệ để không bị tác hại bởi các nhóm vũ trang di chuyển trong khu vực của họ. Do đó, cách chống Cộng sản hiệu quả, theo tôi, là huy động, tổ chức và lôi kéo dân làng tham gia những cải thiện kinh tế và xã hội mà chính phủ đang thi hành giúp tăng cường sức mạnh cho họ để họ có thể tự vệ trước sức ép của Cộng sản. [57]

Ông Colby đồng ý với ông Thompson, một chính phủ có thể thu phục được người dân của mình mà không cần theo ngay nền dân chủ kiểu phương Tây. Một chính phủ độc tài áp dụng pháp quyền bình đẳng cho mọi người trong khi thực hiện các chính sách quốc gia mang tính xây dựng và tiến bộ, như ông Diệm đang làm, có thể thu hút được sự ủng hộ của dân chúng. Chính phủ của ông Diệm chỉ cần chứng minh chương trình của họ

---

[56] Thompson, *Đánh bại Cuộc Bạo loạn của Cộng sản/ Defeating Communist Insurgency*, 51.

[57] Colby, *Những Người Đáng Kính/ Honorable Men*, 161–70.

đem lại kết quả trong khi loạn quân của Cộng sản đảm bảo điều ngược lại.[58]

Thật không may, cuộc bạo loạn của Cộng sản đã bắt đầu lan rộng khắp vùng nông thôn miền Nam Việt Nam vào cuối thập niên 1950, và nhiều người Mỹ bắt đầu chỉ trích ông Diệm. Đến năm 1960, trải nghiệm của Mỹ với ông Diệm và Chính phủ VNCH đã tạo ra nhiều tranh cãi ở Hoa Thịnh Đốn. Đối với nhiều người có khuynh hướng phóng khoáng ở Mỹ, ông Diệm là một bí ẩn - và một người mà họ nghi ngờ là không thiện cảm với thế giới quan của họ. Nếu phân tích sâu xa những gì mà họ nói và viết về ông Diệm và em trai của ông - ông Ngô Đình Nhu, chúng ta có thể phát hiện một sự chán ghét tuy không lộ liễu nhưng có thể thấy được. Sự chán ghét này dần dần trở thành sự thù ghét.

---

[58] Thompson, *Đánh bại Cuộc Bạo loạn của Cộng sản/ Defeating Communist Insurgency*, 68.

Ghi chú cho Chương 1 - Tiếp theo

2. Công việc của Andrews được hỗ trợ bởi RAND và Bộ Chỉ huy Hỗ trợ quân sự/ Andrews' work is supported by RAND Corporation and Military Assistance Command, Vietnam J-2, "Studies of the National Liberation Front of South Vietnam" (Saigon, n.d.), DT-86, 2; DT-99, 2; DT-84, 2; DT-88, 1.

8. Vào những thời điểm khác, trong những hoàn cảnh khác nhau, nỗi kinh hoàng của Chiến dịch Diệt Ấp bức mà những người biện hộ cho đảng thường bào chữa rằng "có chọn lọc", có thể giống như một nhà xác lớn. Tại một ngôi làng thuộc tỉnh Cai Lậy, nơi đã luân phiên rơi vào tay VNCH và Mặt trận Giải phóng miền Nam bốn lần chỉ trong vòng bốn năm, hai mươi người, kể cả phụ nữ, bị buộc tội làm tình báo cho chính phủ: "Tất cả đều bị chặt đầu và thi thể bị ném trên đường phố. Trên đó có ghi các cáo buộc được viết trên một mảnh giấy." Trong một vụ hành quyết khác, "Trong trường hợp này, trưởng thôn đã bị trói vào một cái cọc ở giữa chợ trước sự chứng kiến của toàn thể dân làng. Người này bị mổ bụng rất chậm rãi, các con của ông bị chặt đầu, và người vợ đang mang thai của sau đó bị trói vào cùng một chiếc cọc và cũng bị mổ bụng tương tự."

10. "Đôi khi Đảng buộc tội và sau đó xử tử hoặc làm nhục một số người vì các hoạt động ủng hộ Chính phủ của họ, ngay cả khi xem xét kỹ cũng đã cho thấy những cáo buộc này vô căn cứ. Nếu Đảng liên tục chọn lọc, chỉ thủ tiêu những người được biết đến rộng rãi là kẻ thù giai cấp, thì khủng bố sẽ trở nên dễ đoán trước và không có khả năng tạo ra mức độ lo sợ của dân làng như Đảng mong muốn."

15. Những nhóm này, đã từng chiến đấu chống Pháp trong Chiến tranh Đông Dương lần thứ nhất, kiểm soát các khu vực trọng yếu của VNCH và không chỉ tiếp cận với một lượng vũ khí và binh lính đánh thuê mà còn, ít nhất là trong trường hợp của Bình Xuyên, với chính phủ. các viên chức và cảnh sát ở Sài Gòn (xem Dennis J. Duncanson, Chính Phủ và Cách Mạng tại Việt Nam/ Government and Revolution in Vietnam [London: Oxford University Press / Royal Institute of International Affairs, 1968], 220–21). Để điều hành một miền Nam Việt Nam thống nhất và chống lại những âm mưu thôn tính đất nước của miền Bắc, ông Diệm cần phải chống lại những nhóm này. Trong trường hợp của Bình Xuyên, ông biết rằng "vì vấn đề liêm chính của cả chính phủ và sự sống còn của chính ông, cảnh sát phải nằm trong tầm kiểm soát của ông."" David L. Anderson, "J. Lawton Collins, John Foster Dulles, and the

Eisenhower Administration's 'Point of No Return' in Vietnam" (và Chính Phủ Eisenhower - Thời Điểm Phải Quyết Định về Việt

Nam), Diplomatic History, no. 12 (Spring 1988): 132.

20. ...mà miền Nam đã không ký, bởi vì họ có những vấn đề chính trị nghiêm trọng do chính họ thực hiện (xem Lansdale, *In The Midst of Wars: An American's Mission to Southeast Asia* [New York: Harper and Row, 1972], 346). Một trong những vấn đề này là việc cải cách ruộng đất của họ bị lộn xộn, dẫn đến cuộc nổi dậy công khai (xem Pike, *Lịch sử Chủ nghĩa Cộng sản Việt Nam*, 108–13). Hơn nữa, mặc dù chế độ Hồ Chí Minh đã ký Hiệp định Genève, nhưng họ đã vi phạm trong việc xây dựng quân đội của họ, đặc biệt là việc xây dựng quân đội của họ: từ 7 đến 20 sư đoàn, từ 200.000 đến 550.000 quân, và từ 600 đến 700 huấn luyện viên Trung cộng. Tổng cộng có vài nghìn cố vấn Trung Cộng và Nga thuộc tất cả các cấp trong quân đội. Quốc hội, Hạ viện, Ủy ban Quân vụ, "Sự thất bại của Hiệp định Genève", tab 1 của Diễn biến Chiến tranh: Nguồn gốc của Cuộc bạo loạn/ Congress, House, Committee on Armed Services, "Failure of the Geneva Settlement", tab 1 of *Evolution of the War: Origins of the Insurgency, 1954–1960*, 29–30.

22. "Tạo ra sự hoang mang, mất phương hướng là mục tiêu tốt nhất của kẻ khủng bố muốn phá hủy nền tảng của trật tự mà các đối tượng của hắn dựa trên để họ sống cuộc sống hàng ngày của họ. Trách nhiệm chính của bất kỳ nhóm đương nhiệm nào là đảm bảo trật tự cho dân của mình và kẻ khủng bố sẽ cố gắng làm người dân hoang mang cực độ bằng cách chứng minh rằng cơ cấu của nhóm đương nhiệm không thể hỗ trợ đầy đủ."

27. Những quan sát của ông Edward Geary Lansdale tương ứng với ông Colby: "Thật nghịch lý, chiến dịch khủng bố của Cộng sản bắt đầu ngay khi cuộc sống ở vùng nông thôn đang bắt đầu cho thấy những hứa hẹn to lớn đối với người dân sống trên đất của họ. Không chỉ có quân đội đã rời khỏi chiến trường trước đây trên những cánh đồng lúa, để cho đất nông nghiệp được cày xới trong hòa bình; cũng có rất nhiều nỗ lực mới được thực hiện để cải thiện toàn bộ nền kinh tế nông nghiệp của Việt Nam. Mỗi lần tôi đến thăm Tổng thống Diệm trong văn phòng của ông, tôi đều thấy ông đang nghiên cứu sâu về một chương trình mới nào đó, thường có tầm rộng lớn."

CHƯƠNG 2

ĐẠI SỨ HOA KỲ ELBRIDGE DURBROW

Ông Elbridge Durbrow được bổ nhiệm làm đại sứ Mỹ tại Miền Nam Việt Nam (Việt Nam Cộng Hoà - VNCH) vào năm 1957. Ông Durbrow, người được đào tạo để làm luật sư, gia nhập ngành ngoại giao Hoa Kỳ năm 1930 và phục vụ tại Warsaw và Bucharest trước khi được bổ nhiệm đến Mạc Tư Khoa (Moscow) trong ba năm, với nhiệm kỳ bắt đầu từ năm 1934. Trong các thập kỷ 1930 và 1940, ông Durbrow tham gia vào một chương trình đào tạo nhân viên của Bộ Ngoại giao có tên là "tàu con thoi Đông Âu", cho những nhà ngoại giao được cơ hội làm việc trong các thủ đô và do đó quen với tất cả các chính phủ trong khu vực. Nhờ kinh nghiệm của ông với Liên Xô dưới thời ông Joseph Stalin, ông Durbrow hiểu được một cách sâu sắc và thực tiễn về bộ máy chính trị tàn nhẫn mà Mỹ đang phải đương đầu ở Moscow, khiến ông mâu thuẫn với những người trong trường phái hài hoà trong chính phủ của Tổng thống Franklin D. Roosevelt.

[1] Trên thực tế, một cuộc chiến thực sự đã xảy giữa những người được bổ nhiệm vì lý do chính trị trong chính phủ của người đã lập ra Chương trình Thoả thuận Mới (New Dealer) và các nhà ngoại giao chuyên nghiệp trong Bộ Ngoại giao, giữa những người muốn tin rằng nước Nga thời Stalin có thiện chí tốt và những người đã có trải nghiệm về chế độ của ông Stalin. Thật vậy, khi ông Roosevelt đi lách qua những gì mà ông cho là một bộ phận bất trị gồm "những viên chức bảo thủ, vênh vang" sẽ không phù hợp với các mục tiêu về chính sách đối ngoại của ông, ông đã xây nền tảng cho cuộc tranh cãi.[2] Mối bất đồng này tiếp tục trong chính phủ của ông Harry Truman (người kế vị ông Roosevelt)

Ông Elbridge Durbrow là một đối thủ đáng ngại đối với những nhóm trong chính phủ Mỹ muốn thúc đẩy chính sách nào mà không đặt ưu tiên

---

[1] Martin Weil, *Một Nhóm Hội khá Tốt: những Thành lập viên Ngành Ngoại giao Hoa Kỳ/ A Pretty Good Club: The Founding Fathers of the U.S. Foreign Service* (New York: W. W. Norton, 1978), 53, 235, 268.

[2] Smith Simpson, *Phân tích Bộ Ngoại giao/ Anatomy of the State Department* (Boston: Beacon Press, 1968), 75, 138, 142.

lên việc ngăn chặn mạnh mẽ sự bành trướng của Liên Xô. Hơn nữa, ông ấy sống lâu hơn ông Roosevelt và vẫn còn làm việc sau khi các chính sách của phe ủng hộ Chương trình Thoả thuận Mới (New Deal) hết hiệu lực.[3] Chính phủ Hoa Kỳ đã ghi nhận khả năng chuyên môn của ông Durbrow và bổ nhiệm ông đến Sài Gòn, và từ thời điểm đó, gần như tất cả các viên chức đều dùng cái biệt danh "Durby", biệt danh nổi tiếng của ông khi ông làm việc bên Đông Âu, mỗi khi họ viết và gửi điện tín đến ông. Không ai trong Bộ Ngoại giao có thành tích và chuyên môn về Liên Xô bằng ông, và vì sự bành trướng của Liên Xô được coi là động lực đằng sau nỗ lực đấu tranh của Việt Minh ở Đông Nam Á, việc bổ nhiệm ông làm đại sứ tại VNCH vào năm 1957 là hợp lý. Tuy nhiên, vấn đề là Đông Dương không phải là Đông Âu.

Chính trị ở Việt Nam, ở cả miền Bắc và miền Nam, khác với chính trị ở Liên Xô, và sự khác biệt này là một trở ngại đáng kể đối với ông Durbrow và ông Averell Harriman, một chuyên gia về Liên Xô có thế lực và thông thạo khác, những người sẽ là đầu tàu trong phong trào triệt hạ Tổng thống Diệm. Để giữ quyền lực ở Việt Nam, ngay cả người lãnh đạo Cộng sản, ông Hồ Chí Minh, cũng phải xem trọng quan điểm của Nho giáo về việc một nhà lãnh đạo thực sự của nhân dân phải là người như thế nào; và trong cuộc sống riêng tư và trước công chúng, ông ta cố gắng thực hiện các lý tưởng Nho giáo. Tuy nhiên, ông Ngô Đình Diệm mới là một nhà Nho hoàn hảo. Như chúng ta đã thấy về hai ông này, ông Diệm là người xứng đáng làm lãnh đạo hơn nhiều. Nhưng ông Durbrow vào năm 1960 và ông Harriman một năm sau đó ít chú ý đến sự khác biệt quan trọng giữa hai người. Có lẽ, với kinh nghiệm lâu năm của mình với sự gian xảo của Cộng sản Nga, họ đặt trọng tâm quá nhiều vào âm mưu của Liên Xô trong khu vực.

Cũng có những lý do khác khiến họ không đánh giá cao ông Diệm. Vào đầu năm 1960, các báo cáo về sức mạnh của Việt Cộng đang gia tăng, những điểm yếu kém trong Quân đội VNCH, và sự bất mãn ngày càng tăng đối với chính phủ của ông Diệm không làm cho Đại sứ Durbrow cảm thấy lạc quan.[4] Như ông ghi nhận trong một công văn gửi

[3] Weil, *Một Nhóm hội khá Tốt/ Pretty Good Club*, 267.

[4] Trong một điện tín (số 278) được gửi đến Hoa Thịnh Đốn qua đường thư tín ngoại giao, ông Durbrow đã ghi nhận những điều sau: 1. Chiến thuật của VC đã chuyển hướng từ tấn công các cá nhân sang thực hiện các cuộc tấn công thường xuyên và táo bạo hơn vào các lực lượng an ninh chính phủ. 2. VC lên kế hoạch chiến tranh du kích nhiều hơn cho năm 1960 và dự định tổ chức một cuộc đảo chính cùng năm đó. 3. Những điểm yếu kém của

đến Hoa Thịnh Đốn, "ông Diệm không thể được hoàn toàn miễn trừ trách nhiệm về tình trạng không khả quan này ở các vùng nông thôn. Có nhiều chứng cớ cho thấy ông không được thông báo chính xác về những gì đang xảy ra, có lẽ vì ông không quan tâm đến điều này. Các viên chức có xu hướng nói với ông ta những gì ông ta muốn nghe, phần lớn là vì sợ mất chức nếu họ chỉ ra những sai lầm hoặc trả lời công việc không tiến triển một cách nhanh chóng như ông muốn." [5] Thật vậy, trên bề mặt chúng ta thấy rằng có lý do để người Mỹ thể hiện sự thiếu kiên nhẫn ngày càng tăng đối với ông Diệm và chính phủ của ông. Tuy nhiên, các tác giả của những báo cáo tiêu cực không thấy được một thực tế phức tạp, trong đó phần lớn những gì người Mỹ phàn nàn là lỗi của chính họ, vì họ đã tạo gánh nặng cho ông Diệm với một đội quân không hiểu cách thực hiện một chiến dịch chống nổi loạn. QLVNCH được người Mỹ thiết kế như một quân đội theo quy ước, có thể bổ sung vào cơ cấu chỉ huy và lực lượng của Hoa Kỳ nếu Bắc Việt và những nước ngoài ủng hộ họ tiến hành một cuộc xâm lược quy mô lớn, như đã từng xảy ra ở Hàn Quốc. Người Mỹ không muốn để cho ông Diệm phát triển loại lực lượng cần thiết cho việc chống nổi loạn, nghĩa là cảnh sát được huấn luyện đặc nhiệm và được trang bị tốt. Tuy nhiên, chính xác là những loại lực lượng này, được tuyển dụng từ dân địa phương, những người có thể sống trong các cộng đồng nông thôn và do đó tạo được sự thân thiết với những người mà họ đang tìm cách bảo vệ. Theo thời gian, hệ thống tình báo hiệu quả của người dân địa phương sẽ phát triển. Đổi lại, cảnh sát sẽ có thể đảm bảo lòng tin của người dân địa phương thông qua việc chống khủng bố một cách hiệu quả để bảo vệ họ. Người Anh đã chứng minh việc sử dụng chiến lược trị an địa phương là rất quan trọng trong cuộc chiến chống nổi loạn; họ đã chuyển chương trình dùng cảnh sát này thành nền tảng của sự thành công trong chiến dịch chống loạn quân Cộng sản ở Mã Lai từ khoảng năm 1948 đến năm 1960.[6]

Đối với người Mỹ, những biện pháp trên, ngoài việc đặt lực lượng chống nổi loạn chính dưới quyền ông Diệm, dường như không thể chấp nhận được về mặt quân sự vì chúng có vẻ thụ động và không đủ khả năng

---

QLVNCH ngày càng rõ ràng, và cần phải huấn luyện họ nhiều hơn nữa. 4. Người dân ở nông thôn không hài lòng với ông Diệm... *Xem tiếp phần này ở cuối chương.*

[5] Đã dẫn như trên..

[6] Các báo cáo ban đầu của các nhà phân tích Lầu Năm Góc cho thấy lực lượng cảnh sát đã có hiệu quả trong việc kiềm chế hoạt động của loạn quân mặc dù chúng chưa được phát triển gần bằng... *Xem tiếp phần này ở cuối chương.*

tấn công. Chính thái độ này của quân đội Hoa Kỳ đã đảm bảo QLVNCH sẽ tham gia vào một cuộc chiến mà họ không được thiết kế để thắng. Đối với những người thông thạo học thuyết quân sự của Mỹ - hỏa lực áp đảo phải được dùng để tích cực tấn công loạn quân - việc quân đội Mỹ ngần ngại ủng hộ một cách tiếp cận có vẻ thụ động có một lý lẽ nhất quán. Ngoài ra, người Mỹ dường như chấp nhận huyền thoại về văn hóa không chính xác về mặt lịch sử, rằng người Anh không đủ tích cực dùng thế công khi tiến hành cuộc chiến. Do đó, các ý tưởng của Anh về việc chống lại loạn quân bằng cách tiếp cận thận trọng đã trở thành một lĩnh vực gây bất đồng giữa các cố vấn Anh và Nhóm Cố vấn Hỗ trợ Quân sự Mỹ (American Military Assistance Advisory Group - MAAG). MAAG, sau cùng, theo chỉ thị từ Hoa Thịnh Đốn không để cho ông Diệm có toàn quyền kiểm soát Kế hoạch Chống nổi loạn, hay còn gọi là CIP (Counterinsurgency Plan).

Trong khi đó, ông Diệm ngày càng có ít công chức có khả năng ở những nơi cần họ nhất. Lý do thứ nhất là những người giỏi nhất đang hay đã bị Việt Cộng ám sát. Lý do thứ hai là người Mỹ yêu cầu ông không tuyển dụng thêm công chức từ cộng đồng Công giáo La Mã. Đối với người Mỹ, ông Diệm dường như tỏ ra thiên vị trong vấn đề này, nhưng họ không đánh giá cao rằng những người Việt Nam được giáo dục tốt nhất — và có một số quá ít — là sản phẩm của các trường Công giáo. Phật giáo không có cơ sở hạ tầng giáo dục tương tự để cung cấp phương thức đào tạo nhân sự cần thiết để điều hành một quốc gia hiện đại đang trong tình trạng phôi thai.[7] Người Mỹ cũng không nhận ra thực tế là người Việt theo Công giáo La Mã là những người trung thành nhất với chính nghĩa chống Cộng sản, vì gần một triệu người trong số họ đã trốn chạy khi cuộc đàn áp tôn giáo tàn bạo diễn ra ở miền Bắc Việt Nam.[8] Họ
không cần được lôi kéo hay tuyên truyền về ý thức hệ để thuyết phục họ chống Cộng. Do đó, những người Công giáo Việt Nam là một lực lượng lý

---

[7] Theo Marguerite Higgins: "Với nền giáo dục mà người Pháp để lại trong tình trạng đáng buồn, đúng là những người Công giáo, được tổ chức tốt hơn các tín ngưỡng khác, thường được giáo dục tốt hơn". *Cơn Ác mộng Việt Nam của Chúng ta/ Our Vietnam Nightmare* (New York: Harper and Row, 1965), 43.

[8] Về cuộc đàn áp người Công giáo Việt Nam bởi những người Cộng sản của ông Hồ Chí Minh tại Việt Nam Dân chủ Cộng hòa trong những năm 1950, xem Charles Keith, *Công giáo Việt Nam: Một Giáo hội từ Thời đại Đế chế đến Thời đại Quốc gia/ Catholic Vietnam: A Church from Empire to Nation* (Berkeley: University of California Press, 2012), 238.

tưởng để VNCH tuyển mộ công chức cho chính phủ và các nỗ lực chống nổi loạn của ông Diệm.[9]

Tuy nhiên, nỗi sợ hãi của người Mỹ về sự thống trị chính trị của một thiểu số Công giáo đã cản trở ông Diệm trong việc sử dụng đầy đủ tiềm năng của dân số này. Chính sách của Mỹ đảm bảo rằng hầu hết nội các và tổng tham mưu của ông Diệm là những người theo đạo Phật.[10] Vào thời điểm đó, một trong những điều trớ trêu nhất đối với người Công giáo Việt Nam, những người đã phải chịu đựng nhiều thế kỷ bắt bớ và sỉ nhục vì đức tin của họ vào Chúa Kitô, là khi một trong những người giỏi nhất của họ là Tổng thống, và ông ấy với sự trợ giúp của họ mang lại cơ hội tốt nhất để xây dựng một nền dân chủ phảng phất kiểu phương Tây, họ đã bị bỏ qua, không được tham gia vào các công việc của chính phủ vì áp lực từ một thế lực bên ngoài.[11] Người Mỹ đã dồn ông Diệm vào một tình thế tồi tệ vừa cần Hoa Kỳ, vừa phải chống lại sự can thiệp của Hoa Kỳ. Ông ta xem người Mỹ là "những đứa trẻ to lớn - có thiện chí, đầy quyền năng, với nhiều bí quyết kỹ thuật, nhưng không tế nhị trong việc hành xử với ông hoặc dân tộc của ông, hoặc các vấn đề của đất nước ông".[12]

Sự khác biệt của ông Diệm với người Mỹ đã khiến Đại sứ Durbrow đề nghị cất chức ông ngay từ năm 1960.[13] Vấn đề về tính chính danh chính trị được nêu lên khi báo chí Mỹ bắt đầu nói về sự thiên vị tôn giáo, tham nhũng và lạm dụng quyền lực trong chính phủ của ông Diệm.

Hoa Thịnh Đốn cho rằng chính phủ của ông Diệm sẽ mất khả năng ngăn chặn làn sóng xâm lăng của Cộng sản trong khắp Đông Nam Á, nếu chính

---

[9] Ông William Colby tuyên bố: "Tất nhiên ông Diệm không ngần ngại trang bị vũ khí cho một cộng đồng Công giáo bởi vì ông ấy tin tưởng họ sẽ chiến đấu..."

[10] Bà Higgins giải thích: "Nhưng trong nhóm người thân cận nhất của ông Diệm — nội các của ông — chỉ có sáu người Công giáo trong số mười bảy người. Phó Tổng thống Việt Nam, ông Nguyễn Ngọc Thơ, là một Phật tử ... *Xem tiếp ở cuối chương.*

[11] Linh mục Piero Gheddo, *Thập tự giá và Cây Bồ đề: Người Công giáo và Phật giáo ở Việt Nam*, dịch giả Charles Underhill Quinn/ *The Cross and the Bo-Tree: Catholics and Buddhists in Vietnam*, trans. Charles Underhill Quinn (New York: Sheed and Ward, 1970), 136–37.

[12] Phỏng vấn Everett Bumgardner về "Vị Quan lại của Hoa Kỳ (1954–1963)", chương trình 2 của Việt Nam: Lịch sử truyền hình, PBS, 1983... *Xem tiếp ở cuối chương.*

[13] "Chúng tôi tin rằng Hoa Kỳ nên ủng hộ ông Diệm vào lúc này với tư cách là nhà lãnh đạo Việt Nam tốt nhất hiện có, nhưng nên nhận ra rằng mục tiêu quan trọng hơn của Hoa Kỳ là một chính phủ Việt Nam chống Cộng mạnh mẽ, có thể thu hút sự ủng hộ trung thành... *Xem tiếp phần này ở cuối chương.*

phủ đó không thay đổi hình ảnh của họ một cách nhanh chóng trước công chúng, cả trong và ngoài nước. Ngày 23 tháng 12 năm 1960, ông Durbrow gửi một văn thư cho vị Tổng thống VNCH, nhã nhặn nhắc nhở, khuyến cáo ông những điều sau:

1. Cho báo chí biết rõ hơn về việc điều hành và ngân sách của Phủ Tổng thống và các bộ đã được bàn thảo tại Quốc Hội

2. Cho phép các dân biểu đã được bầu lên tiến hành việc điều tra mọi ngành trong chính phủ.

3. Soạn và ban hành một bộ luật về báo chí cởi mở hơn, cho phép thông tin tự do hơn.

4. Phải chú ý đến tầm quan trọng của việc phát triển quan hệ tốt đẹp hơn với giới báo chí ngoại quốc.

5. Phát triển một chương trình cho vay rộng rãi hơn cho các nông dân và có những cuộc đối thoại thân mật với họ.[14]

Những lời khuyến cáo trên của Mỹ có thể bị coi là hỗn xược và xem thường vị lãnh đạo một chính phủ độc lập. Đặc biệt đối với Tổng thống Diệm, người đã nhiều lần chứng tỏ khả năng điều hành rất công bằng và liên tục ở khắp các tầng lớp của hành pháp từ các cấp địa phương đến cấp tỉnh và cả cấp bộ. Quả đúng vậy, những ai đã từng biết vị Tổng thống này của VNCH cũng đều hiểu được văn thư với nội dung như trên chỉ mang lại tác hại trên bình diện tương giao với Hoa Kỳ và làm tăng thêm sự nghi ngờ của ông Diệm về sự hợp tác của Mỹ.

Đúng như đã tiên đoán, ông Diệm có phản ứng mạnh về văn thư đó, theo điện báo của đại sứ Mỹ đánh về Bộ Ngoại giao Hoa Kỳ. Theo điện tín này, ông Diệm trả lời ông Durbrow rằng việc cải cách chỉ rất tốt khi nó thực sự khả thi và không đặt VNCH vào một vị thế bị Cộng sản đe doạ nặng nề hơn. Những lời khuyên của Hoa Kỳ về chiến lược đối với nông thôn không thể thực hiện được vì tổ chức bầu cử và tranh luận chính trị tại các làng sẽ trở thành cái đích cho các cuộc khủng bố của loạn quân. Thêm vào mối quan ngại đó của Tổng thống Diệm là tình trạng chiến tranh biên giới giữa quân Bắc Việt và Lào, nước Lào đang có nguy cơ rơi vào tay Cộng sản. Do

14 Elbridge Durbrow, "Bản Ghi nhớ do Đại sứ Durbrow trao cho Tổng thống Diệm ngày 23 tháng 12 năm 1960/ Memorandum Handed to President Diem by Ambassador Durbrow on December 23, 1960", in Congress, House, Committee on Armed Services, 1956 French Withdrawal–1960, 1353–55.

đó, Tổng thống Diệm đặt trọng tâm vào nhu cầu tăng gia huấn luyện cho thêm ít nhất 20.000 binh sĩ.

Ngoài ra, trên bình diện tương giao với báo chí, ông Diệm cho biết, giới báo chí ngoại quốc phải có cố gắng giữ vị thế khách quan hơn; họ chỉ nhắm vào những chuyện hấp dẫn và chỉ trích chính phủ Miền Nam và bỏ qua rất nhiều thành quả mà chính phủ đạt được. Ông Diệm từ chối đề nghị để cho ngành hành pháp chịu sự giám sát của Quốc Hội bởi vì điều này có thể đặt ông vào vị thế bị Cộng sản chèn ép.[15]

Ngoài việc Tổng thống Diệm không thích bị Mỹ sai khiến, ông còn chủ trương một chiến lược chống nổi loạn khác hẳn với họ, ngay từ thời kỳ khởi đầu. Những điểm bất đồng này được nêu lên trong các công văn của Đại sứ Durbrow gởi về Bộ Ngoại giao Hoa Kỳ. Thật vậy, ông Diệm có cùng quan điểm với sự thấu hiểu của người Anh trong chiến thuật chống nổi loạn, là đặt nền móng trên một chính phủ mạnh trong thời chiến, hơn là một chính phủ yếu. Theo lời giải thích của ông Robert Thompson, một chính phủ trong thời chiến phải đáp ứng cấp kỳ những nhu cầu thiết yếu và không thể theo sát mô hình tự do dân chủ cấp tiến của Hoa Kỳ. Luật lệ nghiêm minh cần được dùng để dẹp loạn, và sẽ không làm mất lòng dân chúng nếu được áp dụng một cách hữu hiệu và công bằng.[16]

Trong bối cảnh này, vai trò của giới truyền thông phóng khoáng Mỹ trong việc phá hoại mối bang giao giữa chính phủ Diệm và Hoa Kỳ không thể bị coi thường. Theo ông William Colby, mối sai lầm lớn nhất dẫn đến sự sụp đổ của chính phủ Ngô Đình Diệm là do ông đã không đo lường được ảnh hưởng của giới truyền thông trên các chính khách quan trọng tại Hoa kỳ: kết quả là thông tin tiêu cực được loan truyền mà không bị phản bác. Ông để cho vấn nạn bành trướng như thể Việt Nam đã có đủ tự do dân chủ thay vì đáp ứng theo tiến triển của tình hình tại Việt Nam. "Theo chúng tôi, nếu trường hợp thứ hai xảy ra, có lẽ ông đã được sự ủng hộ cần thiết." [17]

---

[15] Elbridge Durbrow gửi Bộ Ngoại giao, điện tín, ngày 24 tháng 12 năm 1960, Sài Gòn, số. 1216/ Elbridge Durbrow to the Department of State, telegram, December 24, 1960, Saigon, no. 1216, in Congress, House, Committee on Armed Services, 1956 French Withdrawal–1960, 1348–51.

[16] "Một số điều luật rất khắt khe đã ra đời tại Mã Lai. Một trong những điều khoản ấy là việc thu hồi tài sản và đuổi tất cả Hoa Kiều sống tại những vùng bất ổn. Một ví dụ khác là điều luật cho phép phạt vạ tập thể tất cả cư dân trong một vùng bị coi như bất hợp tác... *Xem tiếp phần này ở cuối chương.*

[17] Colby, phỏng vấn bởi Gittinger/ interview by Gittinger, interview 1, p. 11.

Giới truyền thông Mỹ càng mô tả ông Diệm như một nhà độc tài chuyên chế và bất công thì áp lực chính trị tại Mỹ càng gia tăng. Do đó, Đại sứ Durbrow bắt đầu ép ông Diệm phải chỉ thị cho chính phủ của mình bớt cứng rắn đối với dân, nếu không thì Hoa Kỳ sẽ kiếm người thay thế ông trong vai trò lãnh đạo Việt Nam. Tuy vậy, Hoa Thịnh Đốn vẫn tin ông sẽ thắng cuộc chiến. Cựu Phó Tổng thống Việt Nam Cộng Hoà Nguyễn Ngọc Thơ đã hồi tưởng lại nhiều năm sau đó, rằng ông Diệm bị kẹt trong một tình trạng thật khó xử giữa hai vấn nạn tương phản bắt nguồn từ những đòi hỏi trái chiều của Hoa Kỳ: vừa phải chiến thắng bằng mọi giá, vừa phải làm cho VNCH trở thành một xã hội tự do dân chủ theo mô hình của Mỹ".[18]

Bất kể đòi hỏi nào của Hoa Kỳ đối với Việt Nam, ông Diệm thấy rõ ông phải đem lại an bình cho nhân dân nếu ông muốn có một chính phủ vững mạnh và đáng tin cậy. Tuy nhiên, vị thế chính trị của chính phủ Ngô Đình Diệm đang bị lung lay. Ngoài áp lực phải thả lỏng chính trị theo mô hình tự do dân chủ của Mỹ, cuộc nổi loạn bắt đầu lan rộng một cách mạnh mẽ vào năm 1959, và sự đảm bảo nội an càng khó khăn thêm.[19] Hơn thế nữa, thực tế là một số các công tác không thể nào thực hiện được theo nguyên tắc dân chủ Tây phương như tôn trọng quyền tự do đi lại hay phải có trát Toà khi khám xét tư gia. Cộng sản hiểu rất rõ thế kẹt của chính phủ Ngô Đình Diệm và họ cũng thấy rõ có thể lợi dụng tình trạng căng thẳng giữa Mỹ và chính phủ Ngô Đình Diệm để chiếm thế thượng phong bằng cách gia tăng chiến thuật nổi loạn tại các làng mạc, ép chính phủ Diệm phải bắt buộc đáp trả bằng những phương cách mang tính hạn chế quyền tự do dân chủ. Thực tế đơn giản là mâu thuẫn giữa hai đòi hỏi: quyền dân chủ và công cuộc chống nổi loạn - không thể đáp ứng cùng một lúc trong tình huống chính trị vào thời điểm đó tại VNCH. Mặc dù vậy, những người có trình độ học vấn cao đang nắm chính phủ Mỹ cũng như giới báo chí Mỹ tại Việt Nam, vào thời điểm đó, đã không nhận chân được sự thật này.[20]

Trước thời điểm gửi văn thư vào tháng 12 cho Tổng thống Diệm, ông Durbrow phác hoạ một vài ý tưởng nhằm cải cách chính phủ của ông Diệm

[18] Hammer, *Cái Chết trong Tháng 11/ Death in November*, 37–38.

[19] Congress, House, Committee on Armed Services, "nổi loạn chống Mỹ-Diệm/ Rebellion against My-Diem", tab 2 of Evolution of the War: Origins of the Insurgency, 1954–1960, section IV.A.5 of bk. 2 of United States–Vietnam Relations, 1945–1967: Study Prepared by the Department of Defense (Washington, D.C.: United States Government Printing Office, 1971), 46.

[20] Hammer, *Cái Chết trong Tháng 11/ Death in November*, 38.

trước sự bành trướng của cuộc nổi loạn. Trong một điện văn gửi cho Hoa Thịnh Đốn vào tháng 9, 1960, ông Durbrow giải thích ông muốn giáng một đòn bất ngờ cho cả hai phe Cộng sản cũng như không Cộng sản. Chương trình thực hiện "đòn" này gồm có việc trực tiếp can thiệp vào nội bộ như bổ nhiệm các bộ trưởng trong chính phủ ông Diệm, kể cả việc giải tán Đảng Cần Lao của hai ông Diệm và Nhu, chính yếu là truất phế ông Nhu khỏi vai trò cố vấn.[21]

Hiểu rõ động lực và các chi tiết của dự định này trước khi nó đến tay Hoa Thịnh Đốn hoặc trình bày cho Tổng thống Ngô Đình Diệm, ông Colby nghĩ rằng ông Durbrow vấp phải một sai lầm lớn. Chương trình do ông Durbrow đề ra sẽ thay đổi trọng tâm của quyền lực nhưng không hề đưa ra một viễn ảnh rõ ràng nào về kết cục của cuộc chiến đang diễn ra tại nông thôn. Ông Colby hiểu rõ ý của Mỹ muốn đưa VNCH thành một xã hội dân chủ, nhưng cách thức của ông Durbrow vào thời điểm đó không phù hợp với tình huống của Việt Nam, nhất là quá cứng rắn với ông Diệm. Thật ra, ông Colby tin rằng "đòn tâm lý" mà ông Durbrow chủ trương sẽ không đi đến đâu ngoài một cuộc đụng độ bất phân thắng bại cho Hoa Kỳ, lý do chính là lập luận "chúng ta có thể cần phải kiếm ra những người lãnh đạo khác nếu ông Diệm không đồng ý làm theo lời khuyên như là một giải pháp "thoả đáng" cho ông. Cuộc chạm trán với ông Diệm đã bắt đầu".[22]

Cuộc đối đầu xảy ra vào tháng 10 năm 1960, khi Đại sứ Durbrow trao cho Tổng thống Diệm một văn kiện có ghi rõ những yêu cầu của Mỹ, giống như bản đã gửi cho Hoa Thịnh Đốn trước đó, vào tháng 9, chỉ không có đoạn "nếu ông Diệm không..".[23] Như chúng ta đã thấy, bản văn tháng 12 của Đại sứ Durbrow gửi cho Tổng thống Diệm vẫn có những đề nghị cải tổ nội các. Trong cả hai bản văn, những đề nghị đều nhằm giải quyết vấn đề tham nhũng ở cấp thấp trong chính phủ, bởi vì Đại sứ Durbrow tin rằng một số vấn nạn mà chính phủ Diệm cần giải quyết nằm trong bộ máy hành

---

[21] Trong những thay đổi đó còn có việc đặt Phó Tổng thống Nguyễn Ngọc Thơ, một người Nam hoàn toàn ủng hộ ông Diệm, vào vai trò bộ trưởng Bộ Nội vụ. Ngoài ra còn có yêu cầu cách chức bộ trưởng Bộ Quốc phòng, cắt đặt một tân bộ trưởng toàn thời gian; cử ông em Ngô Đình Nhu vào vai trò ngoại giao ở một nơi xa; *xem tiếp phần này ở cuối chương.*

[22] Đã dẫn như trên.

[23] Elbridge Durbrow, "Văn bản ghi nhớ bằng tiếng Anh được trao cho Tổng thống Diệm/ English Text of Memorandum Handed to President Diem", in FRUS, 1958–1960, vol. 1, pp. 598–602.

chính cấp địa phương, tại các làng xã. Ngoài ra, đại sứ cũng nhất định giữ quan điểm phải thay thế một số các viên chức cao cấp tại các bộ và "cho" em của Tổng thống, ông Nhu, đi "nghỉ mát dài hạn" tại ngoại quốc.[24] Phản ứng của ông Diệm là bênh vực ông Nhu, ông khẩn cầu Đại sứ Durbrow xem xét trường hợp của ông Nhu vì ông Nhu là nạn nhân của nhiều tin đồn do Cộng sản tung ra. Ông Diệm cũng nêu lên việc cải tổ hành chính cấp địa phương sẽ rất khó khăn trước sự bành trướng của cuộc nổi loạn.[25] Nói tóm lại, ông Diệm thỉnh cầu Hoa Kỳ thêm kiên nhẫn và cho ông thêm thời gian. Ông không thể đối đầu với bấy nhiêu vấn đề như một bù nhìn của Mỹ: các giải pháp phải do chính ông để ra và là giải pháp của người Việt Nam.

Nhưng không chỉ có người Mỹ mất bình tĩnh trong tình huống đó. Khi Cộng sản gia tăng chiến tranh năm 1960, Đại tá Nguyễn Chánh Thi, chỉ huy trưởng lữ đoàn Nhảy Dù của QLVNCH, âm mưu đảo chính vào ngày 11 tháng 11. Ông ta và thuộc hạ trách ông Diệm không giữ được an ninh cho VNCH và cho rằng một khi ông Diệm bị loại, quân đội và các chính khách chống Cộng sẽ có thể dẹp tan cuộc nổi loạn tức khắc.[26] Tuy nhiên, nhóm này cũng đã hành động theo sự phân tích tình hình chính trị Mỹ. Theo ông George Carver, một nhân viên CIA hoạt động tại Saigon trong thời điểm đó, "phe đảo chính này là những quân nhân rất lơ mơ về các chi tiết tế nhị và phức tạp của phương thức vận hành thủ tục chiếu theo Hiến Pháp của Hoa Kỳ, họ quen với phương thức vận hành của quốc hội Âu Châu, qua đó, hễ cứ một chính phủ bị lật đổ là đương nhiên phe đối lập sẽ nắm chính phủ. Họ mong được làm cánh tay mới tại Việt Nam của chính phủ Kennedy vừa nhậm chức. Họ cũng muốn tránh việc vị tân Tổng thống theo đạo Công giáo này sẽ có thể đặt niềm tin hoàn toàn vào ông Ngô Đình Diệm, người cũng theo đạo Công Giáo.[27] Thế nhưng, ông Diệm đã hoá giải cuộc đảo chính và tiếp tục tại chức, tuy nhiên, ông không thể tha thứ cho những tướng tá

---

[24] Elbridge Durbrow, "Điện tín từ Đại sứ tại Việt Nam (Durbrow) gửi Bộ Ngoại giao/ Telegram from the Ambassador in Vietnam (Durbrow) to the Department of State", in FRUS, 1958–1960, 1:596.

[25] Đã dẫn như trên, 595.

[26] Quốc hội, Hạ viện, Ủy ban Quân vụ, "nổi loạn chống Mỹ-Diệm"/ Congress, House, Committee on Armed Services, "Rebellion against My-Diem", 44.

[27] George A. Carver Jr., "Hồi Chuông Báo động cháy không ai để ý: Cuộc đảo chính tháng 11 năm 1960/ An Unheeded Firebell: The November 1960 Coup Attempt", trong *Kennedy ở Việt Nam/ Kennedy in Vietnam*, by William J. Rust and the editors of U.S. News Books (New York: Scribner, 1985), 2.

thâm niên trong quân đội, như Trung tướng Dương Văn Minh, tự Minh "cồ", đã ngồi khoanh tay chờ thời, xem gió thổi hướng nào rồi cho cờ xoay về hướng đó.[28] Như vậy, vị Tổng thống Việt Nam này có thêm lý do để không đặt niềm tin vào những người Hoa Kỳ bảo trợ ông trên danh nghĩa.

Ông Lansdale, một người khá gần gũi với Tổng thống Diệm, hiểu rõ vị Tổng thống Việt Nam này đã đánh giá thái độ của Mỹ đối với âm mưu đảo chính này ra sao. Vào ngày 15 tháng 11 năm 1960, Tướng Lansdale, lúc đó là Phụ tá Bộ trưởng Phụ trách các Đặc vụ, gửi một văn thư về vấn đề này cho Phụ tá Bộ trưởng Bộ Quốc phòng James H. Douglas, với nhiều nhận xét rất chi tiết, chỉ trích cách đối xử của Mỹ với Tổng thống Diệm. Vị Tổng thống của Việt Nam, ông viết, có thể so sánh giữa cuộc đảo chính năm 1954 với cuộc đảo chính mới đây, đặc biệt, về phản ứng của người Mỹ trước mỗi tình huống. Ví dụ như người Mỹ đã thuyết phục ông Diệm không nên bỏ tù những người lãnh đạo của cuộc đảo chính năm 1954, để rồi - chỉ một vài tuần sau - chính những người này đã trở mặt âm mưu lật đổ ông Diệm bằng cách thúc đẩy cuộc nổi loạn của các giáo phái. Vụ này đã đưa đến không biết bao nhiêu nổi loạn và đổ máu. Cả hai cuộc đảo chính đều dưới sự chỉ huy của những tướng lĩnh trong quân đội, từng quen biết và được sự ủng hộ của cựu hoàng Bảo Đại. Những người này đều nêu lên một cách mơ hồ viễn ảnh lý tưởng dân chủ, điều mà người Mỹ đang muốn nghe. Tuy vậy, ông Lansdale cũng ngại ông Diệm có thể hiểu ra mối tương quan giữa các cuộc đảo chính và cố gắng của ông Durbrow thúc đẩy ông cải cách theo đường lối dân chủ, đặc biệt từ khi ông này không những hối thúc ông Diệm đáp ứng các yêu cầu của phe phiến loạn ngay trong khi cuộc đảo chính đang diễn ra, mà còn thúc đẩy các nhà ngoại giao khác cũng khuyên nhủ ông nên nhún nhường hơn đối với quân phiến loạn. Ông Lansdale lo ngại rằng tử tế lắm thì ông Diệm cũng sẽ chỉ cho rằng ông Durbrow đã không thu thập được đầy đủ dữ kiện để phán đoán. Ông Diệm lại càng tăng thêm nghi ngại về sứ mạng của nhà ngoại giao này. Tóm lại, ông Lansdale báo cáo rằng cách ứng xử của Mỹ trước các cuộc đảo chính làm cho vị thế của Mỹ tại Đông Nam Á trở nên yếu kém.[29] Ông trùm CIA tại Saigon, Colby, cũng đồng ý với Lansdale và viết cho Ngoại trưởng Dean Rusk sau vụ đảo chính lần thứ hai như sau: "Tôi nghĩ Tổng thống [Diệm] cảm thấy bị Mỹ phản bội. Tôi nghĩ ông cảm thấy chúng ta phải có thái độ bênh vực ông ta hơn, tích cực

---

[28] Rust, Kennedy ở Việt Nam/ Kennedy in Vietnam, 7.

[29] Edward Geary Lansdale, "Văn thư gửi Phụ tá Bộ trưởng Douglas", in Congress, House, Committee on Armed Services, 1956 French Withdrawal–1960, 1330–31.

hơn nhiều, rất nhiều."[30] Ông Colby có thái độ thận trọng, bởi vì sau đó, vào mùa xuân 1993, ông đưa ra nhận xét rằng Hoa Kỳ đã có một sai lầm về tầm vóc chiến lược đối với ông Diệm vào thời điểm quyết liệt đó.[31] Những gì xảy ra vào năm 1960 đó có thể đã là khởi đầu cho sự rạn nứt trong quan hệ giữa Tổng thống Diệm và Hoa Thịnh Đốn. Ông Diệm không thể quên cuộc đảo chính cũng như thái độ thiếu ủng hộ của Hoa Kỳ, ngoài ra ông cũng khó chịu trước ý định của Hoa Thịnh Đố muốn bãi nhiệm em trai ông. Mỹ sai lầm khi coi thường những thành quả trong quá khứ của ông Diệm cũng như phản ứng của ông khi các thành phần trong gia đình ông bị tấn công. Ông Diệm quyết tâm hy sinh cả sự nghiệp chính trị lẫn tính mạng của mình sau cái chết của ông Ngô Đình Khôi, anh của ông.[32] Ông Nhu bị chỉ trích vì hai tổ chức của ông bị tố cáo có tính cách bí mật là Phong trào Cách Mạng Quốc Gia và Đảng Cần Lao Nhân Vị, đảng này được tổ chức giống như guồng máy SS của Hitler. Một chuyên gia của Ngũ Giác Đài (Lầu Năm Góc), Michael Field, phân tích một cách khách quan hơn và xác định tính cách bảo mật và thu thập tin tức tình báo trong hoạt động của hai tổ chức này, nhưng khẳng khái bác bỏ hình ảnh mà báo chí Hoa Kỳ đã đưa ra khi tạo sự so sánh với các hoạt động của SS dưới thời Hitler. "Đảng này không phải là một đảng bình thường và có thể được mô tả như một nhóm lõi bên trong chính thể", ông Field viết, "được tổ chức và hoạt động như một nhóm kín có nhiệm vụ báo cáo về thái độ cũng như hành động của các chính trị gia, các viên chức và dân chúng. Một tổ chức phụ trách về tình báo chính trị hoạt động song song với đảng Cần Lao, đặt dưới sự lãnh đạo của chính ông Nhu".[33] Theo ông Field, ông Nhu đã lập ra cơ cấu này giống như Cộng sản với mục đích thành lập một đảng có khả năng giữ trật tự chính trị trong xã hội. Cách tổ chức rất giống Đảng Cộng sản với hệ thống cán bộ và các nhóm nhỏ. Hệ thống tổ chức này cho phép Đảng Cần Lao hoạt động tích cực trong mọi tầng lớp xã hội Việt Nam. Ai muốn được tiến thân về mặt chuyên môn

---

[30] Ông Rust đã nhắc đến ông Colby trong cuốn *Kennedy ở Việt Nam/ Kennedy in Vietnam*, 19.

[31] Ông Colby đã nêu lên nhận xét này với tôi và trong buổi nói chuyện lần đầu tiên về Việt Nam, "Paris and 20 April 1993", tại Vietnam Center and Archive trong khuôn viên đại học Texas Tech University, Lubbock, Texas.

[32] Robert Shaplen, "Một Phóng viên tại Việt Nam: ông Diệm/ A Reporter in Vietnam: Diem", New Yorker, September 22, 1962, 110.

[33] Michael Field, *Hướng Gió Thổi Mạnh: Nhân chứng tại Đông Dương/ The Prevailing Wind: Witness in Indo-China* (London: Methuen, 1965), 314.

thì phải có chân trong Đảng Cần Lao hoặc được cất nhắc. Đảng Cần Lao từng khoe ít nhất 1 phần 3 thành viên của nội các và một nửa thành phần Quốc Hội là đảng viên của họ. Cũng như vậy, đảng này kiểm soát đảng chính trị chính thức của chính phủ Ngô Đình Diệm, Phong trào Cách Mạng Quốc Gia.[34] Một cách công bằng đối với ông Nhu, phải biết rằng chính Sở Hoạt động Quốc ngoại của Hoa Kỳ (US Foreign Service) đã ủng hộ đảng Cần Lao. Thật vậy, chính ông Lansdale đã cảnh cáo người Mỹ - đặc biệt đối với Đại sứ Durbrow - rằng việc thành lập đảng này là con đẻ của một viên chức ngoại giao Hoa Kỳ cao cấp, sẽ là một vấn nạn lớn nếu nó trở thành một đảng được ưu ái, đẩy những đảng hiện hữu vào vòng hoạt động trong bóng tối.[35] Thật ra, đảng Cần Lao được thành hình vì Mỹ nghĩ cần một tổ chức có khả năng hội tụ các sinh hoạt chính trị và tạo sự ủng hộ bao quanh anh em ông Diệm. Sở dĩ ông Nhu bị các phe đối lập gờm là vì không những ông nắm trong tay một guồng máy chính trị hữu hiệu, mà còn vì khả năng tư duy và diễn đạt của ông khiến cho họ bị mất uy tín. Ông Nhu là một người rất giỏi, đã được rèn luyện tại ngôi trường tiếng tăm, École Nationale des Chartes tại Ba Lê (Paris). Nơi đó, ông đã được học rất thấu đáo về triết lý. Hơn nữa, ông cũng thật sự tin tưởng vào đường lối đúng đắn của chính trị trong vai trò của nhà cầm quyền.[36] Ông Field ghi nhận: "Nghe ông Nhu bàn cãi về những sai lầm chính trị và những sai trái của đồng hương của ông thì cũng như nghe một tu sĩ Dòng Tên đang giảng. Ông Nhu có biệt tài thuyết phục rất giỏi. Trong vòng một tiếng đồng hồ đối thoại với ông, một người đầy

---

[34] Có một nơi rất quan trọng không nằm trong sự kiểm soát của đảng Cần Lao, đó là vùng hành chánh quanh Huế, trực thuộc quyền hạn của người em ông Diệm: ông Ngô Đình Cẩn. Quyền hành dưới tay ông Cẩn ở vùng này hầu như theo đúng cách cai trị dưới thời Trung Cổ... *Xem tiếp phần này ở cuối chương.*

[35] Lansdale, "Bản ghi nhớ cho Bộ trưởng Quốc phòng [và] Phó Bộ trưởng Quốc phòng; Chủ đề: Việt Nam ", [từ ngày 14 đến ngày 17 tháng 1 năm 1961], trong "Nhận thức của Hoa Kỳ về Cuộc nổi loạn, 1954–1960 Memorandum for Secretary of Defense [and] Deputy Secretary of Defense; Subject: Vietnam", [between January 14 and 17, 1961], in "U.S. Perceptions of the Insurgency, 1954–1960", tab 4 of Congress, House, Committee on Armed Services, Evolution of the War: Origins of the Insurgency, 1954–1960, 74.

[36] John Osborne, "Người Đàn ông Cứng rắn, Kỳ diệu của Việt Nam: ông Diệm, Vị khách mới Đến Mỹ, đã Làm Đất nước Hứng khởi và Đánh Cộng sản đỏ Chạy có cờ/ The Tough Miracle Man of Vietnam: Diem, America's Newly Arrived Visitor, Has Roused His Country and Routed the Reds", Life, May 13, 1957, 166.

nghi ngại sẽ hoàn toàn bị chinh phục, mọi lý lẽ trái ngược sẽ bị phá tan trước vẻ tự tin đến cùng cực của một nhân vật cuồng tín". [37]

Trên nhiều bình diện, ông Ngô Đình Nhu đã đóng một vai trò thiết yếu trong chính phủ Ngô Đình Diệm. Dù cho ông được đặc biệt cất nhắc nhưng ông cũng thật sự là một chính trị gia Việt Nam sắc bén nhất trong thời đại đó" và, thực tế, ông là người đã đẩy ông Diệm lên chức vị lãnh đạo VNCH.[38] Thật vậy, ông Ngô Đình Nhu đã đóng đúng vai trò cố vấn cho ông Diệm trong suốt thời gian của Hội Nghị Genève (Geneva) năm 1954. Điều này đã được ghi chép cẩn thận bởi Bộ Ngoại giao.[39] Ông Nhu đã sát cánh bên ông Diệm từng bước một suốt lộ trình chuẩn bị những bước cần thiết trong việc vô hiệu hoá muôn vàn âm mưu chính trị của các chính trị gia và tướng lãnh bất mãn chống đối ông Diệm tại Sài Gòn. Vì những lý do trên, ông Ngô Đình Nhu là một người đặc biệt nguy hiểm trước mắt phe chống đối chính phủ Ngô Đình Diệm; họ vừa sợ, vừa ghét ông.

Trước khi Đại sứ Frederick Nolting chính thức thay thế Đại sứ Durbrow, ông Nolting trở nên gần gũi hơn với ông Nhu qua một vài sự kiện có tính cách xã giao, thân tình.[40] Với cái nhìn bén nhạy và thận trọng, Đại sứ Nolting không vội vã đưa ra một phân tích nào hoặc một nhận xét nào quá khích. Những nhận xét xác tín của ông về ông Nhu rất đáng được chú ý trong khuôn khổ một cuộc chiến chống nổi loạn. Đầu tiên, ông miêu tả vị thế của ông Nhu: "Đối với tôi, ông ta không bao giờ tự cho mình là tiếng nói của một chính phủ. Không như Bộ trưởng Tư pháp Robert Kennedy, ông ta không có chức vụ chính thức rõ rệt. Nhưng như ông Bobby Kennedy, ông

[37] Field, *Hướng Gió Thổi Mạnh / Prevailing Wind*, 314.

[38] "Rất có thể chính ông Ngô Đình Nhu đã tạo ra tình trạng năm 1954 trong đó chỉ có anh của ông là ứng viên sáng giá nhất cho chức vị đứng đầu, và cũng có thể chính ông đã đưa ra chiến thuật dẹp hai giáo phái Cao Đài và Hoà Hảo tại Miền Nam năm sau đó." Ralph Smith, *Vietnam and the West* (Ithaca, N.Y.: Cornell University Press, 1971), 152.

[39] Robert McClintock, "Người Tham tán tại Sài gòn (McClintock) gửi Bộ Ngoại giao/ The Chargé at Saigon (McClintock) to the Department of State", in Foreign Relations of the United States, 1952–1954, by United States Department of State, ed. John P. Glennon, vol. 13, pt. 2, Indochina (Washington, D.C.: United States Government Printing Office, 1982), pp. 1762–63 (hereafter cited as FRUS, 1952–1954).

[40] Frederick Nolting, *Từ Niềm tin đến Bi kịch: Hồi ký Chính trị của Frederick Nolting, Đại sứ của Kennedy tại Việt Nam Thời ông Diệm/ From Trust to Tragedy: The Political Memoirs of Frederick Nolting, Kennedy's Ambassador to Diem's Vietnam* (New York: Praeger, 1988), 101.

ta được coi (một cách đúng đắn, theo tôi) như là cố vấn thân cận nhất của TT Diệm".[41] Đại sứ Nolting nhận thấy ông Nhu là một người trí thức thực thụ, một người yêu nước và chống Cộng mạnh mẽ, cũng như là một người mang sứ mệnh xây dựng một bức tường thành triết lý thực tiễn chống lại thuyết Cộng sản — tất cả những điều này dường như đã hướng ông Nhu về phương cách chống phiến loạn của Anh, các ấp chiến lược. Ông Nolting miêu tả triết lý của ông Nhu đưa ra như một hình thức được cá nhân hoá. Phương thức này không hướng đến một chế độ cai trị dành riêng cho một nhóm hay gia đình nào, như chúng ta vẫn nghe qua báo chí. Mà ngược lại, đó là một chủ thuyết phát triển cá nhân - tự lập song song với sự hy sinh như các tín đồ Thiên Chúa Giáo hay các nhà Khổng Nho đã thấu hiểu.[42] Từ khi ông Nolting nắm quyền đại sứ tại Sài Gòn, và từ khi ông được biết rõ hơn về hai anh em ông Diệm, ông đã hiểu phần nhiều những gì các cố vấn Mỹ vẫn chê trách ông Nhu như thiếu uyển chuyển đối với các chính sách mới - thật ra đều là kết quả từ sự kiên trì của ông Diệm, ông đã từ chối để cho người Mỹ dùng lời "ưu ái" nhằm khuyến dụ ông cho họ xen vào nội bộ của Việt Nam.[43]

Trong bản báo cáo gửi về Hoa Thịnh Đốn, ông Lansdale cho biết: sự tình phức tạp tại Việt Nam đã làm cho ông Durbrow mệt mỏi vì đã ở trong rừng với quá nhiều cọp quá lâu, đưa đến những hành động làm cho chính phủ Ngô Đình Diệm không còn tín nhiệm ông đại sứ. Do đó, ông Lansdale đề nghị thuyên chuyển ông Durbrow.[44] Ông Lansdale đã nghĩ đúng. Thời gian gia hạn trách vụ đại sứ của ông Durbrow là thời gian mà bang giao giữa Sài Gòn và Hoa Thịnh Đốn đã không còn tốt đẹp. Ông Durbrow không

---

[41] Đã dẫn như trên.

[42] Ông Nolting nói thêm, "Bắt chước Aristotle, tôi đã nói với ông Nhu, 'Ý ông muốn nói là tinh hoa của con người là tranh đấu để làm người'. Sau một vài điều giải thích thêm, ông ta đồng ý." Đã dẫn như trên.

[43] Đã dẫn như trên, 103–4.

[44] Edward Geary Lansdale, "Bản ghi nhớ cho Bộ trưởng Quốc phòng [và] Thứ trưởng Bộ Quốc phòng", trong Sự tham gia của Hoa Kỳ vào Chiến tranh, Tài liệu Nội bộ: Chính phủ Kennedy, tháng 1 năm 1961 – tháng 11 năm 1963/ Memorandum for Secretary of Defense [and] Deputy Secretary of Defense", in U.S. Involvement in the War, Internal Documents: The Kennedy Administration, January 1961–November 1963, Book I, section V.B.4 of bk. 11 of United States–Vietnam Relations, 1945–1967: Study Prepared by the Department of Defense, by Congress, House, Committee on Armed Services (Washington, D.C.: United States Government Printing Office, 1971), 3–4.

còn được coi là người bạn dưới mắt của chính phủ ông Diệm. Như vậy, việc bổ nhiệm ông Nolting làm đại sứ đã xảy ra đúng lúc. Năm 1961, Đại sứ Nolting đến Việt Nam trong bối cảnh ông Diệm không còn tin tưởng Mỹ và chính sách của Mỹ đối với Việt Nam đang ở trong tình trạng rối rắm.

Ghi chú cho Chương 2 - Tiếp theo

4. ... Nguyên nhân chính là chiến dịch khủng bố VC kéo dài. Họ cho rằng chính phủ Việt Nam không bảo vệ họ, và các viên chức địa phương, những người không thành công trong nỗ lực ngăn chặn sự xâm phạm của khủng bố VC, đã lựa chọn phương thức cưỡng chế người dân để thực hiện các chương trình đã được chính phủ quyết định ở Sài Gòn. Elbridge Durbrow, "Báo cáo Đặc biệt về Tình hình An ninh nội bộ hiện tại", trong phần 'Pháp rút ra năm 1956 – 1960/ Special Report on Current Internal Security Situation", in 1956 French Withdrawal–1960, section V.B.3.d of bk. 10 of United States–Vietnam Relations, 1945–1967: Study Prepared by the Department of Defense, by Congress, House, Committee on Armed Services (Washington, D.C.: United States Government Printing Office), 1255–56.

6. ... số lượng và khả năng của những người ở Mã Lai: "Các lực lượng cảnh sát, gồm có 7.500 người Việt của Cục Điều tra và lực lượng cảnh sát 10.500 người tại các thành phố chính, đã đạt được thành công đáng kể trong việc truy lùng những kẻ hoạt động cho nổi loạn và khủng bố và đang phát triển thành các tổ chức hiệu quả. " Quốc hội, Hạ viện, Ủy ban Quân vụ, "Các xu hướng chính ở VNCH". Congress, House, Committee on Armed Services, "Major Trends in South Vietnam", in 1956 French Withdrawal–1960, 1193.

10. ... và phụ trách nỗ lực đạt được thỏa thuận ngừng xung đột với các phần tử cực đoan Phật giáo. Trong lĩnh vực quân sự, hầu hết các tướng lĩnh theo Nho giáo, Phật giáo và đạo Cao Đài. Trong số mười bảy tướng lĩnh đang tại ngũ, ba người là Công giáo và số còn lại không theo Công giáo." *Cơn Ác mộng Việt Nam của Chúng ta/ Our Vietnam Nightmare*, 43–44.

9. ... "và họ đã làm như vậy." Phỏng vấn bởi Ted Gittinger, ngày 2 tháng 6 năm 1981, Washington, D.C., interview 1, transcript, 34, Lyndon Baines Johnson Presidential Library Oral History Collection, University of Texas at Austin.

12. ... http://www.pbs.org/wgbh/amex/vietnam/series

/pt_02.html. Bản in có sẵn trong Tài liệu của Frederick (Fritz) Ernest Nolting Jr., bản gia nhập 12804, Bộ sưu tập đặc biệt, Interview with Everett Bumgardner on "America's Mandarin (1954–1963)", program 2 of Vietnam: A Television History, PBS, 1983, http://www.pbs.org/wgbh/amex/vietnam/series/pt_02.html. A hard-copy transcript is available in the Frederick (Fritz) Ernest Nolting Jr. Papers, accession 12804, Special Collections, Alderman Library, University of Virginia, Charlottesville, box 28, Professional Papers—Historical Background Records, 8 of 10 (hereafter cited as Nolting Papers; quote is located on p. 8).

13. ... và nhiệt tình của nhiều thành phần người Việt nhất mà có thể được, và có thể tiến hành chống loạn quân có hiệu quả. Nếu vị thế của ông Diệm trong nước tiếp tục xấu đi do không áp dụng các biện pháp chính trị, tâm lý, kinh tế và an ninh thích hợp, Chính phủ Hoa Kỳ có thể cần phải bắt đầu xét các phương thức hành động khác và nhà lãnh đạo khác để đạt được mục tiêu của chúng ta" "Điện tín của Đại sứ tại Việt Nam (Durbrow) tới Bộ Ngoại giao", ngày 16 tháng 9 năm 1960, Sài Gòn, Bộ Ngoại giao Hoa Kỳ, 1958–1960/ "Telegram from the Ambassador in Vietnam (Durbrow) to the Department of State", September 16, 1960, Saigon, in United States Department of State, Foreign Relations of the United States, 1958–1960, ed. John P. Glennon, vol. 1, Vietnam (Washington, D.C.: United States Government Printing Office, 1986), document 197, p. 579 (hereafter cited as FRUS, 1958–1960).

16. ... Những luật giới nghiêm, xử tử những ai mang vũ khí, án từ chung thân đến giam giữ hay giam lỏng tại gia đối với các tòng phạm bị kết án dung dưỡng, giúp đỡ các tội phạm khủng bố, vv...v...những điều luật tương tự đã được áp dụng triệt để. Điểm đáng nói ở đây là những điều luật rất khắt khe này đã được dân chúng công nhận là hữu ích và công bằng". Theo Robert Grainger Thompson, *Đánh bại cuộc nổi loạn của Cộng sản: Kinh nghiệm từ Mã Lai và Việt Nam/ Defeating Communist Insurgency: Experiences from Malaya and Vietnam* (London: Chatto and Windus, 1966), 53.

21. ... đem một hay hai thành viên của phe đối lập vào nội các; nới rộng tự do báo chí; khuyến khích vai trò kiểm soát của Quốc Hội theo mô hình của Mỹ, giải quyết tham nhũng và các sai lầm hành chánh; đặt thêm một số giải pháp kinh tế như việc giúp đỡ nông dân sản sản xuất gạo. William E. Colby. *Chiến thắng bị Mất: Bản Tường thuật của một Chứng nhân về Sự tham gia Mười sáu Năm của Hoa Kỳ tại Việt Nam/ Lost Victory: A Firsthand Account of America's Sixteen-Year Involvement in Vietnam*. With James McCargar. Chicago: Contemporary Books, 1989. 74–75.

34. ... và có tính cách như guồng máy của Stalin trong khả năng phản gián, kiểm soát được bất cứ một ai chống đối trong vùng này. Congress, House, Committee on Armed Services, 1956 French Withdrawal–1960, 1192.

CHƯƠNG 3

TÂN ĐẠI SỨ HOA KỲ, ÔNG FREDERICK NOLTING

Ông Edward Geary Lansdale đã có một đánh giá sắc sảo và chính xác về những gì chính phủ Hoa Kỳ cần phải làm để hóa giải tình trạng xáo trộn do phái bộ của Đại sứ Durbrow đã gây ra trong mối quan hệ Mỹ-Việt. Ông đã trình bày với thượng cấp trong tân chính phủ của ông Kennedy rằng phải khôi phục lại niềm tin của ông Ngô Đình Diệm trong chính sách đối ngoại của Mỹ tại Đông Nam Á. Tân đại sứ - ông Frederick Nolting - cần phải "có cùng quan điểm với ông Diệm." [1]

Đại sứ Nolting là ai và xuất thân của ông thế nào? Ông Frederick "Fritz" Ernest Nolting Jr. sinh ngày 24 tháng 8 năm 1911 tại Richmond, Virginia, nơi tổ tiên ông có nguồn gốc lâu đời và gia đình ông được nể trọng.[2] Ông trải qua thời thơ ấu ở Richmond, là học sinh trường Saint Christopher. Sau đó, ông theo học trường Đại học Virginia, ở Charlottesville. Năm 1933, ông đã lấy bằng cử nhân lịch sử chỉ sau ba năm. Vào thời điểm đó, cuộc khủng hoảng kinh tế đã làm tan vỡ cơ sở kinh doanh của gia đình ông, vì vậy ông phải đem kỹ năng và vốn kiến thức để giúp gia đình. Ông Nolting đã làm việc 5 năm trong ngân hàng của cha ông ở Richmond.[3]

Năm 1939, ông Frederick Nolting trở lại Đại học Virginia và lấy bằng thạc sĩ triết học tại đây năm 1940. Cùng năm đó, ông kết hôn với cô Olivia Lindsay Crumpler, người phối ngẫu đã đi hết cuộc đời bên ông.[4] Nhờ khả

---

[1] Edward Geary Lansdale, "Các Phụ lục của Chương trình Hành động cho Miền Nam Việt Nam", trong *Sự tham gia của Hoa Kỳ vào Chiến tranh, Tài liệu Nội bộ: Chính phủ Kennedy, tháng 1 năm 1961 – tháng 11 năm 1963/* Annexes to a Program of Action for South Vietnam", in *U.S. Involvement in the War, Internal Documents: The Kennedy Administration, January 1961–November 1963, Book I* Xem tiếp ở cuối chương

[2] Ông nội của ông Nolting đã di cư từ Đức vào năm 1839 và dấn thân vào việc kinh doanh thuốc lá ở Virginia. Cha của ông Nolting, trước thời kỳ kinh tế suy thoái, đã tham gia vào việc kinh doanh ngân hàng đầu tư ở Richmond.... *Xem phần tiếp tục ở cuối chương.*

[3] Đã dẫn như trên.

[4] Pardee, "Sơ lược Tiểu sử/ Biographical Sketch", 1.

năng vượt bực, ông được cấp học bổng để theo học chương trình hậu cử nhân tại trường Harvard. Ở đó, ông lấy thêm các lớp về tôn giáo, ngoài chương trình triết học, nền tảng sau này sẽ giúp ông hiểu rõ hai anh em ông Diệm.[5] Một trong những vị giáo sư của ông Nolting là Bá tước Bertrand Russell; và mặc dù có những bất đồng với nhà vô thần nổi tiếng này, ông Nolting vẫn được điểm danh dự.[6] Năm 1941, Đại học Harvard trao cho ông Nolting bằng thạc sĩ triết học, rồi bằng tiến sĩ vào năm 1942. Vừa hoàn thành chương trình đào tạo hậu đại học, Thế chiến Thứ hai đã làm gián đoạn cuộc sống của ông.[7]

Gia nhập Hải quân Hoa Kỳ, ông Nolting được thăng chức nhanh chóng trong thời gian phục vụ và mang cấp bậc thiếu tá khi thế chiến chấm dứt. Trách nhiệm của ông trong thời gian này đã đẩy ông vào những tình huống khá nguy hiểm: phục vụ trên một con tàu chở đạn dược tại mặt trận Địa Trung Hải, ông tham gia vào các hoạt động quân sự ở Bắc Phi và Ý.[8] Năm 1946, ông Nolting gia nhập Bộ Ngoại giao (BNG) Hoa Kỳ, và đã giữ nhiều chức vụ khác nhau tại Hoa Thịnh Đốn cũng như tại nước ngoài trong mười tám năm.[9] Trong chức vụ (tại BNG) này, ông đã đóng góp hết khả năng trí tuệ đã được rèn luyện, cũng như ý chí đã được hun đúc trong quân ngũ. Vì là phụ tá đặc biệt cho ngoại trưởng (Hoa Kỳ) về các vấn đề an ninh chung, ông đã làm việc rất sát với Tổ chức Hiệp ước Bắc Đại Tây Dương (NATO). Sau đó, ông trở thành phó trưởng đoàn của Hoa Kỳ tại NATO và là nhân vật thứ hai đại diện cho chính phủ Hoa Kỳ tại Hội đồng Bắc Đại Tây Dương. Trong lúc phục vụ trên cương vị này, ông đã được

---

[5] Frederick Nolting, *Từ Niềm tin đến Bi kịch: Hồi ký Chính trị của Frederick Nolting, Đại sứ của Kennedy tại Việt Nam thời ông Diệm/ From Trust to Tragedy: The Political Memoirs of Frederick Nolting, Kennedy's Ambassador to Diem's Vietnam* (New York: Praeger, 1988), 23.

[6] Bà Lindsay Nolting vẫn còn giữ một trong những bài viết của chồng bà, trong đó Giáo sư Bertrand Russell đã phê như sau: "Nếu anh đã đồng ý với cuốn sách của tôi - tôi đã cho anh điểm A cộng rồi." Như đã thấy, ông Russell đã cho ông (Nolting) điểm A trừ. Lindsay Nolting, phỏng vấn/ Lindsay Nolting, interview, February 4, 1999.

[7] Bà Lindsay Nolting kể rằng Frederick rất may mắn vì đã học xong chương trình Đại học trước khi đăng vào Hải quân Hoa Kỳ sau khi Trân Châu Cảng bị dội bom vào tháng 12 năm 1941. Lindsay Nolting, phỏng vấn/ Lindsay Nolting, interview, February 3, 1999.

[8] Đã dẫn như trên.

[9] Nolting, *Từ Niềm tin đến Bi kịch/ From Trust to Tragedy*, 11.

mời làm đại sứ Hoa Kỳ tại miền Nam Việt Nam (Việt Nam Cộng Hoà - VNCH).[10]

Trong cuốn hồi ký, ông Nolting thẳng thắn thừa nhận hầu hết kinh nghiệm của ông ở Hoa Thịnh Đốn và các nơi khác chỉ liên quan đến các nước châu Âu. Tuy nhiên, khi còn là sinh viên, ông đã sống vài tháng ở Nhật Bản và Bắc Trung Hoa, hơn nữa, trong vai trò phụ tá của Ngoại trưởng John Foster Dulles, ông đã được nghe thấy lời cầu khẩn cuối cùng trong tuyệt vọng của Thủ tướng Pháp Pierre Mendès, yêu cầu hải quân và không quân Hoa Kỳ yểm trợ cuộc chiến của Pháp chống Việt Minh. Từ lúc đó, ông Nolting bắt đầu quan tâm đặc biệt đến Đông Dương. Tuy nhiên, khi Ngoại trưởng Christian Herter đề bạt ông Nolting làm đại sứ tại Lào, cấp trên của ông là Đại sứ Warren Randolph Burgess đã xin cho ông ở lại NATO.[11]

Bên cạnh sự quan tâm ngày càng tăng của ông Nolting đối với Đông Nam Á, Hoa Thịnh Đốn cũng ngày càng nhận rõ một cuộc khủng hoảng đang âm ỉ ở VNCH.[12] Tổng thống mới của Hoa Kỳ lúc đó là John F. Kennedy và nội các của ông lo ngại cho mối quan hệ ngoại giao giữa Hoa Thịnh Đốn và Sài Gòn, được thấy rõ là đã xấu đi trong nhiệm kỳ của Đại sứ Elbridge Durbrow. Đúng vào thời điểm ông Nolting được bổ nhiệm làm đại sứ Hoa Kỳ tại VNCH vào tháng 4 năm 1961, chính sách ngoại giao của Hoa Kỳ với VNCH đang được xét lại. Một toán đặc nhiệm do ông Roswell L. Gilpatric đứng đầu đã bắt tay chỉnh trang lại chính sách này từ cuối mùa đông đến đầu mùa xuân năm đó.[13]

Ban đầu, chính phủ của ông Kennedy duy trì sự liên tục về chính sách của họ với chính sách của chính phủ Dwight D. Eisenhower. Trên căn bản, chính sách đề ra vẫn nhắm vào việc củng cố Chính phủ Việt Nam và phát triển khả năng tự vệ của chính phủ này.[14] Nhưng vào năm

---

[10] Frederick E. Nolting, phỏng vấn bởi Joseph E. O'Connor, May 14, 1966, Paris, Phỏng vấn 1. Biên bản. Bộ sưu tập Lịch sử Truyền miệng John F. Kennedy, Thư viện Tổng thống John F. Kennedy/ interview 1, transcript, 1, John F. Kennedy Oral History Collection, John F. Kennedy Presidential Library, Boston.

[11] Nolting, *Từ Niềm tin đến Bi kịch/ From Trust to Tragedy*, 11.

[12] Quốc hội, Hạ viện, Uỷ ban Quân vụ, *Chương trình và các Cam kết của Kennedy, 1961, bk. 1 trong Diễn biến của Cuộc Chiến: Chống nổi loạn; Các Cam kết của Kennedy, 1961–1963.... Xem tiếp ở cuối chương.*

[13] Nolting, phỏng vấn bởi O'Connor, 2.

[14] Đã dẫn như trên, 3.

1961, chính phủ của ông Kennedy đã chuyển sang hướng khác so với chính sách của ông Eisenhower ở mức tăng viện trợ vật liệu và dụng cụ cho QLVNCH, phân phát cho các bộ và quân nhân, qua trung gian là Chính phủ Việt Nam. *"Hoa Kỳ đã quyết định tăng viện trợ cho Việt Nam, trả chi phí cho 20,000 quân nhân sẽ được đào tạo về chiến tranh du kích, và bổ sung thêm 100 nhân lực vào số cố vấn đã có sẵn 685 người trong tổ chức Cố vấn Quân sự của Hoa Kỳ (U.S. Military Assistance Advisory Group - MAAG)."* [15] Theo ông Nolting, chính phủ của ông Kennedy tin rằng việc gia tăng viện trợ này là điều cần thiết để chống lại áp lực ngày càng gia tăng của Việt Cộng, đang nhận được hỗ trợ đáng kể từ Hà Nội." [16] Vào thời điểm này, tính đến năm 1960, ông Hồ Chí Minh đã huấn luyện, trang bị, cố vấn chiến lược và thậm chí gửi cả nhân lực cho Việt Cộng, khoảng 2.000 bộ đội mỗi năm từ 1960." [17]

Để khôi phục lại mối quan hệ tốt đẹp giữa Hoa Thịnh Đốn và Sài Gòn, Phó Tổng thống Lyndon B. Johnson cùng phu nhân và các thành viên của gia đình Kennedy viếng thăm VNCH chỉ hai ngày sau khi ông Nolting nhậm chức. Phó tổng thống đề cập một cách "thẳng thắn" việc Hoa Kỳ ủng hộ ông Diệm, ông Nolting nói. *"Ông Johnson đã có thái độ rất thân thiện với cá nhân Tổng thống Diệm cũng như với các thành viên trong gia đình ông và các nhân sự trong chính phủ của ông ấy, trước công chúng hay trong các buổi gặp gỡ có tính cách riêng tư. Đến cuối cuộc thăm viếng, một bản thông cáo chung với lời lẽ mạnh mẽ đã được ban hành, khẳng định quyết tâm của cả hai chính phủ trong việc duy trì độc lập cho miền Nam Việt Nam."* [18]

Như đã đề cập trước đây, Thứ trưởng Bộ Quốc phòng Gilpatric được tổng thống của ông yêu cầu đánh giá tình hình VNCH và đề nghị một loạt biện pháp. [19] Tuy nhiên, ông này cũng gặp nhiều vấn đề cần có phương

[15] Ellen J. Hammer, *Một cái Chết trong tháng 11: Hoa Kỳ tại Việt Nam/ A Death in November: America in Vietnam, 1963* (New York: E. P. Dutton, 1987), 34.

[16] Nolting, phỏng vấn bởi ông O'Connor, 3/ Interview by O'Connor, 3.

[17] Arthur M. Schlesinger Jr., *Một Ngàn Ngày: John. F. Kennedy trong Toà Bạch ốc/ A Thousand Days: John F. Kennedy in the White House* (Boston: Houghton Mifflin, 1965), 538–39.

[18] Nolting, phỏng vấn bởi O'Connor, 3/ Interview by O'Connor, 3.

[19] Quốc hội, Hạ viện, Uỷ ban Quân vụ/ Congress, House, Committee on Armed Services, "Các Quyết Định Mùa Xuân/ The Spring Decisions—I", trong *Chương*

thức giải quyết rồi mới có thể đưa ra một kế hoạch mới cho VNCH. Một trong những nan đề lớn là khủng hoảng ở Lào, một ác mộng chiến lược đối với các nhà hoạch định chính sách của Hoa Kỳ. Ngay từ năm 1957, trong các cuộc gặp gỡ với các viên chức Mỹ, ông Diệm đã báo động Lào sẽ là nơi rất quan trọng đối với an ninh của VNCH và cuộc nổi loạn của Cộng sản tại Lào phải được đáp trả một cách vững vàng và kiên quyết.[20] Với bản năng của một quân nhân, ông Eisenhower cũng nhìn thấy điều đó. Lào sẽ là địa điểm then chốt vì nước này có thể đóng vai trò bảo đảm cho an ninh của Đông Nam Á hoặc, trái lại, trở thành cánh cửa mở để Đông Nam Á bị tấn công. Biên giới Lào không chỉ chạy suốt chiều dài Bắc Việt Nam và phần lớn chiều dài Nam Việt Nam mà còn tiếp giáp với Trung Cộng, Miến Điện, Thái Lan và Campuchia. Ông Kennedy, mặc dù không phải là một quân nhân như ông Eisenhower, nhưng là một chính trị gia dày dặn đã thấy rằng nỗ lực bảo vệ Lào sẽ dẫn đến thảm họa chính trị - hoàn toàn khác với những lo ngại của ông về quân sự, vốn chỉ có thể gia tăng sau thất bại ở Vịnh Con Heo.[21]

Vì ông Kennedy rất e dè đối với việc tham gia một cuộc chiến trên bộ nữa ở Châu Á, tính toán chính trị của ông là phải làm sao để Lào tuyên bố sẽ trở thành trung lập. Tuy nhiên giải pháp này đi kèm với một số vấn đề đáng kể. Nó sẽ làm cho Hoa Kỳ vô cùng bẽ mặt và có thể phải trả giá đắt ở Đông Nam Á, bởi vì Mỹ sẽ phải bỏ rơi một lãnh tụ không Cộng sản là ông Phoumi Nosavan, người đã lên nắm chính quyền với sự ủng hộ tích cực và trợ giúp của Hoa Kỳ.[22] Từ bỏ ông Phoumi để đổi lấy một chính phủ trung lập sẽ đặt chính phủ của ông Kennedy vào một vị trí rất khó khăn.

trình và các Cam kết của ông Kennedy/ The Kennedy Program and Commitments, 1961...

[20] R. A. Robbins Jr., "Buổi Họp Giữa Tổng thống Diệm và Thứ trưởng Quarles/ Meeting between President Diem and Deputy Secretary Quarles", May 10, 1957, trong Pháp Rút Quân năm 1956, từ đó đến năm 1960.

[21] Ông Kennedy sẽ được chính ông Eisenhower ủng hộ nếu ông ấy quyết định tham chiến ở Lào. Nhưng vị tổng thống trẻ tuổi đã bị kiềm chế bởi một thảm họa – là cuộc chiến mà ông chấp thuận để hạ ông Fidel Castro tại Vịnh Con Heo [tháng 4 năm 1961] – vì vậy không muốn mạo hiểm thêm một lần nữa...

[22] Ông Arthur Schlesinger khẳng định rằng có một số bất đồng giữa BNG và BQP Hoa Kỳ về nhân vật nào Hoa Kỳ sẽ ủng hộ ở Lào. Cuối cùng, BQP đã giành chiến thắng và quyết định hỗ trợ Phoumi, người đã nắm quyền qua một cuộc đảo chính do CIA hậu thuẫn. Xin xem Schlesinger, A Thousand Days, 325–26.

Sau khi chế độ trung lập tạm thời được áp đặt tại Lào vào năm 1962, Mỹ đã không thể trấn an nổi các đồng minh tại Châu Á, kể cả chính phủ của ông Diệm, trước viễn ảnh Mỹ dễ dàng đổi ý và có thể bỏ rơi họ như Mỹ đã làm ở Lào.[23]

Chính phủ của ông Kennedy thấy rõ các đồng minh Đông Nam Á ngày càng nghi ngại chính phủ Hoa Kỳ nên đã giao cho Thứ trưởng Gilpatric hầu như toàn quyền hành động để thiết kế một chính sách khôi phục lại lòng tin, đặc biệt đối với Tổng thống Diệm.[24] Tuy nhiên, ông Frederick Nolting đã không đến VNCH với định kiến nào về việc Hoa Kỳ phải ủng hộ ông Diệm. Ông đã nghe một số báo cáo tiêu cực về ông Diệm, và những báo cáo này phần nào đã ảnh hưởng đến ông. Tuy vậy, ông quyết định tạm không phán xét cho đến khi gặp được chính nhân vật này.[25] Ngay trước khi nhận nhiệm sở tại Sài Gòn, ông Nolting đã thảo luận về ông Diệm với nhiều viên chức Âu châu cũng như với những người Việt Nam lưu vong ở Ba-Lê, kết quả là đa số kiên quyết chống lại ông Diệm. Dư luận về ông Diệm ở ngoại quốc dường như cùng chiều với dư luận trong nước. Tuy nhiên, ông Nolting vẫn lo ngại những dư luận này có tác động mạnh đến các chính sách đang hình thành của Mỹ một cách quá đáng. Ông cũng có quan ngại về các thành viên trong nhóm đặc nhiệm về VNCH của Tổng thống Kennedy, ở điểm người quân nhân đứng đầu, theo nhận định của ông, không biết gì về Việt Nam.[26] Mãi tới nhiều năm sau ông Nolting mới chia sẻ, *"Đó là một mối tơ vò đối với tôi ngay từ đầu, trong hoàn cảnh nặng tính chính trị, kinh tế, và xã hội hơn là quân sự vào thời điểm đó, tôi thấy khó hiểu tại sao nhóm đặc nhiệm đó lại được đặt dưới quyền thứ trưởng Bộ Quốc phòng thay vì thứ trưởng Bộ Ngoại giao?"* [27] Băn khoăn và ngờ

---

[23] Quốc hội, Hạ viện, Ủy ban Quân vụ, *Chương trình và Cam kết của ông Kennedy, năm 1961/ Congress, House, Committee on Armed Services, Kennedy Program and Commitments, 1961*, 50–51. Xem "Các Quyết định mùa xuân/ Spring Decisions—I", 53.

[24] Đã dẫn như trên, 20.

[25] Nolting, *Từ Niềm tin đến Bi kịch/ From Trust to Tragedy*, 12.

[26] Thành viên của toán đặc nhiệm của tổng thống đặc trách về miền Nam Việt Nam, do ông Roswell Gilpatric chỉ huy, bao gồm Tướng Edward Geary Lansdale (hoạt động thường nhật); Đại tá Edwin F. Black, phụ tá quân sự của thứ trưởng quốc phòng (thư ký điều hành và đại diện Bộ quốc phòng)...

[27] Frederick Nolting, phỏng vấn bởi Dennis O'Brien, May 6, 1970, New York, interview 2, transcript, 36–37, John F. Kennedy Oral History Collection, John F. Kennedy Presidential Library, Boston.

vực, vị tân đại sứ đã có linh tính như được báo trước về sứ mạng của mình trước khi đến Sài Gòn.[28]

Trong lần họp thứ hai của ông Nolting với nhóm đặc nhiệm, trong lúc họ đang soạn thảo các khuyến nghị cho nhiệm vụ của vị tân đại sứ, ông Lansdale cũng yêu cầu nhóm xem xét lại những gì họ đang làm. Về cơ bản, ông này muốn họ tránh cách hành xử trịch thượng đã làm tổn thương mối quan hệ giữa Đại sứ Durbrow với ông Diệm. Ông Lansdale không muốn ông Nolting gặp ông Diệm với lá thư ra mắt đòi vị tổng thống này *"phải ngoan ngoãn"*.[29] Ông Lansdale là thành viên hiểu biết nhất của nhóm đặc nhiệm và thậm chí đã từng được Tổng thống Kennedy cho là xứng đáng được bổ nhiệm làm đại sứ ở VNCH.[30] Ông Lansdale bày tỏ niềm tin vững chắc vào cá nhân cũng như khả năng của ông Diệm; cách lập luận của ông có khả năng thuyết phục khi ông kêu gọi Hoa Kỳ gia tăng nỗ lực ủng hộ chính phủ của ông Diệm. Theo ông Nolting, ông Lansdale *"đã thừa nhận rằng 'miền Nam Việt Nam có nhiều điểm đáng bị chỉ trích, nhưng so với những nơi khác ở Đông Nam Á vẫn còn sáng giá.'"*[31]

Tuy nhiên, ngoài sự hiểu biết rất chuyên môn của ông Lansdale,[32] cách làm việc của nhóm đặc nhiệm còn nhiều vấn đề khiến vị tân đại sứ phải chú ý. Ông Nolting đặc biệt lo lắng về việc Hoa Kỳ tập trung gần như toàn bộ vào Việt Nam, đến mức bỏ quên Lào và Campuchia. Đối với ông, không nhìn khu vực tranh chấp này một cách toàn diện là một sai lầm. Những gì sẽ xảy ra sau đó, theo thời gian, sẽ cho các nhà đã từng hoạch định chính sách Mỹ biết họ đã sai lầm thế nào khi chỉ giải quyết vấn đề các nước Đông

---

[28] Nolting, *Từ Niềm tin đến Bi kịch/ From Trust to Tragedy*, 12.

[29] Seymour Weiss, "Dự thảo Bản ghi nhớ về Cuộc họp lần thứ hai của Toán Đặc nhiệm của Tổng thống về Việt Nam/ Draft Memorandum of the Conversation of the Second Meeting of the Presidential Task Force on Vietnam", May 4, 1961, the Pentagon, in *FRUS, 1961– 1963*, vol. 1, document 43, p. 121.

[30] Nolting, *Từ Niềm tin đến Bi kịch/ From Trust to Tragedy*, 13.

[31] Đã dẫn như trên.

[32] Trong các cuộc phỏng vấn với Tướng Nguyễn Khánh, khi đề cập đến chủ đề chuyên môn của Mỹ ở Đông Nam Á, cựu thủ tướng miền Nam Việt Nam dường như luôn dành cho ông Lansdale một nể vì vĩ đại. Đây là một sự tôn trọng rõ ràng mà tướng Khánh không có khi đánh giá hầu hết các vị cố vấn Mỹ khác (ngoại trừ hai ông William Colby và Frederick Nolting).

Dương dựa trên tình hình riêng của mỗi nước thay vì theo chiến lược được thiết kế bao gồm tất cả các nước trong khu vực.[33]

Ông William Colby, với nhiều kinh nghiệm trực tiếp tại Việt Nam, đã hiểu rằng một trong những lý do gây ra tầm nhìn hạn hẹp này là ngày càng có nhiều nhân viên Bộ Ngoại giao và Bộ Quốc phòng Hoa Kỳ đến làm việc ở Sài Gòn và các quyết định của họ được tính toán dựa trên nhu cầu thăng quan tiến chức thay vì họ bỏ công sức để hiểu biết rõ hơn về Việt Nam.[34] Ông Colby nhận thấy trong những năm đầu của chính phủ của ông Diệm, một "chiến tuyến" khác đã thành hình giữa Hoa Thịnh Đốn và Sài Gòn trong khi Cộng sản đang bành trướng quyền lực. Ông Colby tin chắc ông Diệm hoàn toàn nhận thức được sự xung khắc này và rất khó chịu, nhưng không thể làm gì được vì thái độ của người Mỹ được hình thành bởi nhiều yếu tố ngoài tầm kiểm soát của ông ta.[35] Ví dụ, rất ít người Mỹ ở Sài Gòn có kinh nghiệm với chế độ Pháp Thuộc trước đó. Họ cũng không được chứng kiến những cam go mà ông Diệm đã trải qua trong quá trình dựng nên một chính phủ có tính chính đáng và trật tự từ tình trạng hỗn loạn, tranh giành bè phái sau khi người Pháp rút lui. Tình trạng ổn định trong những năm tháng sau khi Pháp rút lui là do công của ông Diệm trong việc kiến tạo miền Nam Việt Nam từ 1954 đến 1956. Hầu hết người Mỹ đến làm việc tại Sài Gòn trong những phòng gắn máy điều hòa, chỉ nghe những lời đồn đại và những bàn bạc âm mưu chính trị trong những quán cà phê, đã không thấy được những thành tựu của ông Diệm.[36] Họ càng mù quáng hơn do họ dành quá nhiều thời gian cho các buổi họp mặt giữa họ với nhau, làm "cách suy nghĩ của họ về chính phủ của ông Diệm dễ mang tính chất đối kháng, không đếm xỉa đến những hoạt động mờ ám của Việt Cộng".[37]

---

[33] Nolting, *Từ Niềm tin đến Bi kịch/ From Trust to Tragedy*, 14.

[34] "Những người đại diện, thậm chí cả những người đứng đầu, của các cơ quan Hoa Kỳ tại Sài Gòn là những sĩ quan chuyên nghiệp - hy vọng và tương lai của họ nằm do cơ quan của họ quyết định. Thành công hay thất bại của một sĩ quan - nghĩa là, các nhiệm vụ được giao tiếp theo và việc thăng quan tiến chức - sẽ được quyết định tùy theo họ có hoàn thành được chương trình nghị sự của cơ quan mình hay không"....

[35] Đã dẫn như trên, 104.

[36] Đã dẫn như trên.

[37] "Giống như những người mù sờ cùng một con voi, các viên chức làm việc tại nước ngoài của Bộ Ngoại giao, Cơ quan Phát triển Quốc tế, Nha Thông tin Hoa Kỳ, CIA, và đội ngũ tương đối lớn của quân đội Hoa Kỳ gồm Lục quân, Hải quân, Không quân và Thủy quân

Khi thành lập toán đặc nhiệm và đặt ông Nolting làm đại sứ, chính phủ của ông Kennedy hy vọng có thể giảm thiểu được xung khắc với ông Diệm vốn nảy sinh từ sự thiếu hiểu biết và quá tay của người Mỹ. Các đề nghị chính thức do ông Gilpatric chuyển tới Tổng thống Kennedy nói rõ vai trò sửa sai của ông Nolting mang tính chiến lược trong chính sách của Hoa Kỳ tại VNCH. Ông Gilpatric cảnh cáo là không thể có lựa chọn thay thế ông Diệm, và ông lập lại lời cảnh cáo của ông Lansdale, gần như nguyên văn, là thành công, hay thất bại, của người Mỹ phụ thuộc rất nhiều vào khả năng của ông Nolting trong việc cộng tác với ông Diệm.[38]

Ông Nolting chính thức được trao trách nhiệm, với trọng tâm là việc khôi phục mối quan hệ tốt đẹp với ông Ngô Đình Diệm. Như ông Nolting đã giải thích:

Yếu tố mới trong sự vụ lệnh (của BNG) tôi nhận được là làm sao cho quan hệ này được vững chắc, gia tăng sự đồng cảm giữa hai đối tác, tạo niềm tin vào động cơ của nhau và đem sự tin cậy này vào việc xây dựng những thành quả đưa đến tiến bộ thực sự trong các vấn đề xã hội, chính trị và kinh tế, cũng như trong phần gia tăng quân sự chống nổi loạn, bởi vì chúng ta biết rằng tất cả phải nằm cùng chung một mặt trận, bởi vì chúng ta không thể đánh bại Việt Cộng hoặc bình định đất nước nếu không có một chương trình thật sâu rộng để thu phục nhân tâm.[39]

Để nhấn mạnh rằng chính phủ mới tại Hoa Thịnh Đốn muốn bảo đảm và duy trì mối quan hệ tốt đẹp với Tổng thống Ngô Đình Diệm, Tổng Thống Kennedy viết những lời sau đây trong bức thư riêng gửi cho Tổng thống Diệm: *"Nhân dịp lễ nhậm chức lần thứ hai của ngài, tôi xin gửi đến ngài và người dân Việt Nam lời chúc mừng của cá nhân tôi cũng như của người dân Hoa Kỳ. Chúng tôi theo dõi với sự cảm thông tinh thần lãnh đạo can đảm của ngài trong suốt cuộc tranh đấu để hoàn thiện nền độc lập và kiến tạo một cuộc sống tốt đẹp hơn cho người dân trong xứ sở của ngài.*

---

lục chiến — tập trung xung quanh Chính phủ ông Diệm, mỗi người giải quyết các phần hành hay những công đoạn của của các vấn đề khác nhau. Họ chỉ vẽ được một phần con voi từ những gì họ biết". Đã dẫn như trên, 105.

38 Các Quyết định mùa thu/ Spring Decisions—I", 47–48.

39 Nolting, phỏng vấn bởi O'Connor, interview 1, p. 4.

Hoa Kỳ luôn sát cánh cùng ngài trong cuộc tranh đấu và những nỗ lực này." [40]

Theo ông Colby, Tổng thống Hoa Kỳ không thể chọn một người xứng đáng hơn ông Nolting để mở đầu một trang sử mới trong quan hệ giữa Hoa Kỳ với VNCH. Mặc dù ông Nolting không có kinh nghiệm thực tế về Châu Á, nhưng ông am hiểu tính chất phức tạp của mối quan hệ giữa Hoa Thịnh Đốn với Sài Gòn. Cách xử sự ôn tồn nhưng kiên định của ông đã đem lại thành quả với các đồng minh ở Châu Âu sau những đau thương của Thế chiến thứ hai. Ông Colby nói thêm, ông Nolting là một nhà ngoại giao biết khéo léo tạo ảnh hưởng trên một nhà lãnh đạo trong tình thân hữu, ông còn có khả năng tự kiềm chế, tránh gây áp lực lên người đứng đầu các quốc gia đồng minh như thể họ là kẻ thù. [41] Vì vậy, ngay sau khi đặt chân đến VNCH vào ngày 9 tháng 5, 1961, Đại sứ Nolting nói với Tổng thống Diệm rằng Hoa Kỳ muốn được là một đồng minh đáng tin cậy. Ông chia sẻ với ông Diệm rằng Hoa Thịnh Đốn hiểu những vấn nạn đặc biệt mà cả ông, với tư cách là tổng thống, và đất nước của ông, phải đối mặt. Ông bảo đảm với ông Diệm rằng hai chính phủ sẽ cùng hợp tác để tìm ra sách lược đánh bại cuộc tấn công của Cộng sản. [42]

Một trong những công tác đầu tiên của ông Nolting với tư cách đại sứ là chuẩn bị cho chuyến viếng thăm của phó tổng thống Johnson và phu nhân vào ngày 11 tháng 5. Mục đích thầm kín của chuyến thăm của ông Johnson rất đa dạng. Một mặt, đây là cơ hội cho công chúng biết chính phủ Hoa Kỳ ủng hộ cuộc đấu tranh của ông Diệm chống lại chủ nghĩa Cộng sản, nhưng mặt khác, nó có một mục đích sâu xa hơn - mà theo ông Nolting, điều này sẽ có tác động trên ông Diệm. [43] Tổng thống Kennedy gửi các thành viên trong gia đình Kennedy, là Jean Kennedy và Stephen Smith, đi cùng ông Johnson. Sự hiện diện của họ là một thông điệp nhắn với ông Diệm rằng *"Kennedy đánh giá cao mối quan hệ gia đình bền chặt, và, không như người tiền nhiệm, họ không muốn ông Diệm phải dứt bỏ gia đình của*

---

[40] John F. Kennedy, "Thư của Tổng thống Kennedy Gửi Tổng thống Diệm/ Letter from President Kennedy to President Diem", April 26, 1961, Washington, in *FRUS, 1961–1963*, vol. 1, document 34, 81.

[41] Colby, *Chiến thắng bị Mất/ Lost Victory*, 109–10.

[42] Đã dẫn như trên, 110.

[43] Nolting, *Từ Niềm tin đến Bi kịch/ From Trust to Tragedy*, 20.

ông [ngụ ý về ông Ngô Đình Nhu]." [44] Nhìn chung về nhiều mặt, chuyến viếng thăm của PTT Johnson là một thành công ngoại giao. Cuộc viếng thăm kết thúc với một bản thông cáo chung trong đó ông Diệm được phó tổng thống Hoa Kỳ ca ngợi hết lời và hứa sẽ gia tăng ủng hộ về tinh thần và về tài vật từ Hoa Kỳ. Như ông Nolting từng nhớ lại, bữa tiệc khoản đãi và các bài phát biểu trước đó, cũng như nội dung mạnh mẽ của bản thông cáo chung ngày hôm sau, không thể bị hiểu lầm là một chứng từ không đủ mạnh. [45]

Có tin đồn, chủ yếu từ các nhà báo Mỹ không có cảm tình với cá nhân ông Diệm hoặc với quan điểm của ông, rằng ông Johnson đã đánh bóng ông Diệm chỉ đơn giản vì ông Diệm là *con bài duy nhất* mà Mỹ có ở VNCH. Trên thực tế, ông Johnson tỏ ra ngưỡng mộ ông Diệm và luôn chống lại mọi động thái tìm cách loại bỏ ông Diệm. [46] Trong bản báo cáo về chuyến đi thăm Đông Nam Á của ông, phó tổng thống đã viết rằng tình hình VNCH rất ổn định, trái với những gì truyền thông Mỹ đã cho thấy. Ông ghi nhận nỗi ám ảnh về an ninh trong đầu của nhiều nhân viên phái bộ Mỹ tại Việt Nam, và chính điều này đang tạo ra cảm giác như miền Nam sắp tan rã. Ông Johnson nói việc các viên chức Mỹ quá cả tin vào giới trí thức Việt Nam bất mãn, cộng với sự hoảng sợ của Hoa Thịnh Đốn sẽ chỉ làm cho vấn đề trở nên tệ hơn. Ông cho rằng tình trạng bất ổn ở miền Nam sẽ chỉ xảy ra nếu ông Diệm bị Cộng sản ám sát hoặc bị quân đảo chính lật đổ. Ông Johnson kết luận trong bản báo cáo của ông bằng cách tuyên bố không có giải pháp thực tiễn nào về việc thay thế ông Diệm và không có nghi vấn gì về ý chí cũng như khả năng của ông Diệm trong cuộc đấu tranh chống quân phiến loạn.

Về phần ông Diệm, cách cư xử thân thiện và niềm nở của phó tổng thống đã gây được ấn tượng tốt. Tuy nhiên, sau chuyến thăm của ông Johnson, vị lãnh đạo VNCH cảnh cáo Đại sứ Nolting rằng *"có sự khác biệt thâm sâu giữa người Việt Nam và Mỹ, về phong tục tập quán, quan điểm,*

---

[44] Đã dẫn như trên.

[45] Đã dẫn như trên, 21.

[46] Ông Johnson đã giải thích sự ủng hộ không do dự của ông dành cho ông Diệm trong hồi ký: Lyndon Baines Johnson, *Góc Nhìn: Quan điểm của Tổng thống, 1963–1969/ The Vantage Point: Perspectives of the Presidency, 1963–1969* (New York: Popular Library, 1971), 54–62.

đào tạo chính trị và triết. Tôi hy vọng chúng ta có thể tìm thấy cầu nối giữa hai nền văn hóa Đông và Tây." [47]

Suốt thời gian đầu nhận nhiệm sở, ông Nolting điều tra kỹ càng những gì từng xảy ra giữa người Mỹ và người Việt Nam. Ông phỏng vấn và gặp gỡ với các đồng sự ngoại giao và đại diện của nhiều cơ quan chính phủ Hoa Kỳ tại Sài Gòn. Từ đó, ông Nolting xác định nhiều người Mỹ ở Việt Nam, đặc biệt là các viên chức BNG Hoa Kỳ, không hài lòng với ông Diệm. [48] Ông Joseph Mendenhall, cố vấn chính trị của Tòa Đại sứ, rất thiếu tin tưởng ông Diệm và chính phủ của ông trong việc mang lại hòa bình cho miền Nam cũng như giúp đỡ người dân. [49] Sau khi về lại Hoa Kỳ, ông Mendenhall viết một bài phê bình ông Diệm và chính phủ Việt Nam. Trong một luận án được trình bày tại Trường Đại học Quốc Phòng, ông (Mendenhall) tin tưởng một chính phủ quân phiệt sẽ là chọn lựa tốt nhất cho VNCH. Tuy ông Mendenhall không khuyến khích một cuộc đảo chính, ông Nolting nói, *chính phủ mà ông (Mendenhall) hình dung giống như chính phủ đã thay thế cơ cấu của ông Diệm sau cuộc đảo chính năm 1963".* John Anspacher, cố vấn truyền thông đại chúng, và Arthur Gardiner, cố vấn kinh tế, cũng chỉ trích Chính phủ Việt Nam. Cái nhìn của ông Gardiner - như ông Nolting từng lưu ý - đượm vẻ chán nản hơn là chống đối ông Diệm. [50]

Dù cho các nhà ngoại giao đồng sự có quan điểm tiêu cực về ông Diệm, Đại sứ Nolting vẫn nhận thấy, qua những người có nhiệm vụ thu thập thông tin tình báo trong lĩnh vực này, những nhận định tích cực về nỗ lực của Hoa Kỳ tại Việt Nam. Đáng chú ý nhất trong số những cá nhân này là ông William Colby, khu vực trưởng CIA tại Việt Nam, một người điềm tĩnh và có năng lực. Một nhận định lạc quan và thận trọng cũng đến từ Văn phòng Cố vấn Quân sự (MAAG: Military Assistance Advisory Group), đứng đầu là Trung tướng Lionel McGarr. Vai trò cố vấn uỷ ban đặc biệt đòi hỏi ông vừa phải có vị thế độc lập với toà đại sứ, lại vừa phải đi sát với họ. Ông Nolting nhớ lại Tướng McGarr có vai trò quân sự kiêm ngoại giao đầy khó khăn và nhiều thách thức, rõ ràng Hoa Thịnh Đốn đã chỉ thị ông này phải ngăn việc ông Diệm can thiệp vào các hoạt động quân sự, nhưng đồng

---

[47] Nolting, *Từ Niềm tin đến Bi kịch/ From Trust to Tragedy*, 22.

[48] Nolting, phỏng vấn bởi O'Brien, interview 2, pp. 32–33.

[49] Nolting, *Từ Niềm tin đến Bi kịch/ From Trust to Tragedy*, 24–25.

[50] Đã dẫn như trên, 24–25.

thời ông cũng không được làm phật lòng vị tổng thống Việt Nam.[51] Bất kể những xung đột thỉnh thoảng xảy ra giữa hai ông McGarr và ông Diệm, họ vẫn tôn trọng nhau.

Ngoài việc nghiên cứu thái độ của các viên chức Hoa Kỳ, Đại sứ Nolting còn nghiên cứu cả thái độ của ông Diệm và chính phủ của ông ta. Gần như ngay từ khi nhận nhiệm sở, ông Nolting đã thấy phải để cho ông Diệm độc lập, không bị đặt dưới sự điều khiển của Hoa Kỳ thì mới mong cải thiện mối quan hệ với ông. Có lẽ, quan trọng hơn - ít nhất là trong bối cảnh cuộc đua trước công luận về tinh thần dân tộc giữa hai ông Diệm và Hồ Chí Minh - điều cốt yếu là ông Diệm phải được nhìn thấy là không bị lệ thuộc. Cả hai anh em ông Diệm và ông Nhu rất nhạy cảm khi Cộng sản gán cho họ tội làm tay sai cho thực dân mới Hoa Kỳ. Một ví dụ, ban đầu, Cộng sản tuyên truyền bằng cách gắn liền hình ảnh ông Diệm với John Foster Dulles, ngoại trưởng của Tổng thống Eisenhower, sự việc này có liên quan đến một người Úc có cảm tình với Cộng sản, Wilfred G. Burchett, đã có nhiều bài viết có ý tán thành hình ảnh này.[52] Việc Việt Cộng quy cho chính phủ VNCH là chính phủ "Mỹ Diệm" (American-Diemist) là một điều khó gỡ cho anh em gia đình họ Ngô yêu nước. Ý đồ bôi bẩn nhân cách (ông Diệm) không chỉ nhắm đến việc sỉ nhục cá nhân; mà là trọng tâm của chiến dịch bóp méo thông tin của Cộng sản nhằm chống lại chính phủ VNCH.[53] Ông Nolting nhận thức được tầm ảnh hưởng của tuyên truyền của Cộng sản, về khả năng phóng đại hình ảnh một chính phủ của ông Diệm kém cỏi hoặc tham nhũng đồng thời đưa ra hình ảnh ông Hồ Chí Minh có vẻ liêm chính. Dĩ nhiên, Cộng sản có một vai trò dễ dàng hơn ông Diệm nhiều, tác giả Weldon A. Brown nhận định : "Chúng ta lo xây dựng còn Việt cộng chỉ phá huỷ." [54]

---

[51] Đã dẫn như trên.

[52] Xin xem, như trong Wilfred G. Burchett, *Việt Nam: Câu chuyện bên trong Chiến tranh du kích/ Vietnam: Inside Story of the Guerrilla War* (New York: International Publishers, 1968), 177.

[53] Robert Grainger Thompson, *Đánh Bại cuộc nổi loạn của Cộng sản: Kinh nghiệm từ Mã Lai và Việt Nam/ Defeating Communist Insurgency: Experiences from Malaya and Vietnam* (London: Chatto and Windus, 1966), 21–22.

[54] Weldon A. Brown, *Con Đường dẫn đến Tai hoạ: Vai trò của Người Mỹ tại Việt Nam, giai đoạn 1940-1963/ Prelude to Disaster: The American Role in Vietnam, 1940–1963* (Port Washington, N.Y.: Kennikat Press, 1975), 160.

Hiểu được vì sao nên bớt hạn chế ông Diệm, ông Nolting bỏ qua một bên các nghi ngại trước đó của mình và bắt đầu thực hiện các chỉ thị của Tổng thống Kennedy vốn đã được Uỷ ban đặc nhiệm của tổng thống tán thành. Ông đã làm như vậy không phải để "theo đúng chương trình", mà ông đã ủng hộ ông Diệm hết mình, do đã tự mình quan sát mà thấy được những ưu điểm và khả năng của nhà lãnh đạo Việt Nam, trên hết là lòng chính trực và tận tụy. Ông Nolting cho biết, ông Diệm vụng về trong lĩnh vực truyền thông đại chúng, nhất là đối với báo chí Mỹ, nhưng sự cộng tác chặt chẽ nhất của ông Diệm là thật sự hết sức cần thiết để thắng Cộng sản.[55] Ông Nolting cũng tin rằng nỗ lực của Hoa Kỳ tại VNCH sẽ tạo thêm uy tín đáng kể cho các chương trình hỗ trợ khác dành cho các nước đồng minh của Hoa Kỳ ở những nơi khác. Tuy nhiên, uy tín này sẽ phụ thuộc vào sự tự chủ, khôn ngoan và cân nhắc của người Mỹ đối với ông Ngô Đình Diệm và chính phủ của ông ta.

Sau khi đến Sài Gòn được ba tháng, ông Nolting gửi một bức điện tín về Bộ Ngoại giao Hoa Kỳ bày tỏ những hiểu biết của mình về tình hình Việt Nam. Ông xác định ông Diệm không phải là một nhà độc tài ham muốn quyền lực vì lợi ích cá nhân. Trên thực tế, ông Diệm tận hiến cho các nguyên tắc đạo đức cao thượng như một nhà tu hành và vì vậy ông khác với một chính trị gia điển hình ham muốn quyền lực và đặc ân. Triết lý của ông Diệm đúng đắn và phù hợp với đường hướng của người Mỹ, mặc dù không dễ hiểu cho số đông người Việt Nam. Mục tiêu của ông vừa tầm, như vậy, Kennedy không có lý do nào để không "triệt để chống lưng cho ông Diệm".[56]

Trong bức điện, ông Nolting tiếp tục viết: ông Diệm tự tin có thể điều hành VNCH tốt hơn và công bằng hơn bất kỳ ứng viên nào khác. Ông Nolting đồng tình với điều ông Diệm tự đánh giá nhưng vì lo sợ gương mẫu và sự hoàn hảo của nhà lãnh đạo này khiến ông ta trở nên người không thể thay thế được và như vậy, ông sẽ trở nên một điểm bất lợi cho VNCH và cả sự tham gia của Hoa Kỳ. Nói tóm lại, ông Diệm sẽ bị đe doạ từ cả hai phía Cộng sản và không Cộng sản.[57]

---

[55] Nolting, phỏng vấn bởi O'Brien, interview 2, pp. 34–35.

[56] Nolting, *Từ Niềm tin đến Bi kịch/ From Trust to Tragedy*, 146; Frederick E. Nolting, "Bức điện Tòa Đại Sứ (Hoa Kỳ) tại Việt Nam gửi Bộ Ngoại giao", July 14, 1961, Saigon, in *FRUS, 1961–1963*, vol. 1, document 92, pp. 217-19.

[57] Đã dẫn như trên.

Bức điện của ông đại sứ cũng nêu rõ rằng những chỗ mà Hoa Thịnh Đốn nghĩ ông Diệm sai lầm, người Mỹ có thể dần dần mang lại sự thay đổi và cải tiến miễn là họ giữ được lòng tin của ông Diệm. Trong phần báo cáo đã được giữ bí mật, ông Nolting nói niềm tin của ông Diệm vào Hoa Kỳ đã cải thiện trong những tháng gần đó, bất kể những diễn biến tiêu cực ở Lào. Sự tin cậy về phía Hoa Kỳ cũng đã thay đổi tốt đẹp hơn nhờ một số những hành động cụ thể, điều này đang lôi kéo được những người Mỹ chống đối quay về phía chính phủ VN. Tuy nhiên, tình trạng tốt đẹp hơn giữa ông Diệm và Mỹ cũng có một khía cạnh tiêu cực và nguy hại: nó làm cho hình ảnh "Mỹ-Diệm" có phần đúng hơn. Ông Diệm đã có quan ngại về tính chính danh của chính phủ ông trước việc người Cộng sản rêu rao ông phò Mỹ, nếu dân chúng tin theo Cộng sản là chính phủ của ông đứng vững hay sụp đổ là do người Mỹ thì cái "danh chính ngôn thuận" của việc ông làm sẽ càng ngày càng bị đe doạ. Vì vậy, ông Nolting cảnh báo Hoa Thịnh Đốn cần phải rất khôn khéo trong cách ủng hộ ông Diệm.[58]

Ông Nolting viết rằng uy tín của ông Diệm đối với người Việt Nam không tăng nhiều bất kể những gì ông đã đạt được. Ông Diệm bị gán cho tội thiếu quan tâm đến phúc lợi của người dân và thờ ơ trước những vấn nạn của họ. Cái nhìn đó hoàn toàn trái ngược với con người, sở thích và hành động của ông Diệm, người mà ông Nolting đã từng tháp tùng trong nhiều chuyến đi thăm vùng nông thôn Việt Nam. Tại những nơi này, nhà lãnh đạo Việt Nam dường như cảm thấy thoải mái nhất. Khả năng và kiến thức uyên thâm của ông về nông ngư nghiệp cũng như những hiểu biết thực tế đã chứng minh hình ảnh về ông như một ông quan xa cách quần chúng là hoàn toàn sai sự thật. Tuy nhiên, hình ảnh ngụy tạo này, do kẻ thù của ông ta dựng nên và lan truyền trên các phương tiện truyền thông đại chúng đã gây thiệt hại cho ông Diệm và nội các của ông ta. Ông Nolting cảnh báo ông Diệm không thể để cho những lời vu khống kéo dài mãi, nếu không ông sẽ phải hứng chịu một âm mưu đảo chính khác hoặc một hậu quả nặng nề hơn. Ông Nolting khuyên ông Diệm phải tạo ra một "bước đột phá" về giao tế đối với quần chúng.[59]

Ông William Colby, một quan sát viên tinh tường, luôn theo dõi kỹ lưỡng cách ông Nolting thi hành sứ mệnh ngoại giao. Người đứng đầu CIA tại Việt Nam này nhận xét thấy ông tân đại sứ Hoa Kỳ, không giống như

---

[58] Đã dẫn như trên.

[59] Đã dẫn như trên.

những người tiền nhiệm, đã gần gũi với cả giới lãnh đạo và phe đối lập Việt Nam. Điểm quan trọng đáng chú ý là ông Nolting đã dành rất nhiều thời giờ và công sức để tìm hiểu người dân Việt Nam bình thường ở cả thành phố Sài Gòn và nông thôn. Ông ta không nhận thức một cách ngây thơ về thực tế tại Việt Nam và chắc chắn không nghĩ chính phủ của ông Diệm là một chính phủ dân chủ gương mẫu. Tuy nhiên, ông nhận thấy cách lãnh đạo có vẻ quan cách của ông Diệm là điều cần thiết khi phải đối mặt với cuộc nổi loạn của Cộng sản.[60]

Theo ông Colby, ông Nolting là một trong số ít người Mỹ hiểu được rằng cuộc chiến ở Việt Nam không giống như Chiến tranh Triều Tiên - một cuộc chiến theo quy ước. Ngay từ những ngày đầu vừa đặt chân đến Sài Gòn, vị đại sứ này đã nhận ra rằng các cuộc xung đột chính tại đây nằm trong lĩnh vực chiến tranh chính trị và chính phủ phải thắng ở nông thôn. Chìa khóa để thu phục được nhân tâm người nông dân Việt Nam không phải là một thể chế dân chủ kiểu Tây phương - một khái niệm xa lạ ở Đông Nam Á. Vì vậy, ông Nolting hiểu rằng không thể đòi hỏi các nhà lãnh đạo VNCH *"làm theo ý muốn của chúng ta (người Mỹ), như người Mỹ thường có thói quen đòi người ngoại quốc phải theo họ trong mọi trường hợp có thể; họ (chính phủ miền Nam Việt Nam) phải biểu dương được tinh thần dân tộc của mình mới có thể đối đầu với những hấp lực của chủ nghĩa dân tộc mà kẻ thù đang rêu rao trong dân chúng."* [61]

[60] William Colby, Diễn văn đọc tại Trung tâm Miller tại Đại học Virginia, trong *Ngoại giao, Hành chính và Chính sách: Ý tưởng và Sự nghiệp của Frederick E. Nolting, Jr./* Speech to the Miller Center at the University of Virginia, in *Diplomacy, Administration and Policy: The Ideas and Careers of Frederick E. Nolting, Jr., Frederick C. Mosher, and Paul T. David,* edited by Kenneth W. Thompson. Lanham, Md.: University Press of America, 1995, 8.

[61] Đã dẫn như trên, 8–9.

Ghi chú cho Chương 3 - Tiếp theo

1. ...*Book I*, section V.B.4 of bk. 11 of *United States–Vietnam Relations, 1945–1967: Study Prepared by the Department of Defense*, by Congress, House, Committee on Armed Services (Washington, D.C.: United States Government Printing Office, 1971), 102.

2. ... interview by Geoffrey D. T. Shaw, February 3, 1999. Cũng xem Jeanne C. Pardee, "Sơ lược Tiểu sử/ Biographical Sketch", p. 1, in rg-21/102.921, The Nolting Papers. Mẹ của ông có thể truy tìm di sản Mỹ của bà từ thời Chiến tranh Cách mạng ở Virginia. Lindsay Nolting, Phỏng vấn bởi Geoffrey D. T. Shaw.

9. ...Bà Lindsay Nolting nói với người viết (Ts. Shaw) rằng chồng Bà không có liên hệ đặc biệt nào trong BNG mà có thể bảo đảm bảo cho ông ta một sự nghiệp ngoại giao. Tuy nhiên, với thành tích phục vụ chiến tranh, thành tích học tập đáng kể và sự quan tâm đến chính sách đối ngoại, ông đã có thể vào ngành Ngoại giao. Xem Lindsay Nolting, phỏng vấn/ interview, February 3, 1999.

12.... "Sau khi ông Kennedy nhậm chức, viễn cảnh về một cuộc khủng hoảng ở Việt Nam đã được công nhận rộng rãi trong chính phủ, mặc dù vẫn chưa làm gì để giải quyết. Đại sứ của chúng ta tại Sài Gòn [Durbrow] đã gửi các bức điện đầy lo âu trong một năm, và hai lần trong những tháng gần đây (vào tháng 9 năm 1960 và một lần nữa vào tháng 12) với kết thúc bằng việc đánh giá tình huống và đưa ra câu hỏi một cách thận trọng là liệu Mỹ không sớm thì muộn gì cũng phải thay thế ông Diệm". Congress, House, Committee on Armed Services, *The Kennedy Program and Commitments, 1961*, bk. 1 of *The Evolution of the War: Counterinsurgency; The Kennedy Commitments, 1961–1963*, section IV.B of bk. 2 of *United States–Vietnam Relations, 1945–1967: Study Prepared by the Department of Defense* (Washington, D.C.: United States Government Printing Office, 1971), i.

19. ...bk. 1 of *The Evolution of the War: Counterinsurgency; The Kennedy Commitments, 1961–1963*, section IV.B of bk. 2 of *United States–Vietnam Relations, 1945–1967: Study Prepared by the Department of Defense* (Washington, D.C.: United States Government Printing Office, 1971), 19.

20. ... *1956 French Withdrawal–1960*, section V.B.3.d of bk. 10 of *United States– Vietnam Relations, 1945–1967: Study Prepared by the Department*

of Defense, by Congress, House, Committee on Armed Services (Washington, D.C.: United States Government Printing Office, 1971), 1103–7.

21. "… Khi ông Kennedy đặt những câu hỏi khó cho các tham mưu trưởng, ông nhận thấy họ sẵn sàng tham chiến ở Lào nhưng không thể hứa hẹn một chiến thắng dễ dàng, hay bất kỳ chiến thắng nào, nếu không được quyền sử dụng vũ khí hạt nhân". Congress, House, Committee on Armed Services, "The Spring Decisions - I", 28–29.

26. …Walt Rostow (đại diện Tòa Bạch ốc); Thiếu tướng Charles H. Bonesteel III, thư ký của bộ tổng tham mưu, Quân đội Hoa Kỳ (đại diện của liên quân Hoa Kỳ); Thomas C. Sorenson, Phó giám đốc, Cơ quan Thông tin Hoa Kỳ; U. Alexis Johnson, Phụ tá Thứ trưởng Bộ Ngoại giao; và Desmond Fitzgerald cho CIA. "Editorial Note", in "Creation of the Presidential Task Force on Vietnam and the Drafting of a Program of Action on Vietnam, April–May", pt. 3 of United States Department of State, *Foreign Relations of the United States, 1961–1963*, ed. John P. Glennon, vol. 1, *Vietnam, 1961* (Washington, D.C.: United States Government Printing Office, 1988), document 31, p. 74 (hereafter cited as *FRUS, 1961–1963*).

34. … Colby. *Chiến thắng bị Mất: Bản Tường thuật của Một Chứng nhân về sự Tham gia Mười sáu Năm của Hoa Kỳ tại Việt Nam/ Lost Victory: A Firsthand Account of America's Sixteen-Year Involvement in Vietnam*, with James McCargar (Chicago: Contemporary Books, 1989), 104–5.

38. "Chúng ta phải tiếp tục làm việc thông qua chính phủ Việt Nam hiện tại, bất chấp sự yếu kém được thừa nhận của họ. Không có phương án thay thế khả thi nào khác tại thời điểm này mà không có mức độ rủi ro không thể chấp nhận được. Với tính cách và đặc điểm của ông Diệm cũng như các quan hệ sứt mẻ gần đây của chúng ta, thành công hay thất bại trong vấn đề này sẽ phụ thuộc rất nhiều vào khả năng của Đại sứ Nolting đạt được vị thế có cùng quan điểm với ông Diệm."

50. "Ông ấy đã ở Việt Nam từ tháng 2 năm 1958. Arthur là một người bạn cũ, và tôi cho rằng thay vì chống ông Diệm, ông ấy đã vỡ mộng và thất vọng. Ông ta đã làm việc rất chăm chỉ và nghiêm túc và cảm thấy kinh tế Việt Nam lẽ ra phải được tác động tốt hơn do những khoản tiền viện trợ, cũng như các nỗ lực của ông ta trong đào tạo và tư vấn."

53. "Mọi cuộc nổi loạn, đặc biệt là một cuộc cách mạng Cộng sản, cần phải có chính nghĩa. Nguyên nhân cơ bản đã sẵn trong tầm tay là chống chủ nghĩa

thực dân. Chính trên cơ sở này mà Tình trạng khẩn cấp được đặt ra và cũng là cuộc chiến chống Pháp ở Đông Dương. Nó không hoàn toàn phù hợp với tình hình phổ biến ở miền Nam Việt Nam sau năm 1954, nhưng bằng cách xoay chuyển mục đích chống đế quốc, nó có thể được áp dụng cho việc chống Hoa Kỳ hiện diện ở miền Nam Việt Nam theo lời mời và ủng hộ của chính phủ Ngô Đình Diệm."

54. Ông Brown diễn giải: "Bằng những nỗ lực rất tốn kém và cẩn thận, chúng tôi đã tìm cách tác động đến các làng quê để hỗ trợ Sài Gòn theo ước vọng của họ; trong khi Việt Cộng giành quyền lực bằng cách gieo hãi hùng qua chiến dịch khủng bố và giết chóc. Chỉ khi nào quân đội Mỹ hoặc Sài Gòn ở lại làng để bảo vệ thì mới có an ninh. Khi họ không ở đó, kẻ địch (Việt Cộng) lại quay trở và tiếp tục phá hoại. Sự hỗn loạn ở nông thôn đã khiến cuộc sống của hàng triệu người thành cơn ác mộng".

55. "Như trường hợp của bất kỳ ai mới, muốn tìm hiểu một người thì phải làm quen với người đó và biết triết lý sống và cách làm việc của ông ta, nhân cách và nguyên tắc đạo đức của ông ta. Và, vì vậy tôi đã dành rất nhiều thời gian khi lần đầu tiên đến đó cho việc này. Và tôi đã tìm ra một kết luận mới mẻ rằng đây là một người rất có năng lực và tận tụy, làm việc trong một hoàn cảnh khó khăn, chịu rất nhiều lời chỉ trích vô cớ. Tất nhiên người đó cũng có những điểm yếu như tất cả chúng ta. Nhưng ông ta một người chính trực thực sự và tôi có thể đồng ý với triết lý sống của ông ta."

CHƯƠNG 4

VẤN ĐỀ LÀO CHƯA GIẢI QUYẾT

Đông Nam Á đòi hỏi một chiến lược tổng thể. Ông Bernard Fall viết vào năm 1967: "Như các sự kiện cho thấy ngày càng rõ hơn, chúng ta không thể hình dung một chính sách nhất quán đối với Cam Bốt hay miền Nam Việt Nam mà không ảnh hưởng đến Lào hay miền Bắc Việt Nam".[1] Tổng thống Eisenhower hiểu điều này và như đã nói trước đây, đã công nhận Lào là trung tâm chiến lược của khu vực. Ông cũng đã hứa triển khai các lực lượng Hoa Kỳ để bảo vệ lãnh thổ và độc lập của các quốc gia bị đe dọa xâm lăng từ bất kỳ quốc gia nào do chủ nghĩa Cộng sản liên quốc gia kiểm soát, đó là Học thuyết Eisenhower. Tuy nhiên, ngay cả với sự hiểu biết của ông Eisenhower về tầm quan trọng của Lào, chính sách đối ngoại của ông, theo ông Ngô Đình Diệm, đã không giải quyết thỏa đáng sự xâm nhập ngày càng tăng của Cộng sản vào quốc gia láng giềng này. Chính phủ của ông John F. Kennedy thừa kế vấn đề Lào, và trước tình thế nguy hiểm của Hoa Kỳ và các đồng minh trong khu vực, cũng không tìm ra câu trả lời thỏa đáng cho câu hỏi đó.

Vào tháng 5 năm 1959, loạn quân Pathet Lào khởi xướng một cuộc tấn công lớn nhắm vào quân của chính phủ hoàng gia Lào. Cuộc tấn công này chủ yếu do các đơn vị của quân đội Bắc Việt chủ xướng đánh vào các tiền đồn tại biên giới của chính phủ Lào.[2] Pathet Lào, có nghĩa là "Quốc gia Lào", đã được thành lập nhiều năm trước đó bởi ông Võ Nguyên Giáp, nhà lãnh đạo quân sự và chính trị quan trọng nhất của miền Bắc Việt Nam (Cộng sản Bắc Việt - CSBV) sau ông Hồ Chí Minh. Trong cuộc bầu cử mùa xuân năm

---

[1] Bernard B. Fall, *Những Suy tư Cuối cùng về một Cuộc Chiến: Những Bình luận Cuối cùng của Bernard B. Fall về Việt Nam - Last Reflections on a War: Bernard B. Fall's Last Comments on Vietnam* (Garden City, N.Y: Doubleday, 1967), 118.

[2] Xem Paul F. Langer và Joseph J. Zasloff, *Miền Bắc Việt Nam và Pathet Lào: Đối tác trong Cuộc Đấu tranh Giành Nước Lào - North Vietnam and the Pathet Lao: Partners in the Struggle for Laos* (Cambridge, Mass: Harvard University Press, 1970), 202–5.

1960, các đại diện của Pathet Lào đã bị loại ra khỏi Quốc hội Lào. Không muốn tuân theo kết quả của các cuộc bầu cử, Đại úy Kong Le của Quân đội Hoàng gia Lào, một sĩ quan có khuynh hướng trung lập, đã phát động cuộc đảo chính thành công và được Pathet Lào ủng hộ. Hoàng thân Souvanna Phouma theo chủ nghĩa trung lập được đưa trở lại nắm quyền thủ tướng nhờ nỗ lực của ông Kong Le, một đại uý nhảy dù và ông ta đã nhận chân được những giới hạn chính trị của chính mình. Cộng sản được hưởng lợi từ xáo trộn sau cuộc đảo chính của Kong Le và tiếp tục chiếm thêm lãnh thổ.[3] Rất ngờ vực về vị thế được cho là trung lập của ông Kong Le và Hoàng thân Phouma, chính phủ Hoa Kỳ không hài lòng sau khi Lào chính thức lập quan hệ ngoại giao với Liên Xô, do đó đã cắt viện trợ cho chính phủ hoàng gia Lào.[4] Trong khi đó, người Thái, lo ngại Lào nghiêng về phía Cộng sản nên bắt đầu phong tỏa kinh tế Lào.

Các thủ lãnh của lực lượng bảo thủ ở Lào là Hoàng thân Boun Oum và Tướng Phoumi Nosavan, chiếm lại thủ đô Vientiane của Lào vào tháng 9 năm 1960, buộc Hoàng thân Phouma và Kong Le phải bỏ chạy. Tuy nhiên, một tháng sau, chính phủ Lào lập được mối quan hệ chặt chẽ hơn với Pathet Lào và Liên Xô. Liên Xô đáp lại bằng cách cử đại sứ đầu tiên của họ đến Lào. Ngoài sự hỗ trợ ngoại giao này, Liên Xô bắt đầu vận chuyển vũ khí từ Hà Nội đến các lực lượng của Kong Le qua đường hàng không.[5] Vào cuối năm 1960, các báo cáo tình báo cho biết các cuộc di chuyển đáng kể của quân đội CSBV vào Lào, để hỗ trợ cho loạn quân Pathet Lào của Cộng sản, sự việc này gây ra mối lo ngại đáng kể ở Hoa Thịnh Đốn và đặc biệt ở Tòa Bạch ốc của ông Eisenhower.[6] Trước đó, Giám đốc CIA Allen Dulles đã đưa ra báo cáo của riêng ông, trong đó xác nhận Trung Cộng, CSBV và Nga đang ủng hộ Pathet Lào. Mặc dù rất khó xác định mức độ giúp đỡ của họ, ông

[3] Langer và Zasloff, *Miền Bắc Việt Nam và Pathet Lào*, 202–205.

[4] Charles A. Stevenson, *Đoạn Cuối của Con Đường Chẳng Dẫn tới Đâu: Chính Sách của Mỹ đối với Lào từ Năm 1954 - The End of Nowhere: American Policy toward Laos since 1954* (Boston: Beacon Press, 1972), 40–41. *Xem tiếp phần này ở cuối chương.*

[5] Langer và Zasloff, *Miền Bắc Việt Nam và Pathet Lào*, 202–205.

[6] Bộ Ngoại giao Hoa Kỳ, "Bản ghi nhớ về Hội nghị với Tổng thống, Tòa Bạch ốc, Hoa thịnh Đốn, ngày 31 tháng 12 năm 1960, 11:30 giờ sáng/ United States Department of State, "Memorandum of a Conference with the President, White House, Washington, December 31, 1960, 11:30 a.m.", trong Liên Hệ Ngoại Giao của Hoa Kỳ 1958-1960 -FRUS, 1958–1960, tập. 16, Khu vực Đông Á - Thái Bình Dương; Cam Bốt; Lào - East Asia–Pacific Region; Cambodia; Laos (Washington, D.C: U.S Government Printing Office, 1992), 1025.

Dulles tin rằng họ viện trợ đáng kể cho Lào. Ví dụ, Liên Xô đã mở rộng khả năng không vận của Cộng sản trong khu vực bằng cách cung cấp các máy bay vận tải AN-12. Vào ngày 26 tháng 12, nhà lãnh đạo Liên Xô Nikita Khrushchev nói với đại sứ Anh, "Mạc Tư Khoa xem hoạt động hiện tại ở Lào là một hoạt động lâu dài có thể kéo dài trong bảy năm mà không xảy ra chiến tranh lớn." [7] Theo rất nhiều tin tức tình báo gửi về Tòa Bạch ốc, có vẻ như Pathet Lào được hỗ trợ và tiếp tế qua thung lũng Điện Biên Phủ ở miền Bắc Việt Nam và đã chiếm đóng được toàn bộ tỉnh Phongsaly của Lào.[8] Người viết tiểu sử, John Colvin, ghi nhận rằng những người Mỹ thận trọng, chẳng hạn như Tổng thống Eisenhower, đã bắt đầu phát hiện về ông Giáp: "ông ta sẽ chộp lấy những gì ông ta với tới" [9] và Lào sẽ bị hứng chịu cả hai điều đó.

Mặc dù ông Eisenhower nói rằng ông cần thêm thông tin trước khi đưa ra kế hoạch dùng quân đội Hoa Kỳ trong việc chống lại một cuộc xâm lược của Bắc Việt vào Lào, nhưng ông đã lập luận với Hội đồng An ninh Quốc gia của ông rằng tình hình đòi hỏi phải có hành động phối hợp và quyết đoán. Vào ngày 31 tháng 12 năm 1960, tổng thống tuyên bố rằng thời gian gần kề để khai triển Đệ Thất Hạm đội của Hải quân Hoa Kỳ với lực lượng thủy quân lục chiến dự bị của họ.[10] Nhưng trước hết nhà lãnh đạo Lào không Cộng sản (lúc đó là Boun Oum) cần được hợp pháp hóa và các đồng minh của Mỹ cần được tham khảo ý kiến. Tuy nhiên, nếu Hoa Kỳ và các đồng minh không thể thống nhất có quyết định chung, thì Mỹ sẽ đơn phương hành động để bảo vệ Lào, ông nói, bởi vì nước này "không thể ngồi nhìn Lào tuột dốc mà không đối kháng." [11]

Tổng thống Eisenhower sau đó đã đưa ra các bước hành động như sau:

---

[7] Ghi chú của ban biên tập trong Liên Hệ Ngoại Giao của Hoa Kỳ 1958-1960, quyển 16, tài liệu 496, tr. 1021. Editorial note in FRUS, 1958–1960, vol. 16, document 496, p. 1021.

[8] Bộ Ngoại giao Hoa Kỳ, "Bản ghi nhớ về Hội nghị với Tổng thống, ngày 31 tháng 12 năm 1960". United States Department of State, "Memorandum of Conference with President, December 31, 1960", 1025.

[9] John Colvin, *Giáp: Núi lửa dưới tuyết/ Giap: Volcano under the Snow* (New York: Soho Press, 1996), 116–17.

[10] Bộ Ngoại giao Hoa Kỳ, "Bản ghi nhớ về Hội nghị với Tổng thống, ngày 31 tháng 12 năm 1960". United States Department of State, "Memorandum of Conference with President, December 31, 1960", 1025.

[11] Đã dẫn như trên, 1028–29.

(1) Hoa Kỳ sẽ thuyết phục thủ tướng Lào chưa chính thức là Hoàng thân Souvanna Phouma, từ chức và rời khỏi Lào để nghỉ hưu ở Pháp;

(2) Hoa Kỳ sẽ thúc đẩy Hoàng thân Boun Oum yêu cầu Quốc hội Lào hợp pháp hóa chính phủ của ông;[12]

(3) Chính phủ Hoa Kỳ sẽ củng cố vị thế của mình với chính phủ Anh và Pháp;

(4) Chính phủ Eisenhower sẽ báo động cho Tổ chức Hiệp ước Đông Nam Á (SEATO) về tình hình nghiêm trọng ở Lào, mà không kêu gọi hành động quân sự tức thời, và

(5) Hoa Kỳ sẽ thực hiện những thay đổi cần thiết về các khí tài quân sự của mình để có thể tập trung tối đa lực lượng chống lại Bắc Việt nếu một cuộc tấn công trở nên cần thiết.

Lo ngại về việc ông Diệm sẽ nhận xét gì về cuộc tấn công của Cộng sản ở Lào và phản ứng của người Mỹ đối với việc đó, ông Eisenhower cũng nói với hội đồng để thông báo với báo chí Mỹ sẽ không để Lào rơi vào tay Cộng sản ngay cả khi việc ngăn chặn đó có nghĩa là Hoa Kỳ phải đơn phương hành động.[13] Tổng thống Eisenhower sau đó đã ủy quyền cho ông Llewellyn Thompson, đại sứ Hoa Kỳ tại Liên Xô, trực tiếp chuyển lời cảnh cáo tới ông Nikita Khrushchev.[14] Ông chỉ thị ông Thompson thông báo cho nhà lãnh đạo Liên Xô biết Hoa Kỳ xem tình hình Lào đang xấu đi "với mối quan tâm nghiêm trọng" và đang di chuyển các lực lượng của Hoa Kỳ để bảo đảm, nếu cần, chính phủ hợp pháp sẽ không bị tiêu diệt, và trong trường hợp xảy ra chiến tranh lớn, nước Mỹ "không bị đặt trong tình trạng thiếu chuẩn bị để ứng phó".[15]

Vào tháng 1 năm 1961, khi Tổng thống Eisenhower trao quyền cho Tổng thống đắc cử Kennedy, họ đã thảo luận về vấn đề Lào. Tổng thống

---

[12] Chế độ của Hoàng thân Oum được chính phủ Hoa Kỳ chính thức công nhận vào giữa tháng 12 năm 1960.

[13] Bộ Ngoại giao Hoa Kỳ, "Bản ghi nhớ về Hội nghị với Tổng thống/ Memorandum of Conference with the President", ngày 31 tháng 12 năm 1960, 1028–29.

[14] Xem Patrick Anderson, *Những Người của Tổng Thống: các Viên chức Phụ tá tại Tòa Bạch ốc của các ông Franklin D. Roosevelt, Harry S. Truman, Dwight D. Eisenhower, John F. Kennedy và Lyndon B. Johnson - The President's Men: White House Assistants of Franklin D. Roosevelt, Harry S. Truman, Dwight D. Eisenhower, John F. Kennedy and Lyndon B. Johnson* (Garden City, N.Y: Doubleday, 1969), 285.

[15] "Bản ghi nhớ về Hội nghị với Tổng thống/Memorandum of Conference with the President", December 31, 1960, 1028–29.

sắp mãn nhiệm nói rõ: vì những lý do chiến lược, vấn đề Lào không thể bỏ qua." Ý của ông là nếu Lào rơi vào tay Cộng sản, sẽ chỉ là vấn đề thời gian dẫn tới sự sụp đổ của các nước: VNCH, Cam Bốt, Thái Lan và Miến Điện . . . Tổng thống Eisenhower xúc động nói rằng Lào là cửa ngõ của toàn bộ khu vực Đông Nam Á." [16] Để chứng minh Nga, Trung Cộng và CSBV quyết tâm đánh chiếm Lào, ông Eisenhower giới thiệu sơ lược về lịch sử chính trị gần đây của nước này. Cộng sản không được phép can thiệp vào nội bộ chính phủ Lào, ông nói thêm; nếu không họ sẽ nắm quyền bằng phương thức đó như họ đã làm ở Trung Cộng.[17]

Ông Kennedy dường như đã bị ông Eisenhower thuyết phục, và Lào trở thành mối quan tâm số một về chính sách đối ngoại của ông. Trong vòng hai tuần đầu tiên sau khi nhậm chức, khi ông Theodore Sorensen, cố vấn đặc biệt của Tổng thống Kennedy, được yêu cầu xác định các ưu tiên về chính sách đối ngoại của chính phủ, ông Sorensen đã trả lời, "Lào." Ông cũng trả lời như vậy ("Lào") cho câu hỏi, "Còn Việt Nam thì sao?" [18] Ông Kennedy dường như cũng đồng ý với đánh giá của ông Eisenhower rằng nên cho quân đội Mỹ sang Lào nếu cần. Tuy nhiên, như chúng ta sẽ thấy, việc ông Eisenhower đối đầu với vấn đề Lào đã không có ảnh hưởng lâu dài lên chính sách đối ngoại của ông Kennedy. Trước hết, ông Kennedy không phải là một vị tướng như ông Eisenhower, và câu hỏi về Lào đã trở thành một vấn đề đối với ông khi ông biết được chi tiết thực sự về việc can thiệp quân sự. Thứ hai, các ưu tiên của ông đã thay đổi khi ông bắt đầu hiểu tình hình Việt Nam trở nên nghiêm trọng như thế nào. Thật vậy, trong thời

---

[16] "Bản ghi nhớ về Hội nghị ngày 19 tháng 1 năm 1961 giữa Tổng thống Eisenhower và Tổng thống đắc cử Kennedy về Chủ đề Lào/ Memorandum of Conference on January 19, 1961 between President Eisenhower and President-elect Kennedy on the Subject of Laos", bản sao của bản ghi nhớ gốc năm 1961 được ông Clark Clifford gửi cho Tổng thống Johnson, ngày 29 tháng 9 năm 1967, trong *Năm 1956 người Pháp rút lui–1960 -1956 French Withdrawal–1960*, section V.B.3.d of bk. 10, mục VB3.d, cuốn số 10 của Quan hệ Hoa Kỳ-Việt Nam, 1945–1967: Nghiên cứu do Bộ Quốc phòng, Quốc hội, Hạ viện, Ủy ban Quân vụ, 1360–63 - United States-Vietnam Relations, 1945–1967: Study Prepared by the Department of Defense, by Congress, House, Committee on Armed Services, 1360–63.

[17] Đã dẫn như trên.

[18] John P. Leacos, *Hỏa hoạn Trong Giỏ đựng Thư từ: Kiến thức Căn bản về Bộ Ngoại giao - Fires in the In-Basket: The ABC's of the State Department* (Cleveland: World Publishing, 1968), 89.

kỳ đầu của nhiệm kỳ, tổng thống đã thốt lên sự thất vọng, "Ông Eisenhower đã nói vắn tắt cho tôi biết về mọi thứ — trừ Việt Nam."[19] Ông Kennedy không ngừng đổ lỗi cho ông Eisenhower. Ông cũng bắt đầu nghi ngờ về hiệu quả và sự chuyên nghiệp của Bộ Ngoại giao. Ông ta tin rằng họ đã thất bại hết lần này đến lần khác, và đã có thông tin đề cập đến việc ông nói với cố vấn an ninh quốc gia của ông rằng: "Một ngày ở Tòa Bạch ốc tôi làm được nhiều việc hơn so với sáu tháng họ làm việc ở Bộ Ngoại giao." Ông ấy cũng nói, "Người làm trong bộ đó không bao giờ có bất kỳ một sáng kiến nào. Bộ Ngoại giao thật là vô tích sự." [20] Đó là những lời nặng nề, không có gì để nghi ngờ nữa, nhưng cũng là những lời của một người sợ hãi về những hỗn loạn mà ông đã nhìn thấy ở Đông Nam Á.

Khởi đầu, và bề ngoài, Toán đặc nhiệm Lào của ông Kennedy tỏ ra ủng hộ việc can thiệp vào Lào với xu hướng sử dụng lực lượng trên bộ nếu cần. Ngay cả ông Kennedy lúc đầu cùng ngả theo hướng đó, "ông ấy đã sớm chán nản với triển vọng [dùng lực lượng quân sự]. Tùy viên quân sự của ông viết ông đã 'kinh ngạc tột cùng' khi biết nếu chỉ gửi 10.000 quân đến Đông Nam Á, trên thực tế sẽ không còn lực lượng dự bị chiến lược nào có thể sử dụng cho bất kỳ trường hợp nào khác. Lực lượng quân sự đó cũng không thể được khai triển với tốc độ cần thiết để chống lại bất kỳ sự can thiệp quy mô lớn nào của Trung Cộng."[21]

Toán đặc nhiệm Lào của ông Kennedy gồm Phụ tá Ngoại trưởng J. Graham Parsons; vị phó của ông này là ông John Featves; Phụ tá Bộ trưởng Quốc phòng Paul Nitze; một số viên chức CIA; chủ tịch Hội đồng Tham mưu trưởng Liên quân; ông Walt Rostow, đại diện cho Tòa Bạch ốc; và một số viên chức Bộ Ngoại giao ở cấp thấp hơn. Theo nhà sử học Charles A. Stevenson, các viên chức này là những người có nhiều khả năng áp dụng cách đối phó cứng rắn chống lại Cộng sản can thiệp vào Lào. Hai ông Parsons và Regives đã biết chi tiết về những gì đang diễn ra ở Lào, và họ cũng thiếu tin tưởng vào ông Souvanna. Họ thực sự sẵn sàng ủng hộ việc can thiệp bằng quân sự nếu nó được chứng minh là cần thiết, và họ không cho đó là một vấn đề đối với một vị tổng thống thường xuyên nói cần "hành động".[22]

[19] Leacos, *Hỏa hoạn Trong Gió*, 89.

[20] Smith Simpson, *Phân tích Bộ Ngoại giao/ Anatomy of the State Department* (Boston: Beacon Press, 1968), 228.

[21] Stevenson, *Con Đường chẳng Dẫn tới Đâu/ End of Nowhere*, 135.

[22] Đã dẫn như trên.

Tuy nhiên, trước khi Toán đặc nhiệm có thể đưa ra các đề xuất của nhóm, ông Kennedy đã bị giới truyền thông đặt vô số câu hỏi về Lào, trước các máy thu hình và thu âm ông đã bộc lộ bản năng chính trị của ông ta. Ông cho biết ông muốn có một giải pháp ngoại giao chứ không phải một hành động quân sự. Trong cuộc họp báo đầu tiên của ông, vào ngày 25 tháng 1 năm 1961, ông nói Hoa Kỳ đang tìm cách thiết lập một "quốc gia độc lập, hòa bình, không theo phe nào" ở Lào.[23] Ông Kennedy lập lại giải pháp mà ông hy vọng này trong cuộc họp báo vào ngày 23 tháng 3 năm 1961:

Thứ nhất, chúng tôi ủng hộ một cách mạnh mẽ và kiên quyết mục tiêu về một nước Lào trung lập và độc lập, không gắn bó với thế lực và phe nhóm bên ngoài, không đe dọa bất kỳ ai và không bị bất kỳ sự thống trị nào. Chúng tôi tha thiết ủng hộ đàm phán mang tính xây dựng giữa các quốc gia liên quan và giữa các nhà lãnh đạo của Lào có thể giúp Lào trở lại con đường độc lập và trung lập thực sự. . . . Chúng tôi luôn ý thức về nghĩa vụ mà tất cả các thành viên của Liên hiệp quốc đặt ra là phải tìm kiếm các giải pháp hòa bình cho loại vấn đề này. Tôi muốn nói rõ với dân chúng Mỹ và tất cả thế giới rằng tất cả những gì chúng tôi mong muốn cho Lào là hòa bình, không phải chiến tranh; một chính phủ thực sự trung lập, không phải là một con tốt trong chiến tranh lạnh; một cuộc dàn xếp được thành hình tại bàn hội nghị chứ không phải trên chiến trường. Chúng tôi sẽ không khiêu khích, bị mắc kẹt hoặc bị lôi kéo vào tình huống này hoặc bất kỳ tình huống nào khác.[24]

Khi ông Kennedy nói với báo chí về ngoại giao và hòa bình, Toán đặc nhiệm về Lào của ông đã bàn về việc lựa chọn can thiệp bằng quân sự. Một quan sát viên chính của các cuộc thảo luận này là ông Roger Hilsman, người mà Bộ trưởng Quốc phòng của Kennedy, ông Robert McNamara, mô tả là một người tốt nghiệp tại trường Võ bị West Point "thông minh, cứng rắn, nói năng hoạt bát, từng tham gia chiến tranh du kích trong Thế chiến thứ II và sau đó trở thành một học giả".[25] Ông Hilsman

---

[23] Đã dẫn như trên.

[24] John F. Kennedy, "Họp báo của Tổng thống ngày 23 tháng 3 năm 1961", trong Công báo của các Tổng thống Hoa Kỳ: John F. Kennedy, tập. 1, 1961 -Public Papers of the Presidents of the United States: John F. Kennedy, (Washington, D.C: U.S. Government Publishing Office, 1962), tài liệu 92, tr. 214.

[25] Robert S. McNamara, *Nhìn lại: Bi kịch và Bài học của Việt Nam/ In Retrospect: The Tragedy and Lessons of Vietnam*, with Brian Van- DeMark (New York: Random House, 1995), 52.

đã từng là giáo sư về chính trị quốc tế tại Đại Học Princeton trước khi tham chính. Trong Thế chiến Thứ Hai, ông phục vụ cho một đơn vị biệt kích của Quân đội Hoa Kỳ ở Miến Điện, lúc quân Nhật Bản chiếm đóng, được gọi là Merrill's Marauders.[26] Trong những ngày đầu của nhiệm kỳ tổng thống Kennedy, ông Hilsman là giám đốc nghiên cứu và tình báo của Bộ Ngoại giao và là người đề xuất chính về "cách tiếp cận chính trị" với Lào, một đề xuất nhấn mạnh đến "hành động chính trị, kinh tế và xã hội, trong đó các biện pháp quân sự được đan xen và hiệu chỉnh rất cẩn thận".[27] Những ý tưởng của ông về việc đánh loạn quân Cộng sản gần như tương tự với ý tưởng của Ngài Robert Thompson, một nhà tư duy về quân sự mà ông Hilsman kính trọng và ngưỡng mộ.[28] Ông Hilsman khuyến cáo, "Hãy bảo vệ người dân, đừng chú trọng đánh đuổi Việt Cộng, hãy dùng quân đội để bảo vệ người dân. Đằng sau hậu trường đó, tập trung cải cách xã hội và chính trị."[29]

Ông Hilsman quan sát hầu hết các cuộc thảo luận của Toán đặc nhiệm bàn về việc can thiệp quân sự, ông nhận thấy các cuộc bàn thảo này đều diễn ra trong bối cảnh của Chiến tranh Triều Tiên. Ông ghi nhận rằng nhiều kế hoạch gia quân sự coi sự bế tắc về kết cuộc của Chiến tranh Triều Tiên là một điều sỉ nhục. Họ tin những hạn chế đặt ra về việc ném bom ở phía bắc sông Áp Lục và những ràng buộc khác về việc sử dụng vũ lực đã ngăn cản khả năng chiến thắng của quân đội.[30] Kết quả là, Bộ Tham mưu Liên quân đã đi đến một vị thế giống như một định luật: Hoa Kỳ không bao giờ nên tham chiến trên bộ có giới hạn hoặc bị hạn chế ở Châu Á. Hệ quả của nó là: nếu Hoa Kỳ phải tham chiến trên bộ ở châu Á, họ không thể giới hạn vũ lực của họ mà phải tính đến việc dùng vũ khí hạt nhân.[31]

---

[26] Larry E. Cable, *Xung đột của những Huyền thoại: Sự Phát triển của Học thuyết Chống nổi loạn của Hoa Kỳ và Chiến tranh Việt Nam/ Conflict of Myths: The Development of American Counterinsurgency Doctrine and the Vietnam War* (New York: New York University Press, 1986), 197.

[27] Ellen J. Hammer, *Một Cái Chết vào Tháng 11: Nước Mỹ ở Việt Nam, 1963/ A Death in November: America in Vietnam, 1963* (New York: E. P. Dutton, 1987), 39.

[28] Cable, *Xung đột của những Huyền thoại/ Conflict of Myths*, 197

[29] Hammer, *Một cái Chết vào tháng 11// A Death in November,*39.

[30] Martin E. Goldstein, *Chính sách của Mỹ đối với Lào / American Policy toward Laos* (Cranbury, NJ: Associated University Presses, 1973), 234

[31] Đã dẫn như trên.

Toán đặc nhiệm dự đoán nếu Cộng sản chiếm Lào, họ sẽ dùng được tuyến đường xâm lăng Bắc-Nam, sau này được gọi là Đường mòn Hồ Chí Minh, cắt qua trung tâm Đông Nam Á, cho phép Cộng sản gây áp lực lên miền Nam Việt Nam, Cam Bốt và Thái Lan qua vùng đất thấp của đồng bằng sông Mekong (đó là những gì xảy ra sau này). Điều đó cũng xác định nếu có một nỗ lực nhằm ngăn chặn việc đó, lực lượng vũ trang Mỹ sẽ được đưa vào Đông Nam Á một cách hạn chế, một cuộc chiến kiểu Triều Tiên có thể sẽ xảy ra. Ngược lại, nếu lực lượng vũ trang của Mỹ được sử dụng không hạn chế thì cuộc chiến có thể leo thang thành Thế chiến thứ III.

Cả hai phương án tiềm năng này đều không hấp dẫn đối với Tổng thống Kennedy, cũng như cái giá chính trị mà tổng thống phải trả khi để mất vùng Đông Nam Á. Vì vậy, ông đã lựa chọn giải pháp ngoại giao nhằm vào sự trung lập của Lào thay vì can thiệp quân sự. Ông lý luận, nếu các cuộc đàm phán ngoại giao không có kết quả, Hoa Kỳ có thể đe dọa sử dụng vũ lực. Tuy nhiên, lời đe dọa này chỉ là thùng rỗng kêu to mà thôi, và kế hoạch trung lập cho Lào của ông Kennedy sẽ thành mây khói khi Cộng sản hiểu được điều đó — và mọi sự đã xảy ra theo trình tự kể trên.[32]

Cần lưu ý khái niệm về một dàn xếp qua thương lượng sẽ dẫn đến trung lập của Lào đã không tự phát xuất từ nỗi sợ hãi của tổng thống. Thay vào đó, tất cả các dấu chỉ, có thể được chứng minh bằng các tài liệu, cho thấy chính sách đó đã được Thứ trưởng Ngoại giao Chester Bowles thì thầm vào tai ông Kennedy. Trong chiến dịch tranh cử, Tổng thống Kennedy đã tuyên bố ông Bowles là cố vấn chính của ông về chính sách đối ngoại. Nhưng lời khuyên của ông Bowles về Lào, được ghi nhận qua lời chứng của chính ông, dường như dựa trên ước vọng lý tưởng của riêng ông Bowles hơn là kiến thức của ông về Đông Nam Á:

Tôi tin rằng cách tiếp cận thực tế duy nhất là kéo dài thời gian mà chúng ta có thể có bằng cách duy trì cân bằng sức mạnh quân sự, nhưng không quên bản chất mong manh của nó. Chúng ta chỉ có thể hy vọng trong thời kỳ này, LHQ cần thiết lập một cơ chế duy trì hòa bình được nhiều người ủng hộ, mà cuối cùng cơ chế đó sẽ trở thành nền móng cho trật tự thế giới. Vì tổng thống mới của Mỹ là nhà lãnh đạo thế giới với phong trào tự do mà tôi hình dung, nhiều nhóm lợi ích chấp nhận tình trạng hiện tại sẽ phản đối. Nhưng đứng về phía ông ta sẽ là tất cả các sức mạnh nhân bản yểm trợ cho tự do, được tuyên dương trong cuộc Cách mạng của chính chúng ta, dần dà

---

[32] Đã dẫn như trên.

phát triển và hiện đang truyền cảm hứng cho các nhà lãnh đạo trẻ trên khắp thế giới.[33]

Ông Bowles coi thường cách ông Eisenhower tiếp cận với Lào, gọi đó là "một trong những nỗ lực kinh hoàng, ngây thơ, sai lầm và cách quản lý nỗ lực tồi tệ nhất mà tôi thấy trong vài năm qua".[34]

Bất kể ông Bowles và ông Kennedy nghĩ gì hoặc hy vọng sẽ ổn định tình hình ở Lào, ông Võ Nguyên Giáp biết chính xác những gì phải làm ở đó để tấn công những thế lực rõ ràng đang hỗ trợ cho VNCH. Ông Giáp sinh ngày 28 tháng 8 năm 1911 tại làng An Xá, tỉnh Quảng Bình. Giống như hai ông Ngô Đình Diệm và Hồ Chí Minh, ông Giáp sinh ra tại miền Trung Việt Nam, nơi trước đây được gọi là An Nam. Không thể phủ nhận ông là một người khác thường: ngay từ nhỏ, ông đã thể hiện trí thông minh vượt trội và năng lực lãnh đạo và tổ chức độc đáo. Tham gia chính trị từ lúc thiếu thời, ông gia nhập đảng Cộng sản vào đầu thập niên 1930. Ông lấy bằng cử nhân luật và kinh tế chính trị tại Đại học Tổng hợp Hà Nội vào tháng 7 năm 1937.[35] Ông làm phóng viên cho mấy tờ báo cách mạng trong vài năm và đến năm 1940 ông dạy môn lịch sử tại một trường tư thục gần Hà Nội.[36] Ngày 22 tháng 12 năm 1944, Ông Giáp đã coi sóc việc thành lập một đơn vị tuyên truyền quân sự đầu tiên, sau này trở thành Quân đội Giải phóng Nhân dân Việt Nam.[37] Khởi đầu với ba mươi bốn binh sĩ, cuối cùng ông đã chỉ huy hơn một triệu quân trong cuộc chiến với người Mỹ. Mặc dù ông đã mắc một số sai lầm tai hại trong các chiến dịch chống lại người Pháp và Mỹ, nhưng cuối cùng ông vẫn chiến thắng.[38]

Khi thành lập quân đội, ông Giáp đã dùng kiến thức lịch sử Việt Nam và quân sự. Ông là một người rất ngưỡng mộ Napoléon Bonaparte và có thể kể lại chi tiết các chiến dịch và trận đánh của vị chỉ huy người Pháp trong các bài giảng nhanh chóng kèm theo các bản đồ chính xác được vẽ trên

---

[33] Chester, Bowles, *Lời hứa Sẽ Giữ: Những Năm Tháng Tham chính của Tôi, 1941–1969/ Promises to Keep: My Years in Public Life, 1941–1969* (New York: Harper and Row, 1971), 286–87.

[34] Đã dẫn như trên, 334.

[35] Peter Macdonald, *Giáp: Kẻ Chiến thắng ở Việt Nam/ Giap: The Victor in Vietnam* (New York: W. W. Norton, 1993), 16–17, 22.

[36] William J. Duiker, *Con Đường Phát triển Quyền lực của Cộng sản ở Việt Nam- The Communist Road to Power in Vietnam* (Boulder, CO: Westview Press, 1996), 69.

[37] Đã dẫn như trên, 83.

[38] Macdonald, Giáp: *Kẻ Chiến thắng/ Giap: The Victor*, 17

bảng đen. Mặc dù ông nghiên cứu kỹ lưỡng về các nhân vật Lenin, Marx, Engels và Mao để hiểu rõ hơn bản chất của chiến tranh cách mạng, nhưng ông vẫn thừa nhận với tướng Pháp Raoul Salan rằng ông đã khám phá ra bí quyết thành công của chiến tranh du kích từ một nhà quân sự người Anh: T.E. Lawrence, thường được biết đến với tên Lawrence of Arabia. Tác phẩm nổi tiếng của ông này, *Bảy Trụ cột của Trí Tuệ* (xuất bản năm 1935), đã cho ông Giáp "những ví dụ thực tế về cách dùng lực lượng quân sự nhỏ để đạt được hiệu quả tối đa về chiến thuật và chiến lược." [39]

Kiến thức của ông Giáp về thực tế chiến tranh không quy ước ở Đông Dương, ngay từ đầu đã giúp ông xem Lào là trọng điểm chiến lược của mình. Mặc dù là người Cộng sản, nhưng ông Giáp đã thể hiện những phẩm chất của một nhà lãnh đạo triết học Nho giáo: tôn trọng tư tưởng chiến lược của Tôn Tử, lòng kiên nhẫn đáng kinh ngạc và một tầm nhìn dài hạn. [40] Vì vậy, ông Giáp coi Lào là một phần của chiến lược tổng hợp để giành chiến thắng trong cuộc chiến ở Việt Nam. Thật vậy, người viết tiểu sử của ông Giáp, ông John Colvin, đã giải thích cách mà ông Giáp sử dụng Lào trong cuộc chiến ông chỉ huy chống Pháp. [41]

Về quyết định của ông Kennedy tham gia vào các cuộc đàm phán giúp Lào trung lập, nhiều nhà quan sát cho rằng ông dường như đã coi nhẹ tầm quan trọng chiến lược của nước này đối với Bắc Việt. Vào tháng 4 năm 1961, cố vấn Tòa Bạch ốc Theodore C. Sorenson kêu gọi "một cách tiếp cận thực tế hơn" đối với Việt Nam. Trong một bản ghi nhớ gửi cho tổng thống, ông viết, "Trong phạm vi mà kế hoạch [của chính phủ] cần thành công trong việc trói chân người Cộng sản ở Lào hoặc làm cho họ hao tổn, thiếu lực lượng tăng cường, hoặc ngăn chặn việc họ dùng các hành lang tiếp tế và chuyển quân, hoặc ngăn được xâm nhập của Cộng sản vào đất Lào... kết quả rất đáng nghi ngờ." [42] Toán đặc nhiệm của tổng thống về miền Nam

---

[39] Đã dẫn như trên, 23.

[40] Đã dẫn như trên, 41–42.

[41] Sau chiến dịch Sông Hắc Giang năm 1952, ông Giáp rút quân để tập hợp lại, bổ sung tổn thất về quân số và thiết bị, đồng thời lên kế hoạch tấn công sang Lào. Cơ hội để phân chia lực lượng của Liên hiệp Pháp một lần nữa và tập trung Việt Minh để tấn công kẻ địch đã suy yếu và phân tán ở Đồng bằng sông Hồng, Lào, Bắc Kỳ hoặc Tây Nguyên, là khía cạnh chiến lược được ông Giáp nhận thức rõ ràng. Vào tháng 4 năm 1953, quân đội của ông ta tiến công vào Lào gồm nhiều sư đoàn". Colvin, *Giáp*, 113.

[42] Theodore C. Sorenson, "Bản ghi nhớ từ Cố vấn đặc biệt của Tổng thống (Sorenson) với Tổng thống/ "Memorandum from the President's Special Counsel (Sorenson) to the

Việt Nam cũng nghi ngờ về kết quả của cuộc đàm phán với Lào. Các thành viên Toán đặc nhiệm đã quan sát mối quan hệ giữa Cộng sản Pathet Lào, phe Lào trung lập, và cuộc tấn công của Cộng sản ở miền Nam Việt Nam.[43] Nói cách khác, mối liên hệ giữa ý định của Cộng sản đã được đưa ra và các tranh chấp bạo lực thực tế đã xảy ra ở Lào và Việt Nam là điều rõ ràng để nhận ra một chiến dịch được tổ chức rất bài bản từ Hà Nội. Hơn nữa, các thành viên của Toán đặc nhiệm đã cảnh cáo Tổng thống Kennedy nếu các cuộc đàm phán về việc trung lập hóa Lào không thể thực thi và giám sát được, sẽ dẫn đến tình trạng biên giới giữa Lào và Việt Nam bị bỏ trống. Kết quả sẽ là lá bài tốt lọt vào tay của Cộng sản.[44]

Có điều khác nữa để giúp chúng ta hiểu về tình hình chính trị của vùng Đông Nam Á: những nỗ lực truyền thống của Việt Nam nhằm khẳng định vị thế bá chủ của họ trên ít nhất một phần của những gì mà người Pháp trong thế kỷ trước đã chỉ định là nước Lào.[45] Nói cách khác, CSBV xem Lào không chỉ đơn giản là một con đường lưu thông cho quân đội Bắc Việt và tiếp liệu để Cộng sản chinh phục miền Nam Việt Nam mà họ còn tính đến chuyện chiếm đóng một phần lãnh thổ nước Lào. Ý đồ này của Cộng sản Việt Nam có thể được nhận thấy qua trận đánh vào mùa xuân năm 1961, khi họ bắt đầu đánh chiếm, cùng với các chiến binh Pathet Lào, gần như toàn bộ vùng trung nguyên của Lào. Bất chấp cuộc tấn công này của Cộng sản và những lời cảnh cáo từ cả hai Toán đặc nhiệm của ông, Tổng thống Kennedy vẫn tiếp tục các cuộc đàm phán về Lào. Vào tháng 4 năm 1961, ngay sau khi Hoa Kỳ thất bại tại Vịnh Con Heo ở Cuba, Hoa Kỳ và Liên Xô đã đồng ý về một lệnh ngừng bắn ở Lào. Sau đó, từ ngày 16 tháng 5 năm 1961 đến ngày 23 tháng 7 năm 1962, các phe gặp nhau ở Geneva tại Hội nghị Quốc tế để Giải quyết các Vấn đề Lào đã đàm phán và thông qua Tuyên

President", ngày 28 tháng 4 năm 1961, Washington, trong Liên Hệ Ngoại Giao của Hoa Kỳ 1961-1963-FRUS, 1961–1963, vol. 1, document 37, pp. 84–85

[43] Roswell Gilpatric, "Chương trình hành động nhằm ngăn chặn sự thống trị của Cộng sản ở miền Nam Việt Nam", tài liệu đính kèm "Bản ghi nhớ của Thứ trưởng Quốc phòng (Gilpatric) gửi Tổng thống", "A Program of Action to Prevent Communist Domination of South Vietnam", attachment to "Memorandum from the Deputy Secretary of Defense (Gilpatric) to the President", May 3, 1961, Washington, in FRUS, 1961–1963, vol. 1, document 42, p. 93.

[44] "Ảnh hưởng của các cuộc đàm phán này đối với tình hình Việt Nam sẽ gấp ba lần...*Xem tiếp ở cuối chương.*

[45] Langer và Zasloff, Miền Bắc Việt Nam và Pathet Lào/ North Vietnam and Pathet Lao, 1.

cáo Trung lập của Lào. Mười bốn chủ thể ký tên trong tuyên cáo đồng ý không can thiệp vào Lào và chấm dứt các hoạt động quân sự ở nước này.

Hai học giả Đông Nam Á - ông Paul F. Langer và ông Joseph J. Zaslov - ghi nhận, thể theo tuyên cáo, quân đội Mỹ và Philippines chiến đấu bên phía chính phủ Hoàng gia Lào đã rút ra khỏi nước này. CSBV không rút khoảng mười nghìn quân họ dùng làm lực lượng chủ chốt hỗ trợ Pathet Lào. CSBV không công nhận đoàn quân này còn ở Lào. Ủy ban Kiểm soát Đình Chiến Quốc tế (ICC) vận hành thiếu hiệu quả, không chặn được mưu toan này vì Ba Lan, thành viên đại diện phe Cộng sản của ICC, có thể phủ quyết hoặc cản trở bất kỳ cuộc điều tra nào họ nghĩ có thể phanh phui ra sự thật.[46] Lẽ ra chính phủ của ông Kennedy có thể dễ dàng nhận thấy CSBV không có ý định tôn trọng tính trung lập của nước Lào, bởi vì họ đã công khai chỉ trích việc kiểm soát và chế tài của quốc tế ngay từ đầu các cuộc họp ở Geneva, tuyên bố nền trung lập của Lào phải do chính người Lào bảo vệ. Các đồng minh Pathet Lào của họ đe dọa không chấp nhận các cuộc thanh tra của một cơ quan quốc tế.[47]

Vào thời điểm bản tuyên cáo được ký kết, Bắc Việt và Pathet Lào kiểm soát phần lãnh thổ Lào gần như tương đương với phần lãnh thổ Việt Nam trong tay Việt Minh vào cuối cuộc chiến với Pháp vào năm 1954. Như vậy, Cộng sản kiểm soát khoảng một nửa lãnh thổ Lào.[48] Sau khi bản tuyên cáo được đưa ra, quân đội CSBV tiếp tục chiếm lãnh thổ này và tùy ý qua lại giữa Lào và CSBV. Cộng sản được lợi ròng ở Lào, và thỏa ước chỉ là một văn bản xác nhận.[49] Người nghiên cứu quân sử và chiến lược không thể phủ nhận sai lầm nghiêm trọng này của những người ủng hộ một cách nhiệt thành chính sách mới về Lào của ông Kennedy. Kinh nghiệm của người Pháp, vốn đã dồi dào hơn so với người Mỹ, và sức mạnh quân sự của họ không thể giúp họ chiến thắng, vậy mà nhóm ủng hộ chính sách này vẫn tin nó sẽ thành công. Như ông Robert Thompson đã nói, "Kinh nghiệm của người Pháp ở Đông Dương hầu như đã bị bỏ qua và coi thường".[50]

---

[46] Đã dẫn như trên.

[47] Đã dẫn như trên.

[48] "Bắc Việt nghĩ họ đã đạt được những lợi ích đáng kể: Không chỉ khu vực Đường mòn Hồ Chí Minh giờ đây đã nằm trong tay Cộng sản... *Xin xem tiếp phần này ở cuối chương.*

[49] Đã dẫn như trên.

[50] Thomas C. Thayer, "Phương thức về kinh nghiệm của người Pháp và người Mỹ ở Việt Nam", trong *Những Bài học về Việt Nam/ The Lessons of Vietnam*, W. Scott Thompson và Donaldson D. Frizzell (New York: Crane, Russak, 1977), 35–36.

Nhiều năm sau, khi Mỹ tham chiến ở VNCH, những khó khăn họ gặp phải chứng minh thêm là họ không đạt được các mục tiêu của giải pháp về Lào mà họ đã đề ra. Vào lúc đó, theo ông Douglas Pike, Cộng quân hoàn toàn kiểm soát Pathet Lào. Năm 1968, có hơn bốn mươi nghìn quân Bắc Việt trong khu vực mà Pathet Lào kiểm soát tại Lào, và mọi quyết định của Pathet Lào đều dựa trên ý kiến của các cố vấn Bắc Việt.[51] Nói cách khác, CSBV thống trị phần lớn lãnh thổ Lào.

Mất tinh thần trước chính sách của chính phủ của ông Kennedy về nước Lào, Tổng thống Diệm càng nghi ngại người Mỹ. Căng thẳng ngày càng tăng giữa ông và Bộ Ngoại giao Hoa Kỳ, bất chấp những nỗ lực của Đại sứ Nolting, khiến đại sứ đặc nhiệm của Tổng thống Kennedy là ông W. Averell Harriman và phe của ông ta trong Bộ Ngoại giao đòi truất phế tổng thống Việt Nam. Tuy nhiên, như người Mỹ nhận thấy, bất cứ điều gì họ quyết định về ông Diệm sẽ không thay đổi thực trạng là Lào đã được trao cho Bắc Việt.

Tại thời điểm này, cần phải xem xét kỹ hơn về ông W. Averell Harriman, người đứng đầu Toán đặc nhiệm, người chỉ đạo chính sách của Mỹ ở Lào và sứ vụ của Đại sứ Nolting tại VNCH. Là con trai của một nhà tài phiệt về đường xe lửa, ông Harriman đã thành danh và nổi tiếng trong xã hội thượng lưu Hoa Kỳ. Từng giữ nhiều vị trí chính trị quan trọng, kể cả bộ trưởng Thương mại và đại sứ tại Liên Xô, ông có thế lực và ảnh hưởng lớn. Cuối năm 1961, khi Tổng thống Kennedy bổ nhiệm ông Harriman làm Phụ tá ngoại trưởng phụ trách các vấn đề Viễn Đông, Tổng thống mô tả ông là người đã từng đảm nhiệm "nhiều công việc quan trọng không thua bất kỳ người Mỹ nào trong lịch sử Hoa Kỳ, ngoại trừ ông John Quincy Adams."[52]

Với sự nghiệp chính trị lâu đời, đầy uy tín và số tiền ông đóng góp cho chiến dịch tranh cử tổng thống của ông Kennedy, ông Harriman là một viên chức chủ chốt trong chính phủ của ông Kennedy. Ông Harriman đã đóng góp hơn ba mươi nghìn Mỹ kim cho chiến dịch tranh cử. Mặc dù chiến dịch tranh cử của tổng thống xoay quanh lý tưởng của giới trẻ Mỹ, danh sách nội các của ông Kennedy không thể thiếu tên của một chính khách khả kính như ông Harriman. Ngay sau cuộc bầu cử, các cố vấn đặc biệt là ông Arthur Schlesinger và ông John Kenneth Galbraith trình việc này cho vị tổng thống

[51] Douglas Pike, *Chiến tranh, Hòa bình và Việt Cộng/ War, Peace, and the Viet Cong* (Cambridge, MA: MIT Press, 1969), 44.

[52] John F. Kennedy, "Buổi Họp báo của Tổng thống ngày 29 tháng 11 năm 1961/ The President's News Conference of November 29, 1961", in Kennedy, Public Papers, vol. 1, document 488, p. 760.

mới, người đã trả tất cả các khoản nợ chính trị của mình, ngoại trừ ông Harriman. Hai ông này nói với ông Kennedy, một chính phủ Dân chủ thiếu ông Harriman là điều không tưởng, và ông Kennedy đã yêu cầu ông Harriman thiết kế công việc cho riêng ông trong Bộ Ngoại giao. Vào ngày 30 tháng 12 năm 1960, ông Harriman tuyên thệ nhậm chức đại sứ đặc nhiệm, vai trò có tiền lệ là ông Benjamin Franklin.[53] Khi ông Harriman tham chính lần nữa ở Hoa Thịnh Đốn sau nhiệm kỳ thống đốc Tiểu bang New York từ năm 1955 đến năm 1958, ông tìm cách có thêm ảnh hưởng chính trị bằng cách nhận làm đầu tàu để giải quyết vấn đề Lào.[54] Ông có một mối quan hệ lâu dài với Liên Xô trong suốt Thế chiến thứ II, trong chức vụ Trưởng đoàn thực thi Chương trình "Lend-Lease" của chính quyền Roosevelt, cho đồng minh của Hoa Kỳ là Nga Xô mau chóng "thuê, vay" vật liệu và chiến cụ.[55] Qua các giao dịch ban đầu với Liên Xô, ông Harriman đã hiểu rõ về cách họ đàm phán, và nói chung, ông có thể diễn giải ý định của họ một cách khá chính xác.[56] Dựa trên kinh nghiệm bản thân, trong các cuộc đàm phán về Lào, ông Harriman tin tưởng Liên Xô sẽ giữ lời hứa gây áp lực để Pathet Lào và chính phủ bảo trợ họ là Bắc Việt tuân thủ hiệp định. Theo Đại sứ Nolting, ông Harriman nói, với linh tính của một chuyên gia như ông, ông có thể tin tưởng Liên Xô. Ông Nolting trả lời, linh tính của chính ông Nolting báo hiệu "điều ngược lại".[57]

---

[53] Ruby Abramson, *Trải dài thế kỷ: Cuộc đời của W. Averell Harriman, 1891–1986/ Spanning the Century: The Life of W. Averell Harriman, 1891–1986* (New York: William Morrow, 1992), 578–82.

[54] Walter Isaacson và Evan Thomas, *Những người Khôn ngoan: Sáu người bạn và Thế giới mà Họ đã Tạo ra; Acheson, Bohlen, Harriman, Kennan, Lovett, McCloy/ The Wise Men: Six Friends and the World They Made; Acheson, Bohlen, Harriman, Kennan, Lovett, McCloy* (New York: Simon và Schuster, 1986), 214.

[55] Đã dẫn như trên, 214.

[56] W. Averell Harriman, *Mỹ và Nga trong Một Thế giới đang Thay đổi: Nửa Thế kỷ Quan sát Cá nhân/ America and Russia in a Changing World: A Half Century of Personal Observation* (Garden City, N.Y: Doubleday, 1971), 28–29, 31, 33–34.

[57] 57 Frederick Nolting, phỏng vấn bởi ông Dennis O'Brien, ngày 7 tháng 5 năm 1970, Washington, D.C., cuộc phỏng vấn 3, bản chép lại, 89–90, Bộ sưu tập Lịch sử truyền khẩu của John F. Kennedy, Thư viện Tổng thống John F. Kennedy, Boston - interview by Dennis O'Brien, May 7, 1970, Washington, D.C., interview 3, transcript, 89–90, John F. Kennedy Oral History Collection, John F. Kennedy Presidential Library, Boston.

Các cuộc đàm phán về Lào đã giúp ông Harriman được tiếng là một người đáng nể vì. Trong các cuộc họp, ông ta ru ngủ những người chống đối mình bằng bề ngoài ngoan ngoãn dễ thương và sau đó, vào thời điểm thích hợp, đột nhiên đáp trả lại một cách hùng hổ. Vì vậy, ông Harriman được mệnh danh "lão cá sấu già" quanh vùng Hoa Thịnh Đốn. Ông Harriman thích biệt danh đó và danh tiếng đi kèm theo, và sử dụng nó làm biệt danh của mình trong một số thư từ của Bộ Ngoại giao.[58]

Vừa khôn khéo, vừa có quyết tâm vững mạnh, ông Harriman hoàn thành một hiệp định về tính trung lập của nước Lào được tất cả các nước liên quan, kể cả Bắc Việt, chính thức ủng hộ. Về sự ủng hộ của Tổng thống Kennedy, ông Harriman viết: *"Trong suốt thời kỳ đàm phán, lập trường của Tổng thống Kennedy không thay đổi. Ông hoàn toàn ủng hộ các cuộc đàm phán để đi đến một dàn xếp chính trị. Trên thực tế, sau một cuộc họp với các cố vấn của tổng thống vào cuối tháng 8 mà tôi tham dự, ông Kennedy đã gọi điện cho tôi để bảo đảm tôi hiểu rõ quan điểm của ông ấy. Ông ấy nói, "Tôi không mong muốn phương án nào khác ngoài việc đạt được một thoả thuận với ông Souvanna."*[59]

Liên Xô sẵn sàng ủng hộ thỏa thuận của ông Harriman vì họ thấy nó sẽ giúp uy tín của họ trong khu vực gia tăng nhiều với chi phí tương đối thấp. Họ đồng ý bảo đảm tất cả các quốc gia Cộng sản sẽ tuân thủ tuyên cáo trung lập. Hơn nữa, họ chấp nhận ngôn ngữ của tuyên cáo quy định không một quốc gia láng giềng nào được dùng lãnh thổ Lào để giải quyết nhu cầu riêng. Cụ thể, Bắc Việt không được biến Lào thành hành lang tiếp viện cho cuộc nổi loạn ở VNCH.[60]

Tuy thành công trong việc thúc đẩy Liên Xô ký vào tuyên cáo trung lập để vội vã lập công với ông Kennedy, ông Harriman quên mất vấn đề là giá trị của hiệp định tùy thuộc vào các bên đã ký có tuân thủ trên thực tế hay không. Đúng, "lão cá sấu già" nổi danh về tài năng đàm phán hiệu quả sau

---

[58] "Những tình tiết nóng nảy của ông ta trong bầu không khí lịch thiệp của Tòa Bạch ốc đã khiến McGeorge Bundy ví ông ta như một con cá sấu già bị đánh thức từ một giấc ngủ gật với hàm răng nhấp nháy. ông Harriman yêu thích hình ảnh này vì nó đã nâng cao danh tiếng về sự cứng rắn mà ông ấy đã coi trọng và vun đắp từ lâu bằng cách đưa vào các bức điện và bản ghi nhớ với nội dung đề cập đến cách ông ấy 'nói thẳng thừng' hoặc 'tàn bạo' hoặc 'cứng rắn' với viên chức nước ngoài này hay viên chức nước khác ". Abramson, *Trải dài Thế kỷ - Spanning the Century*, 603.

[59] Harriman, *Mỹ và Nga - America and Russia*, 112–13.

[60] Abramson, *Trải dài Thế kỷ/ Spanning the Century*, 586–87.

các cuộc đàm phán về Lào, nhưng vấn đề không chỉ là "thoả thuận tưởng là tốt nhưng không hẳn tốt" (lời của ông Harriman).[61] Hiệp định trung lập của Lào là một thảm họa cho Đông Nam Á. Khi Harriman thấy rõ hậu quả này, ông đổ lỗi cho Pathet Lào và Bắc Việt đã quá cứng rắn một cách bất ngờ, không nhận trách nhiệm của ông về các điểm yếu kém cơ bản của hiệp định đã thành hình theo ý của ông.[62]

Nhìn thấy trước thảm họa sắp xảy ra, một số viên chức Hoa Kỳ tỏ ra dè dặt hơn những người Nga, đến nỗi ông Harriman thấy thoả thuận với nhà thương thảo Liên Xô dễ hơn là với các đồng nghiệp của ông tại Hoa Thịnh Đốn. Trên thực tế, ông Harriman đã va chạm với các viên chức hàng đầu của Bộ Ngoại giao, những người khăng khăng muốn Uỷ hội Quốc tế Kiểm soát Đình Chiến (ICC) có toàn quyền đi lại ở Lào để báo cáo mọi vi phạm thoả ước trung lập. Ngoại trưởng Dean Rusk, người thúc đẩy chống đối này, nói với Tổng thống Kennedy quyền tự do đi lại của ICC ở Lào tối quan trọng, "nhất là trên các tuyến đường được dùng để [CSBV] xâm nhập vào miền Nam Việt Nam".[63] Theo vợ của ông W. Averell Harriman là bà Pamela Harriman, chồng bà đã khôn khéo đi con đường tắt, đánh bại những đối thủ ở Bộ Ngoại giao bằng cách thân thiện với ông Robert Kennedy.[64] Đại Sứ Nolting đồng ý: Khác với ông Rusk, người rất bực bội với ông Bộ trưởng Tư pháp trên phương diện cá nhân và nghề nghiệp, ông Harriman lấy lòng người em của tổng thống, giúp ông này khi ông ấy cần ông Harriman giới thiệu với ai, tư vấn hoặc đánh giá những dự tính sơ khởi. Hai ông dễ hợp tác với nhau vì họ cùng thiếu kiên nhẫn, không khoan dung, đôi khi tàn nhẫn và hết lòng trung thành với tổng thống. Căn cứ của nhóm Harriman–Bob Kennedy cuối cùng được thành lập trong một ủy ban có quyền lực cao

[61] Isaacson và Thomas, *Những Người Khôn ngoan - Wise Men*, 618.

[62] "Tuy nhiên, do sự ngoan cố của Pathet Lào và việc miền Bắc Việt Nam vi phạm hiệp định, đã dẫn đến sự chia cắt đất nước trên thực tế. Vi phạm các điều khoản cụ thể của thỏa thuận, Bắc Việt tiếp tục sử dụng Đường mòn Hồ Chí Minh và hỗ trợ Pathet Lào để đạt được mục tiêu này ". Harriman, *Mỹ và Nga/ America and Russia*, 112–13.

[63] Đã dẫn như trên.

[64] Sally Bedell Smith, *Vinh quang được Phản ánh: Cuộc đời của Pamela Churchill Harriman/ Reflected Glory: The Life of Pamela Churchill Harriman* (New York: Simon và Schuster, 1997), 257.

của Hội đồng An ninh Quốc gia để điều phối phản ứng của Hoa Kỳ đối với "các cuộc chiến giải phóng" do Cộng sản hậu thuẫn.[65]

Qua thân tình với ông Robert Kennedy, ông Harriman có thể thuyết phục tổng thống về quyền giám sát của Uỷ hội Quốc tế Đình chiến (ICC), vốn bị Lào và Bắc Việt phản đối, là một lĩnh vực mà Hoa Kỳ sẽ phải thỏa hiệp. Đáng kinh ngạc là tổng thống đã đồng ý với ông, bất kể những phản đối của không chỉ ông Rusk mà cả người ủng hộ trung lập là ông Chester Bowles, Thứ trưởng Ngoại giao Hoa Kỳ Alexis Johnson, và Walter McConaughy, Phụ tá Bộ trưởng phụ trách các vấn đề Viễn Đông. Ông Harriman đã chứng minh tầm ảnh hưởng của mình cả trong và ngoài chính phủ của ông Kennedy." Ông ấy tạo được một khu vực ảnh hưởng chính trị và xã hội qua nhiều thập kỷ, trên khắp thế giới. Khi cần thiết, ông có thể bỏ qua các thủ tục hành chính và sử dụng ảnh hưởng cá nhân để thuyết phục các chính phủ nước ngoài, chưa kể đến Tòa Bạch ốc và đội ngũ tay trong của các cố vấn của ông Kennedy." [66] Thấy vậy, thay vì tranh cãi với ông Harriman, các viên chức hàng đầu của Bộ Ngoại giao thường đồng thuận với các sáng kiến về chính sách của ông ấy hoặc lờ đi, để ông ấy tiếp tục công việc theo ý ông ấy, mặc dù một số người trong nhóm đó sau này đặt tên Đường mòn Hồ Chí Minh là Đường cao tốc tưởng niệm ông Averell Harriman.[67]

Đại sứ Nolting đối đầu với ông Harriman trong quá trình đàm phán tại Lào, bởi vì ông biết nếu thỏa thuận trung lập không được giám sát sẽ gây ra các vấn đề an ninh quốc gia nghiêm trọng cho VNCH và làm suy yếu hơn nữa mối quan hệ giữa Sài Gòn và Hoa Thịnh Đốn. Ông Nolting và ông Harriman có những tranh luận "khá sôi nổi" về một số vấn đề, ông nói. Và cuối cùng khi thoả hiệp đã thành hình mặc dù tất cả các biện pháp bảo vệ/kiểm soát đúng đắn đã bị loại bỏ, Tổng thống Diệm và chính phủ của ông phân vân và lo ngại trước khi ký thoả hiệp.

Nhìn chung, tôi đồng ý với quan điểm đó vì tôi cảm thấy nếu không có các biện pháp bảo vệ/kiểm soát đúng đắn, hiệp ước sẽ bị vi phạm. Hệ quả là đường mòn Hồ Chí Minh sẽ rộng mở cho quân CSBV xâm nhập vào miền Nam Việt Nam. Và điều này sẽ gây khó khăn cho việc duy trì, thực hiện chính sách

---

[65] Frederick Nolting, "Kennedy, Tổ chức Hiệp ước Bắc Đại Tây Dương (NATO) và Đông Nam Á", trong *Ngoại giao, Hành chính và Chính sách: Ý tưởng và Sự nghiệp của Frederick E. Nolting, Jr... Xin xem tiếp phần này ở cuối chương.*

[66] Abramson, *Trải dài thế Kỷ/ Spanning the Century*, 601.

[67] Đã dẫn như trên, 587.

của Chính phủ của ông Kennedy đối với miền Nam Việt Nam là ủng hộ nền
độc lập của họ. Vì vậy, vào thời điểm đó, những khó khăn bắt đầu nảy sinh
giữa sứ mệnh của chúng tôi và ông Averell Harriman.[68]

Trước khi tuyên cáo trung lập được ký kết, cuộc tranh chấp giữa hai ông Harriman và Nolting đã gây xôn xao trong dư luận báo chí Mỹ. Trong một cuộc phỏng vấn của báo chí, ông Nolting nói, ông bảo ông Harriman rằng lương tâm của ông không cho phép ông ủng hộ thỏa hiệp vì điều đó trái với đạo đức, vì điều đó dẫn tới việc chính phủ Hoa Kỳ thất hứa với Tổng thống Diệm. Theo ông Nolting, ông Harriman đáp trả lại rằng họ không làm việc cho Chúa mà làm cho chính phủ của ông Kennedy.[69]

Như đã đề cập trước đây, ông Harriman được bổ nhiệm làm Phụ tá ngoại trưởng phụ trách các vấn đề Viễn Đông sau khi ông đàm phán thỏa hiệp về nước Lào. Có thể vì ông mong muốn chức vụ này nên đã quyết tâm làm hài lòng Tổng thống Kennedy, đem lại cho tổng thống một giải pháp, hầu như với bất cứ giá nào, để Mỹ không phải gửi quân sang Lào. Lập trường lúc này của ông trái ngược với lập trường cũ của ông. Trước đó, ông từng tuyên bố phải thực thi quyền trung lập của nước Lào, ví dụ: *"Theo quan điểm của Chính phủ của tôi,... chúng ta không thể có một thỏa thuận ngừng bắn có hiệu lực nếu ICC không điều tra sâu rộng và các bên ở Lào không hợp tác."* [70] Và ông ta áp lực Tổng thống VNCH phải theo ý ông mặc dù vị tổng thống này phán đoán tình thế giỏi hơn ông.

Sau khi ông Harriman được Nga cho biết họ chấp thuận hiệp định, ông gặp Tổng thống Diệm tại Sài Gòn để yêu cầu ông ký vào bản thảo hiệp định. Như ông Nolting còn nhớ, ông Harriman "có một cuộc thảo luận dài và với tính cách áp đảo Tổng thống Diệm; ông Harriman bảo ông Diệm: *tốt hơn*

---

[68] Nolting, O'Brien phỏng vấn ông Nolting, phỏng vấn số 3/ interview by O'Brien, interview 3, pp. 84–86.

[69] Bài Xã luận Cuối Tuần, 69 Editorial, Week's End, Richmond News Leader, June 9, 1962, 10, Nolting Papers, box 23, Professional Papers—News Clippings, 1 of 2.

[70] Tuyên bố tại Geneva, ngày 31 tháng 5 năm 1961, trong Bộ Ngoại giao Hoa Kỳ, Chính sách đối ngoại của Mỹ/ Statements made at Geneva, May 31, 1961, in United States Department of State, American Foreign Policy (Washington, D.C.: United States Government Printing Office, 1961), 1013, quoted in Goldstein, American Policy toward Laos, 249.

hết là ông nên ký, bất chấp sự nghi ngại có cơ sở của Tổng thống Diệm về hiệp định. Cuộc đối thoại này rất gay gắt." [71]

Trước đây, ông Harriman và ông Diệm gặp nhau khi ông Harriman đến Sài Gòn vào năm 1961 để áp lực ông Diệm ủng hộ đường hướng của các cuộc đàm phán đang diễn ra về nước Lào. Từ cuộc gặp gỡ định mệnh đầu tiên đó, ông Harriman và ông Diệm *"xung khắc nhau dữ dội"*, ông Nguyễn Đình Thuần, ngoại trưởng phụ trách điều phối an ninh của VNCH cho biết. *"Đó là một điều rất đáng tiếc. Ông Diệm không hiểu vai trò của ông Harriman trong Đảng Dân chủ và ông Harriman không hiểu ông Diệm."* [72] Có thể nghĩ rằng hai người này rất hiểu lập trường của nhau, và mỗi người có ác cảm với lập trường của người kia. Trong cuộc họp đầu tiên với ông Diệm, ông Harriman tắt máy nghe và ngủ gật trong khi tổng thống VNCH nói không thể tin cậy được Cộng sản và liệt kê tất cả những điều hiểm ác họ đã làm. Một viên chức của Toà đại sứ Mỹ xem hành vi của ông Harriman là sự thô lỗ có tính toán để thể hiện thái độ coi thường ông Diệm. [73]

Để làm hài lòng người Mỹ, ông Diệm miễn cưỡng chấp thuận cử một phái đoàn đến Geneva để ký hiệp định trung lập, mặc dù ông biết điều đó sẽ đưa VNCH vào một tình thế kinh hoàng: nó sẽ cho CSBV tha hồ hoành hành với quân đội của họ ở Lào trong khi ngăn chặn VNCH và các đồng minh của họ xâm nhập vào Lào để tự vệ. Giải pháp do ông Harriman đưa ra bị Chính phủ Việt Nam coi là tồi tệ hơn là không có giải pháp nào cả. [74] Một số nhà quan sát của Kennedy ca ngợi việc dàn xếp ở Lào năm 1962 là một thắng lợi ngoại giao. *"Chà, nếu đó là một thành công ngoại giao."* Nhiều năm sau đó, Đại sứ Nolting nói trong bài phát biểu của ông tại Đại học

---

[71] Nolting, phỏng vấn của ông O'Brien với ông Nolting/ interview by O'Brien, interview 3, 88–89.

[72] Được trích dẫn trong cuốn sách của bà Hammer, *Cái chết vào tháng 11/ Death in November*, 31.

[73] Abramson, *Trải dài thế kỷ/ Spanning the Century*, 606.

[74] Bà Hammer nói: "Năm 1961, ông Diệm có thể đã chấp nhận một nước Lào bị chia cắt nếu đó là cách duy nhất để cắt Đường mòn Hồ Chí Minh, có thể chấp nhận ngay cả (ông ta nói) một nước Lào đối kháng với Nam Việt Nam, nơi ông ta có thể tự do quấy nhiễu các căn cứ và đường dây liên lạc của Cộng sản. Ông ta không thể chấp nhận tính 'trung lập' mà ông Harriman rao giảng vì nó sẽ bị dùng để bêu xấu VNCH là kẻ xâm lược nếu quân đội VNCH tiến vào đất Lào, trong khi để miền Bắc Việt Nam tự do sử dụng lãnh thổ Lào vì hiệp định không có bất kỳ biện pháp chế tài nào khi một bên vi phạm." Đã dẫn như trên, 30.

Virginia, "Tôi không biết dùng từ ngữ nào để diễn tả." Sau đó, ông đưa ra bản tóm tắt sau đây về diễn biến của thỏa hiệp:

Ông Averell Harriman là người thương thảo. Ông ta nói với tôi, ông làm theo chỉ thị của Tổng thống Kennedy để giải quyết vấn đề Lào bằng bất cứ giá nào. Trong những ngày đầu của Chính phủ của ông Kenne, Tổng thống Kennedy lên truyền hình tuyên bố: chúng ta sẽ tạo một phòng tuyến bền vững trong nước Lào. Những ai biết về địa thế hiểm trở của nước Lào có thể hiểu là Bộ Tham mưu Liên quân kinh hoàng ra sao khi nghe tin tổng thống quyết định tạo một phòng tuyến bền vững trong nước Lào. Không có cách nào để đem lực lượng vào đó ngoại trừ dùng đường hàng không và biện pháp này vô lý. Vì vậy, Tổng thống rút lại ý tưởng đó và quyết định tạo ra thế đứng tại Việt Nam. Nhưng sau đó, như để mở toang đường cho địch quân xâm nhập vào Việt Nam, ông ta ra lệnh dàn xếp về vấn đề Lào. Thoả hiệp này chắc chắn làm cho bên ta suy yếu, cả về thể chất và tinh thần, và làm cho việc bảo vệ miền Nam Việt Nam rất khó khăn.[75]

Lịch sử cho thấy sự xung khắc giữa chính phủ Hoa Kỳ và VNCH là một trong những hậu quả tai hại nhất (và kết cục là ông Ngô Đình Diệm bị hạ sát) của cuộc dàn xếp ở Lào. Khi thất bại của chính sách ngày càng rõ ràng, một hố sâu ngăn cách ngày càng rộng giữa một bên là ông Harriman và phe cánh thuộc Bộ Ngoại giao Hoa Kỳ và bên kia là ông Diệm, ông Nolting, và những người hỗ trợ của họ thuộc Bộ Ngoại giao và Bộ Quốc phòng Hoa Kỳ. Khi Lào bị quân Bắc Việt tràn ngập và các cuộc tấn công vào VNCH ngày càng gia tăng, lời hứa ban đầu của ông Kennedy không can thiệp vào công việc của Chính phủ VNCH ngày càng khó thi hành. Hơn nữa, Bộ Quốc phòng và Bộ Ngoại giao bất đồng về chiến lược chống Cộng sản ở VNCH. Thoả hiệp về nước Lào là nhịp cầu dẫn đến đoạn kết bi thảm của nỗ lực can dự vào Việt Nam của Mỹ.

---

[75] Nolting, "*Kennedy, Tổ chức Hiệp ước Bắc Đại Tây Dương (NATO) và Đông Nam Á/ Kennedy, NATO, and Southeast Asia*", 20.

Ghi chú cho Chương 4 - Tiếp theo

4. Kể từ năm 1956, người Mỹ theo dõi và quan tâm đến Hoàng thân Souvanna Phouma vì ông đã đạt được thỏa thuận với Pathet Lào về nhu cầu ngừng bắn ở các khu vực tranh chấp, chính sách đối ngoại trung lập và các quyền chính trị của Pathet Lào. Khi hoàng thân thực hiện chuyến công du hai tuần tới Bắc Kinh và Hà Nội, "chuyến đi này là bước ngoặt đối với nhiều người ở Hoa Thịnh Đốn - bằng chứng Souvanna sẽ phục tùng các lãnh tụ Cộng sản Châu Á. Các viên chức Mỹ cố gắng hết sức để ngăn chặn chuyến đi bằng cách cảnh cáo nhiều lần nguy cơ của việc đến quá gần với những người Cộng sản. Được thi hành quá mau chóng sau khi đạt được thỏa thuận. . . cuộc hành trình là biểu tượng xác nhận ông Souvanna có ý định làm việc với ác quỷ."

43. "Tại Đại hội Đảng Cộng sản Bắc Việt vào tháng 9 năm 1960, tuyên bố về cuộc chiến tranh ngầm trước đó của Ủy ban Kiểm soát của Đảng được tái khẳng định. Hành động này của Đại hội đảng diễn ra chỉ một tháng sau cuộc đảo chính của Kong Le ở Lào. Chỉ hai tháng sau đó đã có một cuộc nổi dậy của quân đội ở Sài Gòn. Biến động diễn ra khắp khu vực bởi các sự kiện dồn dập và liên tiếp xảy ra tạo môi trường lý tưởng cho 'kế hoạch tổng thể' của Cộng sản nhằm thôn tính toàn bộ Đông Nam Á".

44. Thứ nhất, thực tế là mười bốn quốc gia nhóm họp theo các quy tắc cơ bản giống như Hiệp định Geneva 1954, bao gồm cả khái niệm về một ICC [Ủy ban Kiểm soát Đình Chiến Quốc tế] với cơ chế ở Lào, Việt Nam và Cam Bốt, có thể có tác dụng chính trị ngăn chặn bất kỳ biện pháp quan trọng nào của Hoa Kỳ để bảo vệ miền Nam Việt Nam.

"Thứ hai, như họ thường làm trong quá khứ, Cộng sản có thể sử dụng vỏ bọc của một cuộc đàm phán quốc tế để mở rộng các hoạt động lật đổ chính quyền (miền Nam). Trong trường hợp này, họ có thể phối hợp chặt chẽ các nỗ lực của họ ở Nam Lào, Cam Bốt và Việt Nam. Biên giới dài 250 dặm giữa miền Nam Việt Nam và Lào, trước đây chưa từng được phong tỏa một cách hiệu quả, giờ đây sẽ không còn được bảo vệ, ngay cả ngoài mặt, như trong quá khứ, khi nước Lào còn thân thiện với phương Tây.

"Thứ ba là, ba đèo chính đi qua dãy Trường Sơn — đèo Nape, đèo Mụ Gìa, và đèo kiểm soát con đường từ Quảng Trị sang Savannakhet — đều nằm ở Nam Lào. Những con đèo này kiểm soát ba con đường quan trọng để tiến quân từ miền Bắc Việt Nam qua Lào, đến thung lũng sông Mê Kông, dễ dàng xâm nhập Thái Lan và miền Nam Việt Nam. Thỏa thuận chính trị về Lào giúp Cộng sản kiểm soát, một cách bí mật hay bằng cách khác, những con đèo này, cho họ vai trò lực lượng canh gác hành lang dẫn vào Sài Gòn và bên hông của tuyến phòng thủ quan trọng nhất ở phía Bắc miền Nam Việt Nam." Đã dẫn như trên, 94–95.

48. ... một cách an toàn, mà các tỉnh phía Bắc của Lào giáp với Việt Nam rõ ràng cũng nằm trong sự kiểm soát của Cộng sản, do đó vùng này được sử dụng như vùng đệm giữa Việt Nam và kẻ địch tiềm tàng. Trong tương lai, vùng đệm này có thể đóng vai trò khu vực dự bị trong những bước tiến xa hơn vào các vùng khác. Lào bây giờ bị chia cắt, và dường như không thể đạt được thống nhất hòa bình nếu không có sự đồng ý của CSBV". Đã dẫn như trên, 79–80.

65. ... *Diplomacy, Administration, and Policy: The Ideas and Careers of Frederick E. Nolting, Jr.*, Frederick C. Mosher, and Paul T. David, ed. Kenneth W. Thompson (Lanham, Md: University Press of America; Charlottesville, VA: Miller Center, University of Virginia, 1995), 34–35.

CHƯƠNG 5

KẾ HOẠCH CHỐNG BẠO LOẠN

Thỏa thuận về nước Lào là thất bại to lớn của chính phủ Kennedy, đã gây ra muôn vàn khó khăn trong cuộc chiến chống Bạo loạn của Cộng sản ở Miền Nam Việt Nam (Việt Nam Cộng Hoà - VNCH). Như Ngài (Sir) Robert Thompson giải thích, hiệp định Lào năm 1962 cho phép Bắc Việt "tự do xâm nhập qua Lào và Cam Bốt, và ngăn cản Hoa Kỳ không được đặt chân vào đất Lào." Bắc Việt và các đồng minh Cộng sản của họ "không mong gì khác hơn khi ký Hiệp định này." [1] Cộng sản nắm thế thượng phong với cái hành lang Lào thênh thang để loạn quân của họ xâm nhập VNCH.

Ngay cả trước khi có hiệp định, tình hình VNCH đã bắt đầu thoái hoá. Vào tháng 11 năm 1961, ông Walt Rostow, Phó Cố vấn An ninh Quốc gia, và Tướng Maxwell Taylor, Cố vấn trưởng về Quân sự của ông Kennedy, đệ trình lên tổng thống một báo cáo nêu rõ sự việc này. [2] Báo cáo Taylor-Rostow khuyến cáo cải thiện việc huấn luyện QLVNCH, sử dụng nhiều máy bay trực thăng hơn, tăng cường ném bom miền Bắc, và triển khai thêm chiến binh Mỹ để chống loạn quân. Ông Rostow nêu lý do của các khuyến cáo trong bản ghi nhớ trình Tổng thống Kennedy: chỉ sau hai năm, 16 ngàn loạn quân đã dùng đường Lào để tiến vào VNCH so với 2 ngàn loạn quân trước đó. [3] Ông Rostow cảnh cáo ông Kennedy, không nên tập trung vào

---

[1] Robert Thompson, "Căn cứ Hậu cần và Mật khu", trong quyển *Những Bài Học Về Việt Nam/* "Rear Bases and Sanctuaries", in *The Lessons of Vietnam*, ed. W. Scott Thompson and Donaldson D. Frizzell (New York: Crane, Russak, 1977), 101.

[2] Sau khi thất bại trong cuộc tiến chiếm Vịnh Con Heo ở Cuba vào tháng 4 năm 1961, Tổng thống Kennedy đã mất niềm tin vào Bộ Tham mưu Liên quân của Tổng thống và bổ nhiệm Tư lệnh cuộc Chiến Triều Tiên Taylor làm cố vấn quân sự chính của ông. Vào ngày 1 tháng 10 năm 1962, ông Kennedy bổ nhiệm ông Taylor làm Chủ tịch Hội đồng Tham mưu Liên quân.

[3] Walt W. Rostow, "Bản ghi nhớ của Phó Phụ tá Đặc Biệt Của Tổng thống về Các Vấn đề An ninh Quốc gia (Rostow) trình Tổng thống/ Memorandum from the President's Deputy Special Assistant for National Security Affairs (Rostow) to the President", November 14, 1961, Washington, in FRUS, 1961–1963, vol. 1, document 251, p. 601. Những con số này

việc liệu ông Diệm có phải là nhà lãnh đạo phù hợp cho VNCH hay không, như thể vấn đề của Việt Nam là vị nguyên thủ quốc gia. Thay vào đó, "vấn đề quan trọng", ông viết, là liệu Hoa Kỳ có hành động ngay lập tức và dứt khoát để chống lại Cộng sản không. Ông Rostow âu lo, địch sẽ chiếm được rất nhiều lãnh thổ vì Mỹ thiếu quyết đoán, và sự thiếu quyết đoán này có thể là nguyên nhân chiến tranh bùng nổ nếu Mỹ phản ứng quá mạnh mẽ. Tuy ông Rostow còn bênh vực ông Diệm vào thời điểm này, về sau ông lại chống ông Diệm dưới áp lực của phe Harriman.

Tháng 10 năm 1961, ông Ngô Đình Nhu mời Phó Phụ tá Đặc nhiệm Hoa Kỳ, Tướng Edward Lansdale, đến bàn luận về các cuộc đàm phán với Lào. Ông Lansdale báo cáo với Hoa Thịnh Đốn rằng ông Nhu cho biết các chính phủ Đông Nam Á từ Thái Lan đến Philippines đều sửng sốt trước chiều hướng của cuộc đàm phán. Loạn quân Cộng sản ở VNCH còn dùng cuộc đàm phán để tuyên truyền có lợi cho họ. Họ nói với người dân quê rằng khi các bên ký hiệp định về Lào thì họ đang trên đà chiến thắng và người dân nên khôn ngoan theo bên thắng cuộc ngay từ bây giờ. Do vậy, Cộng sản đã đạt được những lợi ích chính trị đáng kể ở thôn làng, ông Lansdale cảnh cáo, trong khi phương Tây, đặc biệt là Hoa Kỳ, vẫn không đánh giá cao sự thua thiệt của họ hoặc làm gì đó để cải tiến.[4]

Thấy hoạt động bạo loạn ở VNCH gia tăng trong năm 1961, người Mỹ bèn bắt đầu tìm cách để chiến thắng loạn quân, theo báo cáo Taylor-Rostow. Những năm sau thế chiến thứ hai dân chúng không mấy thiện cảm với các lực lượng vũ trang Mỹ. Ngân sách của quân đội bị cắt giảm, một số quân nhân đã giải ngũ. Quan trọng hơn nữa, không có suy tư mới nào về nội chiến dựa trên kinh nghiệm hoặc sự phân tích gần đây trong các học viện quân sự của Hoa Kỳ. Mãi đến năm 1964, chuyên gia quân sự David Galula mới ghi nhận:

Tuy đang có rất nhiều phân tích về các cuộc chiến gọi là cách mạng theo quan điểm của người làm cách mạng, nhưng không có nhiều nghiên cứu từ bên nghịch với phe cách mạng, đặc biệt là các đề nghị về cách đối kháng cụ

---

lớn hơn chút ít so với hồ sơ của Hà Nội, cho thấy Bắc Việt đã gửi 14.573 quân vào miền Nam trong giai đoạn này...*Xem tiếp phần này ở cuối chương.*

[4] Edward Lansdale, "Bản ghi nhớ từ Phó Phụ tá Bộ trưởng Quốc phòng về Đặc nhiệm (Lực lượng Đặc biệt) (Lansdale) trình Đại diện Quân sự (Taylor) của Tổng thống/ Memorandum from the Secretary of Defense's Deputy Assistant for Special Forces (Lansdale) to the President's Military Representative (Taylor)", October 21, 1961, Saigon, in FRUS, 1961–1963, vol. 1, document 182, pp. 411–12.

thể. Hầu hết các bài nghiên cứu chỉ đưa ra công thức không hẳn đúng trong mọi tình thế, chẳng hạn, "Tình báo là chìa khóa để giải quyết vấn đề" hoặc "Phải giành được sự ủng hộ của quần chúng." Làm thế nào để có chìa khoá, làm thế nào để giành được sự ủng hộ, đó là chỗ khúc mắc thường làm mọi người nản lòng. Mọi sự đều rất khó khăn cho bên phải đối đầu với một cuộc chiến cách mạng dù người của họ có cao kiến đến mấy đi nữa.[5]

Thiếu sáng kiến, các cố vấn của ông Kennedy đành xài lại chiến lược họ đã từng chống đối, chiến lược được chính phủ Eisenhower soạn thảo trước đây, và triển khai Kế hoạch Chống Bạo loạn (Counterinsurgency Plan - CIP).[6] Nhà phân tích và sử gia chính thức của Quân đội Hoa Kỳ - Tướng S.L.A Marshall - nghĩ, chính phủ Kennedy chỉ dùng lại mô hình của Chiến tranh Triều Tiên, một cuộc chiến hạn chế. "Được quảng bá một cách rầm rộ là một biện pháp ngăn ngừa một cuộc chiến nhỏ không để nó bùng nổ đến khi không còn kiểm soát được nữa, cuối cùng thành một cuộc chiến nguyên tử. Mô hình này giả định một đại cường quốc có thể tham chiến với một quân số khiêm tốn, có thể chiến thắng với phí tổn thấp. Tôi hoàn toàn không tin tưởng kế hoạch này."[7] Tướng Marshall, người từng là phân tích gia của lực lượng Hoa Kỳ trong Chiến tranh Đại Hàn (Triều Tiên), viết rằng CIP phản ánh mong muốn của Bộ trưởng Quốc phòng Robert McNamara về một cuộc chiến "tiết kiệm" "với giá rẻ", nhưng phải biết là không thể dẹp được cuộc bạo loạn ở Việt Nam nếu chỉ tăng cường sức mạnh cho QLVNCH và gửi một số trực thăng đến Việt Nam.[8] Tuy nhiên, những nhà phê bình như ông Marshall chỉ biết đề nghị với ông Kennedy rút ra khỏi Việt Nam hoặc tham chiến với một lực lượng quân sự rất lớn. Là chính trị gia khôn ngoan, ông Kennedy nhận thấy cả hai đề nghị của ông Marshall đều không

---

[5] David Galula, *Chiến tranh chống Bạo loạn: Lý thuyết và Thực hành/ Counterinsurgency Warfare: Theory and Practice* (New York: Frederick A. Praeger, 1964), xii.

[6] L. L. Lemnitzer [Chủ tịch Hội đồng Tham mưu Liên quân], "Bản ghi nhớ gửi Bộ trưởng Quốc phòng; Chủ đề: Khuyến nghị về VNCH ", ngày 11 tháng 4 năm 1961, trong đề mục *Sự Tham Gia của Hoa Kỳ Vào Chiến Tranh, Tài liệu nội bộ: chính phủ Kennedy, tháng 1 năm 1961 – tháng 11 năm 1963/* "Memorandum for the Secretary of Defense; Subject: Recommendations on South Vietnam", April 11, 1961... *Xin xem tiếp phần này ở cuối chương.*

[7] S. L. A. Marshall, "Suy Tư về Việt Nam/Thoughts on Vietnam", in Scott and Frizzell, Lessons of Vietnam, 47

[8] Đã dẫn như trên. 48.

có lợi và ông đã cho phép thực hiện Kế hoạch Chống Bạo loạn (Counterinsurgency Plan - CIP).

Ngoại Trưởng Dean Rusk đã đánh điện đến Toà đại sứ Mỹ ở Sài Gòn nói về cốt lõi của CIP. Thứ nhất, khoản tài trợ của Hoa Kỳ cho các lực lượng vũ trang Việt Nam tăng lên 28.4 triệu Mỹ kim cho tài khoá 1961/1962 để tuyển mộ thêm hai mươi nghìn quân nhân. Thứ hai, 12.7 triệu Mỹ kim được phân bổ để tăng lực lượng Dân Vệ lên ba mươi hai nghìn người chống khủng bố thường nhằm vào các ngôi làng. Thứ ba, 660.000 Mỹ kim được chi cho các hoạt động tâm lý chiến và mua các thiết bị liên lạc.[9] Đây là một cam kết tài chính quan trọng của chính phủ Kennedy, được chính tổng thống chấp thuận.[10]

Trong văn thư của ông Rusk gửi Đại sứ Nolting, ông nhấn mạnh rằng viện trợ cho VNCH tuỳ thuộc vào việc Tổng thống Diệm có làm cho chính phủ của ông bớt cứng rắn và được sự hợp tác từ phe đối lập ở Sài Gòn hay không.[11] Chính phủ Kennedy yêu cầu thay đổi vai trò và các mối quan hệ trong nội bộ của Chính phủ Việt Nam liên quan đến CIP. Ví dụ, ông Diệm cần từ bỏ hệ thống chỉ huy song hành của ông "để chọn lấy một hệ thống chỉ huy duy nhất và được tổng hợp tại tất cả các cấp trong chính phủ, và tạo ra một cơ chế chính phủ để lập kế hoạch phối hợp cho quốc gia". Ngụ ý trong yêu cầu này là Tổng thống Diệm lãnh đạo đất nước kém hiệu quả, cần phải trao quyền kiểm soát, đặc biệt là các lực lượng vũ trang, cho người Mỹ.[12] Một tháng sau, trong một điện tín khác gửi cho Đại sứ Nolting, Ngoại

[9] Dean Rusk gửi toà đại sứ Mỹ tại Sài Gòn, "Thông điệp liên hợp giữa Bộ Quốc phòng-ISA [Văn phòng phụ trách An ninh Quốc tế]; [chủ đề: Kế hoạch Chống Bạo loạn]/ "Joint State-Defense-ISA [Office of International Security Affairs] Message; [subject: counterinsurgency plan]", telegram, February 3, 1961, no. 2761, in Congress, House, Committee on Armed Services, U.S. Involvement in the War: Book I, 14.

[10] John F. Kennedy, "Bản ghi nhớ gửi Ngoại trưởng [và] Bộ trưởng Quốc phòng", ngày 30 tháng 1 năm 1961/ Memorandum For: The Secretary of State [and] the Secretary of Defense", January 30, 1961, White House, Washington, in Congress, House, Committee on Armed Services, U.S. Involvement in the War: Book I, 13.

[11] Rusk, "Thông điệp liên hợp giữa Bộ Quốc phòng-ISA/ Joint State-Defense-ISA Message", 14–16.

[12] Quốc hội, Ủy ban Quân vụ Hạ viện, *Sự Biến Đổi của Cuộc Chiến: Chương trình Ấp Chiến lược, 1961–1963*/ Congress, House, Committee on Armed Services, Evolution of the War: The Strategic Hamlet Program, 1961–1963, section IV.B.2 of bk. 3 of United States–Vietnam Relations, 1945– 1967: Study Prepared by the Department of Defense (Washington, D.C.: United States Government Printing Office, 1971), 7–8.

trưởng Rusk nhắc đến sự thành công của Anh Quốc trong cuộc chống bạo loạn ở Mã Lai và dặn dò ông Nolting đến gặp họ để xem họ có thể giúp huấn luyện QLVNCH và Dân Vệ không, ngay cả trước khi ông Diệm chấp thuận Kế hoạch Chống Bạo loạn CIP.[13]

Trước khi xem xét các sai sót về khái niệm trong Kế hoạch CIP, điều quan trọng là phải nhận ra nội dung của nó nhắm vào việc tiếm quyền ông Diệm. Tướng Lansdale đề cập đến sự kiêu ngạo của cách tiếp cận này với các viên chức chính phủ,[14] và những khuyến cáo của ông đã có ảnh hưởng phần nào lên việc bổ nhiệm Đại sứ Nolting vào mùa xuân năm 1961. Tuy nhiên, ngay cả sau khi ông Nolting nhận nhiệm vụ tại Sài Gòn, những người có ảnh hưởng trong Bộ Ngoại giao, như ông Averell Harriman, tiếp tục nhấn mạnh rằng cách đối phó với ông Diệm là ra điều kiện mạnh mẽ. Nhiệm kỳ của ông Nolting chỉ là một sự tạm ngưng trong kế hoạch loại bỏ ông Diệm của họ. Thật vậy, trong nhiệm kỳ đại sứ của ông Durbrow, viên chức Bộ Ngoại giao John Steeves đã vạch ra một kế hoạch tối mật để thay thế Tổng thống Việt Nam, kế hoạch này được gửi đến ông Nolting như một "kế hoạch dự phòng" trong trường hợp ông Diệm không tuân theo lệnh của Mỹ.[15]

Trở lại những vấn đề liên quan đến Kế hoạch CIP, một cái nhìn phiếm diện về sự nhận xét của người Mỹ đối với QLVNCH trong thập niên 1960 là hữu ích. Vào tháng 9 năm 1960, các nhà phân tích của Bộ Quốc phòng đã

---

[13] Dean Rusk, "Điện tín từ Bộ Ngoại giao gửi toà đại sứ tại Việt Nam/ Telegram from the Department of State to the Embassy in Vietnam", ngày 1 tháng 3 năm 1961, Washington, trong FRUS (Liên Hệ Ngoại Giao của Hoa Kỳ)/ in FRUS, 1961–1963, vol. 1, document 16, pp. 40–41.

[14] Ví dụ, xem Edward Geary Lansdale, "Bản ghi nhớ cho Bộ trưởng Quốc phòng [và] Thứ trưởng Bộ Quốc phòng; Chủ đề: Việt Nam/ Memorandum for Secretary of Defense [and] Deputy Secretary of Defense", [từ ngày 14 đến ngày 17 tháng 1 năm 1961], trong "Hoa Kỳ Nhận thức Về Cuộc Bạo loạn, 1954–1960/ U.S. Perceptions of the Insurgency, 1954–1960", tab 4 of Congress, House, Committee on Armed Services, Evolution of the War: Origins of the Insurgency, 1954–1960, 69, 73.

[15] Bộ Ngoại giao Hoa Kỳ, "Bản ghi nhớ được soạn thảo tại Bộ Ngoại giao: Kế hoạch Dự phòng Đề nghị", ngày 20 tháng 10 năm 1961, Hoa Thịnh Đốn, kèm theo "Thư của Trợ lý Ngoại Trưởng phụ trách các vấn đề Viễn Đông (McConaughy) gửi Đại sứ HK tại Việt Nam (Nolting)"/ "Memorandum Prepared in the Department of State: Suggested Contingency Plan", October 20, 1961, Washington, enclosure to "Letter from the Assistant Secretary of State for Far Eastern Affairs (McConaughy) to the Ambassador in Vietnam (Nolting)", by Walter McConaughy, in FRUS, 1961–1963, vol. 1, document 181, pp. 408–11.

chỉ ra rằng QLVNCH có đủ khả năng và sự linh hoạt để chống lại xâm lược từ bên ngoài (quân Bắc Việt) hoặc loạn quân trong nội địa Miền Nam (Việt Cộng). Tuy nhiên, người Mỹ thừa nhận "lực lượng Bảo an và Dân vệ nên được huấn luyện và trang bị đầy đủ hơn. Các nỗ lực tăng tốc cần được thực hiện để phát triển các lực lượng bán quân sự và cảnh sát." [16] Ngoài ra, như người Anh đã làm tại Mã Lai, "trong suốt thời gian của chiến dịch khẩn cấp, việc kiểm soát các điều hành đối với tất cả các hoạt động an ninh phải được đặt dưới sự chỉ đạo tập trung." [17] Bất chấp những ý kiến tán thành với các chuyên gia của Anh về chiến tranh chống bạo loạn, Bộ Quốc phòng Hoa Kỳ vẫn tiếp tục tập trung vào chiến tranh quy ước được kiểm soát bởi MAAG (Cơ Quan Cố Vấn Quân Sự của Hoa Kỳ) thông qua QLVNCH trên trận địa. Khi sự thể hiển nhiên cho thấy là QLVNCH không thể ngăn chặn và tiêu diệt được nguồn gốc của cuộc bạo loạn, Kế hoạch Chống Bạo loạn (CIP) được xem như là giải pháp cho vấn đề, như đã đề cập đến trước đây, CIP đòi hỏi sự tăng cường lớn lao cho các lực lượng vũ trang VNCH. Kế hoạch đó cũng đòi hỏi những thay đổi lớn trong chính phủ của ông Diệm, lý do là sự phản kháng của ông Diệm về việc kiểm soát từ bên ngoài vào các hoạt động của chính phủ là một phần nguyên nhân dẫn đến sự thất bại trong việc ngăn chặn cuộc bạo loạn. [18]

Tuy nhiên, Tướng Lansdale không đổ lỗi cho Chính Phủ Việt Nam mà đổ lỗi cho người Mỹ. Ông thừa nhận trong một trong nhiều bản ghi nhớ của ông gửi cho Tướng Taylor như sau: "sự vận hành của chính phủ Việt Nam dường như đang sa lầy, và phần nào đó, một số việc đã không thực hiện

---

[16] "Tương phản giữa các Nhận định của Bộ Quốc phòng và Bộ Ngoại giao", Defense 982994 gửi CINCPAC (Chỉ Huy Trưởng, Bộ Chỉ Huy Lực lượng Hoa Kỳ tại Thái Bình Dương), 162156Z tháng 9, 60, trong "Hoa Kỳ. Nhận thức về Cuộc Bạo loạn"/ "Contrasting DOD [Department of Defense] and State Appreciations", Defense 982994 to CINCPAC, 162156Z Sep 60, in "U.S. Perceptions of the Insurgency", tab 4 of Congress, House, Committee on Armed Services, Evolution of the War: Origins of the Insurgency, 1954–1960, 62.

[17] Đã dẫn như trên.

[18] "Những nỗ lực không thành công của Hoa Kỳ nhằm đảm bảo cải cách tổ chức trong chính phủ ông Diệm đã chiếm ưu thế về phương diện tâm lý vào thời điểm tướng Taylor đảm nhiệm chức vụ vào tháng 10 năm 1961 tại Sài Gòn. Quan điểm của Mỹ về cơ bản là không có kế hoạch hành quân nào có thể thành công trừ khi Chính phủ Việt Nam được tổ chức lại để thi hành hiệu quả hơn". Quốc hội, Ủy ban Quân vụ Hạ viện, *Diễn Biến của Chiến Tranh: Chương Trình Ấp Chiến lược*, 9–10/ Congress, House, Committee on Armed Services, *Evolution of the War: Strategic Hamlet Program*, 9–10.

được một cách hiệu quả." [19] Ông nói thêm: Nhưng tăng thêm viện trợ và thay đổi cơ cấu tổ chức sẽ không sửa đổi được sự kém hiệu quả, vì gốc rễ của vấn đề là sự đối xử trịch thượng của Mỹ đối với người VNCH. Do đó, ông đã đưa ra khuyến cáo về việc tiếp cận với tinh thần hợp tác và tôn trọng hơn:

"Người Việt Nam là một dân tộc có năng lực và nghị lực. Ngày nay dường như họ không còn là chính họ. Họ sẽ mất nước, nếu thiếu một kích động có đủ tiềm năng để thúc đẩy họ hăng hái giành chiến thắng trong cuộc chiến này. Tia lửa kích động đó cũng có thể là đưa những người Mỹ thích hợp vào đúng chỗ trong chính phủ Việt Nam để đưa ra các hướng dẫn điều hành. Những người Mỹ này nên là các cộng tác viên, những người lặng lẽ tư vấn cho một số lãnh đạo chủ chốt của Việt Nam để làm cho mọi việc được thực hiện một cách hiệu quả, và những người Mỹ này cần hành xử thân thiện với họ để sự hướng dẫn đó được thường xuyên và không thay đổi. Công việc như vậy sẽ đòi hỏi những người Mỹ có tài năng và lòng nhân ái, những người này sẽ đồng hành cùng với người Việt Nam để tạo ra mối thông cảm tốt đẹp. Có lẽ phương pháp tốt đẹp nhất để chọn những người Mỹ này là để mỗi người Việt Nam liên hệ đưa tên người Mỹ mà họ muốn người này làm cố vấn; sau đó Hoa Kỳ sẽ cố gắng sắp xếp để đặt người thích hợp vào vị trí đó." [20]

Ông Lansdale đã nhấn mạnh rất rõ ràng: như được báo cáo, chính người Mỹ đã khiến người Việt Nam phản ứng một cách thờ ơ. Nhiều cố vấn đã đối xử với người Việt Nam qua việc biểu lộ sự thất vọng hoặc xem thường, điều này chỉ khiến họ mất lòng tin và hành động chậm chạp hơn. Khi nhấn mạnh đến những thiệt hại mà điều này đã gây ra trong việc chống Việt Cộng, ông Lansdale cảnh cáo rằng tương lai của VNCH giống như đang tùy thuộc vào một cán cân đang ở thế thăng bằng, tuy nhiên có thể nghiêng hẳn sang một bên nếu không cẩn thận. Ông tin rằng người Việt Nam sẽ thất bại trong cuộc chiến chống Cộng sống còn của họ trừ khi người Mỹ giúp họ một cách tích cực hơn.

Ông Lansdale đã gửi một số bản ghi nhớ khác cho ông Taylor. Chủ đề vẫn nhất quán: người Mỹ cần chỉnh đốn quan hệ của họ với người Việt

---

[19] Edward Geary Lansdale, "Bản ghi nhớ từ Phó Phụ tá Đặc nhiệm (Lansdale) của Bộ trưởng Quốc phòng gửi cho vị Đại Diện Quân Sự (Taylor) của Tổng thống ngày 23 tháng 10 năm 1961, Saigon/ Memorandum from the Secretary of Defense's Deputy Assistant for Special Operations (Lansdale) to the President's Military Representative (Taylor)", October 23, 1961, Saigon, in FRUS, 1961–1963, vol. 1, document 185, pp. 418–19.

[20] Đã dẫn như trên.

Nam; đặc biệt là họ cần phải ngăn chặn cơn thịnh nộ đối với ông Diệm. Ông Lansdale đã viết một bức thư khá cứng rắn cho Tướng Samuel T. Williams, cựu chỉ huy của MAAG (Nhóm Cố vấn Quân sự Hoa Kỳ), để xin được sự trợ giúp của ông ta trong việc đối đầu với nhóm chống ông Diệm - nhóm này càng ngày càng đông hơn ở Hoa Thịnh Đốn. Sự kiện này đã bộc lộ ra chiều sâu của vấn đề liên quan đến những người Mỹ đầy quyền lực, họ nghĩ rằng họ có thể chấn chỉnh VNCH bằng cách loại bỏ vị tổng thống của đất nước này:

Một trong những kết luận được rút ra trong giới hữu trách ở Hoa Thịnh Đốn, và cả hai ông Taylor và Rostow đều nói rằng điều đó không phải là kết luận của họ (mặc dù tôi nghi ngờ về điểm này) là chúng ta không thể giúp người Việt Nam chiến thắng Việt Cộng chừng nào nhà độc tài (Diệm) còn nắm giữ quyền lực. Do đó, một trong những ý tưởng được đưa ra là tôi trở thành cố vấn cá nhân của ông ấy (Diệm) và, khi tôi tiếp cận với ông ấy, theo ý tưởng này, sẽ mạnh tay áp lực ông ấy. Tôi đã bảo rằng đây là một nhiệm vụ không vinh dự và tôi nhất định không thể làm như vậy. Có thể chúng ta sẽ tăng cường hỗ trợ rất nhiều, gửi sang nhiều nhân sự cũng như tài chính và thiết bị. Tuy nhiên, chúng ta thực sự thiếu một thứ gì thuộc lĩnh vực tinh thần, phẩm chất lãnh đạo của người Mỹ, thiếu một nhân tố có thể làm cho sự trợ giúp của chúng ta có ý nghĩa. Tôi cảm thấy đau đớn như bị giam trong một địa ngục trần gian khi chỉ đứng bên lề và chứng kiến một phương thức tiếp cận quá tầm thường và thiếu sáng kiến đang được thử nghiệm. Thay vì viết đoạn kết với một cách nhìn bi quan, tôi đề nghị chúng ta hãy lên tinh thần và ra trận để chiến thắng đám đông này. Một trong những vấn đề chính ở đây là nội bộ của nước Mỹ, với Hoa Thịnh Đốn thì chỉ là một giai đoạn. Bạn có muốn ra đấu trường một lần nữa để đối đầu với những người có suy tư giống như ông Durbrow, nhưng tinh vi hơn nhiều không?[21]

Cụm từ "những người có suy tư giống như ông Durbrow, nhưng tinh vi hơn nhiều" ám chỉ ông Averell Harriman và các viên chức chống ông Diệm khác.[22] Tướng Williams được biết đến là người có ảnh hưởng tại Ngũ Giác

---

[21] Edward Geary Lansdale, "Thư của Trợ lý Bộ trưởng Quốc phòng về Các Đặc Vụ (Lansdale) gửi Tướng Samuel T. Williams"/ "Letter from the Secretary of Defense's Assistant for Special Operations (Lansdale) to General Samuel T. Williams", November 28, 1961, Washington, in FRUS, 1961–1963, vol. 1, document 293, pp. 687–89.

[22] W. Averell Harriman, "Thư của Đại Sứ Lưu Động (Harriman) gửi Tổng thống/ Letter from the Ambassador at Large (Harriman) to the President", November 12, 1961, Washington, in FRUS, 1961–1963, vol. 1, document 239, pp. 580–82.

Đài (Lầu Năm Góc), và ông Lansdale biết rằng ông ta cần một số người có quyền lực hỗ trợ cho ông ta khi ông chống lại phe nhóm này. Ngay cả với sự hỗ trợ của ông Williams, nhiều bản ghi nhớ và thư của ông Lansdale cũng không ảnh hưởng nhiều đến việc thực hiện Kế hoạch Chống Bạo loạn CIP.

Mặc dù CIP đề cập đến cuộc chống bạo loạn của Anh ở Mã Lai nhưng nó đã bỏ qua một số nguyên tắc thành công chính và một trong số đó là quân đội không thể thay thế chính quyền dân sự thích hợp. Người Anh đã hiểu, có lẽ vì các nhu cầu của chính họ trong khi họ kiệt quệ về tài chính do hậu quả của Thế Chiến thứ hai, rằng bom và đạn không thể thay thế một chính phủ đang hoạt động tốt. Như ông Robert Thompson giải thích, thách thức của loạn quân ở Mã Lai cũng giống như ở Việt Nam: loạn quân ở cả hai nơi đều muốn làm tiêu tan tính chính danh của chế độ đương nhiệm và tự cho mình là tiếng nói đích thực của người dân. Sự khác biệt cơ bản giữa chiến dịch của Anh ở Mã Lai và nỗ lực do Mỹ bảo trợ ở Việt Nam là người Anh không bao giờ để mất sự cần thiết tối quan trọng của việc duy trì tính chính đáng của chính phủ hiện tại, trong khi người Mỹ, bị ảnh hưởng bởi tuyên truyền của Cộng sản, đã để mất nó. Lưu ý đến những lời chỉ trích về ông Diệm, Hoa Thịnh Đốn đã cố gắng buộc chính phủ của ông Diệm trở nên dân chủ hơn, vi phạm một nguyên tắc quan trọng khác của sự thành công của Anh: trong một cuộc bạo loạn của Cộng sản, điều quan trọng hơn là người dân cảm thấy họ được bảo vệ bởi chính phủ quốc gia của họ hơn là để họ cảm thấy rằng họ có tiếng nói trong chính phủ của họ. Thật vậy, để đảm bảo an ninh quốc gia, các biện pháp khẩn cấp và luật pháp của Anh ở Mã Lai rất cứng rắn và phi dân chủ hơn nhiều so với bất cứ điều gì mà người Mỹ đã chuẩn bị để áp dụng ở Việt Nam.[23]

Ông Thompson theo dõi và tiếp tục chỉ trích xu hướng của Hoa Thịnh Đốn thường bị xoay chuyển bởi những lời chỉ trích chính phủ ông Diệm. Ông lập luận rằng trong khi Chính Phủ Việt Nam không phải là không có lỗi, những cáo buộc phóng đại của Cộng sản trên thực tế không có cơ sở và do đó chính sách của Mỹ không nên dựa vào các cáo buộc đó:

Nếu Việt Cộng có chính nghĩa ở VNCH, thì cả nước đã sụp đổ từ lâu. Điều đó không có nghĩa là không có một lý do chính đáng trong quá khứ trước khi xảy ra cuộc xung đột hiện nay, vì lý do đó là điều tiên khởi cần có để VC

---

23 Robert Grainger Thompson, *Đánh Bại Cuộc Bạo loạn Của Cộng sản: Kinh nghiệm từ Mã Lai và Việt Nam/ Defeating Communist Insurgency: Experiences from Malaya and Vietnam* (London: Chatto and Windus, 1966), 20.

thiết lập được tổ chức cơ bản cho Chiến Tranh Cách Mạng Nhân Dân ngay từ đầu. Tổ chức cơ bản của Việt Cộng đã tồn tại và được kế thừa từ tổ chức Việt Minh. Những khuyết điểm của chế độ ông Diệm và những mâu thuẫn trong xã hội Việt Nam là cái cớ hơn là lý do cho cuộc Bạo loạn của Cộng sản.[24]

Ông Thompson viết, người Mỹ rất dễ bị ảnh hưởng bởi tuyên truyền của Cộng sản vì họ thiếu kiên nhẫn, đó là một trong ba phẩm chất thiết yếu trong phương thức chống bạo loạn, cùng với sự quyết tâm và tinh thần chủ động để tấn công.[25] Các chính trị gia Hoa Kỳ mong đợi những kết quả nhanh chóng nhờ sự phồn thịnh và quyền lực của nước của họ, và họ cần thực hiện được điều đó để làm hài lòng báo chí và qua đó, các cử tri của họ. Hà Nội đã tận dụng yếu điểm này bằng cách không để cho người Mỹ chiến thắng nhanh chóng. Theo ông Thompson, Bắc Việt đã nhìn thấy bốn đường chính dẫn đến chiến thắng: (1) Mỹ không kiên định; (2) VNCH không kiên định; (3) Mỹ và VNCH không ứng dụng chiến lược đối kháng phù hợp; và (4) VNCH thất bại trong việc xây dựng, ngay cả với viện trợ của Hoa Kỳ, một chính quyền ổn định và hữu hiệu.[26] Nếu chỉ một trong những con đường này được mở ra, Hà Nội vẫn có cơ hội chiến thắng và đạt được mục tiêu chiến tranh tối thiểu mà họ đề ra, thống nhất Việt Nam dưới chế độ Cộng sản. Mục tiêu lớn nhất của họ cho cuộc chiến là Hoa Kỳ thua một cách nhục nhã. Chiến lược của Hà Nội nhằm vào sự thiếu kiên nhẫn của người Mỹ, bởi vì cả bốn yếu tố dẫn đến chiến thắng của Cộng sản đều kết cấu không ít thì nhiều với khuyết điểm quan trọng này của Mỹ.

Như đã đề cập trước đây, ông Võ Nguyên Giáp theo học ngành lịch sử ở đại học với chuyên ngành là lịch sử quân sự, và do đó ông biết phương cách chiến đấu của Hoa Kỳ trong các cuộc chiến của họ. Ông Thompson viết, dựa trên lý lịch của ông Giáp, ông ta biết cuộc bạo loạn càng kéo dài thì áp lực phản chiến càng gia tăng trong xã hội Mỹ. Các đòi hỏi của chiến tranh chống bạo loạn, bao gồm các nhu cầu chính trị, và việc công chúng Mỹ không hiểu được các đòi hỏi đó cuối cùng sẽ dẫn đến việc rút quân của Mỹ. Do đó, ông Thompson kết luận, Hà Nội sẽ biến cuộc chiến thành cuộc

---

[24] Robert Thompson, *Không Có Lối Thoát ra khỏi Việt Nam/ No Exit from Vietnam*, updated ed. (New York: David McKay, 1970), 30–31.

[25] Thompson, *Đánh Bại Cuộc Bạo loạn của Cộng sản/ Defeating Communist Insurgency*, 171.

[26] Thompson, *Không Có Lối Thoát ra khỏi Việt Nam/ No Exit from Vietnam*, 63–64.

đấu chí, chứ không phải thử thách về sức mạnh, và hy vọng rằng quân đội Mỹ, bất kể quyền lực của họ, sẽ chùn bước như người Pháp trước kia.[27]

Ông Robert Thompson đến Sài Gòn vào mùa thu năm 1961 theo yêu cầu của Tổng thống Diệm. Với tư cách là người đứng đầu Phái đoàn Cố vấn của Anh tại VNCH, nhiệm vụ chính của ông là cố vấn cho ông Diệm và các đồng minh Mỹ của ông về chiến lược bình định các vùng nông thôn đang bị Việt Cộng xâm nhập và một số vùng đã bị Việt Cộng kiểm soát.[28] Ông bắt đầu triển khai một kế hoạch cùng lúc với chính phủ Hoa Kỳ đang xây dựng Kế hoạch CIP, và một số viên chức Hoa Kỳ lo lắng rằng sự cạnh tranh giữa hai kế hoạch có thể sẽ xảy ra sau đó.[29]

Riêng về phần mình, Đại sứ Nolting "hoan nghênh sáng kiến của Anh". Như ông ta đã viết trong hồi ký của ông,

"Kinh nghiệm ở Mã Lai là một sự việc tương tự với Việt Nam, và chúng tôi có thể học hỏi từ đó." Ông Nolting rất coi trọng ông Thompson, người đã được Thủ tướng Mã Lai, ông Tunku Abdul Rahman đã thiết tha đề cử ông với Tổng thống Diệm. *"Ông Thompson chỉ có khoảng nửa tá nhân viên làm việc cho ông ấy, tất cả đều là người... đã phục vụ dưới quyền của Ngài Gerald Templar ở Mã Lai. Cá nhân họ không có phương tiện dồi dào, ngoài kinh nghiệm cá nhân của họ, nhưng họ đã làm việc hiệu quả. Họ làm việc chặt chẽ với VNCH và với chúng tôi, họ cố vấn về các phương pháp bình định và chống xâm nhập. Bản thân ông Thompson là người có khả năng thuyết phục và có nhiều ảnh hưởng đến Tổng thống Diệm".*[30]

Ông Thompson khuyên chính phủ Việt Nam chọn một khu vực ở Đồng Bằng sông Cửu Long nơi có thể được quân đội quét sạch Việt Cộng hoàn toàn và sau đó được bảo vệ không bị ảnh hưởng bởi hoạt động của Cộng sản, thông qua một hệ thống ấp kiên cố được bảo vệ bởi các đơn vị dân phòng của chính họ. Kế hoạch này được gọi là Chương Trình Ấp Chiến lược

---

[27] Đã dẫn như trên.

[28] Robert B. Asprey, Chiến Tranh trong Bóng Tối: Lịch Sử Du Kích Chiến/ War in the Shadows: The Guerrilla in History, [vol. 1], rev. ed. (New York: William Morrow, 1994), 739–40.

[29] "Ông Thompson đã nộp (cho Tổng thống Diệm) một bài phân tích sơ khởi (hoặc, theo thuật ngữ Hoa Kỳ, 'ước định tình hình') vào tháng 10 năm 1961. Đánh giá của ông đã được Tổng thống chấp thuận, người đã yêu cầu ông ta tiếp tục triển khai một kế hoạch cụ thể. Đáp lại, ông Thompson đã đưa ra một kế hoạch tổng thể cho việc bình định khu vực Đồng bằng, và đã trao tài liệu đó cho Tổng thống vào ngày 13 tháng 11...

[30] Nolting, Từ Niềm Tin Đến Bi Kịch/ From Trust to Tragedy, 37.

SHP (Strategic Hamlet Program), và SHP cũng là cơ hội cho ông Ngô Đình Diệm tìm cách tránh sự kiểm soát của người Mỹ, sắp sửa xảy ra đối với chính phủ của ông ta, và nếu có sự kiểm soát này, ông sẽ trở thành, hoặc ít nhất sẽ bị xem là một con rối của Mỹ. Vì vậy, một số người Mỹ gọi ý tưởng của ông Thompson là "lời khuyên thiếu trách nhiệm." [31] Tuy nhiên, đối với chương trình SHP của ông Thompson còn nhiều điều hơn là khả năng giúp ông Diệm tránh được sự kiểm soát của Hoa Kỳ. Nói một cách đơn giản, nó dựa trên kinh nghiệm Đông Nam Á xảy đã xảy ra vào thời gian gần đây, nó có luận lý và hợp với ý thức chung, và sẽ tạo được sự cân bằng hầu giảm bớt ảnh hưởng của lời khuyên và áp lực đến từ Hoa Thịnh Đốn.

Theo các nhà phân tích của Lầu Năm Góc, ông Thompson hiểu biết giống như Tướng Taylor: cả hai người đều thấy rằng Việt Cộng đang cố gắng tạo ra một kết quả chính trị có lợi cho họ bằng cách sử dụng các hành động quân sự kết hợp với chính trị thay vì tung hết vũ lực ra để chiếm miền Nam. Nhưng Tướng Taylor, cùng với Tướng Lionel McGarr, tư lệnh MAAG (Nhóm Cố Vấn Quân Sự Hoa Kỳ), nghĩ rằng Việt Cộng sẽ tập trung nỗ lực vào việc giành quyền kiểm soát các khu vực dân cư để sử dụng chúng làm căn cứ mà từ đó họ có thể tiến hành các cuộc tấn công vào Sài Gòn (một khu vực như vậy hiện hữu ở phía đông bắc Saigon và được gọi là Chiến khu Đ). Những căn cứ này cũng sẽ được Việt Cộng sử dụng để đưa ra một hình ảnh về quyền kiểm soát chính trị và tính hợp pháp đối với người dân miền Nam.[32]

Ông Thompson, mặt khác, tin rằng mũi nhọn thực sự của Việt Cộng sẽ là tấn công sự ổn định chính trị của vùng nông thôn đông dân cư. Nói cách khác, trong khi nhận ra rằng mối đe dọa của Cộng sản tấn công Sài Gòn là đúng, ông Thompson nghĩ rằng cuộc chiến thực sự, cuộc tranh giành tính chính danh, sẽ diễn ra ở các làng nhỏ ở nông thôn. Các kế hoạch gia của Mỹ, như ông McGarr và ông Taylor, vẫn nghĩ đến các cuộc tấn công quân sự cổ điển vào thủ đô, tuy rằng lần này dùng loạn quân. Do đó, kế hoạch của họ dựa trên niềm tin rằng các mục tiêu chính trị và quân sự của Cộng sản có thể bị phá hủy nếu các lực lượng Việt Cộng bị tiêu diệt. Ông Thompson cho rằng mục tiêu chính của Chính Phủ Việt Nam và Hoa Kỳ không chỉ đơn thuần là tiêu diệt các lực lượng chiến đấu của Việt Cộng mà là cung cấp cho

---

[31] Quốc hội, Ủy ban Quân vụ Hạ viện, Diễn Biến Của Chiến Tranh: Chương Trình Ấp Chiến lược/ *Evolution of the War: Strategic Hamlet Program*, 10.
[32] Đã dẫn như trên.

người dân VNCH một lựa chọn hấp dẫn, có tính cách xây dựng và tích cực thay cho lời kêu gọi của Cộng sản. Vì vậy, trọng tâm của Chính Phủ Việt Nam và người Mỹ là nên tái thiết quốc gia qua sự phát triển cơ sở hạ tầng ở các vùng nông thôn đông dân cư — một kế sách khó khăn, lâu dài và tốn kém.[33]

Chương trình do ông Thompson hình dung ra sẽ đòi hỏi các biện pháp an ninh chặt chẽ và triệt để, nhưng những biện pháp này có thể được thực hiện thành công bởi cảnh sát chứ không phải quân đội. Kinh nghiệm của ông cho thấy cảnh sát có thể thiết lập mối quan hệ thân thiết với người dân khi họ sống và làm việc trong chính cộng đồng mà họ bảo vệ. Các đơn vị bộ binh không thể làm được việc này vì họ thường xuyên phải có mặt ở những khu vực giao tranh ác liệt nhất và cần đến nguồn nhân lực của họ. Không chỉ vậy, nếu một đơn vị quân đội ở quá lâu trong một khu vực nhất định, thì cuộc sống hàng ngày của những người dân Việt bình thường sẽ giống như sống dưới sự chiếm đóng của quân đội. Do đó, theo sự hiểu biết của ông Thompson, thì mục đích của quân đội là khiến cho các đơn vị chính của Việt Cộng bị chao đảo hầu ngăn chúng tiến hành các cuộc tấn công bạo loạn trong các khu vực mà Chính Phủ Việt Nam đang cố gắng ổn định qua các chương trình tái cấu trúc và cảnh sát giữ gìn an ninh tại địa phương. Ngoài ra, quân đội có thể được sử dụng để tăng cường cho cảnh sát trong những tình huống khắc nghiệt. Tóm lại, trọng tâm của Chương Trình Ấp Chiến lược là giành được lòng trung thành của người dân, con tim và khối óc của họ, hơn là để giết Việt Cộng. Kế hoạch sử dụng ít bạo lực của ông Thompson tự nhiên hấp dẫn ông Diệm, một người ghét bạo lực; ông cảm thấy ghê tởm ngay cả với việc giết những người Cộng sản quá khích nhất.

Đặt ưu tiên lên việc giành được sự ủng hộ của người dân cho chính phủ, ông Thompson đã chọn một khu vực ở Đồng Bằng Sông Cửu Long, nơi ít có hoạt động của lực lượng chủ lực Việt Cộng. Ông cho rằng Chính Phủ VNCH cần phải "giải tỏa và giữ vững" khu vực này và cách này phải thay thế các cuộc càn quét phản tác dụng của QLVNCH "Tìm và Diệt" mà cho đến nay, đã được các cố vấn quân sự Mỹ khuyến cáo và chỉ đạo.

Ông thừa nhận rằng QLVNCH có thể được sử dụng để tạm thời bảo vệ các làng mạc trong khi cư dân tự tổ chức phòng thủ dân sự của họ và QLVNCH có thể đến hỗ trợ làng nào cần được tăng viện, nhưng phải ngừng áp dụng chiến thuật càn quét lớn qua một khu vực và sau đó bỏ đi. Tất cả

---

[33] Đã dẫn như trên.

những cuộc càn quét này chỉ gây bất ổn cho dân làng và lối sống của họ, trong khi họ thực sự cần chính phủ bảo đảm an ninh thể chất cho họ để những cải thiện kinh tế và xã hội đang được tạo dựng có thể tiến hành mà không bị gián đoạn vì bạo lực và sự gây rối của Việt Cộng.

Một khi khu vực này được giải tỏa khỏi tay Việt Cộng, các Ấp Chiến lược sẽ được xây dựng. Ấp Chiến lược điển hình sẽ là một ngôi làng được canh phòng cẩn mật trong một khu vực có nguy cơ tương đối thấp. Các thôn được phòng thủ sẽ là những thôn được an toàn và kiên cố hơn ở những khu vực mà trước đây có nhiều hoạt động của Việt Cộng. Những thôn này cũng sẽ tiếp nhận những người đã bị di dời khỏi các khu vực đã bị Việt Cộng chiếm đóng. Các ấp phòng thủ sẽ đặc biệt hữu ích ở những khu vực gần biên giới Cam Bốt, nơi mà Việt Cộng thường xuyên di chuyển qua.

Chương Trình Ấp Chiến lược (SHP) đã gây ra những vấn đề thực tế và cấp thời cho người Mỹ, vì ông Diệm dường như đã chuẩn bị để thực hiện chương trình này ngay lập tức và để qua mặt sự kiểm soát của người Mỹ trong nỗ lực chống Bạo loạn. Đại sứ Nolting đã gửi một bức điện tới Hoa Thịnh Đốn nói rằng kế hoạch của ông Thompson là ưu tiên hàng đầu nhưng cần được đệ trình lên chính phủ Kennedy để xem xét; Nói cho cùng, người Mỹ sẽ phải trả chi phí và do đó cần có tiếng nói chính thức trong việc thực hiện chương trình.[34] Bức điện này bác bỏ nhận định rằng ông Nolting có thiện cảm với ông Diệm đến mức ông ta phớt lờ các chỉ thị về chính sách của Hoa Kỳ. Trên thực tế, bức điện báo rằng ông Nolting đã tổ chức một cuộc họp với Đại sứ Anh Henry Arthur Frederick Hohler, ông Robert Thompson, và Tướng McGarr để chính thức nói lên sự bất đồng ý kiến của Hoa Thịnh Đốn đối với những gì người Anh đã làm.[35] Tại cuộc họp đó, ông Nolting đã ủng hộ đề nghị của Tướng McGarr về việc canh chừng và theo dõi khu vực bị Việt Cộng tràn ngập thuộc Chiến khu D ở phía bắc Saigon. Ông cũng giải thích rằng chính phủ Hoa Kỳ không đồng ý với các cấu trúc chiến lược mà ông Thompson đã đề nghị với ông Diệm, cấu trúc này sẽ cho phép Tổng thống Diệm qua mặt bộ chỉ huy trận địa của QLVNCH và đồng thời MAAG bằng cách chỉ huy hành quân trực tiếp từ Dinh Độc Lập -

---

[34] Frederick Nolting, "Điện tín đánh đi từ Toà đại sứ Hoa Kỳ ở Việt Nam đến Bộ Ngoại giao Hoa Kỳ", ngày 30 tháng 11, 1961, Saigon/ Telegram from the Embassy in Vietnam to the Department of State", November 30, 1961, Saigon, in FRUS, 1961–1963, vol. 1, document 299, pp. 698–700.

[35] Đã dẫn như trên.

điều mà người Mỹ đã muốn huỷ bỏ. Đại sứ Nolting lâm vào tình thế tiến thoái lưỡng nan. Một mặt, ông thực sự có cảm tình với cả ông Diệm và ông Thompson và có thể thấy giá trị của cách tiếp cận phi quân sự rất thực tế mà ông Thompson đang cổ võ. Mặt khác, với tư cách là trưởng phái bộ Hoa Kỳ tại VNCH, nhiệm vụ của ông là tuân thủ các chỉ thị từ Hoa Thịnh Đốn và thực hiện chính sách của Mỹ.

Bất chấp sự bất đồng ý kiến giữa người Mỹ và người Anh, một khía cạnh trong lời khuyên của ông Thompson - rằng cuộc thi thố thực sự là giành được trái tim và khối óc của nông dân ở nông thôn VNCH - rõ ràng đã được tất cả mọi người chấp nhận. Ngay cả những người Cộng sản đã nhìn thấy tiềm năng của chương trình này để tạo ra một sự cách biệt giữa họ và nông dân ở VNCH. Tướng Cộng sản Nguyễn Chí Thanh gọi ý tưởng lập Ấp Chiến lược là "một kết luận tương đối sáng suốt". [36]

Có một chương trình tương tự với chương trình SHP đã được thực hiện trước đây tại Việt Nam vào năm 1959, đó là Chương trình Agroville (khu Trù mật [Thành phố Canh nông]). Mục đích chính của kế hoạch đó là tăng cường mối quan hệ của chính phủ với người dân nông thôn. Giống như SHP sau này, Chương trình Agroville liên quan đến việc di chuyển những nông dân sống cách xa nhau dọc theo các kênh đào thuộc sông Cửu Long vào các khu định cư nơi họ có thể được bảo vệ khỏi sự cưỡng bức, tuyên truyền và khủng bố của loạn quân. Mật độ dân số của các thành phố nông nghiệp (khu Trù mật) sẽ giúp cho việc bảo vệ dân chúng được dễ dàng hơn. Chương trình này cũng sẽ cho phép Chính phủ cung cấp điện, trường học và trung tâm y tế, cũng như đào tạo các kỹ thuật nông nghiệp mới. Ông Diệm hy vọng rằng những khu định cư này sẽ "giúp ổn định quyền lực của chính phủ trong bối cảnh gia tăng các vụ ám sát và bắt cóc các viên chức nông thôn". [37] Mặc dù chính phủ Hoa Kỳ cung cấp gần 60% ngân sách cho các khu vực này, nhưng Hoa Kỳ không áp đặt bất kỳ sự kiểm soát nào vào chương trình, mà cuối cùng đã thất bại. Thực tế này sẽ ảnh hưởng nặng nề đến sự can dự của Mỹ trong tương lai vào nỗ lực chống bạo loạn tương tự ở VNCH.

---

[36] Trích trong Ellen J. Hammer, *Một cái Chết Vào Tháng 11: Hoa Kỳ ở Việt Nam/ A Death in November: America in Vietnam, 1963*; (New York: E. P. Dutton, 1987), 41.

[37] Richard A. Hunt, *Bình Định: Cuộc Đấu Tranh Của Người Mỹ để Giành Trái Tim và Khối Óc của Việt Nam/ Pacification: The American Struggle for Vietnam's Hearts and Minds*; (Boulder, Colo: Westview Press, 1995), 20.

Chương trình khu Trù mật đã thất bại nhưng vì những lý do phức tạp hơn những lý do mà các phiên bản lịch sử thường gặp phải như việc lập kế hoạch kém và quản lý yếu kém.[38] Theo nhà sử học Dennis Duncanson, một nhà sử học thông hiểu về lịch sử chính trị của VNCH, ban đầu các khu Trù mật không nhằm mục đích đưa tất cả các người ở vùng nông thôn VNCH đến gần nhau hơn. Thay vì đó, họ tập hợp "những gia đình không đáng tin cậy" lại với nhau để cách ly họ khỏi sự lung lạc của Việt Cộng. Tuy nhiên, những gia đình này không bao giờ thoát khỏi áp lực của Cộng sản.[39] Nhận thức được mối đe dọa từ các khu Trù mật, Việt Cộng đã tổ chức các cuộc đột kích vào các khu định cư này "nhưng thường là khủng bố và răn đe các viên chức chính phủ để đe dọa người dân và cản trở công việc".[40]

Ông William Colby lưu ý rằng các khu vực nông nghiệp này có tiềm năng nhưng không thể bảo toàn an ninh cho chúng được. Ông nói, đó là một ý tưởng hay, để "thúc đẩy mọi người đến gần nhau hơn và sau đó cung cấp cho họ những tiện nghi, những bước hướng tới hiện đại hóa và tổ chức, v.v." [41] Nhưng khi các gia đình ở lại gần nhau hơn trong các khu vực nông nghiệp, ông Colby giải thích, thì họ lại xa cách với ruộng vườn của họ. Mặc dù có những than phiền về sự xa cách này, nhưng bảo vệ nơi mà các gia đình sinh sống là quan trọng hơn. Chính phủ đã cấp cho mỗi gia đình một khu đất để trồng rau và nuôi gia súc. Những mảnh đất này cách nhau khá xa, trung bình cứ 10 ngôi nhà và đất của họ chiếm đến một kilomet vuông. Như vậy khoảng cách này vẫn ngắn hơn so với tình trạng trước đây khi họ sống dọc theo các con kênh, và giờ đây họ có thể tiếp cận dễ dàng đến các trường học và nhà thương mới. Colby vẫn duy trì ý kiến là nếu không có loạn quân, các khu vực nông nghiệp có lẽ đã hoạt động tốt, nhưng chúng không thể được bảo vệ an toàn vì những khu vực rộng lớn mà loạn quân có thể tự do di chuyển. Thiết lập một vòng đai phòng thủ an toàn xung quanh một số gia đình trải rộng trên một vài kilomet vuông là vượt ngoài

[38] Xem Stanley Karnow, *Việt Nam: Một Thiên Lịch sử/ Vietnam: A History*; (New York: Viking, 1983), 231.

[39] Dennis Duncanson, *Chính Phủ và Cách Mạng ở Việt Nam/ Government and Revolution in Vietnam*; London: Oxford University Press/ Royal Institute of International Affairs, 1968), 261–62.

[40] Hunt, *Bình Định/ Pacification*, 20.

[41] William Colby, phỏng vấn bởi Ted Gittinger, ngày 2 tháng 6 năm 1981/ interview by Ted Gittinger, June 2, 1981, Washington, D.C., Interview 1, transcript, 15–16, Lyndon Baines Johnson Presidential Library Oral History Collection, University of Texas at Austin.

khả năng của Chính phủ Việt Nam. Ông Colby nhận thấy vấn đề di chuyển mồ mả tổ tiên của dân, những kẻ giềm pha ông Diệm đã chỉ trích ông về việc này.[42]

Đó là một vấn đề nhỏ so với sự khó khăn mà chính phủ phải đối đầu với sự xâm nhập của Việt Cộng.[43] Nói cách khác, chương trình khu Trù mật đã bị thất bại vì Cộng quân đã gây bất ổn tại các khu định cư.

Mặc dù chương trình khu Trù mật bị thất bại, ông Diệm và em trai ông là Ngô Đình Nhu đã nhận ra tiềm năng của Chương trình Ấp Chiến lược (SHP), chương trình này không chỉ cung cấp các tiện nghi cho nông dân mà còn là một phương tiện để các làng tự bảo vệ. Các nhà lãnh đạo khác của Việt Nam cũng nhìn thấy tiềm năng đó. Các tướng lãnh VNCH như Cao Văn Viên và Đồng Văn Khuyên đã khen ngợi chương trình như sau: một chính sách quốc gia công bình, một liều thuốc giải độc thực sự cho chiến tranh toàn diện của Cộng sản nhằm lật đổ chính phủ. Chương trình được thiết kế một cách cặn kẽ và phù hợp để cải thiện mức sống của người dân qua phát triển kinh tế xã hội từ gốc rễ, do đó đã đạt được thành quả tốt. Đó là một khái niệm chiến lược đúng đắn với mục tiêu là trung hoà và đem lại sự cân bằng cho một cuộc chiến không ranh giới bằng cách biến nông thôn thành một hệ thống công sự hỗ trợ lẫn nhau. Chương trình đó đã nhắm tới việc xây dựng và bồi đắp tinh thần tự tin, tự lực và tự nguyện tham gia vào công cuộc chung, nhờ đó sẽ duy trì được các nỗ lực của quốc gia trong một cuộc chiến tranh tiêu hao kéo dài.[44]

Ông Roger Hilsman, người không hâm mộ ông Diệm, cũng đồng ý với Tổng thống Việt Nam về chương trình SHP. Ông cũng muốn thấy việc giảm bớt sự chú trọng vào các đáp ứng về quân sự truyền thống và chú trọng

---

[42] Ông Stanley Karnow đã đưa ra lời phê bình về chương trình thành phố nông nghiệp (agrovilles): "Có một điều, những người nông dân mà nghề chính của họ là nông nghiệp đã phải rời bỏ làng quê, mồ mả tổ tiên, và xã hội truyền thống của họ đã bị phá vỡ, vì những lý do mà họ không thấu hiểu được". Karnow, *Vietnam*, 231. Gabriel Kolko viết rằng dự án này đã bị người VNCH phản đối và họ không hợp tác với chương trình này. Gabriel Kolko, *Phân tích Chiến tranh: Việt Nam, Hoa Kỳ và Trải nghiệm Lịch sử Hiện đại/ Anatomy of a War: Vietnam, US and the Modern Historical Experience*; (New York: Pantheon Books, 1985), 96, 103, 131.

[43] Colby, phỏng vấn bởi Gittinger/ interview by Gittinger, interview 1, 15–16.

[44] Cao Văn Viên và Đồng Văn Khuyến, *Những Suy tư về Chiến tranh Việt Nam/ Reflections on the Vietnam War*, Indochina Monographs (Washington, D.C: United States Army Center of Military History, 1980, 9.

hơn đến các giải pháp chính trị. Ông nói, SHP không chỉ là một phương tiện để chống lại Việt Cộng mà là "một khái niệm chiến lược dựa trên sự hiểu biết thực sự về bản chất của nội chiến".[45]

Ông William Colby, người đã ở Việt Nam từ khi chương trình SHP được thành lập, giải thích về cảm nhận của ông Ngô Đình Nhu, ông đã kỳ vọng nhiều điều lợi ích mà chương trình Ấp Chiến lược đem lại ngoài việc bảo vệ hữu hiệu cho người dân Việt Nam. Không chỉ là việc rào dây kẽm gai xung quanh những người trong ấp, các khu định cư sẽ tạo nên nếp sống cộng đồng. Bằng cách kết hợp lại với nhau để phát triển và tự bảo vệ cho mình, người dân sẽ có cảm giác họ đã đạt được một điều gì và tự hào về những gì họ đã và đang làm — đó là một bước cần thiết nếu họ muốn chống chọi với Cộng sản.[46]

Các Ấp Chiến lược không làm mất lối sống truyền thống của người Việt Nam như một số nhà phê bình đã đề nghị. Thật vậy, một nhà sử học viết vào thời chiến tranh Việt Nam đã nhận xét rằng khi người Việt Nam di cư vào các khu vực phía nam của đất nước, vào thế kỷ XVII và XVIII, "họ đã sử dụng các kỹ thuật định cư dường như tương tự với những thôn ấp kiên cố được xây dựng gần đây.[47] Theo thời gian, những người nông dân đã tản ra dọc theo các con kênh của Đồng bằng sông Cửu Long để gần với đất đai của họ, với kết quả là họ sống xa cách nhau và ít được chính phủ đoái hoài đến, khiến họ dễ bị Việt Cộng chiêu dụ. Đối với ông Diệm và ông Nhu, các Ấp Chiến lược có triển vọng hoá giải tình trạng cô lập và xa cách giới lãnh đạo đất nước, và giúp chính phủ ngăn chặn cuộc Bạo loạn. Tuy nhiên, cách duy nhất mà hai ông có thể thực hiện được là nếu Chính phủ có thể chứng minh rằng hai ông có Thiên mệnh của Nho Giáo để bảo vệ người dân trong các Ấp Chiến lược và cải thiện cuộc sống của họ ở nơi đó.[48]

---

[45] Trích dẫn trong Larry E. Cable, *Những Huyền thoại Đối nghịch: Sự Phát triển của Học thuyết chống Bạo loạn của Hoa Kỳ và Chiến tranh Việt Nam/ Conflict of Myths: The Development of American CounterInsurgency Doctrine and the Vietnam War*; (New York: New York University Press, 1986), 197.

[46] Colby, phỏng vấn bởi Gittinger/ interview by Gittinger, interview 1, 17–18.

[47] Milton E. Osborne, *Ấp Chiến lược ở Miền Nam Việt Nam: Khảo sát và So sánh/ Strategic Hamlets in South Viet-Nam: A Survey and Comparison*, Data Paper 55, Cornell University, Southeast Asia Program (Ithaca, N.Y.: Southeast Asia Program, Department of Asian Studies, Cornell University, 1965), 20.

[48] Đã dẫn như trên.

Năm 1960, một Ấp Chiến lược đã được thành lập tại tỉnh Ninh Thuận bởi Đại tá Nguyễn Khánh của QLVNCH.[49] Sau khi giúp quân Pháp củng cố các làng ở đồng bằng sông Hồng của Bắc Việt Nam, ông Khánh đã có thể đưa những kiến thức này vào miền Nam, nơi ông đã lập được một số làng có hàng rào và lực lượng dân quân tình nguyện. Một ngôi làng khác trong buổi ban đầu nằm ở tỉnh Daklak dưới sự chỉ đạo của một linh mục Công Giáo. Ông Ngô Đình Nhu đã đúc kết tất cả những kinh nghiệm này và lời khuyên của nước Anh đã "tạo ra khái niệm khung sườn cho kế hoạch và thiết lập mốc thời gian để hoàn thành".[50]

Tổng quan tốt nhất về cách ông Ngô Đình Nhu đã thực thi chương trình SHP được mô tả trong hồi ký của ông William Colby về chủ đề này. Như ông Colby đã viết, phản ứng ban đầu của Mỹ đối với nỗ lực leo thang của loạn quân là hoàn toàn có thể dự đoán được và tạo thành nội dung chính của báo cáo Taylor-Rostow và các khuyến nghị. Ông Colby giải thích, các nhà hoạch định quân sự Mỹ không đồng ý với đề nghị của ông Thompson và Phái đoàn Cố vấn Anh, bởi vì họ tin rằng trọng tâm của việc chống bạo loạn phải là quân đội và không phải là các đơn vị dân sự tại địa phương như đã đề ra trong chương trình SHP. Tướng Lyman Lemnitzer, Chủ tịch Hội đồng Tham mưu Liên quân, đặc biệt phản đối ý tưởng dùng cảnh sát thay thế quân đội ngay cả cho lực lượng địa phương quân.[51] Lý do chính cho sự phản đối của ông là Bộ Tham mưu Liên quân tin rằng "tình hình Việt Nam đã suy thoái đến mức độ mà các cơ quan cảnh sát không thể giải quyết được một cách hiệu quả."[52]

Tuy nhiên, ông Ngô Đình Nhu không tin rằng người Mỹ nói đúng về chương trình SHP. Ngược lại, trong các cuộc gặp hàng tuần với ông William Colby, ông xem đó là cứu cánh của VNCH. Trong những cuộc gặp gỡ này, khi hai người thảo luận về những thành tựu mà loạn quân đã đạt được, ông Nhu đã nhận thấy khả năng tuyển mộ và tổ chức nông dân của Cộng sản

---

[49] William A. Nighswonger, *Bình định Nông thôn ở Việt Nam/ Rural Pacification in Vietnam*, Special Studies in International Politics and Public Affairs (New York: Frederick A. Praeger, 1966), 54.

[50] Đã dẫn như trên, 55.

[51] William E. Colby, *Chiến Thắng Bị Mất: Bản Tường Thuật của một Chứng nhân Về Sự Tham Dự trong Mười Sáu Năm Của Hoa Kỳ tại Việt Nam/ Lost Victory: A Firsthand Account of America's Sixteen-Year Involvement in Vietnam*, với James McCargar (Chicago: Contemporary Books, 1989), 98–99.

[52] Cable, *Những huyền thoại đối nghịch/ Conflict of Myths*, 191.

khá cao, chúng đào tạo những nông dân này, đầu tiên đưa họ vào các đơn vị du kích nhỏ và sau đó chuyển họ sang các tiểu đoàn chủ lực. Ông Nhu thừa nhận với Colby rằng QLVNCH không thể ngăn chặn được hệ thống phá rối có tổ chức mà Cộng sản đã thực hiện. Ông cũng nhận ra rằng quy hoạch chi tiết ở Sài Gòn khi chuyển đến địa phương thì chẳng còn được bao nhiêu và chiều sâu chính trị của Đảng Cần Lao của chính ông là không đáng kể so với của Đảng Cộng sản.[53] Vì vậy, ông Colby và ông Nhu bắt đầu khám phá những cách họ có thể sử dụng chương trình SHP để kích động các cộng đồng nông thôn tự vệ trước các cuộc đột kích về đêm mà Việt Cộng đã thực hiện một cách thành thạo. Ngay cả một số ít dân làng có lòng và được vũ trang cũng có thể ngăn cản chúng (Việt Cộng) tập hợp dân làng để học tập chính trị vào ban đêm và ngăn cản chiến thuật tuyển mộ có tính cách đe dọa của chúng. Những người dân làng có vũ trang này cũng sẽ có thể ngăn chặn việc tống tiền qua hình thức buộc dân đóng "thuế" của Việt Cộng.[54]

Nhờ có thành phần dân phòng của các Ấp Chiến lược, ông Nhu nhận thấy rằng chúng có nhiều khả năng thành công hơn những khu Trù mật đã bị thất bại trước đây. Hơn nữa, ông tin rằng chúng có thể tạo nền tảng cho một trật tự xã hội và chính trị mới. Chính sách mới này sẽ bắt nguồn từ các vùng nông thôn VNCH và có thể sẽ thay thế cho tầng lớp tinh hoa ở Sài Gòn, nơi còn lưu lại dư âm của năm tháng cũ dưới thời Pháp thuộc. Ông Nhu lo ngại rằng nếu người Mỹ nhúng tay quá sâu vào việc điều hành các Ấp Chiến lược, họ sẽ Làm mất đi lòng mong ước được tự lực tự cường của người dân VNCH. Ông Douglas Pike nhớ lại rằng ông Nhu rất kiên quyết về điểm này.[55] Về phần ông Colby, ông không quan tâm đến các tác động xấu của viện trợ và sự kiểm soát của Mỹ vì ông vui mừng vì tầm nhìn của ông Nhu bao gồm các yếu tố chính trị cần thiết để đánh bại Cộng sản.[56] Tổng thống Diệm ủng hộ chương trình Ấp Chiến lược (SHP) vì ông đã từng là vị quan đảm trách hành chính cho những đơn vị hành chính của đất nước; do đó

[53] Colby, *Chiến thắng bị Mất/ Lost Victory*, 98–100.

[54] Đã dẫn như trên.

[55] Douglas Pike, *Việt Cộng: Tổ Chức và Kỹ Thuật của Mặt Trận Dân Tộc Giải Phóng Miền Nam/ Vietcong: The Organization and Techniques of the National Liberation Front of South Vietnam*; (Cambridge, Mass: MIT Press, 1967), 66–67.

[56] Colby, *Chiến Thắng bị Mất/ Lost Victory*, 98–100.

ông Nhu đã thuyết phục được anh trai mình biến chương trình này thành một chủ trương quan trọng của quốc gia.[57]

Ghi chú cho Chương 5 - Tiếp theo

3. ... Steven Young, "Một Đánh giá Rất Chính xác về Mối Đe dọa: Sách Trắng của Bộ Ngoại giao Việt Nam năm 1961 và năm 1964 - Nhìn lại / A Very Accurate Threat Assessment: The State Department Vietnam White Papers of 1961 and 1964 in Retrospect", paper presented at "After the Cold War: Reassessing Vietnam", Second Triennial Symposium, Vietnam Center and Archive, Texas Tech University, Lubbock, TX., April 18–20, 1996.

5. Ông Galula sau đó liệt kê những người ở trong phe chật vật: "Sĩ quan cấp dưới tại chiến trường, sau nhiều tuần và nhiều tháng theo dõi địch quân không ngừng, cuối cùng ông ta đã tiêu diệt được hàng chục du kích chống lại ông ta, sau đó ông lại thấy một tá du kích mới đến để bổ xung; một công chức đã khẩn cầu một cuộc cải cách tốn khoảng 5 xu mà không được đáp ứng và giờ đây được lệnh phải thực hiện ngay một chương trình trị giá hàng trăm đô la khi ông ta không còn kiểm soát được tình hình trong quận của mình; viên tướng đã 'quét sạch' được Khu vực A nhưng ông ta phải la hét lên vì 'họ' muốn lấy đi hai tiểu đoàn của ông để đem vào Khu vực B; viên chức phụ trách việc thông tin cho báo chí không thể giải thích thỏa đáng tại sao sau bao nhiêu chiến thắng quyết định, loạn quân vẫn hồ hởi và tăng trưởng; vị dân biểu không thể hiểu tại sao chính phủ muốn được nhiều tiền hơn khi có quá ít thành quả được trình ra để chứng minh cho các khoản dự chi khổng lồ đã được cấp trước đó; người đứng đầu của quốc gia, bị chỉ trích từ nhiều phía, ông ta tự hỏi ông là mình còn tồn tại được bao lâu — đây là những minh họa điển hình về hoàn cảnh của việc chống lại cách mạng."

6. ... in U.S. Involvement in the War, Internal Documents: The Kennedy Administration, January 1961–November 1963, Book I, section V.B.4 of bk. 11 of United States–Vietnam Relations, 1945–1967: Study Prepared by the

---

[57] Anne Miller, " *Câu chuyện về cuộc đời của Tổng thống Ngô Đình Diệm (bản thảo không xuất bản, ngày 30 tháng 7 năm 1965)/ And One for the People: The Life Story of President Ngo Dinh Diem*", microfilm, 2: 337–46. Copies of the manuscript are available through the Vietnam Center and Archive, Texas Tech University, Lubbock, TX.

Department of Defense, by Congress, House, Committee on Armed Services (Washington, D.C.: United States Government Printing Office, 1971), 19–21.

22. Thái độ của ông Harriman đối với ông Diệm có thể được thể hiện qua những lời này trong một bức thư ông viết trong các cuộc đàm phán ở Lào và sự hình thành của Kế hoạch CIP: "Điều tốt nhất mà bất kỳ sự sắp xếp quốc tế nào có thể thực hiện là câu giờ. Nếu Chính phủ miền Nam Việt-Nam duy trì một chế độ đàn áp, độc tài và không được lòng dân, đất nước sẽ không duy trì được độc lập lâu dài. Hoa Kỳ cũng không đủ khả năng để đặt uy tín của mình vào tình huống đó. Chúng tôi phải nói rõ với ông Diệm rằng chúng tôi muốn thấy các cải cách nội bộ. Điều này sẽ đòi hỏi một đại sứ mạnh mẽ, người có thể kiểm soát tất cả các hoạt động của Hoa Kỳ (chính trị, quân sự, kinh tế, v.v.) và người đó được ông Diệm cho là có sự thân thiết và tin cậy cá nhân của Tổng thống và Bộ trưởng."

24. Ông Thompson nói thêm, "Tổ chức ban đầu [của Việt Cộng] được xây dựng trong cuộc chiến chống Nhật Bản và sau đó được rèn giũa trong cuộc kháng chiến chống thực dân Pháp. Không thể thành lập tổ chức này từ số không tại VNCH, dựa trên mục đích mà Việt Cộng đã đề ra và thúc đẩy vào Nếu đó là trường hợp thực tế đã xảy ra (nếu tổ chức VC chỉ mới bắt đầu được xây dựng từ năm 1954) thì Tổng thống Diệm đã gặp ít khó khăn trong việc đối phó với chúng, tương tự như ông ta đã xử lý với bọn cướp Bình Xuyên ở Sài Gòn ngay sau khi ông lên cầm quyền ".

29. Trên thực tế, ông Thompson đang trong quá trình triển khai chi tiết một chiến lược tiếp cận toàn diện tiềm năng đồng thời với việc Hoa Kỳ dồn nhiều nỗ lực vào việc hình thành một giai đoạn mới quan trọng trong quan hệ Hoa Kỳ-Chính phủ Việt Nam, trong đó các viện trợ lớn của Hoa Kỳ sẽ gắn liền với việc ông Diệm chấp thuận những điều đổi mới đã được ấn định và, theo hệ luận, ông ta sẵn sàng theo đuổi một số chiến lược phối hợp đã được thống nhất ý kiến. Nói tóm lại, kế hoạch của ông Thompson là một đối thủ tiềm tàng đối với các kế hoạch tiên tiến của Mỹ phản ảnh qua Kế hoạch CIP và kế hoạch của MAAG áp dụng cho từng vùng lập ra vào tháng 9 năm 1961. Quốc hội, Ủy ban Quân vụ Hạ viện, *Diễn Biến của Chiến Tranh: Chương Trình Ấp Chiến lược*, 10/ Congress, House, Committee on Armed Services, *Evolution of the War: Strategic Hamlet Program*, 10.

CHƯƠNG 6

LỰC LƯỢNG CẢNH SÁT SO VỚI QUÂN ĐỘI

Chương trình Ấp Chiến lược thật sự có một chiến lược sắc bén vì dựa trên việc nhận định rõ ràng cuộc chiến thật của Miền Nam Việt Nam là cuộc chiến giữa Cộng sản và dân chúng Miền Nam Việt Nam (Việt Nam Cộng Hoà - VNCH), không phải giữa Việt Cộng và chính phủ VNCH. Khi Tổng thống Diệm dốc hết tâm sức vào chiến lược này, thông điệp gửi đến cho Hoa Kỳ, vừa trực tiếp, vừa gián tiếp, là ông không chấp nhận dự án Chống Bạo loạn của Mỹ, vừa đặt nền tảng trên những cải cách cấp kỳ có tính cách dân chủ ở cấp chính phủ VNCH, vừa vẽ ra một cuộc chiến theo quy ước cổ điển với sự tham gia của lực lượng Mỹ, bên cạnh quân đội VNCH, dưới sự kiểm soát của quân đội Mỹ.[58]

Nhận thức về bản chất của cuộc chiến đó đã đưa đến hai góc nhìn ít nhiều khác biệt giữa hai ông Robert Thompson và Ngô Đình Nhu về vấn đề an ninh cho các Ấp Chiến lược. Với kinh nghiệm đã trải qua tại Mã Lai trước đó, ông Thompson nghĩ rằng cộng đồng non trẻ trong các Ấp Chiến lược phải được bọc trong vòng ranh của quân đội để chống lại các cuộc tấn công của Việt Cộng, đồng thời cắt đứt mọi liên hệ giữa dân chúng với họ.[59] Về phía ông Nhu, với sự hỗ trợ của ông William Colby, ông nghĩ rằng việc giữ an ninh cho các Ấp Chiến lược phải đến từ người dân sống trong Ấp. Ông cho rằng chính người dân phải có khả năng tự vệ nhờ họ có ý thức chính trị và, ngược lại, khả năng tự vệ lại giúp phát triển nội lực chính trị trong lòng cộng đồng. Nhận trách nhiệm bảo vệ cho chính họ, ông ta lý luận, cả hai lực lượng sẽ giúp củng cố việc điều hành chính trị của cộng đồng.[60]

---

[58] Xem Howard L. Burris, "Bản ghi nhớ từ Phụ tá Quân sự của Phó Tổng thống (Burris) gửi Phó Tổng thống Johnson", ngày 30 tháng 3 năm 1962. *Xem tiếp ở cuối chương.*

[59] Robert Grainger Thompson, *Đánh bại cuộc Bạo loạn của Cộng sản: Kinh nghiệm từ Mã Lai và Việt Nam/Defeating Communist Insurgency: Experiences from Malaya and Vietnam* - (London: Chatto and Windus, 1966), 124. *Xem tiếp ở cuối chương.*

[60] Theo ông Colby, ông ta đồng ý "tất nhiên với quan điểm của ông Nhu, do đã tranh luận về lợi thế của nó với ông ấy, vì vậy sự khác biệt này giữa ông Thompson và tôi vẫn tồn tại

Ông Ngô Đình Nhu là người phụ trách công trình thiết lập các Ấp Chiến lược.[61] Bước đầu tiên, ông đã xây dựng sức mạnh lãnh đạo các Ấp Chiến lược bằng cách tổ chức các buổi nói chuyện và thảo luận rồi từ đó lập các hội đồng khác nhau.[62] Ông Nhu cũng đã thảo ra ba mục tiêu đầu cho chương trình này: thứ nhất, chính phủ VNCH sẽ nối kết các nông dân trong các Ấp Chiến lược thành một mạng lưới thông tin liên lạc, đồng thời cung cấp cho họ những đơn vị phòng vệ giúp họ chống trả các cuộc đột kích của Việt Cộng. Các đơn vị phòng thủ địa phương này sẽ thiết lập một lực lượng trừ bị cấp cứu phòng khi cần đáp ứng, một cách nhanh chóng, nhu cầu phòng thủ an ninh. Thứ hai, Chương trình Ấp Chiến lược sẽ khuyến khích người dân trong Ấp họp lại với nhau và tham gia vào công việc hành chính và các sinh hoạt chính trị của cộng đồng. Thứ ba và quan trọng nhất là chương trình này nhằm cải thiện mức sống của người dân nông thôn Việt Nam. Với những mục tiêu này, ông Nhu đã bắt đầu tạo nên một mô hình chính trị-kinh tế mới khác với mô hình mà Việt Cộng áp dụng qua cơ chế điều hành tạm thời của họ, để nhờ đó mà ngăn chặn, không để cho họ tự đặt cơ chế của họ là một chính quyền chính thức tại các vùng nông thôn.[63]

Trái với những bài tường thuật của tờ New York Times, ông Nhu không phải là một nhà trí thức thiếu thực tiễn, nằm ôm mộng trong văn

---

trong nhiều năm. Tuy nhiên, chúng tôi đã đồng ý với nhau về sự cần thiết của phương pháp tiếp cận dựa trên làng xã, so với phương thức quân sự, mà chúng tôi vẫn cộng tác và là bạn bè thân thiết nhất "... *Xem tiếp ở cuối chương.*

[61] Sterling J. Cottrell, "Bản ghi nhớ của Giám đốc Lực lượng Đặc nhiệm về Việt Nam (Cottrell) gửi Phụ tá Ngoại trưởng Phụ trách các Vấn đề Viễn Đông (Harriman)/ Memorandum from the Director of the Vietnam Task Force (Cottrell) to the Assistant Secretary of State for Far Eastern Affairs (Harriman)", April 6, 1962, Washington, in FRUS, 1961–1963, vol. 2, document 149, p. 311".

[62] Milton E. Osborne, Các Ấp Chiến lược ở Miền Nam Việt Nam: Khảo sát và So sánh, Tài liệu Số 55, Đại học Cornell)/ Strategic Hamlets in South Viet-Nam: A Survey and Comparison, Data Paper 55, Cornell University, Southeast Asia Program (Ithaca, N.Y.: Southeast Asia Program, Department of Asian Studies, Cornell University, 1965), 26.

[63] Richard A. Hunt, *Bình Định: Cuộc Đấu tranh của Người Mỹ dể Giành được Trái Tim và Khối Óc của Việt Nam/ Pacification: The American Struggle for Vietnam's Hearts and Minds* (Boulder, CO: Westview, 1995), 21.

phòng riêng tại Sài Gòn.[64] Ông Rufus Phillips, một nhân viên CIA dưới quyền ông William Colby, đã kể lại, ông Nhu chưa đủ tự tin về sáng kiến của mình cho đến khi ông được đi thăm các Ấp Chiến lược và thấy tận mắt chương trình này có được tiến hành thành công hay không. Những chuyến quan sát này đã thuyết phục ông Nhu rằng chương trình này đã thật sự có hiệu quả.[65] Ông Nhu đã giải thích cho ông Phillips rằng các Ấp Chiến lược sẽ vừa đánh bại Cộng sản vừa hỗ trợ dân quê Việt Nam có được một mức sống tốt đẹp hơn.

Ông Nhu cho biết rằng ông đã hình dung được sự lan rộng dần dần của các cơ cấu dân chủ tại các vùng quê qua Chương trình Ấp Chiến lược, trong đó chính quyền địa phương là các trưởng ấp và hội đồng ấp sẽ do người dân trong ấp bầu lên theo nguyên tắc bầu cử tự do. Nhờ được thực tập với phương thức tự làm chủ và nếm mùi thành tựu, ông Nhu giải thích, nền dân chủ ("dân chủ") sẽ tự nó phát triển một cách tự nhiên khắp các vùng nông thôn. Những cải cách dân chủ áp đặt bởi chính phủ từ Sài Gòn, dưới áp lực của Mỹ, theo như ông Nhu đã quan sát, chỉ đem lại những xáo trộn chính trị, làm lợi cho Cộng sản, và trong tình trạng đó, chính phủ lại càng phải có những biện pháp cứng rắn, tập trung quyền hành về trung ương. Do đó, ông Nhu kết luận rằng Chương trình Ấp Chiến lược là con đường tốt hơn để đi đến dân chủ.[66] Ông cũng hiểu ra rằng dân chủ tại Việt Nam sẽ chỉ có thể đạt được qua một quá trình phát triển liên tục. Khi ông viếng thăm các Ấp Chiến lược, ông đã tìm hiểu xem bầu cử đã xảy ra như thế nào tại các địa điểm địa phương. Ông đã giải thích cho dân làng rằng lối bầu ấp

---

[64] Theo phóng viên David Halberstam của tờ New York Times, "Ông Nhu không che giấu sự không quan tâm đến nhu cầu của người dân Việt Nam; ông ấy là một nhà trí thức và một quý tộc, còn họ thì không." *The Making of a Quagmire: America and Vietnam during the Kennedy Era*, rev. ed. (New York, Alfred A. Knopf, 1988), 51.

[65] Rufus Phillips, "Bản ghi nhớ của Cố vấn Đặc biệt về Chống Bạo loạn, Phái bộ Điều hành Hoa Kỳ (Phillips) gửi Quyền Giám đốc Phái bộ (Fippin)", ngày 25 tháng 6 năm 1962, Sài Gòn... *Xin xem tiếp phần này ở cuối chương.*

[66] Trong bản ghi nhớ của ông Phillips: "Ông ấy nói rằng việc áp đặt dân chủ lên hàng ưu tiên ở một quốc gia kém mở mang đã dẫn đến tình trạng vô chính phủ, và kết quả là chế độ độc tài. Nền dân chủ phải được thiết lập ở mức độ mà người dân có thể hiểu được nó và ở mức độ đó và có thể đạt tới một cuộc cách mạng để xóa bỏ hệ thống đặc quyền hiện hữu cũng như chủ nghĩa huỷ diệt và ly khai còn tồn tại trong tâm trí người dân". Đã dẫn như trên.

dụng trong các cuộc bầu cử trong làng bằng cách giơ tay, không tốt đủ, bởi vì cách bầu cử này làm cho cử tri dễ bị đe doạ. Ông đã nói với họ, chính quyền ấp được bầu bằng cách dơ tay sẽ bị coi là tạm thời, và phải được thay thế hoặc xác nhận bằng những cuộc bầu cử bỏ phiếu kín. Ông Nhu cũng chỉ thị cho các viên chức VNCH phục vụ trong các Ấp Chiến lược không được áp lực hoặc đề nghị người dân nên bầu cho ai.[67]

Ông Nhu cũng đã nói với ông Phillips rằng nên cho Việt Cộng có cơ hội đầu hàng và tái gia nhập các cộng đồng. Chiến thuật này phù hợp với kinh nghiệm của người Anh ở Mã Lai, nơi mà họ đã thành công trong việc chiêu dụ loạn quân Cộng sản đổi phe. Ông Nhu và ông Diệm hy vọng giảm thiểu việc giết hại loạn quân bằng cách khắc phục họ càng nhiều càng tốt, và khái niệm này sau đó được phát triển thành chương trình Mở Rộng Vòng Tay, hay Chiêu Hồi.[68] Chủ trương tránh đổ máu tối đa này đến từ đức tin Công giáo của gia đình anh em ông Diệm.

Ông William Colby, người có nhiều ảnh hưởng lên đường hướng phát triển các Ấp Chiến lược hơn bất cứ người Mỹ nào khác,[69] nhận thấy rằng ông Nhu đã bắt tay vào một chương trình thật sự có tiềm năng ngăn chặn và đẩy lùi sự bành trướng về chính trị của Cộng sản tại các vùng quê. Vì vậy, ông đã chỉ đạo rằng tất cả các dự án đặc biệt của CIA phải được đưa vào, và trong một số trường hợp được đặt nằm ở vị trí của những hoạt động lệ thuộc vào chương trình có tính cách mạng này của ông Nhu.[70] Theo như ông Colby đã ghi nhận, ông không phải là người Mỹ duy nhất có ảnh hưởng đã ủng hộ Chương trình Ấp Chiến lược của ông Nhu, một người ủng hộ khác là Đại sứ Nolting, ông ta đã chỉ thị toàn bộ phái bộ ngoại giao Hoa Kỳ tại VNCH hỗ trợ Chính phủ Việt Nam trong nỗ lực này.[71]

---

[67] Đã dẫn như trên.

[68] Đã dẫn như trên.

[69] Ông Roger Hilsman cho rằng ông đã góp phần vào Chương trình Ấp Chiến lược nhưng trên thực tế, các ý tưởng của ông về cơ bản được vay mượn từ ông Thompson. *Xin xem tiếp phần này ở cuối chương.*

[70] "Những viên chức địa phương trong một dự án được CIA tài trợ trong khu vực trách nhiệm của họ (và đến năm 1962, có khoảng 30.000 thành viên vũ trang của các dự án cho cả nước) tất nhiên họ có lợi thế, khi họ có thể — và đã thực hiện — chỉ cần sát nhập các dự án của họ vào Chương trình Ấp Chiến lược...*Xem tiếp ở cuối chương.*

[71] Ông Colby nói: "Người Mỹ hơi hoang mang trước sự xuất hiện đột ngột của một đề án lớn chưa được xem xét bởi đội ngũ nhân viên phối hợp phức tạp của họ. Tuy nhiên, dưới sự lãnh đạo của Đại sứ Nolting, họ đã chấp nhận dẹp sang một bên niềm tự hào bị tổn

Đại sứ Nolting đã nhiều lần lên tiếng, hoặc gửi điện tín về Bộ Ngoại giao Hoa Kỳ, bênh vực Chương trình Ấp Chiến lược. Ông đã lý luận rằng Lực lượng Đặc nhiệm Hoa Kỳ Chống Bạo loạn có phương tiện để tài trợ cho các Ấp Chiến lược, đồng thời cũng có thể đáp ứng mọi ưu tiên đã đề ra của Mỹ.

Vào tháng Giêng năm 1962, lực lượng này đã phác hoạ một chiến thuật đóng quân theo địa bàn để chống bạo loạn, đặt trọng tâm vào việc bảo vệ vòng đai của Sài Gòn, gọi là vòng chiến D, theo yêu cầu của phái đoàn MAAG, với ưu tiên cao hơn việc bảo vệ vùng Đồng bằng sông Cửu Long, trái với đề nghị của ông Thompson.[72] Ông Nolting cho Hoa Thịnh Đốn biết rằng chính phủ VNCH đã cam kết phát triển các Ấp Chiến lược trên toàn cõi VNCH. Ông đã nhấn mạnh, có thể sẽ có thất bại tại một vài địa phương, nhưng những chuyên gia tại Việt Nam đã đồng ý, trên một bình diện rộng lớn của chương trình, những trường hợp lẻ tẻ này sẽ không gây thất bại cho VNCH.

Thật vậy, một vài địa phương đã nếm mùi thất bại, như ông Colby đã ghi lại. Lý do đến từ nạn tham nhũng của một số viên chức VNCH, đã rêu rao rằng họ đã xây dựng khả năng phòng thủ vững mạnh cho một số Ấp Chiến lược trong khi thực tại lại khác hẳn, những con số có được là do gian lận, hoặc có cả những vụ hà hiếp nông dân. Ông Colby biết được những chuyện này vì ông Diệm đã gửi thanh tra đến để báo cáo về những trường hợp tham nhũng, với mục đích sửa sai. Theo ông Diệm, những sai trái này sẽ xảy ra trong thời gian đầu thử thách của một chương trình rộng lớn, nhưng có thể được chỉnh đốn từ từ. Đáp trả những lời chỉ trích ông Diệm, ông Colby nói: "*Quý vị nhận được những báo cáo đó không có nghĩa là chương trình này không tốt.*" Không làm gì với những bản báo cáo đó mới cho thấy là chương trình này dở.

Tuy nhiên, không phải viên chức Mỹ nào cũng khuyến khích chương trình như hai ông Nolting và Colby. Ông Averell Harriman, Phụ tá Ngoại trưởng Đặc trách về các Vấn đề Viễn Đông, "*nghi ngờ những gì ông nghe được từ Toà đại sứ Mỹ vì ông cho là Đại sứ Frederick Nolting quá thân cận*

---

thương và ủng hộ những gì có vẻ là một sáng kiến thực sự của người Việt Nam." Đã dẫn như trên., 101–2.

[72] Frederick Nolting, "Điện tín từ Toà Đại sứ Hoa Kỳ tại Việt Nam gửi Bộ Ngoại giao/ Telegram from the Embassy in Vietnam to the Department of State", ngày 20 tháng 7 năm 1962, Sài Gòn, in FRUS, 1961–1963, Book 2, Document 245, 539–40. *Xin xem tiếp phần này ở cuối chương.*

với ông Diệm." [73] Ông Phụ tá Ngoại trưởng Harriman đã nghe rằng Chương trình Ấp Chiến lược là một thất bại, rằng "*những ấp này không được chọn đúng địa điểm để có thể phát triển thành một khu an toàn ngày càng lan rộng ra. Thay vào đó, vì đã được lập ra quá nhanh khắp Miền Nam nên nhiều nơi trong số các địa điểm này không an toàn hơn làng cũ của người dân dù cho họ phải bỏ nơi gốc rễ để bị tập trung như tù binh tại những nơi này.*" [74]

Ông Harriman có vẻ đã ngả theo những bài báo Mỹ chỉ trích Chương trình Ấp Chiến lược, theo đó, chương trình này đã phát triển quá vội so với nguồn lực đang có, dẫn đến việc bạc đãi các nông dân Việt Nam. Đặc biệt, phóng viên của tờ New York Times, ông David Halberstam và phóng viên của thông tấn xã Associated Press, ông Neil Sheehan, đã viết những bài bi quan về chương trình này của ông Diệm và đặt vấn đề về sự hỗ trợ của ông Nolting.[75] Bất kể nguồn của các bản tin này, ông Harriman đã hối thúc Đại sứ Nolting phải có được kết quả tốt hơn, nhanh chóng hơn.[76] Ông Thompson, người đã góp tay vào việc xây dựng chương trình này, đưa ra một bản báo cáo khác với những gì đến từ báo chí và Bộ Ngoại giao. Ông này đã nhận thấy, trái với những gì đã được loan truyền về số đông nông dân Việt Nam bị di dời hàng loạt một cách bừa bãi, "*chính sách không đưa các nông dân đi xa hơn 3 dặm khỏi vùng đất của họ, một khoảng cách hợp lý. Chỉ có khoảng 5% cần phải di tản tới một chỗ mới, cách này đã khiến cho họ bị mất phần đất cũ.*" [77] Ngoài ra, ông nói thêm, "*Quý vị có thể sẽ ngạc nhiên nếu biết rằng, tại Việt Nam và Mã Lai, đã có rất đông dân chúng tình nguyện xin được dọn đi và đã tự nguyện, chứ không hề bị ép buộc. Trên thực tế, có thể nói là, một cách rộng rãi, các nhà nông Việt Nam hiểu rõ mục tiêu*

---

[73] Rudy Abramson, *Trải Dài Thế Kỷ: Cuộc Đời của W. Averell Harriman, 1891–1986/ Spanning the Century: The Life of W. Averell Harriman, 1891–1986* - (New York: William Morrow, 1992), 608.

[74] Đã dẫn như trên, 610.

[75] Đối với bài phê bình của Halberstam về Chương trình Ấp Chiến lược, xin xem *Sự Tạo thành Vũng lầy/ Making of a Quagmire* của ông ta, 184–87.

[76] Ông Harriman đã viết thư cho ông Nolting: "Tôi muốn biết quan điểm của ông về việc liệu chúng ta có làm mọi cách để hỗ trợ việc quản trị những ngôi làng gần đây đã được thiết lập hay không. Mặc dù tôi nhận thấy rằng tiến bộ đang được thực hiện trong việc cải thiện hình ảnh của Chính phủ Việt Nam... *Xem tiếp ở cuối chương.*

[77] Robert Thompson, *Đánh bại cuộc Bạo loạn của Cộng sản/ Defeating Communist Insurgency*, 122.

của chương trình này, và sẵn sàng góp phần đem lại kết quả, dù có phải góp công sức toàn thời gian trong việc xây cất cần thiết." [78]

Một trong những nguồn gốc của sự bất đồng giữa ông Thompson và chính phủ Kennedy là cách nhìn về cuộc chiến và vai trò của Chương trình Ấp Chiến lược trong chiến lược tổng thể. Ông Thompson và cố vấn Anh trong Phái đoàn Cố vấn Anh xem các Ấp Chiến lược là một phương cách để tước bỏ tính chính danh của Cộng sản. Người Anh nhận thức được khi chính phủ dùng sức mạnh của quân đội, bản chất của quân đội thường giúp kẻ địch có được chính danh chính trị, không nhiều thì ít. Nhưng mặt khác, lực lượng cảnh sát, nếu được huấn luyện một cách thích hợp, thường được người dân xem là có nhiệm vụ duy trì an ninh, trật tự. Cách nhìn này cũng thường làm cho người dân cho rằng loạn quân có hành vi phạm tội. Nói cho cùng, cảnh sát bắt và cho phạm nhân vào tù (nơi mà họ mất quyền công dân) - không nhất thiết phải giết họ như giết binh sĩ của địch trên trận địa hoặc giam họ trong những trại tù binh chiến tranh. Dường như người Mỹ không nhận ra được điều khác biệt này khi họ muốn có hiệu quả cao hơn trong nỗ lực chiến tranh (có thể hiểu là nhanh chóng đến nỗi trở thành hấp tấp).

Tháng 11 năm 1961, trong một bản tường trình đệ trình lên Tổng thống Diệm về kế hoạch bình định vùng Đồng bằng sông Cửu Long, trong đó có nêu lên vai trò của Chương trình Ấp Chiến lược, ông Thompson đề nghị thành lập một lực lượng cảnh sát quốc gia.[79] Bởi vì mục đích của kế hoạch bình định là tạo nên một lựa chọn khác, hấp dẫn hơn, có tính xây dựng hơn là sự thống trị của Cộng sản tại các vùng quê, chính phủ cần dồn mọi nỗ lực để phát triển nông thôn. *"Để đạt được mục đích này, cần phải có các biện pháp an ninh sâu rộng và nghiêm ngặt, nhưng các biện pháp này chủ yếu cần đến cảnh sát hơn là sức mạnh quân đội. Lực lượng cảnh sát sẽ có thể phát triển một quan hệ gần gũi hơn với dân chúng, khác với quân đội. Trách nhiệm của quân đội là tảo thanh hết vùng này đến vùng nọ, dồn Việt Cộng vào thế bị động, mất khả năng gây bất an ở những vùng trong đó chính phủ đang cần sự yên ổn để hoàn tất nỗ lực bình định."* [80] Về mục tiêu tổng

---

[78] Đã dẫn như trên, 127.

[79] Ông Robert Thompson gửi ông Ngô Đình Diệm, bản đính kèm số 1, tin gửi đi số 205, ngày 11 tháng 11 năm 1961, Sài Gòn, trong Sự Tham Gia của Hoa Kỳ vào Chiến tranh, Tài liệu nội bộ: chính phủ Kennedy, ... *Xin xem tiếp phần này ở cuối chương.*

[80] Bộ Quốc phòng Hoa Kỳ, "Chương trình Ấp Chiến lược, 1961–1963/ The Strategic Hamlet Program, 1961–1963", trong *Các Tài liệu của Lầu Năm Góc: Lịch sử Bộ Quốc phòng về*

thể mà ông đề ra cho cảnh sát, ông Thompson cho biết lực lượng này phải chú trọng vào việc gây dựng niềm tin của dân chúng, thay vì giết người Cộng sản. Ông viết: *"Đặt ưu tiên vào việc giết loạn quân khủng bố sẽ tạo ra một nguy cơ lớn hơn, đó là thúc đẩy thêm nhiều người theo Cộng sản, hơn số người bị giết. Mỗi một người trong chúng ta cần hiểu rõ: bất cứ ai muốn chống khủng bố, dù là người trong quân đội hay là người dân thường, đều phải luôn luôn ghi nhớ chính yếu là phải được lòng dân."* [81] Ông Thompson đã tuyên bố, đặt trọng tâm vào người dân thì sẽ đạt được các kết quả như sau:

1. *Tăng cường bảo vệ an ninh cho nông dân*

2. *Tăng cường khả năng di chuyển nhanh của lực lượng quân sự, đặc biệt là QLVNCH*

3. *Linh động hơn trong việc dùng những lực lượng trong cùng một vùng, nơi có nhiều hoạt động của Cộng quân*

4. *Hiệu quả hơn trong việc dùng lực lượng nhỏ nhờ vào điều 2 (di chuyển nhanh), điều 3 (linh động hơn), và khả năng truyền tin hiệu quả*

5. *Làm gia tăng lòng tin tưởng của người dân vào chính phủ và chấn hưng tinh thần binh sĩ*

6. *Tăng phẩm chất trong các hoạt động tình báo nhắm vào loạn quân Cộng sản và tổ chức của họ để làm gia tăng sự tin tưởng của người dân vào chính phủ*

7. *Triệt hạ được nhiều cán bộ Cộng sản chai đá hơn nhờ phẩm chất tình báo cao hơn.*

Theo lý luận của ông Thompson, nếu đạt được những kết quả này thì *"tăng cường an ninh, lòng tin tưởng, hoạt động tình báo và triệt hạ cán bộ Cộng sản sẽ tạo thành một vòng xoáy liên tục mở rộng"* và chỉ dừng lại một khi các cơ cấu hạ tầng của lực lượng bạo loạn Cộng sản cũng như mọi khả năng gây chiến của nó, dùng bất cứ hình thức chiến tranh nào, đều bị triệt

---

Quyết định của Hoa Kỳ đối với Việt Nam/ The Pentagon Papers: The Defense Department History of United States Decision Making on Vietnam, ed. Mike Gravel (Boston: Beacon Press, 1971), 2: 139–40.

[81] Robert Thompson đệ trình lên ông Ngô Đình Diệm, phụ đính 2, bản ghi nhớ, [chủ đề: kế hoạch chống bạo loạn]/ Robert Thompson to Ngo Dinh Diem, enclosure 2, memorandum, [subject: counterinsurgency plan], despatch 205, November 13, 1961, Saigon, in Congress, House, Committee on Armed Services, U.S. Involvement in the War: Book I, 347.

tiêu.[82] Quân đội chắc chắn có thể đóng một vai trò trong kế hoạch của ông Thompson, nhưng lực lượng này không có vai trò chính yếu trong đề án chống bạo loạn của ông. Dĩ nhiên, tầm nhìn của ông Thompson đối chọi với tầm nhìn của quân đội Mỹ.

Ngoài Chương trình Ấp Chiến lược, còn có nhiều chương trình phát triển khác đã được mở ra tại VNCH qua nhiều cơ quan chính phủ Hoa Kỳ, song song hoặc kết hợp với Kế hoạch Chống Bạo loạn hoặc thông qua đó. Mặc dù những chương trình này được thi hành rất tích cực, chúng luôn bị Việt Cộng tấn công. Vì vậy, chính phủ VNCH và chính phủ Hoa Kỳ luôn lo lắng cho việc bảo vệ an ninh cho thường dân và các cơ quan dân sự đang phục vụ khắp VNCH. Về vấn đề này, ngay cả những người Mỹ có tinh thần dân chủ cao nhất cũng phải hiểu rằng không thể nào thiết lập một phòng để người dân bỏ phiếu bầu, nếu không thể bảo vệ nơi đó không bị khủng bố.

Với những mối lo này trong đầu, các cố vấn quân sự Mỹ và QLVNCH đồng ý với ông Thompson rằng phải tách rời Việt Cộng ra khỏi dân chúng qua Chương trình Ấp Chiến lược. Nhưng theo lối suy nghĩ của họ thì mục đích của việc cách ly này là để buộc Cộng quân phải giao chiến trên những địa hình mà họ sẽ bị tiêu diệt bởi hỏa lực vượt trội của lực lượng vũ trang Việt Nam và Hoa Kỳ được huấn luyện chuyên nghiệp. Chiến thuật quân sự cổ điển này tự nó không có gì là sai trái. Không có gì phải nghi ngờ, dùng hoả lực mạnh để diệt kẻ địch là nắm chắc phần thắng. Vấn đề cho quân đội Mỹ và Việt Nam là phải làm gì khi kẻ địch không chấp nhận thua, sau khi đã thất trận trong cuộc chiến theo quy ước? Vì chiến trường tại Việt Nam không chỉ đơn thuần một mặt quân sự, nhưng còn cả mặt chính trị, nên cũng không dễ cho bất cứ quân nhân nào. Các cấp chỉ huy và cố vấn Mỹ, dù rất nhiều khả năng, đã thấy hầu như họ không thể tưởng tượng và đối đầu với thực tế này được.

Phái đoàn Cố vấn Quân sự Hoa Kỳ tại VNCH (MAAG) đã nhồi sọ QLVNCH với chủ thuyết cho rằng mục đích chính là đẩy lùi một cuộc tấn công theo quy ước của quân chính quy Bắc Việt, giống như Hoa Kỳ đã làm với các đồng minh tại Triều Tiên. Những người như Tướng Lionel McGarr chắc chắn nghĩ rằng các chương trình như Chương trình Ấp Chiến lược chỉ có tầm quan trọng thứ yếu so với việc làm cho binh lính VNCH có tinh thần chiến đấu dũng mãnh hơn, có hiệu quả hơn. Tóm lại, chiến lược và chiến

---

[82] Đã dẫn như trên, 357–58.

thuật quân sự là mối quan tâm hàng đầu, có nghĩa là, trên chiến trường chỉ có một lệnh: giết được nhiều Việt Cộng hơn, một cách hữu hiệu hơn.[83] Do đó, một số người đã nghĩ giống như Tướng Lionel McGarr, cho rằng Chương trình Ấp Chiến lược phải có ưu tiên thấp hơn. Việc bảo vệ thường dân trong các Ấp Chiến lược hoặc các làng cũng cần đối với MAAG, nhưng là thứ yếu so với việc dùng các phương tiện quân sự tiêu diệt loạn quân. Thái độ này không phù hợp với kinh nghiệm của người Anh tại Mã Lai, qua đó họ nhận thấy càng có nhiều loạn quân bị giết một cách bừa bãi đến nỗi gây nhiều thương vong và thiệt hại cho cả những người vô tội sống gần nơi giao chiến thì càng sinh ra nhiều loạn quân mới là thân hữu của những người bị giết. Nói một cách khác, chỉ đơn giản giết loạn quân thì chẳng bao lâu chính phủ sẽ không thể gia tăng lợi thế được nữa.

Ông Thompson và phái đoàn Cố vấn Anh không đồng ý với MAAG. Họ tin rằng không nên để cho Cộng sản lôi vào chiến trường mà họ muốn: giành tính chính danh. Như đã nói, đây là chiến trường mà VNCH có thể thua nếu lạm dụng sức mạnh quân sự. Cũng nên nhắc lại rằng lực lượng cảnh sát thường giữ được lẽ phải về phía mình, vì đối phương thường bị coi là phạm pháp. Nhiệm vụ của người cảnh sát viên tốt là bắt người vi phạm luật. Sau đó, qua một quá trình pháp lý, chính phủ có thể bỏ tù hoặc áp dụng một hình phạt nào đó để phạt phạm nhân đã bị toà kết án. Tuy nhiên, khi quân đội bắt được binh lính của lực lượng địch trên mặt trận, những người này trở thành tù binh và được đối xử theo một cách khác.[84]

Trọng tâm của khái niệm chống bạo loạn của Anh là công chúng nhìn thấy cảnh sát làm nhiệm vụ chính đáng của họ do cơ quan hợp pháp của nhà nước trao phó cho họ; công lý không chỉ được thực hiện mà còn phải

---

[83] Lionel McGarr, ""Thư từ Trưởng Phái đoàn Cố Vấn Quân Sự Hoa Kỳ (MAAG) Trung tướng Lionel C. McGarr gửi Đô đốc Heinz", Tiến bộ của Kế hoạch CIP, từ tháng 1 – tháng 2 – tháng 3 – tháng 4/ Letter from Chief of MAAG Lt. General Lionel C. McGarr to Admiral Heinz", Progress of CIP Plan, Jan.–Feb.–Mar.–Apr. 1961, Spector Files, RG 319, Box 11, SEA-RS-798, pp. 1–6; and Kent M. Streeb, "Một Nỗ lực Phân mảnh: ông Ngô Đình Diệm, Bộ Ngoại giao và Quân Đội Hoa Kỳ và Chương trình Ấp Chiến lược 1961– 1963 … *Xin xem tiếp phần này ở cuối chương.*

[84] Thật vậy, quy chế của tù binh chiến tranh liên quan đến các công ước và luật quốc tế và các văn kiện này đã hợp pháp hóa quân du kích và loạn quân, đồng thời không áp dụng luật dân sự và hình sự đối với họ. Đây là một vấn đề rất phức tạp kể từ năm 1945, khi Liên Hiệp Quốc bắt đầu vật lộn với vấn đề liên hệ đến tư cách chiến binh hợp pháp dành cho loạn quân.

được chứng kiến tận mắt. Căn bản này của Dân luật nước Anh thay cho sức mạnh của súng đạn không bao giờ được hoàn toàn chấp nhận trong giới quân sự Mỹ. Mặc dù vậy, ông Thompson đã nêu rất rõ, nhất định phải đặt lực lượng quân sự dưới quyền dân sự. Thật vậy, ông Thompson đã nhấn mạnh rằng muốn được lòng dân và giữ được sự ủng hộ của họ thì điều kiện ắt có và đủ là thực sự có chính phủ dân sự đủ mạnh để có quyền điều hành tất cả mọi phương tiện bảo vệ cho dân.[85] Dĩ nhiên, không có nghĩa là phải bỏ quân đội ra khỏi quá trình; thay vào đó, vai trò của quân đội là phối hợp với cảnh sát trong việc cô lập và tiêu diệt Việt Cộng.[86] Do đó, ông Thompson đã nói rõ những khác biệt giữa vai trò của Lực lượng Bảo an và QLVNCH: Bảo an (người Anh gọi là cảnh sát đặc biệt tại Kenya và Mã Lai) có nhiệm vụ chính là bảo vệ các làng và Ấp Chiến lược và QLVNCH có nhiệm vụ hỗ trợ Bảo an.[87]

Không hẳn là ngoa nếu nói ông Thompson đã gọi cảnh sát bằng những từ bán quân sự như "Dân vệ" và "Bảo an" vì ông biết rõ sự chống đối vai trò chính của cảnh sát so với binh lính của Tướng McGarr. Tuy nhiên, chỉ bốn năm sau, trong tác phẩm tiên phong của ông về chiến tranh chống bạo loạn, với tựa đề *Đánh bại cuộc Bạo loạn của Cộng sản: Kinh nghiệm từ Mã Lai và Việt Nam*, ông Thompson đã nhấn mạnh vì sao ông đã dùng những từ này trong quyển sách, và vì sao những lực lượng cảnh sát và cảnh sát đặc biệt lại quan trọng như vậy.

Tại Mã Lai, ông Thompson đã giải thích, về cơ bản chính phủ có hai lực lượng: cảnh sát và quân đội. Lực lượng cảnh sát được duy trì ở mức hơn gấp đôi quân lực, và con số này vẫn được duy trì ngay cả khi các tiểu đoàn

---

[85] Từ kế hoạch của ông Thompson: "Đây là cuộc chiến giành quyền kiểm soát các ngôi làng và bảo vệ an toàn cho dân chúng. Nếu an ninh và sự kiểm soát của Chính Phủ được khôi phục, thì với sự hỗ trợ của chính người dân, việc tiêu diệt Việt Cộng sẽ đương nhiên xảy ra... *Xin xem tiếp phần này ở cuối chương.*

[86] Người Anh đã sử dụng một số đơn vị quân đội rất dũng mãnh ở Mã Lai để giao chiến với loạn quân Cộng sản. Ví dụ: Lực lượng Không vận Đặc nhiệm SAS và các đội quân Ấn độ Gurkhas được sử dụng để thay thế cảnh sát ở bìa rừng (khi loạn quân chạy vào rừng để thoát khỏi cảnh sát) trong cái mà người Mỹ có thể gọi là nỗ lực "mấy đội quân đánh luân phiên". ... *Xin xem tiếp phần này ở cuối chương.*

[87] "Khung sườn nhằm bảo vệ an ninh sẽ phụ thuộc vào việc phòng thủ chặt chẽ mà chủ yếu là Đoàn Dân vệ do lực lượng Thanh niên Cộng hòa hỗ trợ với tư cách là thành viên bán thời gian của Đoàn Dân vệ. Hỗ trợ cấp thời trong vai trò di động sẽ do Bảo an phụ trách... *Xin xem tiếp phần này ở cuối chương.*

của Khối Thịnh vượng Chung của Anh Quốc được tính chung vào lực lượng quân đội. Lực lượng Bảo an, được coi là lực lượng thứ ba, hoạt động dưới sự chỉ huy của quân đội, mặc dù các thành viên đã được tuyển dụng và điều hành một cách riêng biệt. Khi cuộc bạo loạn ở Mã Lai xảy ra năm 1948, lực lượng cảnh sát có 11,285 người thuộc mọi cấp bậc. Trong thời gian xảy ra cuộc bạo loạn của Cộng sản, lực lượng này được gấp rút tăng cường lên đến 30.000 cảnh sát viên thường và 30.000 cảnh sát viên đặc biệt. Cảnh sát đặc biệt được điều động đến bảo vệ các làng xã, các cơ sở nằm trên những mảnh đất thật lớn và các mỏ. Cảnh sát Mã Lai cũng đã điều đến hiện trường một lực lượng chiến đấu gồm nhiều trung đội và đại đội, tương đương với bộ binh trang bị nhẹ. Tất cả những lực lượng này đều được kiểm soát và điều phối thật cẩn thận để lực lượng cảnh sát có thể vừa tiếp tục phần vụ bình thường, vừa tham gia chống lại những cuộc tấn công của loạn quân, vừa tham gia các cuộc hành quân chống bạo loạn. Quân đội đóng vai trò của một lực lượng hậu thuẫn cho các lực lượng của chính phủ dân sự. Số lượng cảnh sát đông đảo này, theo sự giải thích của ông Thompson, đã giúp tình hình chính trị được ổn định hơn, đồng thời giúp chính phủ tiếp tục điều hành đất nước theo pháp quyền trong suốt thời gian xảy ra bạo loạn.[88]

Thế quân bình giữa các lực lượng vũ trang tại Mã Lai do ông Thompson mô tả, so với Việt Nam trong những năm đầu thập niên 60, đáng được xem xét kỹ lưỡng, nhưng người đứng đầu phái đoàn MAAG là Tướng McGarr đã không làm thế. Một vấn đề khác đáng được xem xét kỹ càng là số các tổ chức an ninh (ít nhất 80) hiện diện tại VNCH trong thời gian này. Ông Thompson đã ghi nhận rằng những tổ chức này chồng chéo lên nhau gây ra nạn dẫm chân nhau trong các vai trò cũng như phận sự khi thi hành các biện pháp bảo vệ an ninh - việc điều hành số rất đông các tổ chức này đã là một vấn nạn cho chính phủ VNCH. Theo ý kiến của ông Thompson, một số lớn các lực lượng này cần phải được sát nhập với nhau và vai trò của họ cần được định nghĩa rõ ràng. Trong tình trạng đó, số quân của VNCH, cộng với số tổ chức bán quân sự rất lớn, đã làm cho tình hình chính trị khó được ổn định và cán cân giữa quyền dựa trên vũ lực và quyền pháp trị nghiêng thêm về phía vũ lực.[89]

---

[88] Thompson, *Đánh Bại Cuộc Bạo loạn của Cộng sản/ Defeating Communist Insurgency*, 103

[89] Đã dẫn như trên, 103-4.

Không may cho các bên liên quan, đề nghị của ông Thompson dưới mắt người Mỹ là một mâu thuẫn vào giai đoạn mới này trong mối bang giao Mỹ-Việt với hai điều kiện của Mỹ là nhiều quỹ tài trợ mới của họ phải đi đôi với việc ông Diệm chấp nhận cải tổ chính phủ theo đề nghị của Hoa Kỳ và đổi chiến lược chống bạo loạn Cộng sản bằng cách phối hợp với chiến lược do các chuyên gia quân sự Mỹ đề ra. Như đã nói trước đây, vì kế hoạch của ông Thompson cho Tổng thống Diệm một lối thoát khỏi cả hai điều kiện đó, người Mỹ xem đó là một kế hoạch cạnh tranh với kế hoạch của chính họ.[90] Điểm kẹt giữa ông Thompson và Mỹ là kế hoạch tấn công do MAAG hoạch định. Khác với các cố vấn quân sự Mỹ, ông Thompson đã nhìn thấy đe doạ đầu tiên là bất ổn chính trị tại các vùng nông thôn. Do đó, và như đã nói trên đây, ông xem chiến dịch trong Chiến Khu D do Tướng Lionel McGarr khởi xướng là một bước định hướng sai lầm.[91] Rất dễ hiểu, Tướng McGarr đã không đồng ý với ông, không phải do lòng đố kỵ vì muốn tranh tài hay vì nhỏ mọn, mà vì sự khác biệt sâu xa trong cách nhìn về cuộc chống bạo loạn.

Thêm vào đó, cũng nên nhắc lại rằng, nếu ông Diệm chấp nhận kế hoạch của ông Thompson, ông sẽ không thay đổi hệ thống chỉ huy như người Mỹ mong muốn.[92] Theo học giả nghiên cứu về Chiến tranh Việt Nam Kent M. Streeb, Tướng McGarr vẫn hy vọng có thể đơn giản hoá mạng lưới vô cùng rắc rối của hệ thống chỉ huy QLVNCH bằng cách theo sát Kế hoạch Chống Bạo loạn (CIP) của Hoa Thịnh Đốn.[93] Người Mỹ nhận ra rằng ông Diệm đã giữ nguyên cơ cấu chỉ huy chồng chéo, phức tạp này để giảm cơ nguy đảo chính. Tuy nhiên, phái đoàn MAAG nghĩ rằng hệ thống chỉ huy của ông Diệm đã làm giảm sự hiệu quả của QLVNCH. Do đó, họ đã không

---

[90] Quốc Hội, Hạ Viện, Uỷ Ban Quân Vụ, Diễn Biến của Chiến Tranh: Chương trình Ấp Chiến lược, 10/ Congress, House, Committee on Armed Services, Evolution of the War: Strategic Hamlet Program, 10.

[91] Đã dẫn như trên, 11.

[92] "Cách sắp xếp về chỉ huy được ông Thompson đề nghị nếu được thông qua, sẽ phá bỏ triển vọng về một hệ thống chỉ huy thống nhất trong QLVNCH, một mục tiêu mà ông McGarr đã thực hiện trong hơn một năm. Ngoài ra, các đề xuất của ông Thompson sẽ để ông Diệm trở thành người quản lý cao nhất của một hoạt động liên quan đến một phần (Đồng bằng sông Cửu Long) của lãnh thổ VNCH [Việt Nam Cộng hòa]. Việc loại bỏ các hoạt động như vậy là một mục tiêu rõ ràng của toàn bộ nỗ lực cố vấn của Hoa Kỳ trong một thời gian dài." Đã dẫn như trên.

[93] Streeb, "Một Nỗ lực Phân mảnh/ A Fragmented Effort", 8.

đếm xỉa đến quan tâm của ông Diệm về việc "đáp lại đòi hỏi của Mỹ về thay đổi hệ thống chỉ huy quân đội là tạo cơ hội cho các lực lượng quân sự phối hợp và tập hợp lại thành một lực lượng lớn hơn, đủ để lật đổ ông ta." [94] Quả vậy, các cố vấn Mỹ như ông McGarr muốn hạn chế quyền kiểm soát của Tổng thống Việt Nam trong Chương trình Chống Bạo loạn, với lý do là ông Diệm không đủ khả năng cho nên Mỹ mới cần phải can thiệp nhiều hơn.

Một điểm khác trong sự tranh chấp giữa ông Thompson và người Mỹ là tầm kiểm soát các điệp vụ tình báo. Ông Thompson muốn trao việc điều hành và điều phối ngành này vào tay một cơ quan cảnh sát quốc gia mới, trực thuộc quyền kiểm soát của Tổng thống Diệm. [95]

Tổ chức tốt nhất để mang trọng trách về các vấn đề an ninh quốc nội là một cục chuyên ngành thuộc lực lượng cảnh sát thay vì là một cơ quan hoàn toàn độc lập. Một nhân viên tình báo có đủ thẩm quyền của một cảnh sát viên sẽ có thể kết hợp với các ban ngành khác trong lực lượng cảnh sát để mở rộng hệ thống thông tin khi cần thiết, và đây là một lợi điểm lớn về tương trợ và hỗ trợ trong công tác tình báo. Lực lượng cảnh sát là một cơ chế cố định có mặt khắp nơi trên toàn lãnh thổ quốc gia và sẽ có kinh nghiệm dài lâu trong tương quan gần gũi với người dân. Nếu có thể tránh được, thì không nên giao trách nhiệm tình báo trong nước cho quân đội. Bởi vì quân đội sẽ không đủ khả năng quan tâm đến những biến cố ngầm trước khi sự việc thật sự nổ ra; lý do là quân đội có rất ít kinh nghiệm dân vận, đặc biệt tại các vùng quê, nơi mà người dân vốn dĩ hay tránh né các lực lượng quân sự. Quân đội không thể đáp ứng được nhu cầu tình báo vì không bao giờ có thì giờ đâm rễ sâu tại địa phương và các đơn vị phải sẵn sàng di chuyển đến bất cứ nơi nào tùy theo nhu cầu, cắt đứt mọi quan hệ tình báo vừa mới được thiết lập. [96]

Ông Thompson nói thêm, giao nhiệm vụ an ninh quốc nội trong phạm vi tình báo cho một cơ quan duy nhất sẽ tránh được rất nhiều vấn đề như việc thống nhất các nguồn tin (để tránh vấn đề "thông tin không đáng tin

---

[94] Đã dẫn như trên.

[95] Quốc hội, Hạ viện, Ủy ban Quân Vụ, *Diễn biến của Chiến tranh: Chương trình Ấp Chiến lược/ Congress, House, Committee on Armed Services, Evolution of the War: Strategic Hamlet Program* 11–12.

[96] Thompson, *Đánh bại cuộc Bạo loạn của Cộng sản/ Defeating Communist Insurgency*, 84–86.

cậy được cho là đáng tin cậy vì nó đến từ nhiều nguồn"), hoặc sự tranh đua giữa các tổ chức khác nhau khiến cho nhân viên trực thuộc có thể dẫm chân nhau trong lúc thi hành công tác, "sẽ có hiện tượng nghi ngờ lẫn nhau, ghen ghét nhau, với kết quả là các tổ chức tình báo khác nhau này sẽ chỉ lo canh chừng nhau." [97]

Tướng McGarr phản bác mọi ý tưởng hướng đến việc điều khiển một trận chiến từ một cơ cấu cố định,[98] trong nghĩa là, giao hầu hết việc bảo vệ các Ấp Chiến lược vào tay lực lượng cảnh sát.[99] Trong đầu những chiến thuật gia quân sự Mỹ, hoạt động dân sự trong một vị thế cố định là tự đặt mình quá nhiều vào thế phòng thủ; như vậy trong thực tế, đó là một thay đổi chiến thuật căn bản, từ thế công sang thế thủ. Ông Thompson đã trực tiếp trả lời chỉ trích này như sau:

Chắc chắn mục đích chính của chương trình này là bảo vệ dân chúng, và mỗi ấp phải có đủ khả năng tự vệ. Nhưng tổng quan của chủ trương này được đề ra là để củng cố một nền móng vững chắc trước khi chuyển qua thế phản công tại các vùng mà ta đang tranh chấp với địch, để, cuối cùng, lan tới các vùng đất do địch kiểm soát. Nếu chương trình được điều khiển theo đúng chiến lược và được hỗ trợ bởi quân đội, bên ta sẽ chuyển sang thế công và dồn loạn quân vào thế thủ. Chiến thuật này thật ra rất dũng mãnh, bởi vì nó hữu hiệu hơn là hàng ngàn cuộc hành quân với hàng trăm quân lính mỗi lần, lặn lội trong những cánh ruộng, trong tư thế sẵn sàng bắn trả... vào nơi vô định.[100]

Ông Thompson và Tướng McGarr hoàn toàn bất đồng về tầm vóc của lực lượng quân sự và vai trò của chiến lược theo quy ước cổ điển. Một bên, ông Thompson đặt tầm quan trọng của lực lượng cảnh sát - về nhân lực và vai trò - lên trên lực lượng quân sự, trong khi bên kia, Tướng McGarr lại nhất định tin vào nhu cầu gia tăng sức mạnh quân sự và vai trò của quân đội để chiến thắng.[101] Không chỉ một mình ông có cách nhìn này. Ví dụ,

---

[97] Đã dẫn như trên.

[98] Bộ Quốc phòng Hoa Kỳ, "Chương trình Ấp Chiến lược", trong Tài liệu Lầu Năm Góc/ United States Department of Defense, "Strategic Hamlet Program", in Pentagon Papers, 2: 141.

[99] McGarr, "Thư từ Trưởng phái đoàn MAAG/ Letter from Chief of MAAG" 1–6; Streeb, "Fragmented Effort", 9.

[100] *Đánh bại cuộc Bạo loạn của Cộng sản/ Defeating Communist Insurgency*, 126.

[101] "Sự mong muốn của ông Thompson là: đặt trọng tâm vào lực lượng cảnh sát thay vì lực lượng quân đội chính quy, khuyến cáo này đã bị cố vấn trưởng về quân sự của Hoa Kỳ

Tham mưu trưởng Liên quân Lemnitzer cũng muốn quân đội được ưu tiên hơn cảnh sát. Ông viết vào tháng 10 năm 1961, *"Có vẻ rõ ràng rằng trong những tháng gần đây, loạn quân tại Miền Nam Việt Nam đã phát triển quá tầm kiểm soát của cơ quan cảnh sát."* Trong cùng bản ghi nhớ đó, ông giải thích rằng cảnh sát trong vai trò Bảo an đã đặc biệt bị Việt Cộng nhắm:

Phải công nhận rằng lực lượng Bảo an, trước đây được huấn luyện để làm cảnh sát, đã chịu nhiều thương vong nặng nề nhất trong cuộc chiến chống bạo loạn tại Việt Nam. Việt Cộng đã chủ yếu tấn công các đơn vị Bảo an thiếu huấn luyện, thay vì các đơn vị quân đội tinh nhuệ hơn. Hiện tượng này đã đưa đến tình trạng hao tổn nhiều vũ khí và quân trang vào tay Việt Cộng vì Việt Cộng xem những đơn vị Bảo an được trang bị kỹ càng mà chưa qua huấn luyện là nguồn cung cấp vũ khí và vật dụng quan trọng. Cộng quân biết rõ điểm yếu này nên Bảo an đã trở thành miếng mồi ngon cho họ. Tướng McGarr tin rằng đem lực lượng Bảo an trở về dưới trướng của lực lượng cảnh sát sẽ làm chậm bước tiến của cuộc chống bạo loạn ít nhất một năm.[102]

Vị tướng này cũng đã nhắc đến mối quan tâm của ông về thời gian tính trong một phần khác của bản ghi nhớ. Ông viết rằng ý muốn sử dụng nhân lực của cảnh sát một cách hữu hiệu hơn là một ý tốt, nhưng sẽ mất rất nhiều thời gian để xây dựng một lực lượng tinh nhuệ: *Chính phủ Anh đã mất gần 12 năm mới dẹp được cuộc bạo loạn không quy mô bằng cuộc bạo loạn ở Miền Nam Việt Nam."* [103] Tướng McGarr cũng nghĩ rằng kế hoạch của ông

coi là không thực tế — một sự chuyển giao kinh nghiệm của người Mã Lai sang một địa phương mà các công cụ của chính sách hiện hữu rất khác biệt". Quốc Hội, Hạ Viện, Ủy ban Quân Vụ, Diễn biến của Chiến tranh: Chương trình Ấp Chiến lược, 13/Congress, House, Committee on Armed Services, Evolution of the War: Strategic Hamlet Program, 13.

[102] L. L. Lemnitzer, "Bản ghi nhớ trình Tướng Taylor; Chủ đề: Hoạt động chống Bạo loạn ở Miền Nam Việt Nam, ngày 18 tháng 10 năm 1961/ Memorandum for General Taylor; Subject: Counterinsurgency Operations in South Vietnam", Washington, trong Sự tham gia của Hoa Kỳ vào Chiến tranh, Tài liệu nội bộ: Hành Pháp Kennedy, tháng 1 năm 1961 – tháng 11 năm 1963/ U.S. Involvement in the War, Internal Documents: The Kennedy Administration, January 1961–November 1963, Quan hệ Hoa Kỳ - Việt Nam, 1945–1967: Nghiên cứu do Bộ Quốc phòng soạn thảo bởi Quốc Hội, Hạ Viện, Ủy ban Quân Vụ. Book I, section V.B.4 of bk. 11 of United States–Vietnam Relations, 1945–1967: Study Prepared by the Department of Defense, by Congress, House, Committee on Armed Services (Washington, D.C.: United States Government Printing Office, 1971), 324–26.

[103] Đã dẫn như trên.

Thompson đòi hỏi quá nhiều thời gian để thi hành, bởi vì phải chờ cho khả năng điều hành và bảo vệ Ấp Chiến lược có thời gian phát triển một cách tự nhiên theo thời gian. "*Không những Việt Cộng sẽ không chờ,*" Tướng McGarr viết, "*mà đơn giản là không thực tế chút nào khi không sử dụng ngay những gì mình có trong tay. Thật vô lý khi giảm QLVNCH để tăng gia lực lượng cảnh sát, trong khi Việt Cộng vẫn tiếp tục thắng. Nói một cách khác, cần phải hành động trong một lĩnh vực thu hẹp hơn, nhưng chóng vánh hơn.*" [104]Tóm lại, các tướng hàng đầu của Hoa Kỳ đã kết luận rằng "*các đề nghị của ông Thompson không nhắm đến hành động mau chóng, đặt trọng tâm vào một lĩnh vực không đúng, phác hoạ kế hoạch nhắm vào một cơ quan không thích hợp, và đề nghị một hệ thống chỉ huy không thể chấp nhận được.*" [105] Đại sứ Nolting, mặc dù muốn thi hành đúng chỉ thị chính sách của Hoa Kỳ, đã thấy được lợi thế của đề nghị từ ông Thompson, và đã bắt đầu có cảm tình với cá nhân ông Thompson.[106] Tuy nhiên, ông đã cảm nhận rằng chính phủ Kennedy, sẽ không theo lời khuyên của ông Thompson bởi vì họ chỉ muốn đi đến một giải pháp quân sự nhanh chóng cho nạn bạo loạn Cộng sản tại VNCH, và điều này có nghĩa là họ sẽ nghiêng về hướng chiến tranh theo quy ước cổ điển, bất kể là biện pháp này đã từng không có hiệu quả trong cuộc chiến chính trị chống lại Cộng sản.

Ông Nolting đã cảm thấy khó chịu và băn khoăn sau khi thấy được hướng giải quyết theo phương pháp chiến tranh quy ước cổ điển trong bản báo cáo của ông Taylor và ông Rostow. Bản báo cáo kêu gọi đem 5.000 công binh chiến đấu Mỹ tới vùng Đồng bằng sông Cửu Long, lấy cớ giúp chính phủ Việt Nam chống nạn lụt. Nhưng những đơn vị này lại được vũ trang đầy đủ, có nghĩa là có thể tự vệ nếu bị rơi vào tình huống phải chiến đấu khi quân đội VNCH không giải cứu họ được. Thấy rõ ý đồ đó, ông Nolting đã đánh điện về Hoa Thịnh Đốn để trình mối quan tâm của ông: "Trong điện tín này, dùng để chuyển những bình luận của tôi, tôi ghi nhận rằng tôi

---

[104] Quốc hội, Hạ viện, Ủy ban Quân Vụ, Diễn biến của Chiến tranh: Chương trình Ấp Chiến lược, 13/ Congress, House, Committee on Armed Services, Evolution of the War: Strategic Hamlet Program, 13.

[105] Đã dẫn như trên.

[106] "Ông Bob Thompson rất tốt. Ông ta có một phái bộ rất nhỏ chỉ có sáu người. Tôi nghĩ tất cả họ đều đã từng phục vụ ở Mã Lai trong một khoảng thời gian nào đó cùng thời với Ngài Gerald Templar. Ông Bob Thompson là người đứng đầu phái bộ Anh. Tôi tin rằng ông ấy đã đến Việt Nam ngay sau khi tôi đến. Tôi thích ông ấy, làm việc gần gũi với ông, học hỏi được rất nhiều điều từ ông... *Xem tiếp ở cuối chương.*

đã đồng ý với những ý tưởng đã được thảo luận tại Việt Nam, trừ điều mới được thêm vào này. Tôi không đồng ý vì tôi tin chắc rằng việc đưa quân đội Mỹ vào sẽ thành một tiền lệ và sẽ dẫn tới việc chuyển trách nhiệm sang tay quân Mỹ, mạnh hơn và được trang bị kỹ càng hơn quân đội Việt Nam." [107]

Ông Nolting biết rằng sự có mặt của đoàn quân ngoại quốc trên lãnh thổ Việt Nam sẽ làm giảm uy tín của Tổng thống Diệm trong mắt người dân Việt Nam và như vậy, Cộng sản sẽ có được một vũ khí chính trị chống lại chính phủ Việt Nam. Mặc dù Tổng thống Kennedy đã không khởi sự một cuộc đổ quân trực tiếp, ông Nolting biết rằng nhóm người vận động cho chính sách tăng cường các hoạt động quân sự có thế lực lớn trong chính phủ Mỹ, và những đề nghị của ông Thompson sẽ không được thông qua.

Mặc dù các lãnh đạo quân đội Mỹ đã chỉ trích kế hoạch này, như chúng ta đã thấy, không ai bác bỏ toàn bộ các khuyến cáo mà ông cố vấn người Anh đã đưa ra cho ông Diệm. Vào đầu năm 1962, một số đề nghị của người Anh đã gây được sự chú ý của Hoa Thịnh Đốn ở những cấp cao, như Tướng Maxwell Taylor và ông Roger Hilsman đã rất thích nhiều điều mà ông Thompson đã nói.[108] Ông Hillsman đã đưa vào hoạch định của ông nhiều điều đã được ông Thompson đưa ra để đệ trình lên Tổng thống Kennedy và được sự đồng thuận của tổng thống.[109] Dưới nhiều khía cạnh, người Mỹ đã không để lộ mối nghi ngại của họ về phương thế chống bạo loạn của người Anh cho người bên ngoài thấy. Nói cho cùng, người Mỹ có vẻ hết lòng đồng ý với việc thành lập các Ấp Chiến lược, bởi vì hàng ngàn cộng đồng như vậy đã thành hình rất nhanh chóng với sự trợ giúp tài chính của Hoa Kỳ. Nhưng, để giữ được mối liên hệ tốt đẹp với phái đoàn MAAG, giữa chính

---

[107] Frederick Nolting, *Từ Niềm tin đến Bi kịch: Hồi ký Chính trị của Frederick Nolting, Đại Sứ tại Việt Nam dưới thời Tổng Thống John Kennedy và Tổng thống Diệm/ From Trust to Tragedy: The Political Memoirs of Frederick Nolting* (New York: Praeger, 1988), 36.

[108] Chẳng hạn, hãy xem xét lời khen ngợi của ông Hilsman dành cho ông Thompson: "Tôi càng suy ngẫm về kinh nghiệm của chính mình khi còn là một du kích quân ở Miến Điện và tưởng tượng sẽ như thế nào nếu chúng tôi đã phải đối mặt với các Ấp Chiến lược trong Thế chiến thứ hai, tôi càng được thuyết phục. Dường như ngày càng có nhiều khả năng rằng một khái niệm chiến lược hiệu quả có thể được phát triển bằng cách kết hợp Kế hoạch Ấp Chiến lược của ông Thompson với công việc ở Hoa Thịnh Đốn và Fort Bragg về cả các chiến thuật quân sự ... *Xem tiếp ở cuối chương*.

[109] Quốc Hội, Hạ Viện, Ủy ban Quân vụ, Diễn biến của Chiến tranh: Chương trình Ấp Chiến lược, 14/ Congress, House, Committee on Armed Services, Evolution of the War: Strategic Hamlet Program, 14.

phủ của ông Diệm và phái đoàn cố vấn Anh, hoạch định của ông Thompson đã có một số thay đổi kín đáo nhưng sâu xa trong thực tế. Ví dụ, ông Thompson đã đồng ý cho xét lại hình thức đã đề nghị về hệ thống điều hành chương trình đó của ông, hầu tránh một số chỉ trích của Mỹ. Ông cũng đã quyết định, ít nhất là một cách tạm thời, thôi không đốc thúc việc đặt ưu tiên lên lực lượng cảnh sát thay vì quân đội trong kế hoạch bình định của ông.[110]

Một cách khách quan, những thay đổi này có thể, hoặc không có thể, có hại cho cuộc chiến chống Cộng sản. Tuy nhiên, không thể chối cãi rằng sự lựa chọn của Mỹ, dùng chiến tranh theo quy ước cổ điển dưới sự kiểm soát của một thế lực ngoại bang đã làm giảm tính chính danh của tổng thống VNCH dưới mắt người dân Việt Nam, và đây không phải là một vấn đề nhỏ. Đáng tiếc thay cho cả hai bên Mỹ, Việt, điều này đã được minh chứng bằng một giá quá đắt - với tất cả những lý do mà ông Robert Thompson đã đưa ra.

Ghi Chú cho Chương 6 - Tiếp theo

1. ... Memorandum from the Vice President's Military Aide (Burris) to Vice President Johnson", March 30, 1962, Washington, in US Department of State, FRUS, 1961–1963 ed. John P. Glennon, vol. 2, Vietnam, 1962 (Washington, D.C.: United States Government Printing Office, 1990), document 136, pp. 284–85.

2. "Trong khi tất cả những điều này đang được tạo lập trong tiến trình tổ chức, việc bảo vệ chặt chẽ ấp phải do các lực lượng bán quân sự trách nhiệm, và quân đội trấn giữ vòng vây hầu ngăn cản các cuộc tấn công của các đơn vị chủ lực của phe Bạo loạn. Cả hai lực lượng bán quân sự và quân đội nên được triển khai vào giai đoạn này để họ có thể giải cứu các thôn ấp nếu bị tấn công bởi các lực lượng lớn hơn các đội loạn quân tại địa phương, mà dân quân trong ấp sẽ có khả năng trấn giữ các nhóm loạn quân này.

3. ... William E. Colby, *Chiến Thắng Bị Mất: Bản Tường thuật của một Chứng nhân về sự Tham gia của Hoa Kỳ tại Việt Nam trong Mười sáu năm, với James McCargar/ Lost Victory: A Firsthand Account of America's Sixteen-Year Involvement in Vietnam, with James McCargar* (Chicago: Contemporary Book, 1989), 100.

8. Memorandum from the Special Consultant for Counterinsurgency, United States Operation Mission (Phillips) to the Acting Director of the Mission

---

[110] Đã dẫn như trên.

(Fippin)"June 25, 1962, Saigon, in FRUS, 1961–1963, vol. 2, document 227, pp. 470–71. Người viết này đã gặp ông Phillips tại một hội nghị do Thư viện Tổng thống Lyndon Baines Johnson tổ chức vào năm 1993. Phillips đã đề cập đến các Ấp Chiến lược, cùng với các chủ đề khác. Những ký ức của ông phù hợp với bản ghi nhớ mà ông đã viết vào năm 1962. Theo ông Phillips: "Ông Nhu nói rằng mặc dù ông đã khởi xướng Chương trình Ấp Chiến lược, nhưng nó chỉ là một ý tưởng, một giấc mơ viển vông, cho đến bốn tháng vừa qua. Kể từ thời điểm đó, ông đã liên tục đi các tỉnh, đặc biệt là ở phía Nam của VNCH. Trong những chuyến đi gần đây của ông, tất cả các nghi lễ đều bị loại bỏ và ông ấy nhất quyết các bữa ăn của ông chỉ có một món mà thôi. Phần lớn thời gian của ông dành cho việc đi thăm các ấp và gặp gỡ các đội phụ trách Ấp Chiến lược, trưởng ấp, tỉnh trưởng, quận trưởng và các ủy ban. Những cuộc thảo luận này thường kéo dài đến năm tiếng đồng hồ. Ông thấy các chuyến đi rất mệt mỏi nhưng đồng thời cũng phấn khởi vì được thử nghiệm thực tế những lý thuyết của ông về Ấp Chiến lược".

12. ...Tuy nhiên, ông Hilsman đã được ghi nhận là một trong những nhà phê bình chính về cách ông Nhu thực hiện chương trình. Xem Kent M. Streeb, paper based on interview with Roger Hilsman,(bài báo dựa trên cuộc phỏng vấn với ông Roger Hilsman), ngày 26 tháng 11 năm 1994, Reston, VA. (available through the Vietnam Center and Archive, Texas Tech University, Lubbock, TX). Xem thêm Hilsman, *Chuyển Đổi Một Quốc Gia: Chính Trị của Chính Sách Ngoại Giao trong Nhiệm kỳ của Tổng Thống Kennedy/ To Move a Nation: The Politics of Foreign Policy in the Administration of John F. Kennedy*; (Garden City, N.Y: Doubleday, 1967), 464.

13. ...công nhận thành tích của họ để báo cáo. Và bất chấp một số lời phàn nàn từ các chi nhánh của CIA về việc họ (CIA) mất ảnh hưởng trực tiếp đối với các cộng đồng đã được thử nghiệm mà họ đã trang bị, tôi thấy việc đưa họ vào Chương trình Ấp Chiến lược như một phương tiện mà phương pháp tiếp cận mà họ đã làm, có thể trở thành chiến lược cơ bản rất cần thiết mà Chính phủ Diệm cần có để chống lại một cuộc chiến tranh nhân dân mà Chính phủ phải đối mặt. Do đó, tôi hoan nghênh kế hoạch này, đây là một bước đưa chúng tôi vượt qua khả năng hạn chế của CIA để góp phần vào nỗ lực chung của quốc gia". Colby, *Chiến Thắng Đã Mất/ Lost Victory*, 101.

15. Trong một bức điện, ông Nolting nói: "Mặc dù Lực lượng Đặc nhiệm Sài Gòn hoàn toàn đánh giá cao các ưu tiên địa lý quan trọng của Chương trình Ấp Chiến lược, chúng tôi ủng hộ cách tiếp cận có phần khác biệt so với đề xuất đó. Lực lượng Đặc nhiệm trong thời gian trước đã thống nhất về mặt địa lý Kế hoạch Chống Bạo loạn theo từng giai đoạn cho từng vùng theo các ưu tiên đề ra. Chương trình này đã đóng vai trò căn bản mà Cố vấn Hoa Kỳ khuyến cáo Chính phủ Việt Nam về Chương trình Ấp Chiến lược và trong việc quyết định phân bổ các nguồn lực của

Hoa Kỳ cho các hoạt động trong mục tiêu càn quét và giữ vững. Quý vị hãy tin rằng giờ đây chúng ta có những phương tiện hiệu quả hơn để áp dụng những ưu tiên này trên thực tế vào Chương trình Ấp Chiến lược đang thực hiện".

19. ...Ví dụ qua bài phát biểu của Tổng thống Diệm tại buổi khai mạc Quốc Hội, tôi vẫn quan tâm đến bộ máy tuyên truyền của Việt Cộng tỏ ra hiệu quả hơn. Nói chung, tôi nghĩ rằng câu hỏi sẽ được giải quyết thông qua các bước cụ thể được thực hiện để giúp đỡ dân làng, trong khi những tuyên bố công khai vô căn cứ của Chính Phủ Việt Nam sẽ chỉ làm tổn hại đến chính nghĩa của họ. Nói chung, tôi cảm thấy rằng chúng ta đang làm tốt hơn về mặt quân sự nhưng cần phải làm nhiều hơn nữa để giúp đỡ chính cho người dân trong ấp, không chỉ bằng cách trang bị vũ khí cho họ nhanh chóng hơn mà còn cả về mặt xã hội và kinh tế". W. Averell Harriman, "Thư của Phụ tá Ngoại trưởng phụ trách các vấn đề Viễn Đông (Harriman) gửi Đại sứ tại Việt Nam/ Letter from the Assistant Secretary of State for Far Eastern Affairs (Harriman) to the Ambassador in Vietnam" (Nolting)", ngày 12 tháng 10 năm 1962, Washington, in FRUS, 1961–1963, Book 2, document 300, 693–96.

22. ... tháng 1 năm 1961 – tháng 11 năm 1963, Quyển I, phần V.B.4 của quyển 11/ U.S. Involvement in the War, Internal Documents: The Kennedy Administration, January 1961–November 1963: section V.B.4 of bk. 11 of United States–Vietnam Relations, 1945–1967: Study Prepared by the Department of Defense, by Congress, House, Committee on Armed Services (Washington, D.C.: United States Government Printing Office, 1971), 345–46.

26. ... A Fragmented Effort: Ngo Dinh Diem, the United States Military and State Department and the Strategic Hamlet Program of 1961– 1963" (paper, George Mason University, December 10, 1994), 15, Vietnam Center and Archive, Texas Tech University, Lubbock, TX.

28. ...Việt Cộng không thể tồn tại trừ khi họ có thể tìm cách để đe dọa và được sự ủng hộ của các phần tử trong dân chúng. Họ phụ thuộc vào những yếu tố này để được tiếp tế, cung cấp thực phẩm, thông tin tình báo và tuyển mộ tân binh. Đây là một sự giao liên không ngừng nghỉ và là mắt xích yếu nhất trong tổ chức của Việt Cộng." Robert Thompson, "Bản thảo của Trưởng Phái đoàn Cố vấn Anh tại Việt Nam (Thompson)", Hội đồng An ninh Quốc gia, Chỉ thị về Chính sách số [không có số trên nguyên bản], Draft Paper by the Head of the British Advisory Mission in Vietnam (Thompson)", National Security Council, Policy Directive No. [ellipsis in original], Delta Plan, [February 7, 1962?], Saigon, in FRUS, 1961–1963, vol. 2, document 51, pp. 101–2.

29. ... Noel Barber, *Cuộc Chiến của Đội Chó Tay sai - Mã Lai, 1948-1960/ The War of the Running Dogs: Malaya, 1948–1960* (London: Arrow Books, 1989), 184. Xem thêm Anthony Kemp, *Lực lượng Không vận Đặc nhiệm SAS: Các cuộc Chiến Tàn*

bạo để Bình định, 1947 đến nay/ *The SAS: Savage Wars of Peace, 1947 to the Present* (London: Penguin / Signet Books, 1995), 22.

30. ... Nếu các ấp phòng thủ được thiết lập trong những khu vực đã bị Việt Cộng xâm nhập nhiều thì cần sử dụng đến lực lượng Bảo an để phòng thủ chặt chẽ cho đến khi các đơn vị Dân vệ đáng tin cậy có thể đến trấn giữ. Trong quá trình thành lập khung sườn, nhiệm vụ của Quân đội là quấy phá các đơn vị chính quy của Việt Cộng làm họ chao đảo để hệ thống an ninh có thể được thiết lập một cách vững vàng". Đã dẫn như trên, 103–4.

49. ..Ông ấy có khả năng thuyết phục với Tổng thống Diệm, TT. Diệm có thể thấy rằng ông ấy là người hiểu biết nhờ kinh nghiệm của ông ở Mã Lai. Chúng tôi hay thường xuyên cộng tác với nhau để đưa ra đề xuất. Vâng, họ đã làm được rất nhiều việc tốt. Họ không có nhiều phương tiện ngoài kinh nghiệm của mỗi cá nhân. Họ không có bất kỳ nguồn tiếp lực nào khác. Tôi rất tôn trọng ông Bob Thompson. "Frederick Nolting, Cuộc phỏng vấn của Dennis O'Brien với ông Nolting ngày 6-5-1970, New York, cuộc phỏng vấn 2, John F. Kennedy Bộ sưu tập Lịch sử Truyền khẩu/ interview by Dennis O'Brien, May 6, 1970, New York, interview 2, transcript, 55–56, John F. Kennedy Oral History Collection, John F. Kennedy Presidential Library, Boston.

51. ...sẽ được thực thi và các biện pháp để chống lại các áp lực về hiện đại hóa mà ông Rostow đã quan tâm. Điều rõ ràng hơn cả là nguyên tắc quan trọng nhất - như người Anh đã phát hiện ra ở Mã Lai - là các biện pháp dân sự, cảnh sát, xã hội và quân sự phải được kết hợp và phối hợp một cách cẩn thận trong một chương trình toàn diện chống bạo loạn và phải có một hệ thống chỉ huy và kiểm soát dân sự, cảnh sát và quân sự thống nhất. " Roger Hilsman, *Để Chuyển đổi Một Quốc gia: Chính Trị của Chính sách Đối ngoại dưới thời Tổng Thống John F. Kennedy/ To Move a Nation: The Politics of Foreign Policy in the John F. Kennedy Administration* - (Garden City, N.Y: Doubleday, 1967), 434–35.

CHƯƠNG 7

CHẤM DỨT MỐI QUAN HỆ HỢP TÁC DO ÔNG NOLTING KHỞI XƯỚNG

Ngày 27 tháng 2 năm 1962, Trợ lý (Phụ tá) Ngoại trưởng Hoa Kỳ Averell Harriman gửi một bức thư, dường như vô hại, cho Đại sứ Frederick Nolting tại Việt Nam. Nội dung bức thư như sau:

Fritz thân mến:

Trong bối cảnh của cuộc tấn công vào dinh hôm nay, tôi xem lại lá thư của ông Walter McConaughy gửi cho ông ngày 20 tháng 10 năm 1961 và "Kế hoạch Dự phòng đề nghị" - văn bản ra cùng ngày - được gửi kèm theo bức thư đó.

Đối với tôi, dường như "Kế hoạch Dự phòng đề nghị" vẫn còn hiệu lực. Tôi rất tiếc vì chúng ta đã không có thời giờ để thảo luận về vấn đề này trong chuyến thăm Hoa Thịnh Đốn vội vã của ông.

Nếu ông có bất kỳ nhận xét nào về kế hoạch đó trong tình hình hiện tại, xin viết thư chia sẻ với tôi. Biết rằng ông rất bận rộn, nếu tôi không nhận được phúc đáp của ông thì xem như ông vẫn hài lòng với kế hoạch đó. Chúng tôi rất hài lòng với cách ông xử lý khi báo cáo về cuộc tấn công vào dinh ngày hôm nay.

Với lời chào thân thiết nhất,

Trân trọng,

Averell[111]

Động lực thật của việc tham vấn này không phải là vô hại mặc dù bề ngoài trông có vẻ vô hại: ông Harriman đã chỉ ra đúng điều mà ông Nolting nghĩ liên quan đến việc loại ông Ngô Đình Diệm ra khỏi chính quyền, bởi vì

---

[111] W. Averell Harriman, "Thư của Phụ tá Ngoại Trưởng phụ trách các vấn đề Viễn Đông (Harriman) gửi Đại sứ Hoa Kỳ tại Việt Nam (Nolting)", ngày 27 tháng 2 năm 1962/L etter from the Assistant Secretary of State for Far Eastern Affairs (Harriman) to the Ambassador in Vietnam (Nolting)", February 27, 1962, Washington, in *FRUS, 1961–1963*, vol. 2, document 89, pp. 182–83.

đó là bản chất và nội dung chính xác về Kế hoạch Dự phòng mà ông McConaughy đã đề nghị.

Trong các bức điện trước đó gửi cho ông Nolting, ông Harriman ám chỉ rằng ông và các nhà lãnh đạo khác đã nghi ngờ nghiêm trọng về Tổng thống Diệm. Ví dụ, trong bức điện văn từ Geneva vào ngày 13 tháng 10 năm 1961, trong cuộc đàm phán về tính trung lập của nước Lào, ông Harriman nói rằng trong suốt chuyến công du của ông trong sáu tháng trước đó, ông không nghe thấy gì khác ngoài mối quan tâm về *"chế độ độc tài, nhóm thân tín có thế lực bao quanh Tổng thống và ngăn cản những ai muốn khuyến cáo, ảnh hưởng của người trong gia đình và tình trạng tham nhũng."* [112] Trong thời gian đầu của cuộc tham chính, Tổng thống Diệm hành xử khá tốt, ông nói thêm, nhưng phong cách lãnh đạo sau này của ông ta, đặc biệt là sau cuộc đảo chính năm 1960, đã làm cho người ta ngờ vực về năng lực của ông: *"Nhiều nguồn tin cho thấy sự thiếu tin tưởng của quân đội, các viên chức chính quyền cấp tỉnh, giới trí thức, các nhóm doanh nghiệp, các chuyên gia, và người trong các trường đại học. Nhiều thành phần tiên đoán giống nhau rằng một cuộc đảo chính khác có thể xảy ra, và nếu có, những người chống đối đó sẽ không còn nhẹ tay với ông Diệm như năm ngoái".* Ông Harriman bảo đảm với ông Nolting rằng các nguồn tin về những sự nhận xét này là của những người thân thiện với Hoa Kỳ. Ông nói: ngay cả người Anh cũng hy vọng người Mỹ có thể gây áp lực buộc ông Diệm phải thực hiện những cải cách lớn, bao gồm cả việc "loại bỏ ảnh hưởng không tốt của gia đình". Trong phần cuối của điện văn này, ông Harriman cho ông Nolting biết rằng ông ta không có khuyến nghị nào nhưng tin rằng *"có thể sắp có một biến động lớn nhưng nếu những nhóm có chủ trương xây dựng tích cực góp phần vào việc tạo ra biến động thì hậu quả có thể không thảm hại lắm."* Thâm ý của ông Harriman khá rõ ràng: ông này gợi ý rằng Hoa Kỳ nên ủng hộ một cuộc đảo chính. Ông kết luận: "Tôi chỉ muốn góp tiếng nói với những người tin rằng chúng ta cần xem trọng việc giải quyết tình hình chính trị hơn, nếu không, dù chúng ta hỗ trợ quân sự hoặc cho quân đội

---

[112] W. Averell Harriman, "Bức điện từ Tổng Lãnh sự quán ở Thụy Sĩ gửi Bộ Ngoại giao", ngày 13 tháng 10 năm 1961, Geneva (được ông Harriman chuyển đến Tổng thống Kennedy tại Hyannis Port, MA/ "Telegram from the Consulate General in Switzerland to the Department of State"), October 13, 1961, Geneva (forwarded by Harriman to President Kennedy at Hyannis Port, Mass., on October 13, 1961), in *FRUS, 1961–1963*, vol. 1, document 164, pp. 363–64.

của chúng ta tham gia nhiều đến đâu đi nữa thì vẫn không thể giải quyết vấn đề được.[113]

Ông Harriman rất khôn khéo, vừa chuẩn bị dùng các thế lực hậu thuẫn, vừa thăm dò ý kiến của ông Nolting về việc phản bội ông Diệm. Ba ngày sau, ông Nolting hồi âm với nội dung được đắn đo kỹ lưỡng. Trong bức điện đó, ông nói rằng có một số bước cần phải được thực hiện để củng cố vị thế của ông Diệm và bảo tồn một nước Việt Nam tự do. Ông viết: "*Chúng ta phải cân nhắc để chọn một giải pháp nằm giữa giải pháp lý tưởng và một giải pháp khả thi, giả dụ như ông Diệm tiếp tục nắm quyền lãnh đạo, với một tổng thể ưu và khuyết điểm rất khác thường - đức tính tốt, tính can trường, niềm tin sâu sắc vào lý tưởng của ông, sự quyết tâm, sự thiếu bản năng chính trị, thiếu tài tổ chức, thiếu khả năng hành chính, và nhiều điều khác nữa.*" [114]

Ông Nolting nhận xét rằng ông Diệm không phải là một người hoàn hảo, nhưng ông là một người tốt rất đáng được Hoa Kỳ hỗ trợ. Khi giao dịch với ông và chính phủ của ông, Hoa Thịnh Đốn cần biết, trong lĩnh vực ngoại giao, giống như lĩnh vực chính trị, chúng ta cần quan tâm đến "kỹ năng nhận thức được những điều khả thi."

Đa số ai cũng biết ông Averell Harriman không ưa ông Ngô Đình Diệm. Ông Harriman không phải là người duy nhất có thái độ này. Một cá nhân khác, có ảnh hưởng lớn, ông John Kenneth Galbraith, cũng không tán thành ông Diệm — và ông Galbraith có quyền tiếp cận trực tiếp với Tổng thống Kennedy.

Ông John Kenneth Galbraith sinh năm 1908 tại Canada, cha ông là một nông dân và một giáo viên, ông tham gia vào Hiệp hội Nông dân Ontario, một đảng chính trị cổ suý sự hợp tác của các chủ doanh nghiệp, quốc hữu hóa kỹ nghệ vận tải đường sắt và đánh thuế lũy tiến.[115] Sau khi tốt nghiệp ngành kinh tế nông nghiệp tại Đại học Nông nghiệp Ontario, lúc đó là một phần của Đại học Toronto (Đại học Nông nghiệp đó sau này trở thành Đại học Guelph), ông Galbraith tiếp tục theo học tại Đại học California - Berkeley, nơi ông tốt nghiệp tiến sĩ cũng trong ngành này vào năm 1934. Sau đó, ông bắt đầu dạy học trong một thời gian dài, tuy thường bị gián

---

[113] Đã dẫn như trên.

[114] Frederick Nolting, "Điện tín từ Toà đại sứ tại Việt Nam gửi Bộ Ngoại giao", ngày 16 tháng 10 năm 1961/ "Telegram from the Embassy in Vietnam to the Department of State", October 16, 1961, Saigon, in FRUS, 1961–1963, vol. 1, document 171, pp. 383–86.

[115] James Ronald Stanfield, *John Kenneth Galbraith* (New York: St. Martin's Press, 1996), 1.

đoạn, tại Đại học Harvard với tư cách là giáo sư kinh tế. Trong thời gian đó, ông viết tác phẩm có tầm ảnh hưởng lớn Xã hội Sung túc (The Affluent Society) và bắt đầu tham gia vào chính trị và hoạt động trong nhóm theo chủ nghĩa phóng khoáng của Hoa Kỳ.[116] Ông giúp thành lập tổ chức Người Mỹ Ủng hộ Hành động Dân chủ vào năm 1947, thời điểm ông bắt đầu sự nghiệp chính trị trong khi vẫn hành nghề giáo sư.[117]

Sự tán đồng của ông Galbraith cho ứng cử viên Kennedy của đảng Dân Chủ vào chức vụ Tổng thống bắt nguồn từ năm 1957, khi ông Kennedy háo hức tìm kiếm sự hỗ trợ của vị giáo sư Harvard được nhiều người biết đến và được đánh giá cao này.[118] Đến năm 1960, ông Galbraith là thành viên của một nhóm người ưu tú gồm những người theo chủ nghĩa phóng khoáng có nhiều ảnh hưởng được tổ chức bởi ông John L. Saltonstall Jr. để ủng hộ cuộc tranh cử Tổng thống của ông Kennedy.[119] Lòng trung thành của ông Galbraith trong suốt chiến dịch tranh cử Tổng thống đã giúp ông được bổ nhiệm làm Đại sứ Mỹ tại Ấn Độ.[120]

Đại sứ Galbraith đến thăm Việt Nam năm 1961 và kết luận rằng Tổng thống Diệm phải chịu trách nhiệm về cuộc Bạo loạn của Cộng sản đang diễn ra. Để ủng hộ luận điểm này, ông Galbraith tuyên bố rằng ngay cả một chính phủ hiệu quả ở mức trên trung bình cùng một quân lực tương đối mạnh cũng có thể ngăn chặn được loạn quân Cộng sản.[121] Ông

---

[116] Đã dẫn như trên, 2–3.

[117] ...Nhưng tinh thần đảng phái quá mạnh của ông Galbraith cùng với việc ông không tách biệt chính trị ra khỏi ngành kinh tế khiến ông khác biệt hẳn với các đồng nghiệp bình thường hơn". Đã dẫn như trên, 4. *Xem tiếp phần này ở cuối chương.*

[118] Arthur M. Schlesinger Jr., *Một Ngàn Ngày: ông John F. Kennedy trong Toà Bạch ốc/ A Thousand Days: John F. Kennedy in the White House* - (Boston: Houghton Mifflin, 1965), 11–15.

[119] Đã dẫn như trên, 28.

[120] Đã dẫn như trên, 152.

[121] John Kenneth Galbraith, "Gửi Giám đốc CIA, từ Bangkok, ngày 20 tháng 11 năm 1961: Đại sứ Galbraith đại diện theo lệnh Tổng thống/ To Director, CIA, from Bangkok, 20 November 1961: For the President from Ambassador Galbraith", trong Sự tham gia của Hoa Kỳ vào Chiến tranh, Tài liệu Nội bộ: chính phủ Kennedy, Tháng 1 năm 1961 – Tháng 11 năm 1963)/ in U.S. Involvement in the War, Internal Documents: The Kennedy Administration, January 1961–November 1963, Book I, section V.B.4 of bk. 11 of United States–Vietnam Relations, 1945–1967: Study Prepared by the Department of Defense, by

Galbraith viết: *"Không thay đổi chính quyền thì không thể có sự thay đổi thực sự. Cho rằng không có giải pháp thay thế là vô lý vì dường như chưa bao giờ có một người nào là tối quan trọng (đến nỗi không thể bị thay thế). Vì vậy, tuy chúng ta đang lâm vào tình trạng không hiệu quả và vô vọng trong một thời gian ngắn, chúng ta phải chuẩn bị cho một chính phủ mới trong tương lai rất gần."* [122]

Việc sử dụng từ "vô lý" là một cú hích vào Đại sứ Nolting, người coi ông Diệm là nhà lãnh đạo tốt nhất mà Việt Nam có thể có so với các lựa chọn khác. Trong một báo cáo trước đó, ông Galbraith đã đề nghị *"thay thế Đại sứ Nolting bằng một đại sứ với tính cách và danh tiếng như Thống đốc Harriman. Chúng ta cần một người có thể độc lập với cả ông Diệm và quân đội Hoa Kỳ, người đó sẽ kiên quyết đòi hỏi việc cải tổ chính phủ, và người đó hiểu những diễn biến xảy ra ở đó có tầm quan trọng chính trị đối với Hoa Kỳ như thế nào."* [123]

Bất chấp việc ông Galbraith và ông Harriman thể hiện thái độ khinh thường ông Nolting, ông Kennedy tỏ ra tôn trọng vị đại sứ do chính ông lựa chọn để đại diện cho Hoa Kỳ tại VNCH ngay cả sau khi ông Kennedy không còn chống lại được áp lực nặng nề đòi loại bỏ ông Diệm. Theo người viết tiểu sử của ông Averell Harriman, trong một cuộc họp quan trọng và sôi nổi tại Toà Bạch ốc, trong những ngày trước vụ ám sát ông Diệm, ông Harriman đã "chỉ trích ông Nolting vì quá thân thiết với ông Diệm." Và khi vị cựu đại sứ cố gắng bào chữa cho mình, ông Harriman đã chặn ông ta, nói ông nên im miệng vì không ai quan tâm đến việc ông ta nghĩ gì. Ông Kennedy cắt ngang ngay lập tức. Ông ấy mến ông Nolting, và ông ấy nói với ông Harriman rằng, có một người, đó là tổng thống, rất muốn nghe những gì ông Nolting nói." [124]

Congress, House, Committee on Armed Services (Washington, D.C.: United States Government Printing Office, 1971), 406–8.

[122] Đã dẫn như trên.

[123] John Kenneth Galbraith, "Tài liệu do Đại sứ Hoa Kỳ tại Ấn Độ (Galbraith) soạn thảo: Một Kế Hoạch cho Miền Nam Việt Nam/ Paper Prepared by the Ambassador to India (Galbraith): A Plan for South Vietnam", November 3, 1961, Washington, in FRUS, 1961–1963, vol. 1, document 209, p. 475.

[124] Rudy Abramson, Trải Dài Thế Kỷ: Cuộc đời của W. Averell Harriman, 1891–1986/ Spanning the Century: The Life of W. Averell Harriman, 1891–1986,(New York: William Morrow, 1992), 622.

Sáu ngày sau khi bức điện văn của ông Galbraith được gửi đi, nêu rõ việc truất phế Tổng thống Diệm rất cần thiết, ông gửi một bức điện khác cho Bộ Ngoại giao nói rằng "trừ khi có lý do quan trọng sâu xa và bất thường để không thể tiến hành," ông Galbraith muốn gặp một đại diện của Hà Nội về các vấn đề ở Miền Nam Việt Nam (Việt Nam Cộng Hoà - VNCH) khi người này đến New Delhi. Ông nói rằng ông sẽ nói cho nhà ngoại giao của Cộng sản Bắc Việt (CSBV) biết rằng mặc dù cả Hoa Kỳ và chính phủ VNCH đều không có ý định "đe dọa" gì đối với CSBV, nhưng cả hai đều quyết tâm bảo tồn nền độc lập của VNCH.[125]

Ngoại Trưởng Dean Rusk nhanh chóng trả lời ông Galbraith rằng một cuộc họp kiểu này sẽ có hại. Nếu cuộc họp diễn ra trong khi chiều hướng của cuộc đàm phán về Lào đang như thế này, ông Diệm và chính phủ của ông ta có thể nghĩ rằng Hoa Kỳ sẽ điều đình với Bắc Việt Nam và bỏ mặc VNCH cho Cộng sản. Ông Rusk nói: "Vì chính sách của chúng ta là hỗ trợ đầy đủ cho Chính phủ Việt Nam, chúng ta phải tránh bất kỳ động thái nào có thể xảy ra, hoặc những tuyên truyền của CSBV có thể gây ra, như là khởi đầu cho việc Hoa Kỳ giảm bớt các cam kết với Việt Nam." [126] Ông Rusk quyết định rằng thư phúc đáp của ông cũng được gửi đến ông Harriman ở Geneva và ông Nolting ở Sài Gòn. Ông Rusk và ông Galbraith không ưa nhau. Trong hồi ký của ông Galbraith về những năm ông Kennedy nắm quyền, ông nhớ lại là ông được biết rằng ông Rusk và một số người khác "vênh vang ở Hoa Thịnh Đốn" đã nghi ngờ rằng ông (Galbraith) đã không nể trọng những nhân vật này. Sau đó, cựu đại sứ tại Ấn Độ đã châm biếm, "Điều này cho thấy nhận thức của họ cũng khá đấy." [127]

Bất chấp thái độ khinh thường ra mặt của ông Galbraith với một số đồng nghiệp của mình, ông đã chuyển đổi được ý kiến của một số người về việc loại bỏ ông Diệm. Một trong số đó là ông Walt Rostow, Phụ tá Cố vấn An ninh quốc gia của ông Kennedy, người đã viết cho Tổng thống vào tháng

[125] John Galbraith, "Điện tín từ Toà đại sứ ở Ấn Độ gửi Bộ Ngoại giao", ngày 26 tháng 11 năm 1961/ "Telegram from the Embassy in India to the Department of State", November 26, 1961", New Delhi, in FRUS, 1961–1963, vol. 1, document 282, p. 671.

[126] Dean Rusk, "Điện tín từ Bộ Ngoại giao gửi Toà đại sứ ở Ấn Độ/ Telegram from the Department of State to the Embassy in India", November 28, 1961, Washington, in FRUS, 1961–1963, vol. 1, document 290, p. 681.

[127] John Kenneth Galbraith, Nhật ký của ông Đại sứ: Quan điểm cá nhân về những năm cầm quyền của ông Kennedy/ Ambassador's Journal: A Personal Account of the Kennedy Years - (Boston: Houghton Mifflin, 1969), 294.

11 năm 1961 rằng ông không phản đối kế hoạch của ông Galbraith để thay thế chính quyền ở Sài Gòn. Mối quan tâm duy nhất của ông về một cuộc đảo chính là "việc quản lý cuộc khủng hoảng đó cần phải có kỹ năng tuyệt vời để tránh bị Cộng sản lợi dụng; nhưng tôi nghĩ điều đó không phải là không làm được." [128] Ông Rostow cũng tiết lộ rằng "kế hoạch dự phòng có thể bắt đầu một cách âm thầm." Trong khi đó, ông Galbraith tiếp tục nhấn mạnh đến khuyến cáo của mình với Tổng thống Kennedy, như được thể hiện trong bức thư của ông vào mùa xuân năm 1962: "Cần phải công nhận rằng lập trường lâu dài của chúng ta không thể bao gồm một cam kết vô điều kiện với ông Diệm. Chúng ta hỗ trợ cho một chính phủ chống Cộng, dân chủ, và tiến bộ, không hỗ trợ cho một cá nhân nào. Chính chúng ta không thể thay thế ông Diệm. Nhưng chúng ta nên hiểu rằng hầu hết mọi thay đổi phi Cộng sản đều có thể có lợi và đây phải là quy tắc định hướng cho cơ quan đại diện ngoại giao của chúng ta trong khu vực." [129]

Khi các nhà ngoại giao hàng đầu như hai ông Galbraith và Harriman cố gắng điều hành chính sách về Việt Nam của Hoa Kỳ, Ngoại trưởng Dean Rusk đã suy nghĩ và làm gì? Để trả lời câu hỏi đó, chúng ta cần xem xét quá khứ của ông Rusk cho đến thời điểm ông tham chính ở Hoa Thịnh Đốn. Sinh ra trong một gia đình nông dân ở Quận Cherokee, Georgia, vào ngày 9 tháng 2 năm 1909, thời niên thiếu của ông Rusk hoàn toàn khác biệt với thời niên thiếu của ông Harriman. Vì không có khả năng làm cho trang trại của gia đình có thu nhập khấm khá, cha mẹ ông buộc phải bán trang trại này. Họ dọn đến thành phố Atlanta, nơi họ sống trong hoàn cảnh nghèo khó và chàng trai trẻ Dean đã trải nghiệm tất cả sự nhục nhã của giai cấp nghèo. [130] Tuy nhiên, vì thông minh, gan dạ và quyết tâm, cậu ấy đã học rất giỏi. Năm 1931, ông giành được học bổng Rhodes tại Đại học Oxford, nơi đầy dẫy người hoài nghi về tôn giáo, ông vẫn giữ được một

---

[128] Walter Rostow, "Bản ghi nhớ từ Phó Phụ tá đặc biệt của Tổng thống về các Vấn đề An ninh Quốc Gia (Rostow) gửi Tổng thống)", ngày 24 tháng 11 năm 1961. Dưới hình thức một bức thư ngắn gọn đề ngày 25 tháng 11 năm 1961, ông Rostow đã gửi cho ông Galbraith một bản sao của bản ghi nhớ này... *Xin xem tiếp ở cuối chương.*

[129] John Kenneth Galbraith, "Bản ghi nhớ của Đại sứ tại Ấn Độ (Galbraith) gửi Tổng thống", ngày 4 tháng 4 năm 1962/ Memorandum from the Ambassador to India (Galbraith) to the President", Washington, in FRUS, 1961–1963, vol. 2, document 141.

[130] Thomas J. Schoenbaum, *Hòa và Chiến: ông Dean Rusk trong Những Năm Phục vụ các Tổng thống Truman, Kennedy, và Johnson/ Waging Peace and War: Dean Rusk in the Truman, Kennedy, and Johnson Years* - (New York: Simon and Schuster, 1988), 29–32.

đức tin Cơ đốc trầm lặng, vững vàng và sùng đạo.[131] Trong Thế chiến II, ông Rusk được bổ nhiệm làm phó tham mưu trưởng cho Tướng Stilwell và Đại tá Frank Merrill (người chỉ huy đoàn biệt kích mang tên Merrill's Marauders) trong chiến trường Trung Quốc-Miến Điện-Ấn Độ.[132] Năm 1945, sau chiến tranh, Bộ Ngoại giao tuyển dụng ông Rusk, và hai năm sau đó, ông đã làm một cách hiệu quả công việc của một phụ tá ngoại trưởng tuy chức vụ chính thức của ông chỉ là giám đốc Chương trình Giải quyết các Vấn đề Chính trị Đặc biệt.[133] Theo tác giả viết tiểu sử của ông, ông Thomas J. Schoenbaum, khi ông Rusk đến Bộ Ngoại giao, tư tưởng cố hữu và đặc thù của ông có thể được xem là một trong những lý do ông thiếu nhiệt tình đối với việc cứu VNCH khỏi tay Cộng sản:

Niềm tin của ông vào truyền thống luật pháp Anglo-Saxon và sự tự do cao cả như ngọn hải đăng soi sáng cho toàn thể nhân loại đã khiến ông Rusk, một cách nghịch lý, trở thành một người tin vào chủ nghĩa chống thực dân. Ông dự đoán chính xác sự tan rã nhanh chóng và tự nhiên không thể tránh được của các đế quốc thống trị thuộc địa sau chiến tranh [Thế chiến thứ hai], và ông nghĩ rằng Hoa Kỳ và Anh nên hỗ trợ quá trình này. Tuy nhiên, ông cũng là một người thực tiễn, do đó những quan điểm nói trên được ông đặt trong một phạm vi thực tiễn, không quá lý tưởng. Ông không tin vào chủ trương Mỹ cần can thiệp trên toàn cầu để giúp cho thế giới trở nên hoàn hảo, mà chỉ tin vào việc sử dụng sức mạnh của Mỹ một cách hạn chế dựa trên những gì có thể làm được trong bất kỳ tình huống nào.[134]

So với gia thế của ông lúc còn trẻ, khi Tổng thống Kennedy bổ nhiệm ông làm ngoại trưởng vào năm 1961 thì có thể xem là ông ta đã qua được sông để đến bờ thành công, nhưng thực ra, ông không hẳn đến được bờ đó. Tuy ông đã lọt vào trong thành trì của nhóm danh gia tốt nghiệp từ các đại học nổi tiếng nhất của miền Đông Hoa Kỳ, nhưng họ không bao giờ hoàn toàn chấp nhận một người xuất thân từ miền Nam Hoa Kỳ với gia cảnh khiêm tốn như ông. Họ luôn luôn tiến cử những người thuộc giai cấp của họ[135] vào các văn phòng, ngõ ngách của Bộ Ngoại giao. Vì vậy, ông Rusk

---

[131] Đã dẫn như trên, 53.

[132] Đã dẫn như trên, 84–92.

[133] Đã dẫn như trên, 142–43.

[134] Đã dẫn như trên, 135.

[135] Theo lời của người viết tiểu sử của ông Rusk: "Đó là một nhóm rất độc quyền, trong đó mọi người đều xưng hô một cách thân thiện như bạn với nhau, và cả nhóm có một

không có cơ hội để sắp xếp lại Bộ này theo ý muốn của ông và ông đã bị đưa vào thế phải nhường quyền quyết định cho những người có uy tín cao hơn ông, chẳng hạn như ông Averell Harriman.

Ông Rusk không tham gia vào việc định hình chính sách đối ngoại đối với Việt Nam như Đại sứ Nolting mong muốn. Như ông đã viết trong hồi ký của mình, "*ông Dean Rusk, trong vai trò ngoại trưởng, theo quan điểm của tôi, đã không làm tròn bổn phận giám sát cần thiết về chính sách của Mỹ về Đông Nam Á vào đầu thập niên 1960, khi mà các vấn đề lúc đó liên quan đến chính trị nhiều hơn là quân sự. Đúng vậy, ông ấy bận tâm đến những vấn đề lớn hơn, đặc biệt là cuộc đối đầu căng thẳng với Liên Xô về Bá Linh và Cuba.*" [136] Đặc biệt là sau hiệp định về Lào năm 1962, ông Rusk đã nhường việc giải quyết tình hình ở VNCH trước tiên là cho Lầu Năm Góc (Ngũ Giác Đài) và sau đó là cho ông Averell Harriman ngày càng nhiều: "*Trong nhiệm kỳ đại sứ của tôi, ông ấy chưa bao giờ đặt chân đến Việt Nam, cũng như không tham dự bất kỳ hội nghị nào ở Honolulu. Tôi không bao giờ có thể yêu cầu ông ta tập trung vào các vấn đề của chúng ta khi tôi ở Việt Nam. Quyền định hình chính sách trước tiên rơi vào tay ông Bob McNamara ở bộ Quốc phòng và sau đó, ngày càng nhiều vào tay của ông Averell Harriman. Vào cuối tháng 8 năm 1963, khi tôi đến yêu cầu ông Rusk cho ý kiến về Việt Nam, ông ấy nói với tôi, 'ông Averell đang lo việc này.'* " [137]

Như chúng ta đã thấy về các hiệp định về Lào, ông Harriman đặt niềm tin rất lớn vào sức mạnh của các cuộc đàm phán giữa các cường quốc thế giới để đem lại hoà bình cho Đông Nam Á, hoặc ít nhất là làm hài lòng các cử tri bầu cho Tổng thống Kennedy. Ngay dù cho ông Harriman không phải là một người tin tưởng thực sự vào các cuộc đàm phán đó, ông Chester Bowles chắc chắn đã tin tưởng, như biểu hiện trong đề nghị của ông là không chỉ trung lập hóa nước Lào mà còn cả Thái Lan, Miến Điện, Campuchia, Mã Lai, Nam Việt Nam và Singapore: "*Vào tháng 2 năm 1961, thoạt đầu tôi đã khuyến khích ông Dean Rusk xem xét việc mở rộng khái niệm về trung lập. . . bao trùm phần còn lại của Đông Nam Á, ngoại trừ Bắc Việt Nam và Đông Pakistan. . . . Tôi đã nói, tình trạng trung lập có thể được*

---

cảm giác ngạo mạn chung, cảm giác họ được giao phó trách nhiệm quyết định về hoà hay chiến cho cả nước. Các Tổng thống có thể xuất thân từ những nơi ít người biết đến như thành phố Independence, Missouri, nhưng chưa hề có người có thân thế như vậy đã lọt được vào nhóm có trọng trách thiết lập chính sách đối ngoại". Đã dẫn như trên, 143.

[136] 26 Nolting, *Từ Niềm tin đến Bi kịch/ From Trust to Tragedy*, xiii – xiv.

[137] Đã dẫn như trên, 129.

bảo đảm bởi Hoa Kỳ, Anh, Pháp, Liên Xô, Ấn Độ và Nhật Bản. Thậm chí có thể hình dung được rằng một kế hoạch như vậy có thể thu hút được sự quan tâm của Liên Xô trong việc ngăn cản Trung Cộng thi hành âm mưu sát nhập Đông Nam Á vào phạm vi ảnh hưởng của họ". Ông Bowles nghĩ rằng một nỗ lực như vậy sẽ "chuyển cuộc tranh luận từ quân sự sang cầu trường chính trị" và nó cần được thực hiện trong khi sự trung lập của Lào đang được bàn thảo gắt gao ở Geneva. Ông Bowles cho rằng ông Averell Harriman đã phản ứng thuận lợi về đề nghị của ông: "Với tư cách là trưởng nhóm đàm phán của chúng ta, ông ta đã đạt được mối quan hệ làm việc với các đại diện của phía bên kia và, tuy nhận thấy những khó khăn, ông cảm thấy một kế hoạch như vậy có thể khả thi. Theo ông, Liên Xô có thể được thuyết phục chia sẻ trách nhiệm để bảo đảm các điều khoản của hiệp định." [138]

Chưa đầy mười ngày trước khi hiệp định về Lào được ký kết, ông Bowles một lần nữa đưa ra đề nghị về việc trung lập hoá Đông Nam Á trong một bản ghi nhớ gửi Bộ trưởng Rusk.[139] Đồng thời, ông viết các bản ghi nhớ khẩn cấp cho Tổng thống Kennedy kêu gọi ông xem xét lại việc ủng hộ ông Diệm, người không ủng hộ kế hoạch này.[140] Tuy nhiên, ngay sau khi thỏa thuận về Lào được ký kết, ông Harriman nói với ông Rusk rằng đề nghị của ông Bowles không khả thi, bởi vì nó "sẽ đòi hỏi chúng ta thực hiện các cam kết mà không có bất kỳ sự bảo đảm nào từ phía bên kia là họ sẽ làm tương tự, và không có thủ tục trừng phạt nào khả thi."[141] Trớ trêu thay, lời nói của ông Harriman lại lặp lại lời nói của Tổng thống Diệm và của những người khác, những người chống lại thỏa thuận trung lập ban đầu đối với nước Lào.

Ý tưởng phóng khoáng của người Mỹ cho rằng cây bút mạnh hơn thanh kiếm, bất kể các sự kiện xảy ra trên thực tế liên quan đến sức mạnh chính trị và quân sự của địch, dựa trên một giả định sai lầm cơ bản là tất cả các

---

[138] Chester Bowles, *Lời hứa Sẽ Giữ: Những Năm Tháng Tham Chính của Tôi, 1941–1969/ Promises to Keep: My Years in Public Life, 1941–1969* - (New York: Harper and Row, 1971), 407, 408, 409.

[139] Chester Bowles, "Bản ghi nhớ từ Đại sứ Lưu động (Bowles) gửi Ngoại trưởng", ngày 12 tháng 7 năm 1962 / Memorandum from the Ambassador at Large (Bowles) to the Secretary of State", Washington, in FRUS, 1961–1963, vol. 2, document 241, pp. 516–19.

[140] Bowles, *Lời hứa Sẽ Giữ/ Promises to Keep*, 416–17.

[141] Averell Harriman, "Bản ghi nhớ từ Phụ tá Ngoại trưởng phụ trách các vấn đề Viễn Đông (Harriman) gửi Ngoại trưởng", ngày 30 tháng 7 năm 1962... *Xin xem tiếp phần này ở cuối chương.*

bên trong cuộc xung đột muốn chấm dứt chiến tranh hơn là muốn giành phần thắng trong cuộc chiến. Nhờ kinh nghiệm gần đây của họ ở Mã Lai, người Anh không bắt đầu từ giả định này. Họ nhận thấy rằng cần phải kiên quyết chấp nhận thực tế phũ phàng rằng quân Bạo loạn của Cộng sản sẽ tiếp tục chiến đấu cho đến khi họ bị tiêu diệt cả trên lĩnh vực chính trị và quân sự. Chỉ nên bắt đầu đàm phán với họ khi họ kiệt quệ và sẵn sàng đầu hàng, và người Anh vẫn tiếp tục gây áp lực lên họ cho đến khi họ lâm vào tình trạng này.[142] Các thành viên Đảng Dân chủ Mỹ đang nắm quyền không dễ dàng cảm thấy có thể đồng tình với cách chống bạo loạn thẳng tay của người Anh. Thật vậy, nhiều người trong số những người "giỏi và sáng suốt nhất" trong chính phủ Kennedy đã hành động như thể những người Cộng sản ở Đông Nam Á không muốn gì hơn ngoài các quyền công dân và sự chung sống hòa bình với những người không Cộng sản.

Đối với các nhà ngoại giao có quyền lực của Đảng Dân chủ như các ông Bowles, Galbraith và Harriman, Tổng thống Diệm đã cản trở việc họ giải quyết các cuộc xung đột ở Đông Nam Á, với lập trường kiên quyết chống lại yêu cầu của họ trong việc cải tổ chính phủ của ông và việc ông chán ghét thỏa thuận về Lào. Bất kỳ ai ủng hộ ông Diệm, chẳng hạn như hai ông Nolting và Colby, đều bị nhóm của ông Harriman - nhóm tiếp cận trực tiếp với Tổng thống Kennedy - dèm pha. Không được là thành viên của "nhóm tay trong" ở Hoa Thịnh Đốn, ông Nolting nhận thấy ông có rất ít phương tiện để giải thích hoặc bảo vệ hành động của chính ông và ông Diệm. Thật vậy, ông Nolting nhận ra rằng Tổng thống Kennedy nhận thức về tình hình Việt Nam dựa trên các báo cáo của bạn bè và tin tức do các cơ quan truyền thông đưa ra hơn là các báo cáo chính thức do Toà đại sứ của ông (Nolting) ở Sài Gòn gửi cho Tổng thống, và ông quyết định dựa trên nhận thức này.[143] Ông Roger Hilsman minh họa một ví dụ chứng tỏ ông Kennedy bị ông Harriman khuynh đảo. Khi những nghi ngờ về ý đồ của Cộng sản đối với nước Lào được đưa ra trong một cuộc họp của Hội đồng An ninh Quốc gia, nhưng không có sự phản đối nghiêm trọng đối với chính sách cơ bản, Tổng

---

[142] "Tác động chính của các biện pháp của chính phủ Anh [ở Mã Lai] xảy ra trong thời kỳ Ngài Gerald Templer làm Cao ủy, từ năm 1952 đến 1954, và chính trong giai đoạn này, tổ chức và sức mạnh quân sự của Cộng sản đã bị tan rã, do đó cuối năm 1954, mọi người đều thấy rõ ràng là sau cùng thì họ sẽ thua...*Xem tiếp ở cuối chương.*

[143] Xem Nolting, *Từ Niềm tin đến Bi kịch/ From Trust to Tragedy*, 42–43.

thống xoay ghế về phía ông Harriman, nói, "Vậy thì chúng ta nghe theo đề nghị của ông Thống đốc." [144]

Đồng ý với ông Harriman về giải pháp ở Lào có nghĩa là đồng ý với Tổng thống Kennedy, điều mà sau này được cho là thảm họa của VNCH. Tóm lại, những nghi ngờ của ông Diệm về ý định của Cộng sản ở Lào đã được chứng minh là đúng và "linh tính qua cảm giác tức thời trên đầu ngón tay" của ông Harriman đã được chứng minh là sai. Trong vòng một năm kể từ khi hiệp định được ký kết, báo chí Mỹ đã dẫn hết tin này đến tin khác về các vi phạm hiệp ước của Cộng sản; đồng thời họ mô tả sự xung đột như một cuộc tranh chấp giữa "phe Đỏ" và "cánh Hữu", như thể cả hai bên đều tồi tệ như nhau.[145]

Khi tình hình an ninh ở Lào trở nên tồi tệ, anh em nhà họ Ngô đe dọa cắt đứt quan hệ ngoại giao với Lào để Chính phủ Việt Nam không bị ràng buộc về mặt pháp lý bởi hiệp ước cấm họ truy đuổi loạn quân Cộng sản, những kẻ chỉ cần rút sang Lào là được an toàn sau mỗi lần tấn công VNCH. Đại sứ Nolting đã cố gắng hết sức để thuyết phục ông Diệm và em trai ông ta không nên cắt đứt quan hệ ngoại giao với Lào, như chúng ta thấy trong thư từ mà ông gửi ông Nhu vào thời điểm đó.[146] Ông Harriman chỉ thị ông Nolting phải cứng rắn hơn với ông Diệm và em trai ông ta. Trong một bức điện tín ngày 18 tháng 10 năm 1962, ông Harriman viết: *Tôi phải nói thẳng với ông rằng nếu ông Diệm cắt đứt quan hệ với Lào, chúng ta sẽ thất bại về mặt ngoại giao. Ông Diệm không thể mong đợi chúng ta chấp nhận việc ông ta từ khước, coi thường yêu cầu của Tổng thống Kennedy là ông*

---

[144] Trích dẫn trong Roger Hilsman, *Để Chuyển đổi Một Quốc gia: Chính trị của Chính sách Đối ngoại trong chính phủ của John F. Kennedy/ To Move a Nation: The Politics of Foreign Policy in the Administration of John F. Kennedy* (Garden City, N.Y: Doubleday, 1967), 153.

[145] Một số nhỏ của các phúc trình tiêu biểu được đăng trên báo chí: Associated Press, "Những Người Cực hữu ở Lào Đẩy lùi Cuộc Tấn công của Cộng sản: Tuyên bố những Tổn thất của những người Cánh tả tại Thị trấn ở phía Nam là Nặng nề trong khi Cuộc Chiến giữa các Phe nhóm đang Lan Rộng/ Rightists in Laos Repel Red Drive: Call Leftists' Losses Heavy at Town in South as Fight among Factions Spreads"...*Xem tiếp ở cuối chương.*

[146] Sau đây là lá thư ông Nolting gửi ông Nhu ngày 13 tháng 10 năm 1962:"Thưa ông Cố vấn: Tôi đã làm mất nhiều thời gian của các viên chức trong chính phủ của ông, gồm cả Tổng thống, về vấn đề quan hệ với Chính phủ Lào, và tôi hy vọng ông sẽ thứ lỗi cho việc tôi gửi công hàm này về chủ đề đó để bày tỏ một lần nữa là Chính phủ của tôi đặt nhiều hy vọng là Chính phủ Việt Nam sẽ tìm cách duy trì quan hệ ngoại giao với Chính phủ Lào... *Tiếp ở cuối chương.*

Diệm không thể rút ra, mà phải tiếp tục nỗ lực để bảo tồn Lào, một nước nằm ngay cạnh nước của ông ta." [147]

Vào lúc này - chính xác là vào ngày 21 tháng 10 năm 1962— một cuộc họp đã được tổ chức tại Dinh Gia Long, Sài Gòn giữa các nhà lãnh đạo Việt Nam và Hoa Kỳ. Tham dự buổi họp có ông ông Ngô Đình Nhu, ông Frederick Nolting, và Đô đốc Harry D. Felt, đại diện cho Tổng Tư Lệnh Bộ Tư Lệnh Thái Bình Dương Hoa Kỳ (CINCPAC). Mục đích của cuộc họp này là thảo luận về lập trường của VNCH đối với sự trung lập của Lào. Đây là một cuộc họp sơ bộ. Ông Nhu đã minh họa rất rõ ràng cách người Đông Nam Á nhận định về vấn đề đó, và đặc biệt, là tại sao người dân và Chính phủ Việt Nam lại quan tâm. Ông đưa ra nhiều điểm phức tạp về Lào mà dường như ông Harriman và những người ủng hộ đầy quyền lực của ông ta đã không thấy.

Chẳng hạn, ông Nhu đang thương lượng về việc đào thoát của hai trung đoàn Bắc Việt đóng quân ở Lào không muốn trở về Hà Nội theo quy định của thỏa thuận trung lập với Lào.[148] Ông Nhu tuyên bố rằng sự trung lập của Lào làm cản trở chương trình của ông nhằm đạt được những cuộc đào thoát đông người từ lực lượng Việt Cộng đang đóng trụ tại Lào. Những kẻ muốn đào tẩu giờ đây đã đặt câu hỏi về ý định của Mỹ trong khu vực: Liệu chính phủ Mỹ có thay đổi chính sách một lần nữa không? Liệu người Mỹ có bỏ rơi những người đã đổi phe như họ, bỏ rơi những người thuộc các bộ lạc (chẳng hạn như người Hmong) ở các nơi khác của Lào, để họ rơi vào tay quân Pathet Lào và quân Bắc Việt không?[149] Ông Nhu cho biết là VNCH có một điều quan tâm mới: thay vì lo sợ rằng người Mỹ sẽ ở quá lâu, giờ đây họ lại lo rằng sự trung lập của Lào đã mở ra một cánh cửa cho người Mỹ bỏ Việt Nam.[150]

---

[147] Averell Harriman, "Điện tín từ Bộ Ngoại giao Hoa Kỳ gửi Toà đại sứ tại Việt Nam/ Telegram from the Department of State to the Embassy in Viet- nam", October 18, 1962, Washington, in FRUS, 1961–1963, vol. 2, document 304, p. 707.

[148] "Bản ghi nhớ để lưu/ Memorandum for the Record", October 21, 1962, Saigon, in FRUS, 1961–1963, vol. 2, document 305, pp. 708–9. This memorandum was prepared from the interpreter's notes.

[149] Đã dẫn như trên, 711.

[150] Từ bản ghi nhớ thuật lại cuộc họp/ From the memorandum recounting the meeting: "Đô đốc Felt nói rằng ông chưa hề nghe thấy bất kỳ tiếng thì thầm yếu ớt nào về một ý tưởng như vậy [tức là người Mỹ sử dụng hiệp định trung lập như một lý do để rời khỏi Việt Nam]. Ông Nhu sau đó nói rằng cá nhân ông tin rằng Hoa Kỳ không có ý tưởng từ bỏ

Điều đặc biệt quan trọng và dễ nhận thấy trong quan điểm của ông Nhu, là nỗi sợ hãi và nghi ngờ sâu sắc đã được khơi dậy trong đầu người Việt Nam bởi những diễn biến ở Lào. Những lo ngại này không chỉ dựa trên tình hình hiện tại, mà còn dựa trên việc người Mỹ để đồng minh của họ ở Đông Âu rơi vào tay Liên Xô vào cuối Thế Chiến thứ hai. Trên thực tế, trong cuộc họp, ông Nhu đã coi điều này là trọng điểm của cuộc tranh luận của mình, và sự việc đó đã xảy ra vì ông Averell Harriman đã chủ trì để đạt được các thỏa thuận với Liên Xô mà người Việt Nam cho là đã có hại - đó là một thất bại.[151]

Tóm lại, sự trung lập của Lào đã giải quyết ít vấn đề nhưng gây ra nhiều vấn đề ở Đông Nam Á. Cuối cùng thì người Mỹ luôn có thể về lại quê hương của họ, nhưng người Việt Nam không Cộng sản không đi đâu được, vì họ đang chiến đấu cho chính đất nước của họ.[152] Bất kể những điều lo ngại này, ông Harriman quyết tâm uốn ép người VNCH theo ý của ông, để ngăn họ rút lui khỏi hiệp định trung lập hoá Lào, ngay cả khi phải thi hành biện pháp loại bỏ phe đối ông, tức là ông Diệm và em trai ông. Ông Nolting đã cố gắng khuyên ông Harriman bớt cứng rắn và đã viết trong một bức điện tín gửi ông này rằng người Mỹ phải tôn trọng chủ quyền của VNCH, để họ quyết định chính sách đối ngoại của họ, và không nên đe dọa cắt viện trợ.[153]

Ông Harriman vô cùng tức giận sau khi đọc bức điện của ông Nolting, và ông ta đã hồi âm bằng một bức điện ngắn, thẳng thừng như sau:

(Điện tín) số 443 của ông cho thấy chúng ta không cùng một quan điểm. Quyết định của Tổng thống đang được xúc tiến nhanh, không chỉ qua lá thư riêng Tổng thống đã gửi cho ông Diệm, mà còn qua sự sắp xếp ở Lào, do đó

Việt Nam, nhưng những người khác không thể hiểu lý do của những gì đã diễn ra ở Lào. Những người có mong muốn chống đối Cộng sản nghĩ rằng Lào đã cung cấp địa hình hoàn hảo cho cuộc tranh đấu của Cộng sản". Đã dẫn như trên, 714.

[151] Từ bản ghi nhớ thuật lại cuộc họp/ From the memorandum recounting the meeting: "Sau đó ông ấy [Nhu] nói về bản tường trình được ghi lại của ông Harriman về các Thỏa thuận Yalta và chỉ ra rằng các thỏa thuận này dựa trên chữ ký và lời nói của ông Stalin...*Xem tiếp phần này ở cuối chương...* Đã dẫn như trên, 711–12.

[152] Điểm này đã trở thành hiện thực khi VNCH sụp đổ dưới sự tấn công của Cộng sản. Sau chiến thắng của Cộng sản vào năm 1975, những người không bị giết ngay bởi những kẻ chiến thắng, đã bị giam giữ hàng chục năm trong các trại tập trung và cải tạo.

[153] Frederick Nolting, "Điện tín từ Toà đại sứ tại Việt Nam gửi Bộ Ngoại giao/ Telegram from the Embassy in Vietnam to the Department of State", October 20, 1962, Saigon, in FRUS, 1961–1963, vol. 2, document 306, pp. 716–17.

cần phải được thực hiện để đạt được các mục tiêu của Hoa Kỳ càng nhiều càng tốt. Khi tiến hành giải quyết, chúng ta đã nói rõ với tất cả những bên liên quan rằng chúng ta coi đó không phải là đạt được sự chấm dứt mọi xung đột, mà là chuyển xung đột từ quân sự sang lĩnh vực chính trị. Trong cuộc xung đột này, chúng ta có quyền mong đợi sự hỗ trợ và giúp đỡ đầy đủ từ phía Chính phủ Việt Nam cũng như từ đồng minh và cũng như từ các bên ký kết. Các bức điện tín của ông làm
cho tôi có ấn tượng rằng ông không coi thái độ của ông Diệm đối với Lào là quan trọng hàng đầu...

Ông được chỉ thị tìm một cách tiếp cận khác như đề ra trong điện tín số 459 của Bộ Ngoại giao (Deptel 459) hoặc theo bất kỳ cách nào mà ông cho là thích hợp nhất. Chúng ta chưa bao giờ đề nghị các biện pháp áp dụng trừng phạt và ông không được đưa ra bất kỳ hàm ý nào rằng Hoa Kỳ có ý tưởng nào về việc áp dụng chúng. Khi nói chuyện với ông Diệm, ông nên nói chuyện với tư cách là một đồng minh với một người đang mong đợi được sự hỗ trợ của chúng ta và ông có thể thông báo với ông ấy rằng những lời nói của đại sứ này tuân theo chỉ thị của chính phủ Hoa Kỳ." [154]

Mặc dù ông Harriman chỉ thị ông Nolting nói chuyện với ông Diệm với tư cách là đồng minh của nhau, nhưng thông điệp của ông ta rất rõ ràng. Ông Nolting phải làm thế nào để Chính phủ Việt Nam thực hiện những gì Hoa Thịnh Đốn mong muốn như ông Harriman đã chỉ thị. Những người trong chính phủ Kennedy không thấy được rằng họ đang cố gắng biến ông Diệm thành con rối của họ, điều này sẽ làm giảm giá món hàng có giá trị nhất mà ông ta có được - tính chính đáng chính trị. Họ đang mở rộng cửa cho những tuyên truyền của Cộng sản về quan hệ "Mỹ-Diệm".

Trong suốt năm kế tiếp, theo ông Nolting, "lòng căm giận của ông Harriman đối với chế độ Diệm ngày càng tăng". Nó bắt nguồn từ việc Tổng thống Diệm rất đắn đo khi ký hiệp định về nước Lào, ông giải thích, mặc dù người Thái cũng phản đối điều này mạnh mẽ như người Việt Nam. "Nhưng điều này đã tạo nên sự mất tin tưởng giữa hai cá nhân, chắc chắn khiến việc trao đổi quan điểm, dù hợp lý, trở nên khó khăn hơn nhiều trong các cuộc họp của Hội đồng An ninh Quốc gia diễn ra vào mùa thu năm 1963.

---

[154] Averell Harriman, "Bức điện tín từ Bộ Ngoại giao gửi tới Toà đại sứ tại Việt Nam/ Telegram from the Department of State to the Embassy in Vietnam", October 22, 1962, Washington, in FRUS, 1961–1963, vol. 2, document 307, pp. 717–18.

Tình hình rất khó khăn." [155] Vì vậy, Đại sứ Nolting trở nên vô cùng lo ngại về tương lai của quan hệ Mỹ-VNCH. Mối quan hệ với ông Diệm mà ông đã dày công xây dựng đang sụp đổ. Trên thực tế, nền tảng đã được sắp đặt để chính phủ Kennedy phản bội Tổng thống VNCH.

Ghi chú cho Chương 7 - Tiếp theo

7. Theo ông James Ronald Stanfield, người viết tiểu sử của ông Galbraith: "Việc ông Galbraith có tinh thần đảng phái mạnh là khá bất thường. Chắc chắn, không ít kinh tế gia hoạt động chính trị. Có những kinh tế gia đã giữ vai trò cố vấn rất nổi bật của các ứng cử viên và chính phủ, và thường xuyên được mời phát biểu trong những buổi điều trần của các ủy ban quốc hội. Có những bài tham luận phổ biến thể hiện khuynh hướng chính trị của tác giả. Các nhà kinh tế ít nhất thường biết khuynh hướng chính trị của nhau.

18. ... "Memorandum from the President's Deputy Special Assistant for National Security Affairs (Rostow) to the President", November 24, 1961, Washington, in FRUS, 1961–1963, vol. 1, document 274, p. 661. Under cover of a brief letter of November 25, 1961, Rostow sent Galbraith a copy of this memorandum.

31. ... Memorandum from the Assistant Secretary of State For Far Eastern Affairs (Harriman) to the Secretary of State, Washington, July 30, 1962, Washington, in FRUS, 1961– 1963, vol. 2, document 253, pp. 565–66.

32. ....Sức mạnh quân sự của họ bị suy giảm nhanh chóng; họ mất vũ khí với tỷ lệ cao hơn chính phủ, và tổ chức chính trị nhằm phá hoại chính phủ của họ đang bị nhổ tận gốc. Về mặt chính trị, điều này đã giúp cho người Anh ấn định ngày trả độc lập vào năm 1957 và tổ chức các cuộc bầu cử trên toàn quốc cho chính phủ Mã Lai, chính phủ này được thành lập vào năm 1955 với ông Tunku Abdul Rahman làm Thủ tướng. Với một chính phủ Mã Lai vững vàng, đã cam kết trong cương lĩnh tranh cử của họ là sẽ đề nghị ân xá để chấm dứt chiến tranh, Đảng Cộng sản theo chiều hướng đó đã kín đáo cho biết họ muốn đàm phán để mang lại hòa bình. Áp lực quân sự tạm thời được giải tỏa, và các cuộc đàm phán hòa bình đã được thực hiện tại Baling ở gần biên giới Mã Lai-Thái

[155] Nolting, "Kennedy, NATO và Đông Nam Á/ Kennedy, NATO, and Southeast Asia", 24–25.

Lan." Thompson, Đánh bại cuộc Bạo loạn của Cộng sản/ Defeating Communist Insurgency, 45.

35. ...New York Times, 14/6/1963, 1, 10; United Press International, "Được Ghi nhận: Giao tranh ở Nam Lào tại 2 Thị trấn/ South Laos Fighting at 2 Towns Noted", New York Times, 6/16/1963, 18 ("Phe Trung lập và Quân của Cánh hữu Đang Giao chiến với Lực lượng Pathet Lào tại Hai Thị trấn ở Nam Lào/ Neutralists and right-wing troops were reported battling Pathet Lao forces at two towns in southern Laos"); Reuters, "Phe Đỏ của Lào Pháo kích một Đồn của cánh Hữu/ Laotian Reds Pound' Rightist 'Garrison", New York Times, 6/21/1963, 15; James Feron, "Anh quốc Đả kích Giải thích của Liên Xô về Quá trình Làm Mất Hòa bình ở Lào/ Britain Assails Soviet Account of How Laos Peace Broke Down", New York Times, 6/22/1963, 6; Hedrick Smith, "Hoa Kỳ Nói là Hà Nội Gia hạn Viện trợ cho Lào: Cáo buộc Bắc Việt trao Vũ khí cho Phe Thân Cộng để Vi phạm Hiệp ước Geneva/ U.S. Says Hanoi Renews Laos Aid: Charges North Vietnamese Give Arms to Pro-Reds in Breach of Geneva Pact", New York Times, 10/30/1963, 1, 10.

36. ....Tổng thống Kennedy cảm thấy rằng Hoa Kỳ có quyền đề nghị Chính phủ Việt Nam tiếp tục hợp tác trong vấn đề này. Ông Kennedy cũng ghi nhận và đánh giá cao trên thực tế là chính phủ của ông đã đồng hành cho đến nay mặc dù có những nghi ngờ nghiêm trọng. Ông Kennedy cảm thấy sẽ là một sai lầm lớn nếu chúng ta chấm dứt quan hệ ngoại giao vào thời điểm này, bất kể Chính phủ Lào sẽ hành động ra sao đối với việc công nhận chế độ Hà Nội ". Frederick Nolting, "Thư của Đại sứ tại Việt Nam (Nolting) gửi Cố vấn Chính trị của Tổng thống Việt Nam (ông Nhu)/ Letter from the Ambassador in Vietnam (Nolting) to the Vietnamese President's Political Counselor (Nhu)", October 13, 1962, Saigon, in FRUS, 1961–1963, vol. 2, document 301, pp. 696–97.

41. Ông trích dẫn câu hỏi của ông Harriman, trong đó ông hỏi ông Stalin tại sao không tuân thủ các thỏa thuận — và câu trả lời của Stalin rằng tình thế đã thay đổi, do đó các thỏa thuận cần thiết lúc trước bây giờ không hợp thời nữa. Ông Nhu sau đó nói rằng các sự kiện ở Lào là hậu quả trực tiếp của các cuộc thảo luận tại Vienna giữa ông Khrushchev và ông Kennedy. Ông Nhu trả lời rằng hành động của các nước thuộc Thế giới Tự do là luôn để Cộng sản được thế chủ động. Các "thỏa thuận" ở Lào hoàn toàn phụ thuộc vào ý muốn của ông Khrushchev."

CHƯƠNG 8

VAI TRÒ HẬU VỆ CỦA ÔNG NOLTING

Các nhà báo chuyên loan tin tiêu cực, xách động dư luận quần chúng, đã là hậu thuẫn cho hoạt động của phe ông Harriman muốn lật ngược thế cờ của chính sách Hoa Kỳ đối với Tổng thống Diệm trong vấn đề Hoa Kỳ tham chiến tại VNCH (Việt Nam Cộng Hoà - VNCH). Trong bối cảnh đó, Đại sứ Nolting kiên trì thi hành sứ mạng của ông, tức là giữ cho mối liên hệ giữa Hoa Thịnh Đốn và Sài Gòn được tốt đẹp bằng cách trấn an ông Diệm về sự hỗ trợ của Hoa Kỳ. Những người cùng phe với ông Harriman - không nhất thiết cùng chung một nhiệm kỳ với nhau - gồm có: các ông Chester Bowles,[1] Michael Forrestal,[2] John Kenneth Galbraith,[3] Roger Hilsman,[4]

---

[1] Theo ông Arthur Schlesinger Jr: "Ông Chester Bowles, với tư cách là thứ trưởng, là người có trách nhiệm lớn lao thứ hai trong Bộ Ngoại giao. Chính ông Bowles, với linh tính bén nhạy đối với việc bổ nhiệm nhân sự, là người đầu tiên đề nghị Bộ Ngoại giao cho ông Harriman đảm trách các vấn đề Viễn Đông". ... *Xem tiếp ở cuối chương.*

[2] Ông Forrestal là một người được ông Harriman nâng đỡ, người đã làm việc cho TT Kennedy, chuyển từ Bộ Ngoại giao sang Toà Bạch ốc với tư cách là chuyên gia của Hội đồng An ninh Quốc gia về các Vấn đề Viễn Đông... *Xem tiếp ở cuối chương.*

[3] Theo ông Arthur Schlesinger, ông Galbraith - giống như ông Harriman - không ưa ông Diệm và ủng hộ ông Harriman trong các cuộc tranh cãi của ông Harriman nhằm thay đổi chính sách ủng hộ ông Diệm. Xem Schlesinger, trong *"A Thousand Days:..."* , 547.

[4] Ông Hilsman từng là giám đốc tình báo và nghiên cứu của Bộ Ngoại giao và sau đó trở thành Trợ lý Ngoại trưởng phụ trách các vấn đề Viễn đông. Về những ý kiến chống ông Diệm của ông ta, xin xem George W. Ball, *Quá khứ Có một Khuôn mẫu Khác: Hồi ký/ The Past Has Another Pattern: Memoirs* - (New York: W. W. Norton, 1982), 288, 371–72.

Paul Kattenburg,[5] Joseph Mendenhall,[6] William Sullivan,[7] và James Thomson.[8] Những người này kết nối chặt chẽ với nhau vì họ cùng trung thành với ông Averell Harriman, vị thế của họ tương đối có nhiều ảnh hưởng trong chính phủ Kennedy (nhờ ông Harriman) và họ cùng không ưa hai ông Ngô Đình Diệm và Ngô Đình Nhu. Theo đánh giá của những người này, cuộc Bạo loạn của Cộng sản ở VNCH là một cuộc nội chiến gây ra bởi chính sự kém cỏi và tham nhũng của ông Ngô Đình Diệm.[9] Vì vậy, cách giải quyết hợp lý nhất trong mắt họ là bãi nhiệm Tổng thống Diệm. Nếu một số trong những người này có thể đã ghét ông Diệm vì cách chống Cộng của ông bị coi là trái với lý tưởng dân chủ trong mắt họ, thì cảm xúc chán ghét của ông Harriman có tính cách cá nhân và thiếu khoan nhượng, hơn nữa, ông lại có đủ quyền hành để biến mối thù hằn cá nhân này thành một mục tiêu chính trị.[10] Chính ông đã thúc đẩy cuộc tranh chấp đưa đến cuộc đảo chính lật đổ ông Diệm. Ông Robert Kennedy đã nói: "*Nó trở thành một vấn đề đầy cảm tính... và trên thực tế thì ông ta đã sai lầm. Trên thực tế, ông ta đã đưa chúng ta vào một lộ trình rất nguy hiểm.*"[11]

---

[5] Theo Đại sứ Nolting, ông Kattenburg, người sau này trở thành người đứng đầu Lực lượng Đặc nhiệm Việt Nam, đánh giá ông Ngô Đình Diệm rất thấp. Frederick Nolting, *Từ Niềm tin đến Bi kịch: Hồi ký Chính trị của Frederick Nolting, đại sứ của ông Kennedy tại Việt Nam vào thời ông Diệm/ From Trust to Tragedy: The Political Memoirs of Frederick Nolting, Kennedy's Ambassador to Diem's Vietnam* - (New York: Praeger, 1988), 128.

[6] Ông Mendenhall từng là tham tán chính trị của Đại sứ quán ở Sài Gòn. Trước khi trở về Hoa Thịnh Đốn, ông nói với Đại sứ Nolting rằng ông dự định sẽ viết một luận án về những kế hoạch nhằm thay thế Tổng thống Diệm. Xem đã dẫn như trên, 24–25.

[7] Ông Sullivan là một người được ông Harriman nâng đỡ, người đã giúp đỡ các cuộc đàm phán về Lào và là người, với sự giúp đỡ của ông Harriman, đã trở thành đại sứ tại Lào. Charles A. Stevenson, *Đoạn Cuối của Con Đường Chẳng Dẫn tới Đâu: Chính Sách của Mỹ đối với Lào từ Năm 1954/ The End of Nowhere: American Policy toward Laos since 1954* (Boston: Beacon Press, 1972), 157.

[8] Abramson, *Trải Dài Thế kỷ/ Spanning the Century*, 611.

[9] Đã dẫn như trên, 611–12.

[10] Ellen J. Hammer, *Một cái Chết vào Tháng 11: Mỹ ở Việt Nam/ A Death in November: America in Vietnam, 1963* - (New York: E. P. Dutton, 1987), 31.

[11] Đã dẫn như trên, 33, trích dẫn lời ông Robert F. Kennedy, cuộc phỏng vấn bởi ông John Bartlow Martin, ngày 30 tháng 4 năm 1964/ 11 Ibid, 33, quoting Robert F. Kennedy, interview by John Bartlow Martin, April 30, 1964, John F. Kennedy Oral History Collection, John F. Kennedy Presidential Library, Boston.

Như đã trình bày trước đây, cái gọi là cuộc nội chiến ở VNCH thực chất là một cuộc Bạo loạn của Cộng sản được tổ chức và hỗ trợ bởi các thế lực Cộng sản ngoài nước. Chính những người Mỹ về hùa với phe chống đối ông Diệm cũng hiểu rằng trận chiến này là một phần quan trọng bên trong Chiến tranh lạnh. Tổ chức Việt Cộng đã ra đời trước chính phủ Diệm. Các cơ cấu tổ chức đã sẵn sàng và tiếp tục phát triển từ thời kỳ Chiến tranh Đông Dương của người Pháp. Mức độ bén rễ của các cơ cấu này cũng như các hoạt động rất kỷ luật của nó đã để lộ bàn tay không mấy che đậy của ông Hồ Chí Minh. Theo ông Robert Thompson, tuy phe của ông Harriman tìm người thay thế ông Diệm, một người có thể chống Cộng thành công, một phần do thực hiện một số cải cách dân chủ để lấy lòng được một số đối thủ chính trị quốc nội và bên Mỹ của ông ta, bất kể ai lên làm tổng thống VNCH và bất kể cải cách nào được tổng thống này thực hiện, vị này sẽ vẫn phải đối mặt với một cuộc bạo loạn không ngừng nghỉ của Cộng sản.

Ông Roger Hilsman, một cựu chiến binh từng tham gia du kích chiến ở Miến Điện trong Thế chiến thứ hai, đã ca ngợi công việc của ông Thompson và đồng ý với nhiều ý kiến của ông, như chúng ta đã thấy, nhưng ông vẫn quy nhiều trách nhiệm về cuộc Bạo loạn của Cộng sản cho Tổng thống Diệm, và ông đã tích cực đưa ra các lý luận nhằm loại bỏ ông Diệm. Ngay cả khi có sự hiện diện của các sĩ quan cấp cao, ông Hilsman vẫn cương ngạnh. *"Ông ta có tiếng là người thẳng tay chỉnh sửa lập luận của các sĩ quan cấp cao khi họ tường trình về tình hình quân sự cho tổng thống, ngoại trưởng và bộ trưởng quốc phòng. Ông Hilsman dùng các bản đồ và biểu đồ của các sĩ quan tường trình khi chính ông trình bày bao quát về các diễn biến quân sự và địa chính trị, làm cho các cấp trên của ông ta chú tâm đến nỗi phải gồng mình, bám chặt vào tựa tay của ghế."* Phó Tổng thống Lyndon Johnson *"rất ghét ông ta vì cách*
ông ta chỉ trích ông Diệm, cách ông ta tự cho mình quyền phê phán những vấn đề mà ông Johnson cho là thuộc thẩm quyền của quân đội." [12]

Vào cuối năm 1962, có hai phe phái gồm những viên chức có nhiệm vụ tư vấn cho Tổng thống Kennedy về Việt Nam, một phe của ông Harriman và phe kia bao gồm Bộ trưởng Rusk, Phó Tổng thống Johnson, và Lầu Năm Góc (Ngũ Giác Đài). Do đó, người viết tiểu sử của ông Harriman ghi nhận: "Averell cầm đầu phe ghét ông Diệm; ông Rusk là đi sát với phe trong Ngũ Giác Đài có chủ trương đẩy mạnh nỗ lực đánh bại Việt Cộng trong khi tiếp

---

[12] Abramson, *Trải Dài Thế kỷ/ Spanning the Century*, 612.

tục ủng hộ chính quyền Sài Gòn đương thời".[13] Tổng thống Kennedy khuyến khích cả hai bên, *"chấp nhận lời khuyên nên tăng cường hỗ trợ của ông McNamara và Ngũ Giác Đài và, cùng lúc, khuyến khích ông Harriman và những người chỉ trích ông Diệm tiếp tục gây áp lực đòi Chính phủ Việt Nam cải cách."* [14]

Sự chia rẽ trong Bộ Ngoại giao, giữa các ông Rusk và Harriman đã dẫn đến những tín hiệu trái chiều được gửi đến Toà Bạch ốc mỗi khi hai người này tranh đấu để thuyết phục tổng thống nghe theo ý của mình.[15] Tổng thống Kennedy nhận thấy có những vấn đề tại Bộ Ngoại giao, nhưng ngay cả sau khi bộ này thi hành các cải tổ theo ý của ông, ông vẫn phân vân.[16] Ông Arthur Schlesinger Jr. ghi nhận, *"Cuối cùng, bộ này vẫn là một dấu hỏi đối với vị tổng thống này. Không ai điều hành nó; các ông Rusk, Ball và Harriman là một ban quản trị tay ba lỏng lẻo ở tầng lầu bảy và, qua việc chia sẻ hay đưa đẩy công việc qua lại cho nhau, tìm cách điều hành để tình hình không trở thành tình trạng khủng hoảng."* [17]

Theo Bộ trưởng Quốc phòng Robert McNamara, Ngũ Giác Đài hài lòng với tiến trình quân sự ở Việt Nam và không có ý định ủng hộ một cuộc đảo chính ở VNCH. Tướng Paul D. Harkins, người đứng đầu phái bộ quân sự Hoa Kỳ tại Việt Nam, khẳng định rằng ông Diệm đã đi đúng hướng và chính sách của Hoa Kỳ trong việc hỗ trợ ông và chính phủ của ông cũng như vậy. Cho đến cuộc khủng hoảng Phật giáo vào mùa hè năm 1963, tại bộ Quốc phòng có rất ít hoặc không có sự ủng hộ nào cho phe của ông Harriman.[18]

Chính sách đối ngoại của chính phủ Hoa Kỳ đối với Việt Nam từ năm 1961 đến năm 1962 được một phóng viên Mỹ tóm tắt là *"một là thắng, hai là thua, nhưng luôn luôn đi cùng với ông Diệm."* Nhưng với vị thế ngày càng

---

[13] Đã dẫn như trên, 614–15.

[14] Đã dẫn như trên, 615.

[15] Smith Simpson, *Phân tích Bộ Ngoại giao/ Anatomy of the State Department* - (Boston: Beacon Press, 1967), 141.

[16] Ông Simpson cho rằng việc tái tổ chức của ông Kennedy đã gây ra sự thất vọng nặng nề cho các nhân viên của Bộ và, vì đó hơn hai trăm nhân viên ngoại giao chuyên nghiệp của Bộ có kinh nghiệm đã xin nghỉ hưu. Xin xem đã trích, 140–42.

[17] Schlesinger, *Một Ngàn Ngày/ Thousand Days*, 446–47.

[18] Robert S. McNamara, *Nhìn lại: Bi kịch và Bài học của Việt Nam/ In Retrospect: The Tragedy and Lessons of Vietnam*, with Brian Van- DeMark (New York: Times Books, 1995), 46–49.

vững mạnh của phe ông Harriman, chính sách này sắp trở thành, theo cách nói của ông Thompson, "truất phế ông ta và thua". Ông Thompson viết, khi ngày càng coi trọng lời khuyên của các cố vấn chống ông Diệm, ông Kennedy đã mắc một sai lầm to lớn vào năm 1963, khi thông báo cho các tướng lĩnh VNCH rằng họ sẽ tiếp tục nhận được sự ủng hộ đầy đủ của Hoa Kỳ nếu họ lật đổ Tổng thống Diệm. "Đe dọa cắt viện trợ cho ông Diệm là một chuyện, nhưng đề nghị viện trợ cho người khác sau khi họ thay thế ông Diệm thì câu chuyện rất khác. Trong bất kỳ hoàn cảnh nào và theo bất kỳ tiêu chuẩn nào, đó là sự can thiệp quá đáng vào chính trị nội bộ của một quốc gia khác. Can thiệp một cách trắng trợn như thế có nghĩa là Hoa Kỳ cam kết sẽ hỗ trợ vô thời hạn cho những người kế nhiệm ông Diệm, và Mỹ chấp nhận chịu trách nhiệm hoàn toàn về kết quả của cuộc chiến." [19]

Vào cuối năm 1962, Đại sứ Nolting đã thấy rõ phe của ông Harriman đang lái chính phủ Kennedy về hướng *"truất phế ông Diệm và thua"*. Điều đặc biệt khiến ông bối rối, và lý do Ngũ Giác Đài chống lại phe của ông Harriman, là VNCH đang có những tiến bộ có thể đo lường được trong việc chống Việt Cộng.[20] *"Khi chúng tôi cùng gia đình mới đến đây,"* ông Nolting viết, *"chúng tôi khó có thể rời Sài Gòn mà không có người hộ tống, vì có nhiều khả năng bị phục kích. Đến năm 1962, chúng tôi có thể lái xe đến nhiều tỉnh mà không cần hộ tống và không gặp nhiều nguy hiểm. Đây chỉ là một trong những dấu hiệu cho thấy sự bình định đang được chính phủ ông Diệm thực thi với sự giúp đỡ và khuyến cáo của chúng ta."* [21]

Bằng chứng về những thành quả đáng kể của Chính phủ VNCH đã được các chuyên gia thấy rõ vào mùa xuân năm 1963. Như ông Robert Thompson đã báo cáo, "Tôi có thể nói bây giờ, vào tháng 3 năm 1963, và

---

[19] 19 Robert Grainger Thompson, *Không có Lối thoát khỏi Việt Nam/ No Exit from Vietnam*, updated ed. (New York: David McKay, 1970), 120.

[20] Ngay cả ông Arthur Schlesinger Jr., người không phải là bạn của ông Diệm hay của Chính phủ VNCH, cũng buộc phải thừa nhận thành công của năm 1962 về việc đánh bại cuộc Bạo loạn của Cộng sản và giành lại quyền hành của ông Diệm. Xem Schlesinger, *Một Ngàn Ngày/ Thousand Days*, 982.

[21] Frederick Nolting, "Kennedy, NATO, và Đông Nam Á/ Kennedy, NATO, and Southeast Asia", trong *Ngoại giao, Hành chính và Chính sách: Ý tưởng và Sự nghiệp của Frederick E. Nolting, Jr./ Diplomacy, Administration, and Policy: The Ideas and Careers of Frederick E. Nolting, Jr.*, Frederick C. Mosher, and Paul T. David, ed. Kenneth W. Thompson (Lanham, Md: University Press of America; Charlottesville, VA: Miller Center, University of Virginia, 1995), 22.

tôi được tất cả các thành viên của phái đoàn ủng hộ về điều này, rằng Chính phủ đang bắt đầu giành chiến thắng quân sự trong cuộc chiến chống Việt Cộng." [22] Hai tháng sau, Bộ trưởng McNamara báo cáo rằng tình hình chung ở Việt Nam đang được cải thiện: *Trong lĩnh vực quân sự của chiến dịch chống Bạo loạn, chúng ta đang chiến thắng.* [23]

Người Pháp, những người luôn chỉ trích các nỗ lực của Mỹ ở Đông Nam Á, ca ngợi chiến dịch chống Bạo loạn vào đầu thập niên 1960, nói rằng VNCH đang trở thành một môi trường an ninh ổn định trong đó các doanh nghiệp lớn của họ, chẳng hạn như Công ty Cao su Michelin, đã có thể hoạt động kinh doanh trở lại. [24] Ngay cả những kẻ thù của Chính phủ VNCH cũng thừa nhận những tiến bộ mà chính phủ đã đạt được. Theo ông Wilfred Burchett, một người Úc cực đoan, thì năm 1962 là một năm thất bại và thụt lùi của Việt Cộng. Sau khi lấy được nhiều thắng lợi về lãnh thổ và dân số, Việt Cộng đã bị QLVNCH đẩy lùi với sự trợ giúp của quân đội Mỹ: *Việc sử dụng trực thăng và xe tăng lội nước để tăng tốc độ di chuyển và tránh được các cuộc phục kích tàn khốc mà quân của ông Diệm luôn luôn gặp phải khi họ di chuyển bằng đường bộ hoặc đường sông, khiến loạn quân bị chao đảo.* Ông Burchett nói thêm rằng *động lực thành lập các ấp chiến lược cũng là một trở ngại* cho Việt Cộng. [25]

Tuy nhiên, phe của ông Harriman không thoả mãn với những thành công quân sự đó, bởi vì chính phủ của ông Diệm vẫn còn có nhiều khác biệt so với nền dân chủ kiểu Tây phương mà những người theo chủ nghĩa lý tưởng trong chính phủ Kennedy, báo chí và công chúng Mỹ đòi hỏi. Ông Nolting sau đó nói rằng sự đòi hỏi quá mức của nhóm nói trên về việc cải cách của chính phủ là sai lầm lớn nhất của chính phủ Kennedy. "Sự sai lầm

[22] Trích trong Schlesinger, *Một Ngàn gày/ Thousand Days*, 982.

[23] Quốc hội, Hạ viện, Ủy ban Quân vụ, "Phần Dẫn Nhập", trong Diễn biến của Chiến tranh: Chống Bạo loạn; Đảo chính .ông Ngô Đình Diệm, tháng 5 - tháng 11 năm 1963... *Xin xem tiếp phần này ở cuối chương.*

[24] Theo ông Nolting, nhà ngoại giao Pháp Maurice Couve de Murville đã hai lần nói với ông rằng nỗ lực của Mỹ vào năm 1961 và 1962 đã thành công nếu được đánh giá theo quan điểm lợi ích về mặt doanh thương Pháp ở Miền Nam Việt Nam. "Công ty Cao su Michelin, các ngân hàng lớn và các công ty vận tải đường biển lớn đều nói như vậy." Hãy giữ vững tình trạng đó; đất nước đang bắt đầu được bình định; và đang bắt đầu khởi sắc. Nolting trong *Kennedy, NATO và Đông Nam Á/ Kennedy, NATO, and Southeast Asia*, 23.

[25] Wilfred G. Burchett, *Việt nam: Câu chuyện Bên trong của Chiến tranh du kích/ Vietnam: Inside Story of the Guerrilla War* - (New York: International, 1965), 189

là họ không chịu hiểu rằng chính phủ hợp hiến của Việt Nam do dân bầu là chế độ tốt nhất hiện có. Để giúp VNCH tồn tại, phương thức duy nhất để duy trì và phát triển đất nước này là bảo tồn một chính phủ đã cầm quyền được tám năm (sau hai cuộc bầu cử.)" [26]

Báo chí Mỹ có vai trò vô cùng quan trọng trong việc làm chính phủ Kennedy quan tâm đối với chính phủ của ông Diệm. Nhà sử học George Herring đã ghi lại những thành công của Kế hoạch Chống Bạo loạn (CIP) ở VNCH từ năm 1961 đến năm 1962. Tuy nhiên, ông cũng lưu ý rằng các phóng viên trẻ của đoàn báo chí Mỹ tại Sài Gòn đã đưa ra một câu chuyện trước công chúng Mỹ hoàn toàn khác với sự thật. Họ đã dùng khả năng truyền thông của họ đối với Tổng thống Diệm y như phóng viên Mỹ Theodore White đã làm với Tổng thống Tưởng Giới Thạch của Đài Loan.[27] Ông White, người đã giành được giải thưởng Pulitzer năm 1962, trước tiên đã nổi danh qua việc vạch trần những điểm yếu và sự lạm dụng quyền lực của Tướng Tưởng, một người thân Mỹ và chống Cộng.[28]

Sự so sánh giữa cách đối xử của giới truyền thông đối với Tổng thống Diệm với cách đối xử của ông White với Tướng Tưởng cũng được bà Clare Boothe Luce nêu lên, bà này nhận thấy rằng cả hai câu chuyện đều có một nhân vật phái nữ có ảnh hưởng lớn: ở Đài Loan là bà Tưởng Giới Thạch, ở VNCH là bà Ngô Đình Nhu.[29] Trong một quảng cáo trên tờ báo New York Times, ngay trước khi ông Diệm bị sát hại, vị nữ cựu đại sứ và cựu dân biểu đặt câu hỏi giả định sau đây về VNCH: *"Có phải lịch sử của giới báo chí*

[26] Nolting, *Kennedy, NATO và Đông Nam Á/ Kennedy, NATO, and Southeast Asia*, 22.

[27] George C. Herring, *Cuộc Chiến Dài Nhất của Mỹ: Hoa Kỳ và Việt Nam, 1950–1975/ America's Longest War: The United States and Vietnam, 1950–1975* - (New York: John Wiley, 1975), 91–92.

[28] Theodore White và Annalee Jacoby đã viết cuốn sách nổi tiếng: *Thunder out of China/ Sấm sét Xuất phát từ Trung Quốc* - (New York: William Sloane, 1946). Sau khi ông White được nổi tiếng trong giới trí thức phóng khoáng, ông đã giành được giải thưởng Pulitzer qua cuốn sách *Đưa Một Nhân vật vào Chức vụ Tổng thống/ The Making of the President, 1960* - (New York: Atheneum, 1961).

[29] Clare Boothe Luce, "Phu nhân Muốn họ Tự thiêu: Bảy Đại tội của Bà Nhu/ The Lady Is for Burning: The Seven Deadly Sins of Madame Nhu - National Review, 11/5/1963, 395–99.

phóng khoáng như đã xảy ra ở Trùng Khánh và Havana sẽ được lập lại? " Bà ấy tự trả lời: "*Có bằng chứng cho thấy là việc này đang xảy ra.*" [30]

Năm 1962 và 1963, hai nhà báo Mỹ David Halberstam của New York Times và Neil Sheehan của United Press International đã viết rằng cuộc chiến ở VNCH đang bị thất bại phần lớn là do chính phủ Diệm hủ bại, chỉ phục vụ cho quyền lực của họ, và những điều khác nữa, đã biến Chương trình Ấp chiến lược thành một "trò giả tạo" và gây ra những tổn thất thương vong của quân nhân Mỹ đáng lẽ có thể tránh được.[31] Mặc dù ông William Colby khen ngợi khía cạnh viết văn và công trình khảo cứu cho tài liệu này là "xuất sắc" và "đầy đủ", ông cho rằng hai nhà báo Sheehan và Halberstam đã có kết luận sai. Chỉ trích một chính phủ là một chuyện, ông viết, nhưng nếu khuyến nghị lật đổ một chính phủ đang hoạt động trong thời kỳ chiến tranh dẫn đến việc này thành sự thật thì có khả năng khá cao sẽ làm cho tình hình tệ hại hơn. Ông Colby cho rằng các phóng viên có trí thông minh nhưng trí thông minh chưa đủ vì họ thiếu khả năng suy diễn một cách khôn ngoan.[32]

Báo chí đã gây khó khăn cho ông Nolting, và hồi ký của ông đã đề cập đến vấn đề này. Ông ta cno biết là khi mới bắt đầu nhiệm kỳ của ông ở Sài Gòn, các nhà báo đã có nhiều thiện cảm với ông, và ông viết rằng ông không hiểu vì sao sau này họ lại có ác cảm với ông.[33] Ông ta không hiểu được bởi vì lúc đó ông chưa biết là các phóng viên ở Sài Gòn đã kết luận rằng ông Diệm là nhà lãnh đạo hoàn toàn không phù hợp cho VNCH,[34] do đó dù ông

---

[30] 30 Clare Boothe Luce, "Phu nhân Muốn họ Tự thiêu: Bảy Đại tội của Bà Nhu/ The Lady Is for Burning: The Seven Deadly Sins of Madame Nhu" - trong một quảng cáo toàn trang được National Review đăng/ in a full-page advertisement taken out by the National Review in the New York Times, Wednesday, October 30, 1963, p. 40.

[31] Để biết quan điểm của Neil Sheehan về khả năng lãnh đạo quân sự của ông Diệm, hãy xem *Dối trá Quá Lộ liễu: John Paul Vann và Mỹ ở Việt Nam/ A Bright Shining Lie: John Paul Vann and America in Vietnam* - (New York: Vintage Books, 1988).

[32] William E. Colby, *Chiến thắng bị Mất: Tường thuật của một Chứng nhân về Mười sáu năm của Hoa Kỳ tại Việt Nam/ Lost Victory: A Firsthand Account of America's Sixteen-Year Involvement in Vietnam* - with James McCargar (Chicago: Contemporary Books, 1989), 236–37.

[33] Nolting, *Từ Niềm tin đến Bi kịch/ From Trust to Tragedy*, 87.

[34] Để biết quan điểm của David Halberstam về chính phủ của ông Diệm, hãy xem *Tạo thành Một Vũng lầy/ The Making of a Quagmire* của ông; (New York: Random House, 1965), 68.

tỏ thiện chí nhiều đến đâu đi nữa, họ vẫn công kích ông hoặc bất kỳ ai khác không theo quan điểm của họ và tiếp tục ủng hộ ông Diệm.[35] Ông thừa nhận rằng ông đã ước tính quá thấp về cường độ của ác cảm của những người này đối với ông Ngô Đình Diệm và đối với chính ông.[36] Trong giai đoạn này, ông Nolting tình cờ phát hiện ra một sự thật ít được biết đến là: ít nhất một phóng viên Mỹ ở VNCH coi đất nước này như một "vùng xa, vùng sâu" và anh ta đang cố tìm ra một đề tài giật gân có thể giúp anh ta tiến thân. Nhân dịp Tổng thống Diệm lôi một đoàn nhân viên đi bộ theo ông, ông đi bộ rất nhanh suốt một khoảng đường dài để kiểm tra tất cả các loại cây trồng trọt và ao nuôi cá trong địa phương đó, và đồng thời ông trao đổi với những nông dân, thì phóng viên Homer Bigart của New York Times đã tỏ ra khó chịu và nói rõ việc này với ông Nolting. Như ông Nolting nhớ lại, ngày hôm đó thời tiết nóng ẩm, và mọi người đều mệt nhọc vì cố theo kịp ông Diệm, người dường như có thật nhiều sinh lực vào những dịp ông có thể trực tiếp tham gia vào các dự án cải thiện cuộc sống của người dân, giống như thời ông cai quản phủ, huyện trước đây, thời điểm ông cảm thấy rất hạnh phúc.[37] Việc giải quyết các vấn đề thực tế mà nông dân phải đối mặt là đam mê thật sự của ông chứ không phải ông đóng kịch vì có sự hiện diện của phóng viên hoặc những người khác. Sự quan tâm và tài năng của ông đối với việc phát triển cơ sở hạ tầng đã được triển khai dưới triều Bảo Đại và người Pháp, và sau này Đại sứ Nolting đã nhiều lần chứng kiến tận mắt.[38] Sau vụ việc này, khi chiếu khán của ông Bigart hết hạn, Chính phủ VNCH đã từ chối gia hạn vì họ cho rằng ông ta viết các bản tin quá tiêu cực. Ông Nolting gặp Tổng thống Diệm — ngay cả trước khi nhận được chỉ thị từ Hoa Thịnh Đốn — và lý luận rằng việc trục xuất một phóng viên của một trong những tờ báo hàng đầu của Hoa Kỳ chỉ gây thêm tổn hại cho nỗ lực chung của hai chính phủ.[39] Ông Diệm bày tỏ sự thất vọng của ông về những cuộc tấn công liên tục của giới truyền thông nhằm vào ông và chính phủ

---

[35] Nolting, *Từ Niềm tin đến Bi kịch/ From Trust to Tragedy*, 87.

[36] *Tạo thành Một Vũng lầy/ Making of a Quagmire*, 73–74.

[37] *Từ Niềm Tin đến Bi kịch/ From Trust to Tragedy*, 87–88.

[38] Trong một bức thư gửi cho phóng viên chiến trường Marguerite Higgins, Đại sứ Nolting viết: "Ông Diệm là một người đi bộ để thăm thú không biết mệt. Ông ta rời Sài Gòn, đi thăm các tỉnh từ hai đến ba ngày mỗi tuần. Ông ta đi như chạy, làm chúng tôi chật vật lắm mới theo kịp ông. Ngoài các trụ sở và tiền đồn của Quân đội, ông đã đến thăm các làng, huyện thật xa xôi... *Xem tiếp phần này ở cuối chương.*

[39] *Từ Niềm Tin đến Bi kịch/ From Trust to Tragedy*, 88.

của ông.[40] Tuy nhiên, để tỏ thiện chí với đại sứ Mỹ, Ông Diệm gọi điện thoại cho bộ trưởng Bộ Nội vụ yêu cầu gia hạn chiếu khán cho ông Bigart. Ngay ngày hôm sau, ông Bigart đã gọi cho ông Nolting và kết án ông này đã làm cho ông hụt mất một dịp để tung tin nóng bỏng đã bị trục xuất khỏi Việt Nam.[41]

Không bao lâu sau, phóng viên David Halberstam đến thay thế Bigart, và người phóng viên 27 tuổi này đã chiếm được cảm tình ngay lúc ban đầu của ông Nolting vì có vẻ không khó tính như Bigart. Tuy nhiên, chỉ trong vòng vài tuần, "phóng viên Halberstam đã trở thành đầu tàu cho nhóm phóng viên 'muốn triệt hạ ông Diệm' tại Saigon." Ông Nolting tiếp tục, *"Những bài báo của anh này ngụ ý nếu chúng ta bị kẹt với ông Diệm, chúng sẽ bị nhận chìm y như bị đeo đá vào chân. Tài viết văn của Halberstam càng làm tăng ảnh hưởng của anh ta. Bắt đầu như một giọt át xít, những bài tường thuật của anh này đã liên tục ảnh hưởng lên dư luận Mỹ. Tôi ngờ rằng phóng viên Halberstam có thể là nguồn cung cấp tin trong ban biên tập của báo Times. Tôi nghĩ anh ta bị ảnh hưởng bởi cấp trên của anh ta và họ dùng các bài tường thuật của anh để tạo tiếng vang cho tuyên truyền chống ông Diệm."* [42] Một thời gian sau đó, vào tháng 8 năm 1963, giả thuyết này của ông Nolting về việc Halberstam cung cấp tin cho ban biên tập tờ New York Times càng trở nên khả dĩ. Ông nhận được nhiều báo cáo từ một đồng nghiệp đáng tin cậy cho biết Halberstam đã có mặt tại quầy rượu khách sạn Caravelle (nổi tiếng là nơi tụ họp thường xuyên của các nhà báo Mỹ) 'hãnh diện khoe một bức điện tín từ toà báo mà anh cộng tác, tại Nữu Ước, nội dung, chính yếu nói: *"Tốt lắm. Tiếp tục. BNG bắt đầu đồng ý với cái nhìn của chúng ta."* [43]

---

[40] Phóng viên Mỹ đổ lỗi cho ông Diệm là đã thù ghét các bài báo của họ. Halberstam: "Công việc của ông Nolting đã khó, nhưng càng khó hơn bởi mối bận tâm gần như hoảng loạn của ông Diệm và gia đình ông đối với báo chí...

[41] Ông Nolting đã viết trong hồi ký rằng: "Tôi chờ đợi ít nhất một lời khen ngợi, ngay cả một thay đổi trong thái độ. Nhưng anh ta đã chỉ nói toàn những điều không tốt. Anh ta cho tôi biết rằng anh ta muốn đi khỏi Việt Nam, đổi nhiệm sở một thời gian và vụ trục xuất này sẽ cho anh một lối ra với tiếng vang. Sự can thiệp của tôi chỉ kéo dài thêm thời gian chờ đợi và làm hỏng câu chuyện của anh ta". Nolting, *Từ Niềm tin đến Bi kịch/ From Trust to Tragedy*, 88.

[42] Đã dẫn như trên.

[43] Đã dẫn như trên.

Ông Mike Mansfield, lãnh đạo phe đa số tại Thượng viện và là thành viên có tầm ảnh hưởng quan trọng tại Hội Đồng Thượng Viện Về Ngoại Vụ, đã thoáng nhắc đến đề tài về các bài báo Mỹ trong một báo cáo về chuyến viếng thăm Nam Việt Nam tháng 12 năm 1962. Trong một buổi họp mặt với ông Ngô Đình Nhu, ông Mansfield nhận thấy mối bang giao giữa Hoa Kỳ và chính phủ VNCH tốt đẹp, khác với những bản tin tiêu cực. Mối quan tâm của chính phủ Kennedy, theo lời ông Mansfield, là những khó khăn mà chính phủ VNCH đang phải đương đầu với báo chí phương Tây, đặc biệt là báo chí Hoa Kỳ, họ có những phản ánh tiêu cực về chính phủ của ông Diệm, ảnh hưởng đến dư luận tại Hoa Kỳ. Ông Nhu đã trả lời cho ông thượng nghị sĩ rằng ông hoàn toàn thừa nhận vấn nạn này và đổ lỗi cho báo chí Hoa Kỳ. Ông cũng đã nêu lên sự non trẻ, dại khờ của họ về cuộc đời, và cả sự hăng say của họ cũng đáng trách, và ông cho biết, Việt Nam cần những phóng viên già dặn hơn, cả về tuổi đời lẫn kinh nghiệm nghề nghiệp để có thể nắm được vấn đề rõ hơn về những khó khăn mà đất nước của ông đang phải trải qua.[44]

Ông Arthur Schlesinger Jr. cũng đã nhận ra xung khắc đã hình thành giữa giới báo chí Hoa Kỳ tại VNCH và giới ngoại giao cũng như quân sự Mỹ đang thi hành công tác tại xứ này. Ông ta trích lời của phóng viên Halberstam, đã viết rằng Toà đại sứ Hoa Kỳ đã *trở thành cộng sự viên của một chính thể độc tài'* và rằng chương trình Ấp Chiến lược là một "thành công giả tạo". Người phóng viên đã tự đặt cho mình và cho các đồng nghiệp của anh trên bệ cao luân lý : *"Chúng ta đại diện cho một xã hội tự do và chúng ta không thể đánh đổi giá trị của chúng ta với những khái niệm hạn hẹp của một xã hội khép kín."* [45]

Trước sự tấn công của ký giả Halberstam và nhiều nhà báo khác về vấn đề Mỹ tham chiến ở Việt Nam, tổng thống Kennedy đã vội vã gửi các ông Roger Hilsman và Michael Forrestal sang Việt Nam để báo cáo tình hình

---

[44] Xem "Bản Ghi nhớ về Một Cuộc Thảo luận, Dinh Gia Long, Sài Gòn, ngày 1 tháng 12 năm 1962, 11:30 sáng [chủ đề: chuyến thăm Việt Nam của Thượng nghị sĩ Mike Mansfield]/ Memorandum of a Conversation, Gia Long Palace, Saigon, December 1, 1962, 11:30 a.m. [subject: senator Mike Mansfield's visit to Vietnam]", in FRUS, 1961–1963, vol. 2, document 323, pp. 752–53.

[45] Trích dẫn trong Schlesinger, *Một Ngàn Ngày/ Thousand Days*, 984 and 983.

vào cuối năm 1962.[46] Mặc dù ông đả kích ông Ngô Đình Diệm, ông Hilsman cũng đã phải công nhận rằng cộng sản đang thất thoát nặng vào năm 1962. *"Cuộc chiến tại Việt Nam đang rõ ràng có tiến triển tốt đẹp hơn năm trước đó. Việt Cộng đã bị thiệt hại nặng — họ không thể hoạt động một cách dễ dàng như năm ngoái, họ có vẻ thiếu thốn chính xác hơn về dược phẩm, và trong những vùng bị cô lập, họ có vẻ còn gặp cả khó khăn về lương thực."* [47] Ông Hilsman đã không khen thưởng ông Diệm hoặc chính phủ VNCH. Thay vào đó, ông kết luận bản báo cáo của ông như sau *"Nhận xét tổng quát của chúng tôi, nói tóm lại, là chúng ta có thể sẽ thắng nhưng không nhanh chóng như chúng ta đã hy vọng. Với tốc độ tiến triển hiện nay, chiến tranh sẽ kéo dài hơn chúng ta nghĩ, cái giá phải trả, về mặt nhân mạng cũng như tài chính sẽ không như chúng ta nghĩ, và ngay cả kéo dài thời gian bất trắc, trong đó bất cứ một sự việc bất ngờ và đáng tiếc nào cũng có thể xoá bỏ những thành quả đã đạt."* [48]

Toà Bạch ốc yêu cầu hai ông Hilsman và Forrestal báo cáo, không những vì những nhà báo nhưng cũng vì giọng điệu bỗng dưng trở nên tiêu cực của Thượng nghị sĩ Mike Mansfield trong bản báo cáo của ông về Việt Nam đã đến Hoa Thịnh Đốn vào tháng 12 năm 1962 — đặc biệt những gì có liên quan đến chương trình Ấp Chiến lược. Tưởng cũng nên nhắc lại là Thượng nghị sĩ Mansfield được coi như là một khuôn mặt có nhiều ảnh hưởng tại Thượng Viện Hoa Kỳ trong các vấn đề về Đông Dương và Việt Nam.[49] Ông ta quen biết rộng trong đảng Dân Chủ và đã là bạn lâu năm với ông Lyndon B. Johnson.[50] Cùng với Đức Hồng Y Francis Cardinal Spellman và ông John F. Kennedy, lúc còn là thượng nghị sĩ, uy tín chính trị của ông

---

[46] Ông Kennedy vừa nhận được báo cáo của Thượng nghị sĩ Mansfield (từ chuyến thăm tháng 12 năm 1962 của Mansfield tới Việt Nam; xem chú thích 44 ở trên), báo cáo này rất bi quan, và ông đã cố yêu cầu New York Times rút Halberstam về.

[47] Roger Hilsman and Michael V. Forrestal, "Bản ghi nhớ của Giám đốc Văn phòng Tình báo và Nghiên cứu (Hilsman) và Michael V. Forrestal, Nhân viên Hội đồng An ninh Quốc gia gửi Tổng thống: Báo cáo về Miền Nam Việt Nam), ngày 25 tháng 1 năm 1963... *Xin xem tiếp phần này ở cuối chương.*

[48] Đã dẫn như trên, 52.

[49] Hammer, *Một cái Chết vào Tháng 11/ Death in November*, 70.

[50] John S. Bowman, ed., *Chiến Tranh Việt Nam: Một Niên Giám/ The Vietnam War: An Almanac* - (New York: Random House, 1985), 491.

Mansfield đã giúp ủng hộ ông Diệm vào giữa thập niên 1950.[51] Vào cuối năm 1954, thượng nghị sĩ công du đến Sài Gòn để thu thập dữ liệu và đưa ra một bản báo cáo cho Hoa Thịnh Đốn giúp đem lại hậu thuẫn mạnh mẽ cho việc Hoa Kỳ ủng hộ ông Diệm. Ông đã khẳng định rằng nếu ông Diệm bị truất phế - vì tay người Pháp chẳng hạn - thì phải ngưng tất cả viện trợ Mỹ bởi vì chỉ có ông Diệm là người lãnh đạo ái quốc hết lòng hy sinh cho một Việt Nam thật sự tự do.[52]

Chỉ một thời gian ngắn sau bản báo cáo đầu tiên của Thượng nghị sĩ Mansfield, Tổng thống Eisenhower đã nghe thấy những bản báo cáo tiêu cực về ông Diệm từ tướng Joseph Lawton Collins. Thượng nghị sĩ Mansfield đã lập tức bênh vực ông Diệm, lý luận rằng tướng Collins đang "chơi với chất nổ chính trị". Ông Mansfield nói với Tổng thống Eisenhower rằng "Cái đặc biệt của ông Diệm là, trái với phần đông những người Việt Nam khác, ông ta rất chính trực, không bị hủ hoá đồng thời cũng là một nhà ái quốc rất tận tụy, hy sinh."[53] Để nhấn mạnh thêm về sự ủng hộ ông Diệm của mình, ông Mansfield quả quyết rằng ông nói thay cho tất cả những nhà lãnh đạo Dân Chủ và lập trường của họ không thay đổi: họ không đồng ý ủng hộ bất cứ một chính phủ nào tại Việt Nam khác ngoài chính phủ của ông Diệm.[54]

Vì sự ủng hộ vô điều kiện trước đó của Thượng nghị sĩ Mansfield, bản báo cáo tháng 12 năm 1962 của ông đã khiến cho những người ủng hộ ông Diệm trong chính phủ Kennedy kinh ngạc. Trong tài liệu đó, ông đã cảnh cáo không nên hy vọng quá nhiều, quá sớm vào Chương trình Ấp Chiến lược. Theo sự quan sát của ông thì mặc dù ông Diệm vẫn "*là một nhà lãnh đạo tận tụy, chân thành, siêng năng, trong sạch và yêu nước*", nhưng ông đã

[51] Robert Scheer, "Khởi nguồn của việc Hoa Kỳ ủng hộ ông Ngô Đình Diệm/ The Genesis of United States Support for Ngo Dinh Diem", trong *Việt Nam: Lịch sử, Tài liệu và Ý kiến về một cuộc Khủng hoảng lớn trên Thế giới/ Vietnam: History, Documents, and Opinions on a Major World Crisis*, ed. Marvin E. Gettlemen (Greenwich, Conn: Fawcett Publications, 1965), 251–52.

[52] *Tài liệu của Ngũ Giác Đài/ The Pentagon Papers: The Defense Department History of United States Decision Making on Vietnam* - ed. Mike Gravel (Boston: Beacon, 1971), 1: 222. *Xem tiếp phần này ở cuối chương.*

[53] Đã dẫn như trên.

[54] Ronald H. Spector, *Quân đội Hoa Kỳ tại Việt Nam: Tư vấn và Hỗ trợ; Những năm đầu/ The United States Army in Vietnam: Advice and Support; The Early Years* - (Washington, D.C: Center of Military History, United States Army, 1983), 248.

già hơn và đang phải trực diện những vấn đề rắc rối hơn những gì ông đã gặp mười năm trước. Ông Mansfield tiếp tục: *Vai trò tích cực mà ông đã đảm nhiệm trong quá khứ có vẻ như đang được chuyển vào tay những người khác trong gia đình ông, đặc biệt là ông Ngô Đình Nhu. Người này là một người rất nhiều năng lực và là một trí thức rất bị thu hút bởi guồng máy quyền lực chính trị và đã dành tất cả sức lực và khả năng vào việc tổ chức và khéo léo đưa đẩy theo ý ông. Nhưng ông Ngô Đình Diệm mới là người được dân cử để thi hành sứ mệnh tại miền Nam Việt Nam chứ không phải là ông Ngô Đình Nhu. Trong tình thế này, có nguy cơ rất lớn là ở đó sẽ có hiện tượng tiếm quyền.*[55]

Tổng thống Kennedy rất lo lắng về sự đánh giá này và đã muốn có một tiếng nói thứ hai, nên đã cử hai ông Hilsman và Forrestal đi Việt Nam vào tháng 12 năm 1962.[56]

Tại thời điểm này, Ngoại trưởng Dean Rusk lập luận rằng thông tin mà ông nhận được *"trích dẫn những cải tiến trong hoạt động tiếp tế và tình báo và trong cơ cấu chỉ huy của Việt Nam là bằng chứng, trên thực tế, người Việt Nam đang thắng lợi trong cuộc chiến."* [57] Vì vậy, không cần có thêm một chuyến khảo sát tình hình nào khác nữa. Tuy vậy, trong khi hai ông Hilsman and Forrestal còn đang thực hiện chuyến viếng thăm VNCH và còn đang soạn bản báo cáo, một sai lầm quân sự đã trở thành một câu chuyện giật gân được đăng trên báo chí. Trung tá John Paul Vann đã đưa tin cho các phóng viên báo chí Mỹ tại Việt Nam về một thất bại tại Ấp Bắc, một cuộc hành quân Mỹ-Việt mà ông đã tham dự. Dưới đây là mô tả của ông William Colby về vai trò của ông Vann với trận chiến ngày 2 tháng 1 năm 1963 và các bản tin đưa ra sau đó:

Đơn vị [QLVNCH] mà ông là cố vấn đã bao vây thành công một nhóm Việt Cộng ở đó, nhưng vì phản ứng vừa chậm chạp vừa thiếu quyết liệt trong quyết định cuối cùng, đã để cho quân địch thoát vòng vây, nơi có một lỗ hổng có lợi cho chúng. Phía Miền Nam Việt Nam bị thiệt hại nặng với 80 lính thiệt

---

[55] Mike Mansfield, "Báo cáo của Lãnh đạo Đa số Thượng viện (Mansfield): Đông Nam Á - Việt Nam", ngày 18 tháng 12 năm 1962/ Report by the Senate Majority Leader (Mansfield): Southeast Asia— Vietnam", December 18, 1962, Washington, in FRUS, 1961–1963, vol. 2, document 330, pp. 780–82.

[56] Herring, *Cuộc Chiến Dài nhất của Nước Mỹ/ America's Longest War*, 93.

[57] Thomas J. Schoenbaum, *Hòa và Chiến: ông Dean Rusk trong Những Năm Phục vụ các Tổng thống Truman, Kennedy, và Johnson/ Waging Peace and War: Dean Rusk in the Truman, Kennedy, and Johnson Years* - (New York: Simon and Schuster, 1988), 395.

mạng và trên 100 bị thương đồng thời thiệt hại cho Hoa Kỳ với 5 trực thăng
tham chiến cùng với 3 binh sĩ tử thương và 8 bị thương... Với cách diễn tả
mạnh mẽ cố hữu của ông, Trung tá Vann đã cho tin này "bùng nổ" trước
các phóng viên đang muốn biến cố này là một bằng chứng mới để tố giác
chế độ của ông Diệm và quân đội của ông, cho rằng họ không xứng đáng
nhận sự ủng hộ của Hoa Kỳ. Ông Vann rất giận dữ trước phản ứng chính
thức của chính phủ Mỹ trước sự việc này, và ông cho rằng họ muốn khoá
miệng ông để bao che cho sự yếu kém của đại đơn vị Việt Nam này và sĩ
quan chỉ huy đại đơn vị, kết quả là ông đã từ chức, ra khỏi quân đội Hoa Kỳ
để phản đối.[58]

Việc Trung tá Vann nổi giận vì sự kém cỏi của QLVNCH mà gây thiệt hại
về nhân mạng cho phía Hoa Kỳ đã trở thành một đề tài nóng bỏng cho báo
chí Mỹ. Theo góc nhìn của Ngũ Giác Đài, sự việc này chỉ nói lên được rằng
QLVNCH lúc bấy giờ còn là một đội quân non trẻ, hoặc hoàn toàn "thiếu
kinh nghiệm", chỉ mới có thể tham chiến tới mức độ đó, nói
tóm lại, không có gì đáng ngạc nhiên trong sự việc đó. Thật vậy, nhiều cấp
chỉ huy Hoa Kỳ, già dặn kinh nghiệm, đã sẵn lòng cho QLVNCH một dịp
khác: họ nhận thấy rằng dù cho các binh sĩ có do dự và thiếu tổ chức khi
trực diện với quân địch, họ đã không hoảng sợ và bỏ chạy. Trái lại, Trung
tá Vann đã diễn giải phản ứng của các binh sĩ VNCH một cách khác, và ngoài
việc thông báo cho báo chí, ông còn thảo một đơn khiếu nại về cuộc hành
quân gửi lên tới cấp Tổng Tham mưu Hoa Kỳ, trong đó *"ông Vann quy trách*
nhiệm của thất bại này vào sự yếu kém về mặt huấn luyện của các binh sĩ
VNCH, một hệ thống chỉ huy mà không hề có sĩ quan cao hơn cấp đại uý có
mặt tại trận địa, ngại có nhiều tổn thất, thiếu hiểu biết về sử dụng không
vận, và thiếu kỷ luật." [59] Những phóng viên như Sheehan và Halberstam đã
đăng tải tất cả mọi chỉ trích của ông Vann trong bản tin của họ." [60] Kết quả

---

[58] Colby, *Chiến thắng đã mất/ Lost Victory*, 236.

[59] Bức điện tóm tắt số 677 từ Quân đội Hoa Kỳ, Khu vực Thái Bình Dương, gửi cho Bộ
Tham mưu Liên quân, ngày 4 tháng 1 năm 1963; Thư viện của Tổng thống Kennedy, Hồ
sơ an ninh, các tài liệu về Việt nam, 1/63/ Summary telegram 677 from U.S. Army, Pacific,
to Joint Chiefs of Staff, January 4, 1963; Kennedy Library, National Security Files, Vietnam
Country Series, 1/63. "Editorial Note", in "Reassessment, January 1–March 14, 1963:
Hilsman - Forrestal Report, Wheeler Mission, Mansfield Report, Comprehensive Plan,
Thompson Report", pt. 1 of FRUS, 1961–1963, vol. 3, document 1, p. 1.

[60] Để biết về tường thuật của Sheehan về Trận Ấp Bắc, hãy xem *Dối trá Quá Lộ liễu/ His*
Shining Lie của ông ấy - (203–65).

là bản tin của họ đã gây một luồng dư luận đầy phẫn nộ tại quê nhà, ở Mỹ. Đó là thời điểm mà các bài báo của họ đã tạo nên một làn sóng phẫn nộ ở quê nhà tại Mỹ. Tờ New York Times đã dùng trận đánh này để tung ra cả một chiến dịch đánh phá ông Diệm và chính phủ của ông bằng cách rêu rao trận Ấp Bắc là một thất bại quân sự quan trọng và người dân Mỹ đã không được biết rõ về những gì đang xảy ra tại Việt Nam.[61]

Tưởng nên nhắc lại một số điều đã được tờ New York Times loan tin vào ngày 4 tháng 1 năm 1963. Trong bài báo "Đội quân Đỏ Việt Nam thắng trong cuộc đụng độ lớn", ký giả Halberstam viết: *"Quân du kích Cộng sản, đã không chơi theo trò cút bắt của chúng khi đối mặt với quân đội của Chính phủ, chúng ở lại chiến địa và đã đánh bại một lực lượng lớn hơn của quân đội chính quy Việt Nam vào ngày hôm qua và hôm nay."* [62] Trong một bài viết khác, hai ngày sau đó, Halberstam viết rằng trận chiến *"đã gây hoang mang cho các viên chức cấp cao Hoa Kỳ ở Sài Gòn. Các cố vấn Mỹ tại mặt trận đã nhận ra từ lâu rằng những điều kiện tại chỗ khiến cho thất bại như thế này hầu như không thể tránh. Các sĩ quan Hoa Kỳ ở khắp vùng đồng bằng sông Cửu Long cảm thấy rằng những gì xảy ra tại Ấp Bắc còn phức tạp hơn chỉ đơn thuần là một trận chiến."*[63] Vào ngày 10 tháng 1 năm 1963, ông Halberstam cáo buộc rằng các vấn đề của QLVNCH là do sự lãnh đạo của ông Diệm:

---

[61] Các biên tập viên của Liên Hệ Ngoại Giao của Hoa Kỳ/ From the editors of FRUS, 1961–1963: "Trận Ấp Bắc được báo chí Hoa Kỳ đưa tin là một 'thất bại lớn', trong đó 'loạn quân Cộng sản bắn hạ một đoàn trực thăng Hoa Kỳ chở quân Việt Nam đến mặt trận". (The Washington Post, January 3, 1963; The New York Times, January 4, 1963). Vào ngày 7 tháng 1, The Washington Post đã in trang nhất về đánh giá trận chiến của ông Neil Sheehan, trong đó ông viết rằng 'các cố vấn quân sự Hoa Kỳ tức giận đã tố cáo hôm nay rằng các quân đội bộ binh của Việt Nam đã bất tuân lệnh tiến công trong trận chiến hôm thứ Tư tại Ấp Bắc và rằng một đại úy Mỹ đã bị giết khi đang ở tuyến đầu và yêu cầu họ tấn công." ... *Xin xem tiếp ở cuối chương.*

[62] David Halberstam, "Việt Cộng Giành Chiến thắng trong Cuộc Đụng độ Lớn: Gây Thương vong cho 100 Người khi Chiến đấu với Lực lượng Lớn Hơn/ Vietnamese Reds Win Major Clash: Inflict 100 Casualties in Fighting Larger Force"Vietnamese Reds Win Major Clash: Inflict 100 Casualties in Fighting Larger Force", New York Times, January 4, 1963, 2.

[63] David Halberstam, "Thua Trận chiến ở Việt Nam gây Cú sốc cho các Trợ lý Hoa Kỳ: Thụt lùi vì Sài Gòn không nghe lời Cố vấn/ Vietnam Defeat Shocks U.S. Aides: Saigon's Rejection of Advice Blamed for Setback", New York Times, January 7, 1963, 2.

Một số cố vấn Hoa Kỳ cảm thấy có quá nhiều áp lực chính trị trong QLVNCH và điều này khiến cho việc thăng quan tiến chức bị tuỳ thuộc vào tư thế chính trị của cá nhân đối với chính phủ, hơn là khả năng quân sự. . . .

Những người Mỹ này nhớ lại rằng mới đây, trong một cuộc thay đổi nhân sự trong giới chỉ huy cấp cao, hai sĩ quan được nhiều người Mỹ nể trọng đã bị loại khỏi quyền chỉ huy đơn vị tác chiến và các sĩ quan được thăng cấp và trao cho quyền tác chiến là những người đã thể hiện lòng trung thành với Tổng thống Ngô Đình Diệm vào những thời điểm mà chế độ của ông đã bị đe dọa bởi các cuộc dấy loạn trong nước...

Những người đưa các tin này cũng cảm thấy rằng một trong những vấn đề cơ bản đang ngăn chặn bước tiến quân sự là cái sợ gây tổn thất về thương vong của giới chỉ huy người Việt. Có tin cho rằng một số nhỏ sĩ quan chỉ huy ngại sẽ mất dịp được thăng chức và có thể mất quyền chỉ huy tác chiến nếu gây ra quá nhiều thương vong cho đơn vị của họ...

Thế nhưng, những người Mỹ có tiếp xúc trực tiếp với ông Diệm cho biết, chính ông cũng biết sẽ phải có nhiều thương vong và sẵn sàng chấp nhận để cho điều này xảy ra. Các sĩ quan chỉ huy nói là nếu điều này đúng, có nghĩa là những lời của ông Diệm đã không tới được tại những đơn vị tác chiến...[64]

Bài xã luận "Có gì Không Ổn tại Việt nam?", viết trên New York Times ngày 15 tháng 1 năm 1963, rõ ràng nhắm vào ông Diệm và chính phủ của ông ta là nguyên nhân dẫn đến sự thất bại tại Ấp Bắc:

Cần phải nhắc lại rằng những tổn thất trong một trận chiến, hay thậm chí hàng chục trận chiến, không biểu thị cho tổn thất của cuộc chiến tại Miền Nam Việt Nam. Tuy nhiên, thực tế vẫn là những khiếm khuyết nghiêm trọng của chính sách chính trị và sự lãnh đạo ở Miền Nam Việt Nam đã ảnh hưởng và cản trở rất nhiều đến tinh thần và hiệu quả của các lực lượng quân sự tại Miền Nam Việt Nam. Phản ứng nhằm bào chữa các bản tin bất lợi về trận chiến xảy ra trong tuần vừa qua không thể che đậy được khuyết điểm đã được ghi nhận đầy đủ và thường được nhiều người Mỹ xác nhận tại chỗ ở Việt Nam.

Nói trắng ra thì quân đội Miền Nam Việt Nam chưa đủ giỏi và có tinh thần chưa đủ cao vào lúc đó, có thể do lỗi của một chính phủ đa nghi và độc

[64] David Halberstam, "Harkins Ca ngợi Quân đội Việt Nam: Biện hộ cho Lòng Dũng cảm của Lính, Phản bác lại các Chỉ trích của người Mỹ/ Harkins Praises Vietnam Troops: Defends Soldiers' Courage against U.S. Criticism", New York Times, November 11, 1963, 3.

tài tại Sài Gòn, khi còn đang phải bận bịu lo củng cố quyền hành, không những trước nạn Cộng sản mà còn cả trước những nhóm ái quốc chống Cộng. *Đối với các sĩ quan Việt Nam thì lòng trung thành đối với Tổng thống Diệm là tiêu chuẩn để được trọng dụng, hơn là tài năng.*[65]

Bộ Tổng Tham Mưu Liên quân Hoa Kỳ đã phản kháng lại những tấn công của báo chí đối với chính phủ VNCH bằng một báo cáo trực tiếp lên tổng thống Hoa Kỳ nói rằng trận đánh đã bị báo chí xuyên tạc: *"Hình như những bản tin ban đầu đã quan trọng hoá trận chiến và tổn thất của các đơn vị Mỹ, Việt. Mặc dù quân ta có bất ngờ bị phản công một cách dữ dội, nhưng chúng ta vẫn giữ được liên lạc và cuộc hành quân vẫn tiếp diễn."*[66] Tướng Paul Harkins, chỉ huy trưởng của Bộ Tư lệnh Hỗ trợ Quân sự tại Việt Nam, đã có cố gắng không đổ lỗi nặng nề lên QLVNCH tương đối còn non trẻ. Với tư cách là một chiến binh đã ở dưới quyền tướng George Patton trong Thế chiến Thứ hai, Tướng Harkins đã ghi trong một bản báo cáo cho tổng thống Kennedy rằng: những sai lầm của QLVNCH phần đông là những sai lầm vì họ anh dũng, chứ không phải là sai lầm của những kẻ hèn nhất: *"Các phi công và phi đoàn của họ đã rất can đảm quay lại quyết giải cứu đồng đội."*[67]

Sau này, Đại sứ Nolting nhớ lại rằng bài tường thuật của ông Vann đã làm giảm thêm tiếng tăm của người VNCH đối với dân chúng Hoa Kỳ, khi vẽ ra hình ảnh một quân đội hèn nhát dưới quyền một nhà lãnh đạo độc tài và tham nhũng: *"Trung tá Vann, sau này đã phục vụ và hy sinh tại Việt Nam, đã gây tổn thất rất lớn qua một cuộc phỏng vấn với báo chí. Chắc chắn cái nóng nảy của ông không thiếu thành thật, nhưng nó đã là một bất công cho QLVNCH và cho chính phủ của họ, nó đã gây thiệt hại lớn cho họ trước công luận Mỹ."*[68] Ông Nolting phản bác những cáo buộc là ông Diệm đã muốn tránh gây nhiều tổn thất thương vong. Ông Nolting giải thích rằng vị lãnh đạo này có ra lệnh cho quân đội phải tránh giết nhầm các nạn nhân dân sự vô can nếu chỉ vì phải bắn hạ cho kỳ được 1 hay 2 tên loạn quân đang chạy trốn hay đánh lén: khả năng thuyết phục được những người bàng quan chưa quyết định theo phe nào sẽ bị đe doạ mỗi khi dân lành bị

---

[65] "Điều gì Không Ổn ở Việt Nam?/ What's Wrong in Vietnam?" New York Times, January 15, 1963, 6.

[66] "Bài Xã Luận Phụ chú", trong "Đánh giá lại ngày 1 tháng 1 – ngày 14 tháng 3 năm 1963"/ "Editorial Note", in "Reassessment, January 1–March 14, 1963", 2.

[67] Trích dẫn trong Liên Hệ Ngoại Giao của Hoa Kỳ - FRUS, 1961–1963, 2–3.

[68] Nolting, *Từ Niềm tin đến Bi kịch/ From Trust to Tragedy*, 96

giết oan. Rất đông cố vấn Mỹ đã nhìn nhận lúc bấy giờ (và ngay cả bây giờ) rằng luật vàng để chống cuộc bạo loạn một cách hữu hiệu là: không gây cho loạn quân có cớ phát triển thêm nhân sự, khi giết oan dân lành.[69]

Trong hồi ký, ông Hilsman cho rằng ông Diệm có một chính sách "không đi quá nhanh" mà ngay cả các ông Harkins và Nolting cũng không biết: *"Có thể hiểu ông Diệm nhận ra rằng đánh bại loạn quân sẽ là một cuộc chiến dài lâu và vì vậy, tốt hơn hết là tiết kiệm sức mạnh của các lực lượng chính phủ hơn là làm tiêu tan sức mạnh đó qua cách tấn công "vũ bão" mà nhiều người Mỹ ưa chuộng. Nhưng ông Diệm chưa bao giờ nêu vấn đề lên với Tướng Harkins hoặc Đại sứ Nolting, cả hai đã không biết về lệnh "không đi quá nhanh" của ông Diệm cho đến mãi về sau này."* Ông Hilsman nói thêm rằng động cơ mà ông suy diễn đã thúc đẩy ông Diệm làm điều này có thể giúp mọi người tin cậy hơn những cáo buộc của *"một số cố vấn quân sự"* và *"hầu hết báo chí Mỹ, đặc biệt là ông David Halberstam của New York Times và Neil Sheehan của United Press International."* [70] Nhưng những gì ông viết trong cuốn hồi ký có vẻ không đồng nhất với bản báo cáo của hai ông Hilsman và Forrestal, vào tháng 1 năm 1963, trong đó có cho biết rõ ràng rằng báo chí Hoa Kỳ đã xuyên tạc những gì đã thật sự xảy ra: *"Ví dụ như, mặc dù bản báo cáo của chúng tôi không lạc quan quá đáng, nó chắc chắn cũng chứa đựng một số sự việc cho thấy vẫn có nhiều viễn ảnh tốt đẹp hơn là bức vẽ bi quan (và sai với thực tế) đã được báo chí đăng tải."* [71]

---

[69] "Không một ai, không phải Tổng thống Diệm, không phải ông Paul Harkins sau nhiều lần nói chuyện với ông Diệm, không phải ông Nguyễn Đình Thuần, người đang làm nhiệm vụ Bộ trưởng Quốc phòng (tuy không chính thức), đã từng nói hoặc thầm thì với tôi rằng chính phủ Nam Việt Nam ra lệnh cho Quân đội hãy giữ thế thủ. Tôi chưa bao giờ nhìn thấy hoặc nghe nói về bất kỳ lệnh tránh việc chiến đấu, đụng độ ở trận mạc. Tôi nhớ lại nhiều cuộc thảo luận với ông Diệm và những viên chức khác, những người nghĩ rằng càng ít thương vong trong Quân đội, thì dân làng, những người khách quan không thiên vị, và thậm chí cả Việt Cộng, là việc bình định nông thôn sẽ tiến hành nhanh chóng hơn. Cả các đơn vị vũ trang Việt Nam và các cố vấn Mỹ đều được chỉ dẫn rằng phải cẩn trọng và biết chắc đối tượng là ai trước khi tấn công, vì chúng tôi muốn chiêu dụ những người bất đồng chính kiến, chứ không phải giết họ. Nolting ,*"Từ Niềm tin đến Bi kịch/ From Trust to Tragedy"* 96–97.

[70] Hilsman, *Để Chuyển đổi một Quốc gia/To Move a Nation,* 446.

[71] Hilsman và Forrestal, "Bản ghi nhớ của Giám đốc Văn phòng Tình báo và Nghiên cứu và .../ Memorandum from Director of Bureau of Intelligence and Research and....", 59.

Nhóm nhà báo đưa ra một hình ảnh sai lệch, theo lời của Đại sứ Nolting, họ đổ dồn vào những thất bại, mà không nhắc đến những thành quả của QLVNCH. *"Có rất nhiều chiến thắng quân sự hơn so với con số những thất bại như Ấp Bắc. Những trận thắng này không hề được chạy trang nhất với những tựa đề nóng bỏng bởi vì chúng ta quen cho rằng phe ta lúc nào cũng phải thắng. Báo chí thời đó có khuynh hướng trình bày những bước lùi, gây ấn tượng sai lạc về khả năng của QLVNCH cũng như khả năng huấn luyện và cố vấn của người Mỹ."* [72]

Tháng 12 năm 1962, trong khi Hilsman thu thập các dữ kiện về Việt Nam để làm bản báo cáo của ông, ông ta bắt đầu chỉ trích sự trung tín của Đại sứ Nolting đối với ông Diệm. Trong một loạt những bản ghi nhớ có tính cách nội bộ, ông ta bắt đầu đặt vấn đề về sự lạc quan của ông Nolting trên khả năng của vị lãnh đạo đối với Chương trình Ấp Chiến lược (SHP). [73] Dù cho ông Hillsman đã chấp nhận đa số những gì ông Nolting đã cho ông biết về Việt Nam trong chuyến công du của ông (với nhiều ghi chú dè dặt), ông ta vẫn chống đối việc ông Nolting bênh vực sự lãnh đạo của ông Diệm, ví dụ như về chương trình Ấp Chiến lược. Ông Hilsman có "phản ứng là [lời ca ngợi ông Diệm] không hoàn toàn đáng tin". [74] Ông miễn cưỡng chấp nhận rằng sự hiểu biết của ông Diệm về những gì đang diễn ra trên khắp VNCH là đáng ngạc nhiên về phạm vi và chi tiết của nó. Vậy mà ông ấy vẫn không tin rằng ông Ngô Đình Diệm là người tốt nhất, hoặc là người duy nhất, có thể lãnh đạo quốc gia. So với ông, tất cả những người khác có ước muốn chiếm chỗ của ông đều không thể bằng, như sẽ thấy qua cuộc đảo chính bất thành sau đó. Biết rõ điều này, ông Nolting tiếp tục cố gắng thuyết phục ông Hilsman, và tất cả những ai muốn nghe ông nói tại Hoa Thịnh Đốn, rằng tiếp tục giữ mối hợp tác với ông Diệm thì cả Hoa Kỳ và Việt Nam mới đạt được kết quả tốt đẹp cho lợi ích của mỗi quốc gia.

---

[72] Nolting, *Từ Niềm tin đến Bi kịch/ From Trust to Tragedy*, 97.

[73] Roger Hilsman, "Bản ghi nhớ của Giám đốc Văn phòng Tình báo và Nghiên cứu (Hilsman)", tháng 1 năm 1963/ Memorandum for the Record by the Director of the Bureau of Intelligence and Research (Hilsman), Sài Gòn, in FRUS, 1961–1963, book 3, document 3, pp. 5–11.

[74] Roger Hilsman, "Bản ghi nhớ của Giám đốc Văn phòng Tình báo và Nghiên cứu (Hilsman) Chủ đề: Họp nhóm về Quốc gia vào Thứ Tư, 2 tháng 1, 1963/ Memorandum for the Record by the Director of the Bureau of Intelligence and Research (Hilsman) Subject: Country Team Meeting on Wednesday, January 2, 1963", in FRUS, 1961–1963, book 3, pp. 12–13.

Theo ông Nolting, *"ông Hilsman có vẻ rất lạc quan về chuyến viếng thăm Việt Nam."* Nhưng vị đại sứ này lại nhận xét rằng ông Forrestal ít lạc quan hơn: *"Ông này lặp lại lời ông Harriman, hối thúc phải có ngay những cơ chế và phương cách dân chủ hơn, hối thúc ông Diệm mở rộng phạm vi tuyển mộ công chức hơn và 'được lòng quần chúng hơn'."* [75] Ông Nolting nhận xét rằng ông Forrestal đã bỏ rất nhiều thì giờ với giới báo chí Mỹ tại Sài Gòn, có lẽ là để lấy tin "không bị ảnh hưởng của Toà đại sứ".

Ông Nolting nghĩ rằng, giọng điệu của bản báo cáo từ hai ông Hilsman và Forrestal nói chung có vẻ lạc quan và ông đã viết trong hồi ký của ông rằng trong đó không hề có đề nghị một thay đổi nào quan trọng về chính sách đối ngoại của Hoa Kỳ tại Việt Nam. Tuy nhiên, ông có để ý thấy bản báo cáo đã kêu gọi phải có nhiều biện pháp hơn nữa, và cần phải hành động nhanh hơn nữa.[76] Nếu nói về những người chỉ muốn tìm cớ để truất phế ông Diệm, thì họ cũng có thể tìm ra một số lý do trong bản báo cáo này. Giữa bản báo cáo của ông Mansfield, của hai ông Hilsman và Forrestal, và những bài tường thuật trên báo, một phong trào chống đối ông Diệm đang được dựng nên tại Hoa Thịnh Đốn mà Đại sứ Nolting, hoặc ngay cả Ngoại trưởng Rusk, cũng không thể ngăn chặn nổi. Mỗi góc nhìn bi quan đều đã được chải chuốt cẩn thận để có đủ sức mạnh, trở thành nền móng trên đó ông Harrisman có thể xây dựng đầy đủ bài bản và tạo quyền lực để truất phế ông Diệm.

Trong khi đó, Đại sứ Nolting nỗ lực chống lại điều không thể tránh. Năm 1963, năm cuối cùng tại chức của ông Nolting tại VNCH, vai trò hậu vệ mà ông đảm nhận từ năm 1962 đã trở thành một mặt trận quyết liệt để tranh đấu cho danh dự của toàn thể dân tộc Hoa Kỳ, bởi vì, theo sự hiểu biết của ông, họ đã hứa, qua Tổng thống John F. Kennedy, sẽ không xen vào nội bộ của chính phủ VNCH. Ông Nolting đã lý luận ngay khi được tin hai ông Diệm và Nhu bị thảm sát, và cả trước đó và sau đó rằng, tốt nhất là thà Hoa Kỳ rời bỏ Việt Nam hơn là thất hứa với đồng minh của mình.

---

[75] Nolting, *Từ Niềm tin đến Bi kịch*/ From Trust to Tragedy, 96.
[76] Đã dẫn như trên.

Ghi chú cho Chương 8 - Tiếp theo

1. ... Trong cuốn *Một Ngàn Ngày: ông John F Kennedy ở trong Toà Bạch ốc/ A Thousand Days: John F. Kennedy in the White House* - (Boston: Houghton Mifflin, 1965), 437, 443–44.

2. ... Rudy Abramson, *Trải Dài Thế kỷ: cuộc Đời của W. Averell Harriman, 1891–1986/ Spanning the Century: The Life of W. Averell Harriman, 1891–1986* - (New York: William Morrow, 1992), 571, 581, 589.

23. ... Congress, House, Committee on Armed Services, "Introduction", in Evolution of the War: Counterinsurgency; The Overthrow of Ngo Dinh Diem, May–November, 1963, section IV.B.5 of bk. 3 of United States–Vietnam Relations, 1945–1967: Study Prepared by the Department of Defense (Washington, D.C.: United States Government Printing Office, 1971), 2.

36. Ông Halberstam viết về ông Nolting: "ông Nolting làm tôi nhớ đến một số nhà lãnh đạo cộng đồng da trắng mà tôi từng biết ở Mississippi và Tennessee, những người này — vào thời điểm cộng đồng của họ sắp bùng nổ vì xung đột có tính chất chủng tộc — trấn an tôi rằng tất cả đều yên ổn, rằng người da đen hài lòng với hiện trạng, rằng vấn đề hoàn toàn là do những kẻ kích động bên ngoài và viết về việc này sẽ chỉ khiến cho tình hình tồi tệ hơn. Những người này không có liên hệ với cộng đồng người da đen, ngoại trừ nghe thông tin do những người giúp việc hoặc người làm công của họ nói với họ, và họ tiếp tục tin những gì họ muốn tin..."

37. Ông Nolting nhớ lại đây là "khi [Halberstam] đưa tin về việc mở một trường dạy nghề ở tỉnh mà Tổng thống Diệm và tôi đến thăm. Sau một nghi thức ngắn ngủi, theo thói quen ông Diệm đi khắp vùng nông thôn ở đó, ngắm nhìn cánh đồng lúa, bờ đê, ao cá, và nói chuyện với người dân ở đó. Trời nóng như thiêu như đốt, và những người trong phái đoàn khổ sở lết bước đi sau ông. Tôi nhận ra là tôi đang đi bên cạnh phóng viên Bigart, người đang rất tức giận với sự sắp xếp này. Anh ấy ghét toàn bộ chương trình đã được sắp xếp đó, và nói rằng chắc chắn không muốn ở nơi đó."

38. ...Như đã biết, ông Diệm đã từng điều hành cả một tỉnh dưới thời Pháp (một người rất giỏi) và ông ấy rất quan tâm đến các vấn đề nông thôn tại các địa phương — tình trạng y tế, trường học, cung cấp nước, đường sá, kênh mương, hạt giống, phân bón, đa dạng hóa cây trồng, sở hữu đất đai, việc thuê đất, nhà ở, v.v ... Ông đặc biệt quan tâm và tự hào về các trung tâm cải tiến

nông nghiệp (khuyến nông) mà chính phủ của ông đã thành lập, có chương trình dạy nhiều môn cho nông dân, từ chăn nuôi, cây ăn quả, và cây lấy hạt, đến ao nuôi cá, trồng sắn, và thậm chí cả về trồng nấm trong các đống rơm rạ. Tôi đã đồng hành cùng ông Diệm trong nhiều chuyến đi." Frederick Nolting viết cho Marguerite Higgins, ngày 2 tháng 7 năm 1965/ Frederick Nolting to Marguerite Higgins, July 2, 1965, 1, Nolting Papers, box 12, Selected Correspondence—Higgins, Marguerite.

40. ...phương Tây — một thành phần hoạt động ở Việt Nam, ngoài Việt Cộng, mà họ không thể kiểm soát được. Ông Diệm dành thời gian và năng

lực để đọc những gì các phóng viên Mỹ viết về ông ta, hành động bắt nguồn từ sự nhạy cảm có thể chấp nhận được từ một nhà lãnh đạo mà đất nước đang chìm sâu vào một cuộc chiến khó khăn, nhưng ông Diệm đã dành quá nhiều thời gian cho việc này. *Tạo ra một Đầm lầy/ Making of a Quagmire*", 74–75.

47. ... Memorandum from the Director of the Bureau of Intelligence and Research (Hilsman) and Michael V. Forrestal of the National Security Council Staff to the President: A Report on South Vietnam", January 25, 1963, Washington, in United States Department of State, FRUS, 1961–1963, ed. John P. Glennon, vol. 3, Vietnam, January–August 1963 (Washington, D.C.: United States Government Printing Office, 1991), document 19, pp. 49–50.

52. "Ông ấy [Mansfield] nói rằng vấn đề "không phải là ông Diệm với tư cách là một cá nhân mà là chương trình mà ông ấy chủ trương". Chương trình đó 'đại diện cho chủ nghĩa dân tộc chân chính ,. . . được chuẩn bị để đối phó hiệu quả với tham nhũng và. . . thể hiện mối quan tâm trong việc nâng cao phúc lợi của người dân Việt Nam '. Thượng nghị sĩ cảm thấy không thể tìm thấy bất kỳ lãnh đạo nào khác 'tận tâm với những nguyên tắc này' và đề nghị Chính phủ 'xem xét việc đình chỉ ngay lập tức mọi viện trợ cho Việt Nam và Lực lượng Liên hiệp Pháp tại đó, ngoại trừ viện trợ nhân đạo, sơ bộ trước sự đánh giá lại toàn bộ các chính sách hiện hữu của chúng ta ở Việt Nam Tự do' nếu ông Diệm thất bại."

61. ... Một đánh giá khác được thực hiện bởi Bộ Ngoại giao vào ngày 15 tháng 1 về phản ứng của báo chí trên khắp cả nước về trận Ấp Bắc cho thấy rằng "kể từ trận Ấp Bắc, lời than phiền ngày càng nhiều về điều mà công chúng Mỹ không "nắm được sự thật" về tình hình Việt Nam, ngay cả vào thời điểm này khi thương vong của người Mỹ đang gia tăng." Bài xã luận trong "Đánh giá lại, ngày 1 tháng 1 - ngày 14 tháng 3 năm 1963/ Reassessment, January 1–March 14, 1963", pt. 1 of FRUS, 1961–1963, vol. 3, document 1, p. 2. Bài xã luận trích dẫn "Cảnh báo về Việt Nam: Mối quan tâm và hiểu lầm của người Mỹ hiện nay,

Sở Lưu trữ và dữ Liệu Quốc gia, RG 59/ 'Alert' on Viet-Nam: Current American Concern and Misunderstanding", National Archives and Records Administration, RG 59, Files of the Office of Public Opinion Studies, U.S. Policy on S. Vietnam, April–Dec. 1963, Hồ sơ của Văn phòng Nghiên cứu về Ý kiến của Công chúng, Chính sách Hoa Kỳ về Nam Việt Nam, tháng 4 -Tháng 12, 1963.

CHƯƠNG 9

ÔNG NOLTING MẤT DẦN ẢNH HƯỞNG

Năm 1963 là thời điểm quyết định trên bình diện ngoại giao giữa Hoa Kỳ và VNCH. Ông William Colby nhớ lại những căng thẳng nổi lên tại Sài Gòn và mối chia rẽ ngày càng lớn trong nội bộ chính phủ Kennedy về vấn đề Miền Nam Việt Nam (VNCH): "Về phía Hoa Kỳ, hai lập trường đối lập lớn dần, giữa phe những người thấy rõ những cố gắng phải có tại các vùng nông thôn là chính yếu, cả về mặt quân sự lẫn bán quân sự, và phe những người tin rằng những cố gắng này vô ích nếu Tổng thống Diệm không sửa đổi thể chế độc tài để có được sự hỗ trợ của dân chúng, cũng như của phe đối lập, trên toàn quốc." [1] Cuối cùng, phe thứ hai đã thắng và che lấp tất cả mọi nỗ lực của Đại sứ Nolting, luôn khuyên nên giữ chính sách ban đầu của Hoa Kỳ là ủng hộ chính phủ của ông Diệm.

Thông tin trong nhiều tài liệu lịch sử đã đặt trách nhiệm về số phận của VNCH lên vai của một số những cá nhân, những nhân vật có tầm ảnh hưởng lớn trong chính phủ Kennedy, đã trực tiếp và cố tình xoá bỏ các cam kết của Hoa Kỳ với chính phủ của ông Diệm. Họ đã lấy những quyết định đưa đến sự sụp đổ của chính phủ VNCH và tạo ra một áp lực đạo đức bắt Hoa Kỳ phải trám vào chỗ trống chính trị do chính họ tạo ra với sức mạnh của quân đội. Đại sứ Nolting, với tư cách là viên chức cao cấp nhất của Bộ Ngoại giao Hoa Kỳ tại VNCH, bênh vực cho VNCH lúc bấy giờ, đã ở thế đối lập với nhóm này. Tuy nhiên, vào mùa hè 1963, ông đã bị thuyên chuyển khỏi chức vụ đại sứ. Ông Michael Forrestal, thuộc Hội đồng An ninh Quốc gia, đã khuyên Tổng thống Kennedy thay thế ông Nolting khi nhiệm kỳ của ông này hết hạn vào tháng 4 cùng năm đó. Ông Forrestal đã tuyên bố thẳng

---

[1] William E. Colby, *Chiến thắng bị Mất: Bản Tường thuật của Một Chứng nhân về sự Tham gia Mười sáu Năm của Hoa Kỳ tại Việt Nam/ Lost Victory: A Firsthand Account of America's Sixteen-Year Involvement in Vietnam*, with James McCargar - (Chicago: Contemporary Books, 1989), 114.

thừng: "Chúng ta cần cứng rắn hơn để bắt ông Diệm làm điều chúng ta muốn." [2]

Trớ trêu thay, năm 1963 đã bắt đầu với viễn ảnh đầy thắng lợi như đã thấy vào năm 1962 trong cuộc chiến Việt-Mỹ chống lại Việt Cộng. Thắng lợi này đã được tóm tắt trong điện văn được soạn bởi cơ quan CIA với nhan đề "Bản Ghi nhớ về Tình báo Hiện tại được Soạn thảo bởi Văn phòng Tình báo Hiện tại của CIA". Phần lớn tài liệu này đã được viết lại, hoặc sửa đổi, và toàn thể nội dung của nó vẫn không được rõ. Tuy vậy, việc ghi chép lại những công trình của Chính phủ VNCH đã thực hiện với sự trợ giúp của Hoa Kỳ cho thấy tương quan giữa Tổng thống Diệm và Hoa Thịnh Đốn vẫn không bị gián đoạn. Riêng về sự tiến triển của cuộc chiến chống Bạo loạn Cộng sản chẳng hạn, tài liệu này cho thấy số vũ khí tịch thu được của Cộng sản đáng khích lệ, cùng những thành tựu của các Ấp Chiến lược. [3] Một cách chính xác hơn, bản báo cáo của văn phòng CIA ghi nhận rằng Chính phủ VNCH cũng đang ngăn được sự bành trướng của chiến dịch Bạo loạn của Cộng sản và thậm chí làm giảm bớt nguy cơ bị loạn quân tấn công ở một số nơi. Vì dè dặt, các nhà phân tích thuộc cơ quan CIA đã cho rằng quá sớm để tuyên bố các cơ sở chính của Cộng sản đã bị phá vỡ, nhưng họ cũng đã có báo cáo VNCH đã thành công trong việc ngăn chặn cuộc Bạo loạn của Cộng sản nhờ sự hỗ trợ rộng rãi của Hoa Kỳ. Nỗ lực cố vấn chiến thuật của Hoa Kỳ đã giúp quân đội VNCH tinh nhuệ hơn, nhanh lẹ hơn và có khả năng phản công mạnh mẽ hơn trước. Chính phủ ông Diệm đang giành được thắng lợi; một tương lai đen tối như hai phóng viên Halberstam và

---

[2] Michael V. Forrestal, "Bản ghi nhớ của Michael V. Forrestal, Hội đồng An ninh Quốc gia gửi Tổng thống; [chủ đề:] Nam Việt Nam ", ngày 28 tháng 1 năm 1963/ Memorandum from Michael V. Forrestal of the National Security Council Staff to the President; [subject:] South Vietnam", January 28, 1963, Washington, in FRUS, 1961–1963, vol. 3, document 21, pp. 63–64.

[3] "Bản Ghi nhớ về Tình báo Hiện tại Được Soạn thảo bởi Văn phòng Tình báo Hiện tại, CIA, ngày 11 tháng 1 năm 1963/ Current Intelligence Memorandum Prepared in the Office of Current Intelligence, Central Intelligence Agency", January 11, 1963 Washington, in FRUS, 1961–1963, vol. 3, document 11, pp. 19–21. The source text is labelled "sanitized copy", and the original classification has been obliterated. Ellipses throughout the document are in the source text. Nguyên bản được đặt tên là "bản sao đã được trau chuốt lại", và phân loại gốc đã bị xóa. Dấu ba chấm để chỉ những chữ hay phần không được nêu ra trong suốt tài liệu là lấy từ nguyên bản.

Sheehan đã vẽ ra khó có thể thành sự thật.[4] Hoa kỳ không hề bị chìm xuống với ông Diệm; ít ra cũng đang cầm cự được, và Cộng sản thì không làm được gì hơn. Có thể nói, nhờ vào chiến thuật các Ấp Chiến lược, loạn quân Cộng sản bị thất thế hơn trước nhiều.[5]

Không chỉ có Cơ quan CIA làm báo cáo chính thức về tình trạng của VNCH vào đầu năm 1963, Bộ Tổng tham mưu Liên quân cũng đã đệ trình một bản thẩm định chi tiết dựa trên những nhận xét của Tướng Earle G. Wheeler khi ông sang Việt Nam để tìm hiểu. Theo sự phán đoán của Tướng Wheeler, Đại sứ Nolting đã hoàn tất một cách xuất sắc công tác chứng tỏ thiện chí của Hoa Kỳ đối với chính phủ của ông Diệm. Tướng Wheeler và các cộng tác viên cũng nhận thấy tướng Paul Harkins đã thiết lập được mối giao hảo tốt đẹp, thẳng thắn và đáng tin.[6] Nhóm của ông (Wheeler) đã ca ngợi thành công đáng kể của các Ấp Chiến lược trong nỗ lực chống lại Cộng sản.

Nói một cách chính xác hơn, bản báo cáo của Tướng Wheeler đã xác nhận những biện pháp quân sự của VNCH thời bấy giờ là cấp thiết vì những đường lối này sẽ lót đường thiết lập an ninh và giữ vững trị an, hai điều kiện ắt có và đủ để phát triển chính trị và kinh tế. Trong thời điểm đó, tình trạng hỗn loạn, mất an ninh đang là vấn nạn lớn phá huỷ vùng thôn quê VNCH; và Chính phủ VNCH cần có tầm kiểm soát chặt chẽ để đặt nền móng cho những phương cách phát triển chính trị - kinh tế vững bền hơn. Ngoài vấn đề căn bản này, còn có một thực tại đã có từ lâu đời là chính quyền trung ương chưa bao giờ giúp đỡ gì người dân quê Việt Nam, cuộc sống của họ hoàn toàn biệt lập, từ những sinh hoạt thường nhật cho đến việc họ không hề suy diễn về triển vọng sẽ được chính quyền giúp cho đời sống được ổn định hơn trong tương lai. Do đó, dân quê Việt Nam không hề có

---

[4] Ông Sheehan nói một cách tế nhị rằng một thảm họa đang xảy ra cho Chính phủ và QLVNCH dựa trên những điểm yếu kém quân sự tại Ấp Bắc và những ý định nhằm che đậy sau đó. Xem Neil Sheehan, *Dối trá Quá Lộ liễu: ông John Paul Vann và Hoa Kỳ ở Việt Nam/ Bright Shining Lie: John Paul Vann and America in Vietnam* - (New York: Vintage Books, 1988), 271–78.

[5] "Bản Ghi nhớ về Tình báo Hiện tại/ Current Intelligence Memorandum", 22.

[6] Earle G. Wheeler, "Báo cáo của Nhóm Điều tra do Tham mưu trưởng Lục quân Hoa Kỳ (Wheeler) đứng đầu, gửi Bộ Tổng Tham mưu Liên quân), tháng 1 năm 1963/ Report by an Investigative Team Headed by the Chief of Staff, United States Army (Wheeler), to the Joint Chiefs of Staff Washington, January 1963, Washington, in FRUS, 1961–1963, vol. 3, document 26, pp. 81–87.

khái niệm gì về những vấn đề chính trị trong cả nước, không thể hiểu được nguy cơ một khi cả nước Việt Nam rơi vào tay Cộng sản. Tuy nhiên, bản tường trình của ông Wheeler cho thấy một chân trời đang dần hiện rõ.[7] Nó đã công nhận các Ấp Chiến lược là công cụ chính trị quân sự cao kiến nhất, giúp cho Chính phủ VNCH trở nên hữu hiệu tại các vùng quê. Bảo vệ chương trình Ấp Chiến lược là giúp cho Chính phủ VNCH có điều kiện khởi xướng những cải cách chính trị, kinh tế và xã hội ngay tại các làng quê. Kết quả trông thấy là các cuộc bầu cử đã diễn ra tại hơn 1.000 làng xã, được phía Mỹ công nhận là công bằng và dân chủ. Nhờ vậy mà các hội đồng xã và chức sắc trong làng đã có thể thay mặt dân quê trong những nỗ lực có tính cách tự vệ và phát triển.

Dù người Mỹ có cho là tiến trình dân chủ hoá quá chậm chạp, nhưng họ cũng đã công nhận là không thể ép buộc người dân đứng lên tự chủ bằng cách đặt ra luật lệ từ Sài Gòn, do áp lực từ ngoại quốc; nền dân chủ chỉ có thể được xây dựng qua sự tham gia vào các sinh hoạt chính trị theo mức độ của dân chúng các vùng quê.

Bản báo cáo của Tướng Wheeler đã có kết luận rằng người Mỹ không ở trong tư thế điều khiển chính phủ VNCH và khuyến khích chính phủ Kennedy làm theo, đúng như hai ông Nolting và Harkins đã đốc thúc từ bao lâu nay: tìm cách ảnh hưởng Chính phủ VNCH qua một liên hệ bang giao tốt đẹp, cũng như những lời cố vấn trong vòng hữu nghị. Mối bang giao giữa Hoa Thịnh Đốn và Sài Gòn sẽ chỉ tiếp tục tiến triển tốt đẹp trong đường hướng đã được xây dựng bởi hai ông Nolting và Harkins.

Nhóm soạn thảo bản báo cáo của Tướng Wheeler thừa nhận rằng nhận xét tích cực của họ ngược hẳn cái nhìn tiêu cực của báo chí Mỹ. Những bài tường thuật bi quan, đen tối đã gây ra nhiều vấn đề nghiêm trọng cho Ngoại trưởng Dean Rusk trong việc duy trì chính sách ngoại giao của Mỹ đối với Việt Nam.[8] Ông Rusk thậm chí còn gửi một bức điện ngắn cho ông Nolting yêu cầu ông đánh giá về những gì các phóng viên Mỹ đang làm và những gì ông (Nolting) nghĩ có thể làm được.[9] Như đã

---

[7] Đã dẫn như trên, 81–82.

[8] Thomas J. Schoenbaum, *Hòa và Chiến: Ông Dean Rusk trong Những Năm dưới Thời Truman, Kennedy, và Johnson/ Waging Peace and War: Dean Rusk in the Truman, Kennedy, and Johnson* - (New York: Simon và Schuster, 1988), 395.

[9] Dean Rusk, "Điện tín từ Bộ Ngoại giao gửi Toà đại sứ Hoa Kỳ tại Việt Nam, ngày 24 tháng 1 năm 1963/ Telegram from the Department of State to the Embassy in Vietnam, January 24, 1963". Washington, in FRUS, 1961–1963, vol. 3, document 17, pp. 34–35.

ghi trong bản báo cáo Wheeler, các phóng viên Hoa Kỳ còn gây rắc rối cho gia đình ông Diệm, cho Chính phủ VNCH, và cho cả những nỗ lực quân sự.[10] Cụ thể là báo chí Mỹ đã dựng lên một "hàng rào dây kẽm gai" truyền thông đại chúng, cản trở các nỗ lực quân sự tại Việt Nam.

Bản báo cáo Wheeler cũng đã ghi nhận hậu quả của những bài báo tiêu cực là chính phủ Việt Nam hoàn toàn mất tin tưởng vào các phóng viên ngoại quốc. Các ký giả này đã chọn đăng tải tin tức bất khả tín, lấy từ các nguồn tin riêng, thiếu khách quan. Những bài tường thuật miêu tả chính phủ VNCH và những việc họ làm dưới góc nhìn tồi tệ nhất, toàn chú trọng vào các lỗi lầm và thất bại; gần như họ không bao giờ ghi nhận những gì tốt đẹp. Để trình bày rõ điểm này, bản báo cáo Wheeler đã đưa ra trường hợp xì căng đan gây ra bởi những bài viết về trận Ấp Bắc, như đã bàn trong chương trước.[11]

Nhóm soạn thảo bản báo cáo của Tướng Wheeler đã đưa ra kết luận về hậu quả của thái độ báo chí Mỹ: tai hại cho cuộc chiến chống Bạo loạn của hai chính phủ Hoa Kỳ và Việt Nam, đã làm cho cả Quốc hội và công chúng Mỹ cho rằng chiến lược của hai chính phủ là không thích hợp chút nào, và QLVNCH và chính phủ VNCH khiếm khuyết trên các phương diện động lực, quyết tâm, can đảm, huấn luyện và khả năng. Đáp lại, người VNCH đã có phản ứng mạnh mẽ trước sự thiếu tin tưởng của dư luận Mỹ. Theo nhóm soạn thảo, rõ ràng là người dân Việt Nam đã vô cùng phẫn nộ vì giới truyền thông đã dựng nên bức chân dung rất tiêu cực khi diễn tả tình hình và tinh thần của họ.

Dư luận trái chiều về VNCH lên cao chỉ làm cho Hoa Kỳ gặp khó khăn khi muốn tiếp tục chính sách đối ngoại hiện thời đối với nước này. Ngay cả ông Harriman, người chắc chắn mong đợi một sự thay đổi về chính sách, cũng lo lắng về ảnh hưởng của báo chí Mỹ lên Hoa Thịnh Đốn, và ông đã viết như vậy trong một lá thư gửi Đại sứ Nolting vào cuối tháng giêng 1963, xin Đại sứ Nolting tiếp tay cải thiện những bản tin đến từ VNCH, nhân danh

---

[10] Trong phần kết luận của báo cáo của nhóm Wheeler gửi Bộ Tổng Tham mưu Liên quân, có ghi nhận như sau: "Nội dung của báo chí Hoa Kỳ và Chính phủ Việt Nam khác nhau xa không chỉ đơn thuần là do thiếu liên lạc giữa hai bên. Hai bên cần cố gắng nhiều hơn. Chúng ta cần kiên nhẫn rất nhiều. Để đạt mục tiêu cần có sự đánh giá khách quan, tại chỗ về cuộc chiến của những phóng viên lão thành, có trách nhiệm để chống lại sự đưa tin đôi khi với sự bực bội của các phóng viên đang hoạt động trong nước". Wheeler, "Báo cáo của Nhóm Điều tra/ Report by Investigative Team", 93.

[11] Đã dẫn như trên.

"nhu cầu được sự hỗ trợ và cảm thông tại quê nhà có liên quan đến những chương trình tốn kém, kéo dài và đôi khi nguy hiểm mà chúng ta đang tiến hành tại Việt Nam." Ông Harriman cho biết chính phủ Hoa Kỳ đòi hỏi báo chí phải công bằng hơn. Trong khi chờ đợi mọi biến chuyển theo đường hướng này, ông Harriman đã viết cho ông Nolting phải làm sao để ngăn chặn những chỉ trích về VNCH mà các nhân viên quân sự Mỹ chuyển tới báo chí: *"Còn gì nguy hại hơn cho sự cộng tác mà chúng ta phải có với người Việt, hoặc nói cách khác, không gì tốt hơn cho tuyên truyền của Cộng sản."* [12] Đại sứ Nolting đã tức khắc trả lời cho ông Harriman và đề nghị BNG gọi ông (Nolting) về Hoa Thịnh Đốn trong vài tuần để có thì giờ làm việc về truyền thông đại chúng, trên bình diện chính sách của Hoa Kỳ đối với Chính phủ VNCH. [13]

Ngày 5 tháng 2 năm 1963, ông Nolting đã gửi một bức điện tín dài cho Bộ Ngoại giao thừa nhận vấn nạn truyền thông Hoa Kỳ tại VNCH, mà theo ông *"không phải là một trường hợp đặc biệt hơn bất cứ một quốc gia non trẻ nào."* [14] Ông giải thích rằng những nhà báo lớn tuổi hơn, dày dạn kinh nghiệm hơn tại VNCH *"đều có được tầm nhìn rộng hơn về những gì là quan trọng ở đây, cũng như hiểu được cái lý của chính sách Hoa Kỳ trong những trường hợp đó."* Ngược lại, những phóng viên trẻ tuổi thường lấy tin từ những cố vấn Mỹ cũng trẻ tuổi, *"họ có khuynh hướng dễ bị chấn động, tức giận, bất mãn vì họ nghĩ rằng Hoa Kỳ đã bị lừa, mặc dù phần đông đều chấp nhận, trong lúc tỉnh táo và có lý trí hơn, những điểm căn bản của chính sách Hoa Kỳ."* Ông Nolting cho rằng, hơn thế nữa, những phóng viên và cố vấn Mỹ trẻ tuổi này đã không thể hiểu văn hoá phương Đông với những *"phương cách mà ta có thể cho là yếu kém để tránh bị mất mặt."* Và họ đã quên rằng thể diện của chính phủ là yếu tố sinh tử khi phải đắc nhân tâm trong trong thời chiến."* Ông Nolting tiếp tục rằng cả hai phía, đặc biệt

---

[12] W. Averell Harriman, "Thư của Phụ tá Ngoại trưởng phụ trách các vấn đề Viễn Đông (Harriman) gửi Đại sứ tại Việt Nam (Nolting), ngày 30 tháng 1 năm 1963/ Letter from the Assistant Secretary of State for Far Eastern Affairs (Harriman) to the Ambassador in Vietnam, January 30, 1963, Washington, in FRUS, 1961–1963, vol. 3, document 24, pp. 67–69.

[13] FRUS, 1961–1963, vol. 3, document 24, p. 69n5.

[14] Frederick E. Nolting, "Điện tín từ Toà đại sứ tại Việt Nam gửi Bộ Ngoại giao, 5 tháng 2 năm 1963/ Telegram from the Embassy in Vietnam to the Department of State", February 5, 1963, Saigon, in FRUS, 1961–1963, vol. 3, document 30, pp. 98–100.

những nhà báo và chính thể này đã kình nhau tới mức độ "khó kiềm chế."
15

Ông William Colby nhận xét rằng phóng viên Mỹ với tầm nhìn chiến thuật ngắn hạn đã gây ra phần lớn sự xung khắc giữa họ và chính phủ của ông Diệm. Ông nhớ lại thời yên bình trước đó của Việt Nam, giữa những năm 1956 và 1960, báo chí Mỹ nói chung đã không để ý đến những công trình do ông Diệm đề ra, cũng như những cố gắng của ông nhằm thúc đẩy VNCH lên đà cải tiến cao hơn về mọi mặt: xã hội, chính trị và kinh tế. Khi Cộng sản bắt đầu nổi lên một cách rõ ràng hơn, những ký giả trong vùng, từ Tokyo và Hồng Kông, bắt đầu viếng thăm VNCH nhiều hơn, và con số ký giả đóng trụ tại chỗ cũng tăng theo.16 Một khi đặt chân đến VNCH, các phóng viên, cũng như một số các viên chức dân sự Mỹ, thường tụ lại quanh một số các viên chức Sài Gòn và những nhân vật trong giới thượng lưu thích tranh cãi về chính trị và giỏi tiếng Pháp, hay tiếng Anh. Các ký giả, theo ông Colby, thường quanh quẩn ở Sài Gòn, nơi thường xuyên có người tung tin về những chuyện hấp dẫn. Họ chỉ thỉnh thoảng đi một vài chuyến ra ngoài thành phố, nơi sự thật của VNCH đang phơi bày, để thay đổi chủ đề cho những bài viết có tính cách ngồi chỗ nghe hơi của họ.

Những cuộc du hành ra miền quê của họ, dù sao, cũng thường gặp rất nhiều trở ngại, vì các cuộc phỏng vấn rất phức tạp và khó khăn, không những vì nhu cầu thông dịch các câu hỏi và các câu trả lời, nhưng còn vì khoảng cách quá lớn về dị biệt văn hoá. Với nhu cầu phải lên trang các tin tức một cách gấp rút những gì đang liên tục xảy ra, các ký giả cũng đương nhiên chuộng việc dễ dàng hơn khi lấy tin từ những mẩu chuyện phiếm, những cuộc bàn tán qua lại trong Sài Gòn, thay vì phải vượt qua bao nhiêu

---

15 Ông Nolting cho biết thêm, "Bên cạnh các tin tức ngắn của họ gửi đi, các phóng viên đã tường trình rất dài qua thư và cáp riêng cho các chủ bút ở quê nhà (Hoa Kỳ) về sự phẫn nộ qua các sự việc xảy ra ở Việt Nam. Rất có thể là khi chuyện Ấp Bắc vỡ lở, Chính phủ Việt Nam hầu như không có một người bạn nào trong phòng biên tập của báo chí ở Hoa Kỳ. Những gì đã xảy ra từ thời gian đó như phản ứng với cảm xúc mạnh đã chất chứa từ lâu với sự trục xuất của đám [phóng viên] Sully và Robinson, Bà Nhu cáo buộc rằng toàn bộ báo chí Hoa Kỳ là 'Cộng sản' và các hành vi quấy nhiễu khác đã xảy ra trong sáu tháng qua. Ấp Bắc được báo cáo là thất bại lớn của Chính phủ Việt Nam phải trả giá bằng mạng sống của người Mỹ, và từ đây có vẻ như các nhà văn, nhà bình luận, người viết chuyên mục Mỹ đã liếm láp một cách thích thú và dùng những tính từ đơn giản nhất mà họ có thể tìm ra được." Đã dẫn như trên, 100.

16 Colby, *Chiến Thắng Bị Mất/ Lost Victory*, 112–14.

khó khăn, ngay cả hiểm nguy, để săn tin từ những vùng xa xôi, phỏng vấn những người dân quê tại các làng hẻo lánh. Ngoài ra, việc tiếp xúc với phía Cộng sản lại hoàn toàn bất khả thi — các hoạt động bí mật của phe này khiến cho việc tiếp xúc với họ hoàn toàn không thể thực hiện — nên các nhà báo chỉ có thể chĩa mũi dùi vào chính phủ VNCH và hệ thống viện trợ Mỹ. Hơn thế nữa, các ký giả này đã được huấn luyện để trở nên những nhà chuyên môn moi móc, tìm tòi những gì sai trái, từ những lời tuyên bố của các viên chức, và từ góc nhìn này, tất cả các viên chức, Mỹ cũng như Việt, đều phải chịu cùng một cách phán xét, đầy khinh rẻ và ngờ vực.[17]

Ông William Colby, đã tóm tắt bản phân tích của ông về vấn đề này bằng cách thừa nhận rằng, trong bao nhiêu năm trước khi xảy ra các cuộc Bạo loạn của Cộng sản, chính quyền Sài Gòn đã bị các nhà báo coi như một nguồn tin không quan trọng. Những nhà báo vừa trẻ tuổi đời, vừa ít kinh nghiệm chuyên môn, đã chú ý đến Sài Gòn sau những cuộc Bạo loạn này, vì đây là dịp cho họ dễ tiến thân trong ngành báo chí với những bài viết nóng bỏng, dễ được chạy trang nhất. Vì lý do này và những lý do đã nêu ra ở trên, tình hình tại VNCH đã dễ dàng bị bóp méo.

Trận Ấp Bắc đã ảnh hưởng vô cùng tai hại trên mối giao hảo Mỹ-Việt. Giới truyền thông Mỹ đã không bỏ một cơ hội nào để đưa ra bằng chứng về sự thất bại của chính sách Hoa Kỳ, cũng như tố giác Chính phủ Việt Nam tham nhũng. Đến quá giữa tháng 2 năm 1963, Đại sứ Nolting vẫn còn phải lo "chữa lửa". Ông đã gửi một bức điện tín cho Bộ Ngoại giao Mỹ cho biết ông Ngô Đình Nhu đã trấn an Toà Đại sứ Hoa Kỳ rằng, chính phủ VNCH đang thật sự tránh mọi va chạm với các phóng viên Mỹ trẻ tuổi. Ông Nhu còn đề nghị cả việc chính phủ của ông Diệm sẽ, bằng cách nào đó, cố gắng đến gần một số các chủ bút ở Nữu Ước và Hoa Thịnh Đốn.[18]

Bất kể mọi nỗ lực của ông Nolting để giúp cải thiện mối giao hảo giữa Hoa Kỳ và Việt Nam, một ngã rẽ đang hình thành trong chính sách Mỹ tại Hoa Thịnh Đốn. Một bức điện văn đã từng được bảo mật, do ông Michael Forrestal, thuộc Hội đồng An ninh Quốc gia Hoa Kỳ, gửi cho Phụ tá Ngoại trưởng Averell Harriman, phác hoạ một số bước nhằm đi đến thay đổi này. Toà đại sứ có nhiệm vụ giữ khoảng cách, bằng cách nào đó, giữa các nhân viên ngoại giao Mỹ và Tổng thống Diệm, đồng thời tạo cơ hội đến gần nhóm

---

[17] Đã dẫn như trên.

[18] Nolting, Điện tín từ Toà đại sứ Hoa Kỳ ở Việt Nam gửi Bộ Ngoại giao ngày 5 tháng 2,1963/ Telegram from Embassy in Vietnam to Department of State, February 5, 1963, p. 101.

phi Cộng sản, nhưng chống ông Diệm. Ông Forrestal đưa ra hai lý do quan trọng, giải thích rằng *"Thứ nhất, đây là một phần của chương trình đã được cẩn thận đề ra để tạo một tư thế, phần nào, biệt lập hơn cho Mỹ tại Miền Nam Việt Nam. Thứ hai, nó sẽ có thể cho chúng ta những lựa chọn khác trong trường hợp có bất trắc nào đó xảy ra, khi có thay đổi trong chính phủ."* [19] Ông Forrestal đã viết rằng mặc dù ông đồng ý với ông Nolting về việc những sự kiện này có thể lại đánh thức sự nghi ngờ của ông Diệm đối với ý đồ của Mỹ, nhưng *"với thời gian, cái nguy còn kết chặt với chính phủ của ông Diệm sẽ vẫn tăng hơn là giảm."*

Ông Nolting thấy rõ điều bất lợi đang xảy ra và lập tức phản đối rất mạnh mẽ lời của ông Forrestal trong một lá thư gửi cho ông Harriman. Đầu tiên, ông phản đối hậu ý của bản báo cáo là đổ cho ông và các cộng sự của ông đã tự rút vào trong một cái "vỏ", không tiếp xúc đủ với các thủ lãnh nhóm đối lập để lắng nghe những ưu tư của họ và chuyển tải tin tức đến cho chính phủ VNCH khi có dịp. Ông viết: *"Dĩ nhiên, có một sự khác biệt rất lớn giữa tư thế sẵn sàng lắng nghe phe đối lập và hành động cổ võ họ. Rất đông người trong nhóm này thường có những đề nghị có chiều hướng quá khích và chúng tôi không khuyến khích họ. Nếu chúng tôi đã không đủ minh bạch về trọng điểm này thì chúng tôi đã góp phần thúc đẩy cách mạng."* [20] Thứ đến, ông Nolting phản đối ý tưởng cho rằng người Mỹ phải gây dựng một "chính phủ thay thế cho chính phủ hiện hành." Ông đã nhắc đi nhắc lại rằng ông luôn tin không thể thay thế ông Diệm, rằng phe dân sự đối lập không có khả năng chấp chính. Ông William Colby, cũng như người kế vị là ông John Richardson, và ông Robert Thompson, đều đồng ý với thẩm định của ông Nolting về sự chống đối của phe dân sự tại Sài Gòn, rằng những người này không có khả năng để làm một cuộc đảo chính, hoặc điều khiển một quốc gia không có người lãnh đạo xứng đáng. Vì vậy mà ông

[19] Michael V. Forrestal, "Bản ghi nhớ của Michael V. Forrestal, Hội đồng An ninh Quốc gia gửi cho Phụ tá Ngoại trưởng phụ trách các vấn đề Viễn Đông (Harriman)], 8 tháng 2 năm 1963/ Memorandum from Michael V. Forrestal of the National Security Council Staff to the Assistant Secretary of State for Far Eastern Affairs (Harriman), February 8, 1963, Washington", in FRUS, 1961–1963, vol. 3, document 33, pp. 105–6

[20] Frederick Nolting, "Thư của Đại sứ tại Việt Nam (Nolting) gửi Phụ tá Ngoại trưởng phụ trách các vấn đề Viễn Đông (Harriman), ngày 27 tháng 2 năm 1963/ Letter from the Ambassador in Vietnam (Nolting) to the Assistant Secretary of State for Far Eastern Affairs (Harriman), February 27, 1963, Saigon, in FRUS, 1961–1963, vol. 3, document 45, pp. 126–28.

Colby và những người khác cho rằng mối đe doạ lớn nhất cho ông Diệm nằm trong tay quân đội. Muốn truất phế ông Diệm, ông Nolting tiếp tục, thì phải *"phá tan nền tảng mà tôi đã xây dựng thật kỹ lưỡng trên cương vị cố vấn và hỗ trợ tại đây, có nghĩa là một mối liên hệ được xây dựng trên tinh thần thuần phục lẽ phải và trên niềm tin vào sự chính trực của chính phủ Hoa Kỳ."* Để kết luận, ông viết rằng ông không thể *"là một nhân tố đẩy chính sách của Hoa Kỳ ra khỏi vai trò thuần tuý hỗ trợ một chính phủ có chính danh."* [21]

Trong một cuộc phỏng vấn sau đó, ông Nolting vẫn nhắc lại một vài điểm đã nêu trong lá thư gửi cho ông Harriman. Ông nói rằng chính sách đẩy ông Diệm đã xảy ra một cách tuần tự: "Nó đã xảy ra, mỗi ngày một chút, từ những người với ý tưởng khác lạ, gửi cho tôi những bức điện tín với nội dung muốn tôi làm những việc trái với những lệnh đã nhận từ trước đến nay, ví dụ như lệnh dung dưỡng phe chống đối ông Diệm. Đây là một thay đổi lớn trong các lệnh tôi nhận được và tôi đã rất cẩn thận đặt vấn đề về nó." [22] Đại sứ Nolting đã thận trọng với sự thay đổi trong chính sách, không chỉ vì ông hiểu thực trạng và vì lương tâm chức nghiệp, mà còn vì ông vẫn hy vọng được trông thấy nhiều biến chuyển tốt đẹp cho năm 1963 trong cuộc chống Bạo loạn của Cộng sản. Chuyến viếng thăm của các ông Hilsman, Forrestal và Wheeler càng cho ông tin tưởng sẽ được chứng kiến sự tiến triển của Hoa Kỳ khi đang "đi đúng đường". [23] Hơn thế nữa, những thành quả trên thực tế tại VNCH dường như cũng đã chứng minh cuộc chống Bạo loạn đang đi đến chiến thắng: "Địa bàn tình hình trị an tại các vùng càng ngày càng lớn rộng, các dịch vụ của chính phủ phục vụ người dân cũng mỗi ngày mỗi tăng và tốt đẹp hơn, và các Ấp Chiến lược là phương thức bảo đảm giữ vững những thành quả đã đạt được. Số Cộng quân xâm nhập từ miền Bắc ước lượng khoảng dưới 500 tên mỗi tháng."

---

[21] Đã dẫn như trên.

[22] Frederick Nolting, phỏng vấn bởi Dennis O'Brien, ngày 7 tháng 5 năm 1970/ interview by Dennis O'Brien, May 7, 1970, Washington, D.C., phỏng vấn lần 3, bảng ghi lại, 93–94, Tuyển tập Lịch sử Truyền khẩu của ông John F. Kennedy, interview 3, transcript, 93–94, John F. Kennedy Oral History Collection, John F. Kennedy Presidential Library, Boston.

[23] Frederick Nolting, *Từ Niềm tin đến Bi kịch: Hồi ký Chính trị của Frederick Nolting (he Political Memoirs of Frederick Nolting)*, Đại sứ Hoa Kỳ tại Việt Nam dưới thời Tổng thống Kennedy/ From Trust to Tragedy: The Political Memoirs of Frederick Nolting, Kennedy's Ambassador to Diem's Vietnam (New York: Praeger, 1988), 97–98.

Với những dữ kiện trên, ông Nolting đã rất tin tưởng Hoa Thịnh Đốn sẽ không thay đổi đường lối tại VNCH.

Thế mà bỗng dưng bản báo cáo Mansfield đã được tung ra vào tháng 3 năm 1963, nó đã làm lung lay lòng tin của ông Nolting. Thượng nghị sĩ Mike Mansfield, như đã nhắc đến trước đây, là một chính trị gia được kính trọng và có tầm ảnh hưởng lớn thuộc Đảng Dân Chủ. Vì vậy, bản tường trình của ông đệ trình lên Tổng thống Kennedy rất nặng ký. Thượng nghị sĩ Mansfield đã kêu gọi tổ chức một cuộc thẩm định thấu đáo về lợi ích an ninh của Hoa Kỳ tại Đông Nam Á. Ông cho biết, một cuộc nghiên cứu như vậy có thể dẫn đến kết luận rằng Mỹ sẽ phải rút bớt, thay vì bành trướng trong vùng đó.[25] Ông Nolting đã rất kinh ngạc trước giọng điệu tiêu cực của bài phân tích về tình hình VNCH và về Chính phủ Việt Nam, điều này đã làm cho ông Diệm vô cùng đau lòng bởi vì ông vẫn luôn coi Thượng nghị sĩ Mansfield là một người bạn thân thuộc.[26] Thêm vào đó, nhóm ông Harriman đã dùng bản báo cáo đó như một bằng chứng cho thấy sự bất lực của chính phủ ông Diệm, nó cũng là một lời cảnh cáo ông Nolting rằng chính phủ Kennedy, một mặt vẫn xác định theo sát chính sách đã đề ra đối với Việt Nam, một mặt lại đang bước vào một ngã rẽ khác. Bản báo cáo này cũng đánh dấu khởi đầu cho sự cáo chung của ảnh hưởng và sự nghiệp ngoại giao của ông Nolting tại Việt Nam.

Ông Nolting không đồng ý với những lời cáo buộc của ông Mansfield đối với ông Diệm, ví dụ như ông Diệm đã trở nên cách biệt với dân chúng và hoàn toàn lệ thuộc vào những lời khuyên của người trong gia đình. Những người đang kêu gọi tức tốc cải cách dân chủ cũng cùng một luận điệu với ông Mansfield, điều mà ông Nolting đã biết sẽ tàn phá mối bang giao giữa Hoa Thịnh Đốn và Sài Gòn. Đòi hỏi mở rộng Chính phủ VNCH lúc đó bằng cách đón nhận cả phe đối lập vào nội bộ, theo ông Nolting, sẽ chỉ mang lại cho VNCH hậu quả ngược với những gì mong muốn trong khi khuyến khích sự trở lại của những nhân vật bất đồng chính kiến, tuy cũng phi Cộng sản, sẽ đẩy ông Diệm phải trở nên cứng rắn hơn trước những đe

[24] Đã dẫn như trên.

[25] Mike Mansfield, "Báo cáo của Lãnh đạo Đa số Thượng viện (Mansfield): Đông Nam Á - Việt Nam), ngày 18 tháng 12 năm 1962/ Report by the Senate Majority Leader (Mansfield): Southeast Asia— Vietnam", December 18, 1962, Washington, in FRUS, 1961–1963, vol. 2, document 330, pp. 780–82.

[26] Nolting, *Từ Niềm tin đến Bi kịch/ From Trust to Tragedy*, 98.

doạ cho chính phủ của ông và khiến ông càng phải thu hẹp vòng thân cận, hơn là mở rộng. Về phía Việt Cộng, bản báo cáo của ông Mansfield là một dấu hiệu cho thấy ông Diệm đã mất chỗ dựa ngay trên đất Mỹ, một đại hoạ, bởi vì bọn chúng sẽ càng đáp trả mạnh mẽ hơn. *"Nhìn lại,"* ông Nolting nhận xét, *"Tôi coi bản báo cáo của ông Mansfield như cái đinh đầu tiên đóng vào quan tài của ông Diệm. Ông Diệm đã có lý khi lo sợ cho hậu quả của nó lên Tổng thống Kennedy và những nhà hoạch định chính sách khác ở Hoa Thịnh Đốn."* [27]

Bản báo cáo Mansfield đã đi ngược lại với những gì ông Nolting vẫn nói với Hoa Thịnh Đốn về sự thành công của cuộc chống Bạo loạn tại Việt Nam. Nó cũng phản lại bản báo cáo mà Tướng Wheeler đã đệ trình lên Bộ Tổng tham mưu Liên quân, qua đó cuộc chiến chống Bạo loạn ở Việt Nam đang từ từ chiếm thế thượng phong, chiến thắng Việt Cộng, với sự hỗ trợ của Hoa Kỳ. Hơn nữa, bản báo cáo của Tướng Wheeler đã mạnh dạn khuyến cáo một nguy cơ lớn là có quá nhiều "bàn tay lông lá" nhúng vào nội bộ của Việt Nam trong cách điều khiển cuộc chiến - như việc tăng vọt số binh sĩ Mỹ và việc Mỹ đòi hỏi trao quyền điều khiển cuộc chiến.[28]

Trước những hậu quả của bản báo cáo Mansfield và những bài tường thuật tiêu cực trên báo, ông Nolting đã cố lật ngược thế cờ cho ông Diệm trước nguy cơ của một tai vạ truyền thông khác nữa. Ông viết cho ông Harriman đề nghị kéo dài bất kể thời hạn ngày ra mắt công chúng bản báo cáo tài chính về VNCH (thời kỳ 1958 đến bán niên 1962) của Văn phòng Kiểm toán Hoa Kỳ (US General Accounting Office - GAO) sau khi đọc bản thảo và thấy được ý đồ chê bai rất nặng nề Chính phủ Việt Nam. Ông đã giải thích *"nhiều dấu hiệu cho thấy sự miễn cưỡng và thất vọng của một vài phía trong công luận Mỹ rõ ràng đã góp phần thúc đẩy cuộc đảo chính, đã làm cho chính phủ ở đây phải cứng rắn thay vì nới rộng, làm lợi cho kẻ địch. Trong một tình huống như vậy, tôi không nghĩ chúng ta có thể để cho chính phủ của ông Diệm (và/hoặc cả chính sách của chúng ta) phải chịu bị trừng phạt công khai bởi một cơ quan Hoa Kỳ."* [29] Ông viết rằng bản báo cáo sẽ không mang lại cho người Mỹ bất kỳ lợi thế nào với chính phủ VNCH, mà chỉ làm cho bị yếu thế hơn. *"Bất cứ dấu hiệu suy yếu nào cũng sẽ trở thành*

---

[27] Đã dẫn như trên.

[28] Wheeler, "Báo cáo của Nhóm Điều tra/ Report by Investigative Team", 91.

[29] Frederick Nolting, "Điện tín từ Toà đại sứ tại Việt Nam gửi Bộ Ngoại giao, ngày 18 tháng 3 năm 1963/ Telegram from the Embassy in Vietnam to the Department of State", March 18, 1963, Saigon, in FRUS, 1961–1963, vol. 3, document 62, pp. 161–62.

một cớ đưa đến đảo chính lật đổ chính phủ," ông viết: *"Kết quả ước tính được từ biến cố ấy - dẫu có thành công hay thất bại - sẽ là, theo sự suy đoán của tôi, một món béo bở cho Hà Nội."* [30]

Ngày 28 tháng 3 năm 1963, Đại sứ Nolting đánh điện tín cho Bộ Ngoại giao về một cuộc họp đầy căng thẳng vừa chấm dứt với bộ trưởng Bộ Quốc phòng Việt Nam Nguyễn Đình Thuần, liên quan đến sự miễn cưỡng hợp tác của Chính phủ Việt Nam với Hoa Thịnh Đốn và quỹ chống Bạo loạn tính thành đồng đô la viện trợ. Ông bộ trưởng Thuần cho biết rằng, trên nguyên tắc, ông Ngô Đình Nhu đã từ chối hợp tác theo thoả thuận trước đó do *"nhiều nghi vấn và ngờ vực, sau bản tường trình của ông Mansfield, những bài xã luận và áp lực của báo chí chống lại Chính phủ Việt Nam tại Mỹ, [và] những gì cho ông Nhu thấy như dấu hiệu về sự bất nhất của Mỹ trong việc tiếp tục ủng hộ Chính phủ Việt Nam."* Đại sứ Nolting báo cáo rằng ông đã làm hết sức để giúp Chính phủ Việt[31] Nam vượt qua nỗi lo sợ bị Mỹ trở mặt: ông đã nhấn mạnh rằng thoả thuận có thể được khôi phục trong sự tin tưởng giữa hai bên chính phủ, và ông đã hứa sẽ tìm được cách để trả lời những bất bình của Chính phủ Việt Nam. Ông Nolting đã chấm dứt bản điện tín gửi cho Bộ Ngoại giao bằng lời cảnh cáo Bộ trưởng Rusk rằng những phản ứng này của VNCH đã âm ỉ từ bao lâu nay và Hoa Thịnh Đốn cần phải làm một cái gì để trấn an hai ông Diệm và Nhu.

Ông Rusk đã trả lời ngay cho ông Đại sứ Nolting, dặn ông hãy trấn an hai ông Diệm và Nhu về hảo ý của Mỹ trong việc ủng hộ hai ông: "Ông có toàn quyền nói rõ cho hai ông Diệm và Nhu rằng ông đã nhận được lệnh cho biết chính sách của Mỹ vẫn hoàn toàn ủng hộ chính phủ của ông Diệm trong mọi nỗ lực bảo vệ Việt Nam chống lại sự tấn công của Cộng sản, đem lại an sinh cho người dân Việt Nam. Bản báo cáo của ông Mansfield không có nghĩa là thay đổi chính sách giúp đỡ chính phủ Việt Nam chống lại nạn Cộng sản. Ông đại sứ cũng có thể nhắc lại lời Tổng thống Kennedy đã tuyên bố trong buổi họp báo ngày 6 tháng 3 về bản báo cáo của ông Mansfield." [32] Bộ trưởng Rusk đã nhắc lại sau đó, lời của Tổng thống Kennedy đã nói

---

[30] Đã dẫn như trên.

[31] Frederick Nolting, "Điện tín từ Toà đại sứ tại Việt Nam gửi Bộ Ngoại giao, ngày 28 tháng 3 năm 1963/ Telegram from the Embassy in Vietnam to the Department of State", March 28, 1963, Saigon, in FRUS, 1961–1963, vol. 3, document 68, pp. 183–84.

[32] Dean Rusk, "Điện tín từ Bộ Ngoại giao gửi Toà đại sứ tại Việt Nam", ngày 29 tháng 3 năm 1963/ Telegram from the Department of State to the Embassy in Vietnam, March 29, 1963", Washington, in FRUS, 1961–1963, vol. 3, document 69, p. 185.

khi được hỏi rằng có phải ông sẽ áp dụng lời khuyên của bản báo cáo Mansfield trong nghĩa sẽ giảm sự hỗ trợ của Mỹ cho Đông Nam Á? *"Tôi không thấy có cách nào, trừ phi chúng ta rút hẳn ra khỏi Đông Nam Á và giao lại hết cho Cộng sản, để chúng ta giảm thiểu các chương trình kinh tế và quân sự tại VNCH, tại Cam Bốt, tại Thái Lan."* [33] Thông điệp của Bộ trưởng Ngoại giao Rusk cũng mang một lời cảnh cáo: *"Nếu chính phủ Việt Nam bất hợp tác và không tin cậy chúng ta để tiếp tục các chương trình tìm hiểu về an ninh theo hệ thống vẫn có, và vẫn thành công, thì việc cộng tác để đạt những mục tiêu chung sẽ càng ngày càng gặp khó khăn hơn."* Mặc lời đe doạ khá dễ nhận ra này, ngày hôm sau khi nhận được bức điện tín của Ngoại trưởng Rusk, Đại sứ Nolting đã trả lời và cảm ơn lệnh cho phép ông trấn an hai ông Diệm - Nhu.[34]

Ngày 1 tháng 4 năm 1963, khoảng trưa tại Bộ Ngoại giao, phụ tá Bộ trưởng Ngoại giao Averell Harriman đã gặp gỡ Ngài Robert Thompson, đứng đầu Sứ Vụ cố vấn Anh cho Việt Nam trong một buổi họp bất thường, với sự góp mặt của hai ông Michel Forrestal thuộc Hội đồng An ninh Quốc gia Mỹ và William H. Sullivan, từng là phụ tá của ông Harriman trong cuộc thương thuyết với Lào và sau đó trở thành đại sứ Mỹ tại Lào trong chính phủ Johnson. Tháp tùng những nhân vật này còn có ông Chalmers B. Wood, Giám đốc Vietnam Working Group, đã gửi bản đúc kết buổi họp cho ông Nolting tại Sài Gòn. Theo như ông Wood viết lại, trong khi ông Thompson phác hoạ một hình ảnh tốt đẹp nhưng không hoàn hảo về VNCH thì, Harriman đặt những câu hỏi hóc búa và phê bình gắt gao, điều này cho thấy cơn bão nghi ngờ ông này đã tung ra tại Hoa Thịnh Đốn để chống lại chính phủ của ông Diệm. Một ví dụ, khi ông Thompson nhấn mạnh sự cần thiết phải xây dựng lòng tin lẫn nhau thì ông Harriman hỏi ngược lại là chuyện này có khả thi không. Ông Harriman bàn cần có những người đứng đầu giỏi hơn ở cấp địa phương, trong khi ông Thompson đáp trả rằng những người hiện đang thi hành nhiệm vụ đã có nhiều tiến bộ. Về vấn đề tương quan với

---

[33] John F. Kennedy, *Hồ sơ Công khai của các Tổng thống Hoa Kỳ*, quyển 3, 1963/ *Public Papers of the Presidents of the United States* Washington, United States Government Printing Office, 1964), 243–44, được trích dẫn trong Rusk, "Điện tín từ Bộ Ngoại giao gửi Toà đại sứ tại Việt Nam, ngày 29 tháng 3 năm 1963, quoted in Rusk, "Telegram from Department of State to Embassy in Vietnam", March 29, 1963, 185.

[34] Frederick Nolting, "Điện tín từ Toà đại sứ tại Việt Nam gửi Bộ Ngoại giao, ngày 30 tháng 3 năm 1963/ Telegram from the Embassy in Vietnam to the Department of State, March 30, 1963", Saigon, in FRUS, 1961–1963, vol. 3, document 70, p. 186

báo chí, ông Harriman nói rằng chính phủ Kennedy đã làm hết sức để cải thiện tình trạng vừa qua; phần còn lại thuộc vào ông Diệm.[35]

Thật trớ trêu là ông Thompson, một người Anh, lại đứng ra bênh vực chính sách và đường lối của Hoa Kỳ phải được duy trì đối với VNCH, mặc cho một số viên chức Mỹ có vẻ đã mất niềm tin. Ông ta đã bênh vực Kế hoạch Chống Bạo loạn, các Ấp Chiến lược, và vai trò của chính phủ VNCH trong cả hai chương trình này. Chuyến viếng thăm Hoa Thịnh Đốn này của viên chức cao cấp Anh gồm có cả những cuộc họp ở cấp cao. Trong một buổi họp với Tổng thống Kennedy, trong đó có mặt ông Wood và đại sứ Anh tại Hoa Kỳ, David Ormsby Gore, ông Thompson đã nhấn mạnh rằng ông Diệm có hậu thuẫn của các vùng nông thôn Việt Nam. Ông cũng nói rằng nếu ông Diệm bị truất phế khỏi quyền hành, hậu quả sẽ vô cùng tai hại.[36]

Ông Thompson cũng nhấn mạnh thêm rằng các ông Nolting, Colby, và Harkins đã báo cáo cho Hoa Thịnh Đốn về những thành quả của cuộc chiến chống Cộng sản Bạo loạn. Ông còn nói rằng cuộc chiến đang tiến triển đúng hướng và "đã đặc biệt nêu lên con số những người rời bỏ hàng ngũ Cộng sản đang tăng, trung bình 15 tới 20 người mỗi tuần vào đầu năm 1962, lên tới 148 người trong tuần lễ ngày 25 tháng 3 năm 1963." [37] Ông cũng nhấn mạnh rằng, dồn sự chú ý đặc biệt vào những thất thoát của trận Ấp Bắc là lệch lạc, và người Mỹ phải sẵn sàng chấp nhận một vài thất bại trên chiến trường. Ông khuyên không nên mong đợi những chiến thắng lớn, và thêm rằng, sự kiên nhẫn và thời gian sẽ là chìa khoá đưa đến một kết cục tốt đẹp.

Dựa vào những tiến triển đã đạt được cho đến nay, có thể chứng minh cụ thể như trường hợp *một quan sát viên ngồi trên máy bay có thể nhận ra, một mặt, những phần đất do VNCH kiểm soát nhờ thấy rõ những con đường và những chiếc cầu đã được xây dựng theo chiến lược, và, mặt khác, những phần đất còn trong tay Việt Cộng, với cảnh tượng những chiếc cầu nói chung là gãy đổ và những con đường bị cắt."* Ông Thompson nói rằng, cho tới cuối năm nay, nếu Hoa Kỳ giữ nguyên vị thế này, quý vị có thể báo

---

[35] Chalmers B. Wood, "Bản ghi nhớ về một cuộc Thảo luận, Bộ Ngoại giao, buổi trưa ngày 1 tháng 4 năm 1963/ Memorandum of a Conversation, Department of State, Washington, April 1, 1963, Noon", in FRUS, 1961–1963, vol. 3, document 73, pp. 193–94.

[36] Chalmers B. Wood, "Bản Ghi nhớ về một cuộc Thảo luận, Toà Bạch Ốc, ngày 4 tháng 4 năm 1963, 10 giờ sáng/ Memorandum of a Conversation, Washington, April 4, 1963, 10 a.m.", in FRUS, 1961–1963, vol. 3, document 77, p. 198.

[37] Đã dẫn như trên, 199.

tin cắt bớt số quân nhân tham chiến tại VNCH, khoảng 1.000 người. Ông nói *"điều này sẽ có ba hệ quả tốt: thứ nhất, sẽ cho thấy được rằng người VNCH đang thắng; thứ hai, tuyên truyền Cộng sản sẽ bớt hung hăng, nghĩa là, hết có thể huênh hoang tuyên bố đánh Mỹ và tố VNCH là tay sai của Mỹ; cuối cùng, điều này cũng sẽ xác nhận ý hướng tốt của Mỹ."* [38] Ông ta khuyên Tổng thống Kennedy nên nhẹ nhàng hơn và bỏ ngoài tai chuyện báo chí chỉ trích nặng nề ông Diệm và chính sách của Hoa Kỳ. Đáp lại, Tổng thống Kennedy cẩn trọng và bi quan. Ông hỏi ông Thompson: Làm sao mà Việt Minh lại có thể thắng Pháp? Ông Thompson lập tức trả lời một cách thẳng thắn: Người Pháp

chưa bao giờ có hy vọng người Việt sẽ theo phe họ. Ông Thompson nhấn mạnh rằng các Ấp Chiến lược đang mang lại thay đổi cho Việt Nam. Chương trình Ấp Chiến lược đem lại cho người Việt một mức độ an ninh mà người Pháp chưa bao giờ có thể đạt được.

Ông Thompson đã đặc biệt khen ngợi tư cách của các nhân viên quân sự Hoa Kỳ và cách hành xử của họ tại VNCH. Ông ta cũng ghi nhận tinh thần người Việt, từ người dân thường tới các quân nhân cao cấp, có khả quan hơn. Vấn nạn Cộng sản khủng bố đang bớt dần, nhưng sẽ tăng trở lại nếu tình hình cho Việt Cộng thấy rõ ràng họ đang ở thế tuyệt vọng. Ông Thompson cũng cảnh cáo Tổng thống Kennedy rằng trực thăng, dù rất tiện lợi để đánh úp quân Bạo loạn Cộng sản và làm cho chúng khó mà tụ tập, cũng không thể đem lại những chiến thắng rộng lớn hơn. Để chống lại chiến tranh Bạo loạn, ông ta tiếp, chỉ có thể có được những chiến thắng khi dùng "khối óc và đôi chân." [39] Tưởng cũng nên nhắc lại rằng người Anh cũng không thiếu chuyên môn trong lãnh vực này, bởi vì quân đội của họ cũng đã đi đầu trong việc dùng trực thăng vận trong một cuộc chiến chống Bạo loạn tương tự (tại Mã Lai).

Về một trong những điểm cuối cùng ông Thompson đã trình bày liên quan đến chiến thuật và Kế hoạch Chống Bạo loạn, ông đã nói với Tổng thống Kennedy rằng chính sách chiêu dụ loạn quân Cộng sản trở về với dân quân Miền Nam (chiêu hồi) do ông Ngô Đình Nhu đề ra rất tốt. Ông nói với Tổng thống Kennedy rằng Hoa Kỳ đáng lý phải công khai ủng hộ chính sách này từ ngày nó được công bố. Điều này sẽ giúp cho ông Diệm có được chính danh về chính trị, khi cho thấy chính sách của Mỹ phải nương theo

---

[38] Đã dẫn như trên, 199–200.

[39] Đã dẫn như trên, 199.

chính sách của VNCH. Ông ta còn thêm rằng Hoa Kỳ đã chen vào (nội bộ VNCH) quá nhiều và làm cho ông Diệm bị mất thế chính danh của một người Việt Nam yêu nước và như vậy, Cộng sản lại càng có cớ rêu rao bằng chứng ông Diệm là bù nhìn của Mỹ.

Vào buổi chiều cùng ngày hôm đó, ngày 4 tháng 4, ông Thompson đã họp với Nhóm Đặc Trách về Chống Bạo loạn, gồm có các ông Harriman, Bộ trưởng Bộ Tư pháp Robert Kennedy, Roswell Gilpatric, giám đốc CIA John McCone, Michael Forrestal, và Tướng Maxwell Taylor, cùng một số các nhân vật khác. Ông Thompson đã lập lại phần lớn những gì ông đã nói với Tổng thống Kennedy. Ông đã đặc biệt nhắc đến nào là tầm quan trọng của sự kiên nhẫn mà Hoa Kỳ phải có, nào là việc báo chí Hoa Kỳ đã đến mức ngoài tầm kiểm soát, và ngay cả đến các bài tường trình trên báo chí Mỹ về nỗ lực của Việt Nam một cách tổng quát, có thể được cải tiến.[40] Ông Thompson trao cho ông Harriman một kháng thư phản đối việc ông này gán tội cho ông Diệm là nguyên nhân gây ra những bài báo xuyên tạc với sự hiện diện của các chuyên viên chiến thuật chống Bạo loạn. Điểm quan trọng nhất mà ông Thompson đã cho biết có liên quan đến những gì sẽ có thể xảy ra, nếu ông Diệm bị truất phế. Ông đã thẳng thừng nói với người Mỹ rằng toàn thể chính phủ sẽ sụp đổ nếu không có ông Diệm và tất cả mọi nỗ lực chống Bạo loạn cũng sẽ rơi vào cảnh hỗn loạn nghiêm trọng.[41] Ông Wood cũng đã gửi cho ông Nolting một bản đúc kết buổi họp với Nhóm Đặc Trách về Chống Bạo loạn. Đặc biệt, điều đáng nói là ông Wood đã nhắc đến điều mà ông Thompson đã nhấn mạnh: Hoa Kỳ sẽ thua trận chiến này nếu để mất ông Diệm và những bài báo nảy lửa không thể làm cho Hoa Thịnh Đốn bấn loạn, hơn nữa, ông Harriman đã lắng nghe những gì ông Thompson đã nói. Về điểm cuối cùng, ông Wood đã nói rằng ông Harriman "đã vặn hết cỡ cho âm lượng của máy trợ thính của ông. Tôi tin rằng đây là một dấu hiệu về sự chú ý cao độ của những người có trách nhiệm."[42] Ông

[40] James W. Dingeman [thư ký điều hành của Nhóm Đặc trách Chống Bạo loạn], "Biên bản cuộc họp của Nhóm Đặc trách Chống Bạo loạn, ngày 4 tháng 4 năm 1963, 2 giờ chiều/ Minutes of a Meeting of the Special Group for Counterinsurgency, Washington" 2 p.m.", in FRUS, 1961–1963, vol. 3, document 78, pp. 201–3.

[41] Đã dẫn như trên, 202.

[42] Chalmers P. Wood, "Thư của Giám đốc Nhóm Công tác Việt Nam (Wood) gửi Đại sứ tại Việt Nam (Nolting), ngày 4 tháng 4 năm 1963/Letter from Director of Vietnam Working Group (Wood) to Ambassador in Vietnam (Nolting), Washington, April 4, 1963, Washington, in FRUS 1961–1963, vol. 3, doc. 79, pp. 203–6.

Wood viết thêm trong lá thư gửi ông Nolting rằng ông Thompson đã gặp Bộ trưởng Quốc phòng Robert S. McNamara, ông Roger Hilsman, và ông Warren Unna của báo Washington Post, và những buổi họp này đã diễn ra tốt đẹp. Ông Thompson đã liên tục nêu nghi vấn về mục đích mà báo chí Mỹ đang nhắm tại Việt Nam.[43]

Mặc dù chuyến viếng thăm Hoa Thịnh Đốn của ông Thompson có vẻ thành công, ảnh hưởng của báo chí Mỹ trên chính kiến Hoa Kỳ vẫn là mối lo lớn của Đại sứ Nolting. Các cơ quan báo chí không làm ông khó chịu, ông nói, nhưng khiến ông "rất lo lắng và buồn phiền" bởi vì "họ thật bất công, bất công, trong viễn tượng họ vẽ ra về những gì Chính phủ VNCH đang cố gắng thực hiện, là phục vụ người dân của họ." [44] Cũng không công bằng, theo ông Nolting, là báo cáo Mansfield năm 1962, mà các phóng viên của Mỹ tiếp tục trích dẫn như một nguồn thông tin. Mỉa mai thay, bản tường trình này đã phần nào dựa trên chính những bài phóng sự của chính những phóng viên đó. Nhắc đến sự khép kín, biệt lập với quần chúng mà họ miêu tả ông Diệm, ông Nolting nói: "tôi nghĩ ông Mansfield đã dùng hầu hết những mẩu tin đến từ nhóm báo chí Mỹ tại Sài Gòn. Và tôi nghĩ rằng đó là một lỗi lầm. Tôi nghĩ đó là bất công." [45]

Trở về với vấn đề Quỹ Tương trợ Chống Bạo loạn Mỹ-Việt, những buổi thương thuyết với Bộ trưởng Quốc phòng VNCH Nguyễn Đình Thuần đã không đưa đến kết quả nào. Tuy vậy, ông Nolting cũng vẫn muốn được gặp ông Diệm để thuyết phục ông về tầm quan trọng của một giải pháp chung với Mỹ trong vấn đề này. Trong buổi họp đó, ông Nolting đã phải nói với ông Diệm rằng thời gian dùng dằng quá lâu từ phía ông sẽ chỉ làm hại thêm cho mối bang giao Mỹ-Việt, gây ra thay đổi chính sách. Ông Diệm vẫn tiếp tục diễn tả mối lo phải đánh đổi tính chính danh của ông trong mắt dân chúng Việt Nam, nếu ông giao cho người Mỹ quyền kiểm soát này.[46] Một yếu tố quan trọng khác cũng đã khiến ông Diệm giữ vững lập trường trong vấn đề này là những viên chức Mỹ ở mức thấp hơn đã xen vào đường

---

[43] Đã dẫn như trên, 205.

[44] Frederick Nolting, Phỏng vấn bởi Dennis O'Brien, ngày 6 tháng 5 năm 1970, New York/ Interview by Dennis O'Brien, May 6, 1970, New York, interview 2, transcript, 70–71, John F. Kennedy Oral History Collection, John F. Kennedy Presidential Library, Boston.

[45] Đã dẫn như trên, 77.

[46] Frederick Nolting, "Điện tín từ Toà đại sứ tại Việt Nam gửi Bộ Ngoại giao/ Telegram from the Embassy in Vietnam to the Department of State", April 5, 1963, Saigon, in FRUS, 1961–1963, vol. 3, document 81, pp. 208, 212–13.

hướng nhắm tới của chính quyền Sài Gòn và đã phao tin thất thiệt về tới Hoa Thịnh Đốn. Tuy trong buổi họp đã nh[47]ắc tới trên đây với ông Diệm, ông Nolting đã phủ nhận việc này, nhưng nhiều năm sau đó, ông công nhận ông Diệm đã nói đúng.[48]

Trong một bức điện tín gửi cho Hoa Thịnh Đốn, đề ngày 7 tháng 4 năm 1963, ông Nolting đã thông báo cho Bộ Ngoại giao rằng ông đã tham khảo ý kiến Tướng Harkins và ông Joseph L. Brent, giám đốc USOM tại Việt Nam *(U.S. Operations Mission trợ cấp cho một số người Việt Nam tham gia chương trình huấn luyện tại nước ngoài).* Cả ba ông đã đồng ý rằng trước khi Hoa Kỳ làm bất cứ điều gì để cho ông Diệm biết ý định giảm viện trợ, nếu ông không hợp tác với Quỹ Tương trợ Chống Bạo loạn, chính phủ Mỹ phải đòi hỏi ông trả lời với giấy trắng mực đen, dù là đồng ý hay không đồng ý. Mối bận tâm của họ là dồn ông Diệm vào tình thế "già néo đứt dây" thì "có thể châm ngòi cho đảo chính." Ông đã nhắc lại là hậu quả của sự việc đó không có gì là tốt đẹp.[49] Đến ngày 17 tháng 4 năm 1963, ông Nolting đã có thể đệ trình cho Hoa Thịnh Đốn rằng ông Diệm cũng đã phần nào khá xiêu lòng và có hy vọng đi đến một thoả thuận.[50] Trong bản tường trình này, ông Nolting cũng nhắc lại rằng ông đã nói với ông Diệm về thói tuyên bố nảy lửa của bà Nhu trước báo chí Mỹ và cho ông Diệm biết rằng sự việc này gây thiệt hại cho bang giao Mỹ-Việt. Tuy ông Diệm công nhận bà thường đi quá xa, ông vẫn bênh vực bà.

Qua điều đã được đả thông này, và nhiều sự việc khác, ta có thể thấy Đại sứ Nolting đã tranh đấu rất nhiều để duy trì chính sách Hoa Kỳ tại VNCH. Ông đã luôn cứng rắn xác định lập trường phản đối truất phế ông Diệm. Ngược lại, ông cũng đã vạch rõ với ông Diệm rằng hai bên ít nhất

---

[47]

[48] Ông Nolting đã mô tả tác động của những báo cáo tiêu cực này: "Tôi không nhận ra vào thời điểm đó là bao nhiêu và cho đến giờ này tôi vẫn không biết là bao. Nhưng tôi đã tìm ra là ý kiến một số đông nhân vật ở Hoa Thịnh Đốn đã thay đổi vì các các thông tin và truyền thông không chính thức" Nolting, phỏng vấn bởi O'Brien, phần 20, trang 97/ interview by O'Brien, interview 2 p. 97.

[49] Frederick Nolting, "Điện tín từ Toà đại sứ tại Việt Nam gửi Bộ Ngoại giao, ngày 7 tháng 4 năm 1963/ Telegram from the Embassy in Vietnam to the Department of State, April 7, 1963, Saigon, in FRUS, 1961–1963, vol. 3, document 82, p. 214.

[50] Frederick Nolting, "Điện tín từ Toà đại sứ tại Việt Nam gửi Bộ Ngoại giao ngày 17 tháng 4 năm 1963/ Telegram from the Embassy in Vietnam to the Department of State, April 17, 1963, Saigon, in FRUS, 1961–1963, vol. 3, document 91, p. 227.

phải cố gắng lại gần với nhau, tổng thống Việt Nam phải ít nhất chấp thuận một số những yêu sách của chính phủ Hoa Kỳ về nhiều vấn đề, trong đó có Quỹ Tương trợ Chống Bạo loạn. Để giữ cho chính sách Hoa Kỳ tại Việt Nam không thay đổi, những cố gắng của ông Nolting đã được ông Robert Thompson hết sức ủng hộ, vị bá tước Anh này đã biện hộ một cách rất hữu hiệu tại Hoa Thịnh Đốn cho vị thế chính trị của ông đại sứ.

Bất kể những điều nêu trên, rõ ràng là Harriman và nhóm ủng hộ ông đã có đủ quyền lực thực và ảnh hưởng ngầm, và đã áp dụng phương kế tinh vi và hiệu quả để dần dần đánh đổ chính sách ủng hộ ông Diệm. Bản tường trình của ông Mansfield, theo ông Nolting, là một bằng chứng cho thấy có sự ủng hộ chiều hướng của Harriman tại Hoa Thịnh Đốn, tìm cách gây áp lực khiến chính phủ Kennedy phải theo. Việc này cũng có ảnh hưởng tới tận Sài Gòn, làm giảm niềm tin tưởng vào hảo ý của Hoa Kỳ đối với Chính phủ VNCH. Đại sứ Nolting đã phải đương đầu với sự mất tin tưởng này trong những bước đầu cố gắng thuyết phục chính phủ Việt Nam hợp tác, qua một thoả thuận về Quỹ Tương trợ Chống Bạo loạn. Quỹ này, theo đề nghị của Hoa Thịnh Đốn, là một thử thách ý muốn hợp tác của ông Diệm với chính phủ Kennedy.

Về đề nghị của nhóm ông Harriman liên quan đến việc Hoa Kỳ phải giữ khoảng cách với ông Diệm trong thời gian tìm một chính phủ khác thay thế ông, không có một tài liệu có giá trị nào chứng minh họ đã tìm được nhân vật ấy. Giống như các phóng viên Mỹ, họ biết rõ điều họ không thích và điều họ muốn, nhưng họ đã không thể tạo ra một lãnh tụ khác tại VNCH. Nói một cách đơn giản, không bao giờ có được chính phủ nào mang chính danh chính trị hơn chính phủ Ngô Đình Diệm, và đây chính là điều mà các ông Nolting, Colby, và Thompson đã cảnh cáo Hoa Thịnh Đốn. Chính thế, dù cho ông Diệm, gia đình ông, và chế độ của ông không hoàn hảo, nhưng ông vẫn là một người hiếm có ở VNCH vào thời điểm đó: một lãnh tụ Việt Nam chân chính, có truyền thống, có chính nghĩa. Kẻ địch của ông biết chỉ có một cơn khủng hoảng lớn mới có thể giật đổ ông từ đỉnh cao của tượng đài đó.

CHƯƠNG 10

KHỦNG HOẢNG PHẬT GIÁO 1963

Kẻ thù của Tổng thống Diệm đã dùng cuộc khủng hoảng Phật giáo năm 1963 để chứng minh rằng phải thay thế ông Diệm. Cơn khủng hoảng nổ ra ngay tại Huế, nơi vị tổng giám mục giáo phận Huế chính là anh lớn của ông Diệm. Vào tháng 5, trong dịp Lễ Phật Đản, các Phật tử được lệnh hạ cờ Phật giáo. Mặc dù lệnh đưa ra theo luật áp dụng cho việc treo cờ ở những nơi công cộng được dành cho bất cứ tôn giáo nào, một số Phật tử tin rằng, trong trường hợp này, chính phủ dùng luật để chỉ nhắm vào họ một cách bất công vì họ nghe rằng ông Diệm và gia đình đã biến chính phủ này thành một chính phủ độc tài, phò Thiên Chúa giáo. Sự bất mãn châm ngòi cho những cuộc biểu tình chống chính phủ, đưa đến sự can thiệp của lực lượng an ninh, kết quả là 9 thường dân không vũ trang thiệt mạng. Tin tức báo chí lên án lực lượng cảnh sát chống bạo loạn là thủ phạm, trong khi chính phủ Việt Nam Cộng Hoà lên án bạo động gây ra bởi người biểu tình và kết án Việt Cộng đã gây ra những cái chết đó. Nhiều cuộc biểu tình khác tiếp diễn, kể cả một số trường hợp có nhà sư tự thiêu, đưa đến việc gia tăng đàn áp biểu tình và thêm nhiều thường dân thiệt mạng. Báo chí quốc tế càng có dịp đăng tải hình ảnh của những vụ tự thiêu làm rúng động lòng người và áp lực truất phế ông Diệm càng lên cao. Chính phủ Kennedy bị áp lực chính trị không thể ủng hộ một chính phủ và người lãnh đạo trong tình trạng bị bủa vây như vậy.

Trước khi bàn về căn nguyên và hậu quả của cuộc khủng hoảng Phật giáo này, tác giả cần phải xác nhận Tổng thống Diệm không phải là một kẻ cuồng tín và thù địch với Phật giáo. Một tay ông đã cứu Phật giáo miền Nam khỏi tình trạng gần như bị diệt vong. Sau khi Pháp rút lui, ông Diệm rất công bằng ủng hộ bất cứ ai bênh vực người Việt và bất cứ đóng góp của tôn giáo nào không thiên cộng, cho dù họ có theo Đức Phật, Khổng Tử hay Chúa Kitô. Chính phủ của ông Diệm trợ giúp những chương trình chỉnh đốn hệ thống tổ chức tôn giáo hay cộng đồng tôn giáo bị huỷ hoại thời Pháp Thuộc và bởi chiến tranh.

Tài liệu chính nói về sự hồi sinh của Phật giáo dưới chế độ Ngô Đình Diệm là một nghiên cứu của cha Piero Gheddo, một linh mục truyền giáo người Ý Đại Lợi, ghi lại tình trạng của Giáo hội Công giáo ở Việt Nam và những xứ khác ở Đông Nam Á. Nhà nghiên cứu này nhận ra vai trò quan trọng của chính phủ ông Diệm trong việc xây dựng lại hệ thống các chùa và trường học Phật giáo, bằng tiền của ngân quỹ quốc gia: nhờ vậy Giáo hội Phật giáo đã hồi sinh. Thật vậy, dưới sự bảo trợ của ông Diệm, *"những trường cấp cao dành cho các nhà sư tại miền Nam Việt Nam đã tăng lên từ 4 tới 10; trong số 4.766 chùa trên toàn lãnh thổ, 1.275 được xây năm 1954 và 1.295 được chỉnh trang hoặc xây lại sau năm đó. Đồng thời, chính phủ ông Diệm đã cấp 9 triệu đồng VN để xây chùa (khoảng 1.600.000 Mỹ kim), và chính cá nhân Tổng thống Diệm đóng góp rất lớn vào công trình tu bổ ngôi chùa Xá Lợi rất nổi tiếng."* [51]

Ngoài ra, Linh mục Gheddo cũng tìm được thông tin về miền Nam Việt Nam, dưới thời ông Diệm, dưới sự điều hành của Tổng hội Phật giáo Việt Nam *"ba tăng đoàn được tổ chức, gồm 3.000 chư tăng và 300 ni sư, và ba cộng đồng các cư sĩ, ngay cả trong những làng xa xôi; tổng cộng ba cộng đồng đó gồm 1.000.000 Phật tử, chưa kể những Phật tử không thuộc tổ chức nào."* [52] Hơn nữa, chính phủ của ông Diệm khuyến khích những chương trình sinh hoạt Phật giáo như tổ chức các nguyệt san Phật giáo, các buổi diễn thuyết, thuyết pháp, và phát triển thư viện.

Ngay cả trước cuộc khủng hoảng Phật giáo, những người đả kích ông Diệm đã kết án ông lập ra một chế độ hẹp hòi, chỉ dựa trên các phần tử có đạo Thiên Chúa thuộc gia đình ông và bè đảng. Như chúng ta đã thấy, cách nhìn này ảnh hưởng đến báo chí Mỹ. Những kẻ kết án ông Diệm như vậy, một là họ thật sự không biết, hai là họ không nhắc tới chuyện "ông Diệm từ chối dùng từ "Chúa" trong Hiến Pháp 1956, theo yêu cầu của những người theo Thiên Chúa giáo, mà chọn dùng từ "Đấng Tối Cao" theo yêu cầu của các đại diện Phật giáo và các hội phái Phật giáo.[53] Ông Diệm thật sự có tuyển chọn và cất nhắc nhiều người Công giáo vì một lý do đã được nêu lên trước đây: các trường Công giáo đã huấn luyện nhiều người cho chính phủ

---

[51] "Cây Thánh Giá và Cây Bồ Đề: Người Công giáo và Phật tử tại Việt Nam/ The Cross and The Bo-Tree: Catholics and Buddhists in Vietnam", Piero Gheddo, transl. Charles Underhill Quinn (Sheed and Ward: New York, 1970), p. 176. Xin đọc "Bouddhisme Au Vietnam" của Mai Thọ Truyền (Sài Gòn: Chùa Xá Lợi, 1962).

[52] Đã dẫn như trên, trang 177

[53] Đã dẫn như trên, trang 133.

và quân đội hơn các trường khác trong thời điểm đó. Tuy nhiên, nhiều cố vấn và phần đông các tướng lãnh cũng như thành viên nội các theo đạo Phật hoặc những đạo không phải là Thiên Chúa giáo.[54] Tướng Nguyễn Khánh, mặc dù là một người tham dự vào cuộc đảo chính của quân đội lật đổ ông Diệm năm 1963, diễu cợt về điều người ta kết án ông Diệm đàn áp hay kỳ thị Phật giáo. Ông ta nói trong cuộc phỏng vấn với tác giả, ông ta là Phật tử nhưng lại rất được ông Diệm tin dùng và được coi như bạn.[55] Ông Diệm chỉ "giao trọng trách cho những người ông tin tưởng nhất," Linh mục Gheddo giải thích, "nhưng đây không dựa trên phương diện niềm tin tôn giáo cá nhân, mà trên căn bản chống Cộng của người đó. Chế độ của ông Diệm không bao giờ có thể bị gọi là một chế độ 'Công giáo' "[56] Ông Diệm ý thức chuyện bị kết án là cách cai trị của ông đượm màu Công giáo và cố gắng rất nhiều để tạo ra một chính phủ thật sự đại diện cho dân tộc Việt Nam. Thật mỉa mai khi ngọn lửa bùng lên trong cuộc khủng hoảng Phật giáo lại được nhóm từ đạo luật cấm treo cờ tôn giáo quá đáng của ông. Theo lời Đại sứ Frederick Nolting, ông Diệm đồng ý cho ra đời đạo luật này chính vì cờ của Vatican đã chiếm chỗ quá nhiều trong một dịp lễ Công giáo tại Huế.[57]

Tội ông Diệm chống Phật giáo đến từ đâu? Cũng theo Đại sứ Nolting, nếu ông Diệm có một thành kiến, đó là đối với giới trung lưu Sài Gòn; ai biết ông cũng đều hiểu rõ ông thích gần gũi với các nông dân hơn những

---

[54] Sau đây là những con số chính xác của chính phủ ông Diệm liên hệ đến tôn giáo: "Ông Diệm chọn một Phật tử làm Phó Tổng thống trong cả hai nhiệm kỳ ông tại vị. Trong nội các của ông vào năm cuối cùng của chính quyền, Phó Tổng thống, ông Nguyễn Ngọc Thơ là một Phật tử thuần thành. Bộ trưởng Ngoại giao của ông, ông Vũ Văn Mẫu, là một Phật tử xuất sắc khác. Trong số 18 thành viên nội các của ông Diệm vào năm 1963, có 5 người Công giáo, 8 người theo đạo Phật và 5 người theo đạo Khổng... *Xin xem tiếp phần này ở cuối chương.*

[55] Nguyễn Khánh, phỏng vấn bởi tác giả, ngày 16 tháng 6 năm 1994, Trường Đặc nhiệm của Không quân Hoa Kỳ/ United States Air Force Special Operations School, Hurlburt Field, FL., transcript, 61, Vietnam Center and Archive at Texas Tech University, Lubbock, TX, and the United States Air Force Special Operations School, Hurlburt Field, FL.

[56] Gheddo, *Cây Thánh Giá và Cây Bồ Đề/ The Cross and the Bo-Tree*, 133–77.

[57] Frederick Nolting, *Từ Niềm tin đến Bi kịch: Hồi ký Chính trị của Frederick Nolting, Đại sứ của Kennedy tại Việt Nam thời ông Diệm/ From Trust to Tragedy: The Political Memoirs of Frederick Nolting, Kennedy's Ambassador to Diem's Vietnam*. New York: Praeger, 1988, 106.

người ông mô tả là "tầng lớp trung lưu được nuông chiều, lúc nào cũng than thở, không xứng đáng gì hết".[58] Cả ông và những đối tượng này đều không ưa nhau, và nhóm người này giúp phao truyền hình ảnh ông Diệm là một người thiếu độ lượng.

Như đã nhắc đến trước đây, một vài người trong nhóm chống ông Diệm đã thảo một bản tuyên cáo chống đối trong một cuộc họp tại khách sạn Caravelle năm 1960. Nhóm "Caravelle" gồm những nhà trí thức, chuyên gia, và chính trị gia muốn có một chính phủ cởi mở và dân chủ hơn trong đó họ có một chỗ đứng. Mặc dù nhóm này không phải là Cộng sản, không thể coi thường việc họ nối giáo cho Việt Cộng, cho dù chỉ vô tình. Những lời than phiền của họ tới tai các nhà báo Mỹ hay tụ tập tại quầy rượu khách sạn Caravelle và những bài viết của những phóng viên này góp phần làm thay đổi chính sách của Hoa Kỳ, chống lại chế độ của ông Diệm, giúp cho Việt Cộng chiếm miền Nam Việt Nam. Thêm vào đó, con đường đấu tranh của nhóm Caravelle chống lại ông Diệm cũng làm lợi cho Việt Cộng. Trong ý đồ tạo ra một bàn đạp chính trị rộng lớn hơn, họ tìm điểm dựa trên một nhóm đáng lý phải chịu ơn ông Diệm vì từng giúp đưa họ vào một vị trí quan trọng trong xã hội miền Nam Việt Nam: một số người theo Phật giáo. Nhóm Caravelle tạo dựng một lực lượng chính trị đối lập ngầm tại các chùa nằm trong các thành phố và đạo Phật đã cho họ một vẻ chính danh mà họ không thể tự mình tạo ra được.[59]

Nhóm Phật giáo cộng tác với nhóm Caravelle là một nhóm nhỏ đã trở thành quá khích, thân cận với Thích Trí Quang, một nhà sư từng hoạt động chính trị từ những năm chống Pháp bắt đầu vào thập niên 1940. Dù không có bằng chứng cụ thể ông ta là đảng viên Đảng Cộng sản, việc ông ta cộng tác chặt chẽ với Cộng sản Việt Nam đã được ghi làm tài liệu tại Miền Bắc Việt Nam trong những phong trào chống thực dân phương Tây.[60] Theo nữ ký giả Marguerite Higgins, một trong những người có được một cuộc phỏng vấn rất dài với ông Thích Trí Quang, ông ta là đệ tử của Thượng toạ Thích Trí Độ, một lãnh tụ của Giáo hội Phật giáo được nhà cầm quyền Cộng

---

[58] Trích trong Ellen J. Hammer, *Một cái Chết trong Tháng 11: Hoa Kỳ ở Việt Nam/ A Death in November: America in Vietnam*, 1963 (New York: E. P. Dutton, 1987), 77.

[59] Gheddo, *Cây Thánh Giá và Cây Bồ Đề/ The Cross and the Bo-Tree*, 178 - 79

[60] Hồ Sơn Đại và Trần Phan Chân, *Lịch sử Kháng chiến tại Saigon-Chợ Lớn-Gia Định, 1945–1975* (Ho Chi Minh City: Ho Chi Minh City Publishing House, 1994) 364. Trong các cuộc phỏng vấn với chính tác giả, William Colby, Lindsay Nolting, và Tướng Nguyễn Khánh đều nói dù thiếu bằng chứng, họ tin rằng nhà sư Thích Trí Quang là cán bộ Cộng sản.

sản công nhận tại Hà Nội.[61] Theo bà Higgins, Thượng tọa Thích Trí Quang thật không giống như những nhà sư trầm tĩnh, với tâm thiền định, mà bà quen biết. Bà tả ông với "đôi mắt sâu, ánh mắt rực lửa toát ra từ bên trong một vầng trán vừa rộng và vừa cao. Ông ta có cái thông minh rất lộ, hoàn toàn tự tại, nhưng đầy ngờ vực, tính toán."[62] Suốt thời gian có cuộc khủng hoảng Phật giáo, nữ ký giả Higgins theo dõi việc ông khuấy động các cuộc biểu tình. "Hậu quả thật là khủng khiếp. Sau khi tham gia biểu tình với TT Thích Trí Quang, đám biểu tình có thể vui sướng mà nhảy hết xuống sông Sài Gòn, nếu đó là điều ông ta muốn. Ông ta đích thật là một kẻ mị dân. Hận thù toát ra từ ông ta. Đám đông bị kích động bởi hận thù.[63]

TT Thích Trí Quang là một thành viên của nhóm Caravelle, cùng với nhiều nhà sư quá khích khác, là một lợi khí rất đúng thời điểm cho Việt Cộng. Thời gian trước khi xảy ra cuộc khủng hoảng Phật giáo, Cộng sản miền Nam đang gặp khó khăn, theo lời ông Douglas Pike, một chuyên viên nghiên cứu về Cộng sản.

Ông Diệm chứng tỏ được sự bền bỉ không thể ngờ. Mặt trận Giải phóng Miền Nam ra đời với nhiều hy vọng, nhưng thất bại ê chề lúc đó. Tình trạng này đáng kể nhất cho dân quê Việt Nam, khi họ không còn bị thu hút bởi lý tưởng đánh đuổi ngoại xâm, và từ đó, bị lôi kéo theo vòng bạo lực và khủng bố ngày càng gia tăng...

Những báo cáo nội bộ trong thời điểm trước khủng hoảng Phật giáo liên tục nhấn mạnh về tình trạng gần như dậm chân tại chỗ của Cách mạng Cộng sản, về việc Cộng sản bị chống trả và gặp phải chống đối nhiều hơn dự tính, về những nỗ lực chống Bạo loạn của Cộng sản của chính phủ ông Diệm - dù có gặp sự chống đối của dân chúng - cũng làm cho Cách mạng Cộng sản điêu đứng. Cộng sản sợ chỉ cần những đòn có tính cách ngắn hạn của chính phủ miền Nam Việt Nam cũng sẽ sớm phá

---

[61] Marguerite Higgins, *Cơn Ác mộng Việt Nam của Chúng ta/ Our Vietnam Nightmare* (New York: Harper and Row, 1965), 28–29.

[62] Đã dẫn như trên, 25.

[63] Đã dẫn như trên, 30.

*huỷ tổ chức của Mặt trận Giải phóng và đánh đổ bạo loạn. Sự lo sợ này đang
lên cao vào tháng 4 năm 1963, ngược hẳn với tình thế rất khả quan phía
chính phủ của ông Diệm.*[64]

Thế mà, sau cuộc khủng hoảng Phật giáo, mọi sự đổi chiều bất lợi cho
chính phủ VNCH. Bởi vì tâm điểm của cuộc chiến tại miền Nam Việt Nam
nằm ở thế chính trị, Cộng sản cần một nhóm có khả năng chống đối và gây
rối, khiến cho dân chúng Miền Nam phải nghi ngờ tính chính danh của ông
Diệm. Ngoài ra, đối với Cộng sản Việt Nam, việc phá hoại công cuộc chống
Bạo loạn của ông Diệm cũng quan trọng không kém, nếu không nói là quan
trọng hơn. Do đó, phải làm sao cắt nguồn viện trợ Mỹ cho VNCH.[65] Vì không
thể công kích thành tích yêu nước của ông Diệm trong vai trò chăm lo cho
an sinh của tầng lớp nông dân trung bình, Cộng sản phải tìm một đường
khác để phá hoại: họ nắm được chỗ hiểm của tương quan giữa Hoa Kỳ và
vị tổng thống của Việt Nam: đó là Hoa Kỳ khó ủng hộ một chính phủ thiếu
dân chủ. Cộng sản đủ ranh mãnh để hiểu được ảnh hưởng của dân chúng
Mỹ, qua sức mạnh của báo chí, lên chính sách đối ngoại của chính phủ Mỹ.
Vào tháng 5 năm 1963, Cộng sản tìm được công cụ cần thiết để đẩy viện
trợ Mỹ ra khỏi tay chính phủ của ông Diệm: Nhóm Phật giáo quá khích với
những cuộc biểu tình ngoạn mục gây được sự chú ý của báo chí tại Sài Gòn.

Việc Việt Cộng có thật sự nhúng tay giúp các nhà sư quá khích hay
không, thật khó kiểm chứng rõ ràng với bằng chứng cụ thể hiện có. Ví dụ
như trong bài nghiên cứu về tuyên truyền Cộng sản năm 1963, ông Pike
không hề tìm thấy một dấu vết gì trong các văn kiện liên quan đến các cuộc
biểu tình Phật giáo:

*'Tăng gia tấn công quân Mỹ thường xuyên và mãnh liệt': đài Giải Phóng
làm như các cuộc biểu tình Phật giáo không hề xảy ra. Cũng không hề có
truyền đơn rải trước đó với danh nghĩa Phật giáo, như trong các vụ chống
ông Diệm khác. Làm như ban lãnh đạo không muốn hay không thể đầu tư*

---

[64] Douglas Pike, *Việt Cộng: Tổ chức và Kỹ thuật của Mặt trận Dân tộc Giải phóng miền
Nam Việt Nam/ The Organization and Techniques of the National Liberation Front of South
Vietnam* (Cambridge, Mass.: MIT Press, 1966), 157-58.

[65] Mieczyslaw Maneli sống 5 năm ở Việt Nam (1954–1955 và 1962–1964) với tư cách là
trưởng phái đoàn của Ba Lan tại Ủy ban Kiểm soát Quốc tế và thường xuyên liên lạc với
Hà Nội trong thời gian này. Ông thừa nhận vào mùa xuân và mùa hè năm 1963, miền Bắc
sẵn sàng thực hiện bất kỳ kế hoạch nào để người Mỹ ngừng ủng hộ ông Diệm. Xem
Mieczysław Maneli, *Cuộc Chiến của Bên Thua Trận/ War of the Vanquished*, trans. Maria
de Görgey (New York: Harper and Row, 1971), 134–35.

vào một phong trào đấu tranh quan trọng nhất trong lịch sử Việt Nam. Nếu ban chỉ huy Mặt trận Giải phóng Miền Nam muốn, hẳn họ đã có thể sử dụng lực lượng đấu tranh đáng kể của họ vào việc tung ra một mặt trận đấu tranh toàn quốc nhân danh Đức Phật, để rồi sau đó sát nhập nó vào cuộc tổng nổi dậy. Việc Mặt trận Giải phóng Miền Nam tránh không xuất hiện một cách công khai với phong trào đấu tranh của Phật giáo, điều thật khó hiểu.[66]

Mặc dù vậy, Tiến sĩ Pike đáng lý có thể thêm rằng việc Việt Cộng không ra mặt ủng hộ cuộc khủng hoảng Phật giáo đáng đặt nghi vấn, bởi vì ông ta nhận diện được hai nhà sư tham gia các cuộc biểu tình Phật giáo: Thích Thiện Hảo và Thích Thom Me The Nhem, là những thành viên của Mặt trận Giải phóng Miền Nam từng diện kiến các lãnh tụ Cộng sản tại Trung Cộng và Miền Bắc Việt Nam.[67]

Với một số hiểu biết căn bản, ta có thể ước đoán phong trào biểu tình Phật giáo được các lãnh tụ Cộng sản khắp từ Hà Nội đến Mạc Tư Khoa hoàn toàn ủng hộ với lệnh cho các cấp chỉ huy Việt Cộng Miền Nam không được dính líu vì những lý do rất dễ hiểu. Mánh khoé chính trị này không có gì lạ với Hồ Chí Minh và những người ủng hộ ông tại Trung Cộng và Nga. Nhà nghiên cứu Stephen C. Y. Pan thuộc Viện Nghiên cứu Đông Á tại thành phố Nữu Ước, đã gặp và phỏng vấn Hồ Chí Minh, Ngô Đình Diệm, và những nhà lãnh đạo khác trong khối Đông Nam Á. Vị chuyên gia về chính trị Việt Nam này kết luận rằng cuộc biểu tình Phật giáo chính là một mặt trận của Cộng sản: "Cộng sản rất biết cách đối đầu với lời kêu gọi của ông Diệm. Rất giỏi loan các tin đồn thất thiệt, Cộng sản tạo ra các biến cố và tung ra các cuộc biểu tình. Là bậc thầy trong các chiến thuật chiến tranh lạnh, họ quyết định dùng các nhóm Phật giáo làm bàn đạp tại Việt Nam. Họ nhận ra điểm yếu của người Mỹ, một cách đặc biệt, khi đụng đến tội đàn áp tôn giáo."[68]

Những gì xảy ra từ mùa xuân đến mùa hè năm 1963 không hề là một phong trào chống sự đàn áp Phật giáo bộc phát, vô tổ chức, được dấy lên từ những Phật tử "chịu đựng sự đàn áp" - bởi đơn giản là không hề có đàn áp. "Những quyền tự do mà chính phủ của ông Diệm đặt dưới sự bảo vệ của luật pháp gồm quyền tự do tôn giáo, tự do hội họp phi chính trị, tự do biểu tình, tự do báo chí hạn chế và cuối cùng, mở cửa cho đông đảo các thành phần báo chí ngoại quốc với các khuynh hướng chính trị khác nhau,

---

[66] Pike, *Việt Cộng*, 353.

[67] Đã dẫn như trên, 431.

[68] Pan and Lyons, *Khủng hoảng Việt Nam/ Vietnam Crisis*, 110–11.

không ngăn cấm loan truyền ra ngoài Việt Nam những ý kiến đối lập với chính thể, những chỉ trích sai lầm của chính phủ."[69] Trên căn bản tôn trọng những quyền tự do này của chính phủ ông Diệm, cuộc biểu tình Phật giáo có vẻ như được dàn dựng công phu với mục đích chính trị nhắm vào dư luận quần chúng Mỹ để triệt tiêu chính sách Mỹ tại VNCH. Nhiều năm sau đó, Đại sứ Nolting cho biết trong một cuộc phỏng vấn, "nói đây là một cuộc nổi dậy bộc phát của các Phật tử vì lý do đàn áp tôn giáo là nói sai, theo nhận xét của tôi." [70] Nhưng nếu cuộc khủng hoảng Phật giáo không phải là một hiện tượng bộc phát - trong nghĩa là không có một sự xếp đặt và điều khiển từ đằng sau - thì đối với ông Nolting và những viên chức Hoa Kỳ khác, nó không hề có dấu vết từ đâu đến.

Đầu năm 1963, Đại sứ Nolting viết cho Ngoại trưởng Rusk, xin được thay thế tại Sài Gòn.[71] Phụ tá Bộ trưởng Ngoại giao Harriman trả lời cho ông Nolting, nhờ vào tiến triển có được tại VNCH, ông Nolting phải giữ nhiệm sở vô thời hạn, theo sự xếp đặt của Bộ Ngoại giao. Ông này khuyên ông Nolting nên tính chuyện đi nghỉ hè vào mùa xuân hay mùa hạ. Những bản báo cáo từ Bộ Ngoại giao và Bộ Quốc phòng chứng nhận những nỗ lực Mỹ-Việt trong cuộc chiến chống Bạo loạn đang đạt rất nhiều thành quả vào mùa xuân 1963 từ góc nhìn của Mỹ. Bộ trưởng Quốc phòng McNamara nói với các viên chức của Toà Bạch ốc: *Tình thế tổng quát tại Việt Nam đang trên đà tốt đẹp. Trong lĩnh vực quân sự, chúng ta đang thắng. Bằng chứng của những tiến triển này thật rõ ràng, nói chung, những chương trình đặt ra từ lâu nay đều đang bắt đầu có hiệu quả về cùng một hướng trong cuộc chiến chống Cộng.* [72] Tình báo

[69] Gheddo, *Cây Thánh Giá và Cây Bồ Đề/ The Cross and the Bo-Tree*, 133.

[70] Frederick Nolting, phỏng vấn bởi Joseph E. O'Connor, May 14, 1966, Paris, interview 1, transcript, 19, John F. Kennedy Oral History Collection, John F. Kennedy Presidential Library, Boston.

[71] Nolting, *Từ Niềm tin đến Bi kịch/ From Trust to Tragedy*, 95.

[72] Diễn biến của Chiến tranh: Chống Bạo loạn; Đảo chính ông Ngô Đình Diệm, Tháng 5 đến Tháng 11 năm 1963/ Evolution of the War: Counterinsurgency; The Overthrow of Ngo Dinh Diem, May– November, 1963, section IV.B.5 of bk. 3 of United States–Vietnam Relations, 1945–1967: Study Prepared by the Department of Defense, Congress, House, Committee on Armed Services (Washington, D.C.: U.S. Government Printing Office, 1971), 2.

Mỹ cũng có báo cáo tương tự.[73] Mọi sự đang xảy ra trong chiều hướng tốt đẹp tại VNCH, cho dù, theo hai ông Hilsman và Forrestal, vẫn không theo kịp thời gian tính theo ước đoán của Hoa Thịnh Đốn.[74] Không một viên chức Mỹ nào có vẻ nhận ra ngòi nổ của cuộc khủng hoảng Phật giáo trên chính trường VNCH.

Cũng không một ký giả Mỹ nào đánh hơi được điều này. Nhà nghiên cứu Ellen Hammer cũng đang có mặt tại VNCH ngay trước khi cuộc khủng hoảng Phật giáo bùng nổ. Bà viếng thăm Huế vào tháng Tư và được một y sĩ người địa phương cho những tin tức mới nhất, "ông ta không nói gì về chiến tranh mà lại nói về hoà bình. 'Một điều quan trọng,' ông ta nói. 'Nhóm Phật tử trẻ đang sửa soạn.' "[75] Ngược với báo chí Mỹ, bà Hammer rất lấy làm lạ về mảnh tin nhỏ này, bà nói: *Điều mà các cuộc xuống đường Phật giáo muốn báo trước đã không gây được sự chú ý của các phóng viên Mỹ vào mùa xuân năm đó. Họ đến Việt Nam để theo dõi chiến trường, và các bài phóng sự của họ tường thuật lại lời than phiền của các viên chức Mỹ cho biết người miền Nam Việt Nam không muốn hoặc không đủ hăng say chiến đấu.*[76]

Các hoạt động chính trị của một số nhóm theo Phật giáo bành trướng tới mức lôi kéo được cả quần chúng vào cuộc phản kháng lại lệnh cấm treo cờ tôn giáo một cách rầm rộ vào đầu tháng Năm, ngay trước khi Đại sứ Nolting lúc đó đang sửa soạn đi nghỉ hè với gia đình. Đây là những gì ông báo cáo về các sự việc xảy ra:

Tổng thống Diệm ra lệnh, khi treo cờ trước công chúng, lá cờ Việt Nam phải được nổi rõ hơn các cờ tôn giáo khác. Ông ra lệnh này sau khi có vụ cờ Vatican chiếm chỗ quá quan trọng trong một dịp mừng lễ Công giáo tại Huế. Hai ngày sau, một nhóm đông người cũng tụ tập tại Huế để mừng Lễ Phật Đản. Cờ Phật Đản được treo ở vị trí quan trọng hơn lá cờ quốc gia. Khi đám đông kéo tới chiếm đóng đài phát thanh, quân đội Việt Nam được ông tỉnh trưởng triệu đến để thực thi điều luật mới ra và bảo vệ đài phát thanh, cuộc

---

[73] Các chi tiết của những báo cáo này và những dự đoán có thể tìm thấy trong "Ước tính Tình báo Quốc gia/ National Intelligence Estimate: NIE 53–63; Triển vọng ở miền Nam VN/ Prospects in South Vietnam". ... *Xem tiếp ở cuối chương.*

[74] Nolting, *Từ Niềm tin đến Bi kịch/ From Trust to Tragedy*, 95.

[75] Hammer, *Cái Chết trong Tháng 11/ Death in November*, 83.

[76] Đã dẫn như trên, 84.

biểu tình trở nên bạo động. Nhiều tiếng súng (hay tiếng nổ) xảy ra, kết quả 8 người thiệt mạng.[77]

Bản điện tín chính thức đầu tiên được gửi đi cho Bộ Ngoại giao Hoa Kỳ bởi ông John J. Helble, vị lãnh sự Mỹ tại Huế. Nội dung không báo rõ về những gì xảy ra như thông thường phải làm, vì hiện tình lúc đó không cho phép.[78] Bản điện tín không nói rõ tình huống ra sao, cũng không giải thích rõ đầu đuôi thế nào, và lại càng không rõ chi tiết về những người biểu tình bị giết như thế nào. Dường như nội dung của nó gợi ý là do súng nổ, nhưng Tòa đại sứ Mỹ tại Sài Gòn thêm vào dự đoán này là những người biểu tình chết vì bom.[79]

Những điểm trái ngược từ các bản báo cáo tới tại báo chí. Một vài bài tường thuật gán tội cho chính phủ VNCH bắn chết người biểu tình, và một vài bài khác rêu rao có lựu đạn nổ, ngay cả bom cài. Những điểm bất tương đồng từ các nguồn tin làm cho nữ ký giả chiến trường Marguerite Higgins chú ý, và bà kết luận sau cuộc điều tra rằng, một số bản tin về cuộc biểu tình là tin giả: "Ví dụ như, vào ngày 30 tháng 6 năm 1963, một bản tin từ Saigon, gửi đến tờ *New York Times* cho biết: '*Các Phật tử nói họ sẽ không tham gia Hội đồng điều tra về vụ án Phật giáo, nếu chính phủ không nhận trách nhiệm về những gì xảy ra ngày 8 tháng 5 năm 1963 để giải quyết khủng hoảng. Lại thêm một vụ quân đội nổ súng vào đoàn biểu tình phản đối không cho treo cờ Phật giáo. Chín Phật tử khác thiệt mạng.*' Nhưng 3 dòng tin này không phản ánh đúng sự việc thật sự xảy ra."[80] Nữ phóng viên Higgins tiếp tục than phiền bản tin giả đã lan tới Toà Bạch ốc, nơi mà nó có ảnh hưởng tới chính sách đối ngoại của Mỹ: "*Và do đó, rất đông dân Mỹ ngay cả một số các yếu nhân trong guồng máy chính phủ Hoa Kỳ vẫn còn tin sự thật về Huế theo những tin giả được loan truyền trên tờ New York Times. Đối với tôi, điều này thật kinh khủng, bởi vì nay đã rõ ràng rằng chính sách*

---

[77] Nolting, *Từ Niềm tin đến Bi kịch/ From Trust to Tragedy*, 106.

[78] Cf. John J. Helble, "Điện tín từ Toà lãnh sự tại Huế gửi Bộ Ngoại giao/ Telegram from the Consulate at Hue to the Department of State", May 9, 1963, Hue, in FRUS, 1961–1963, vol. 3, document 112, p. 277.

[79] Điện tín số 1005 từ Tòa đại sứ Hoa Kỳ/ Telegram 1005 from American embassy, May 9, 1963, Saigon, ibid., 277n2.

[80] Marguerite Higgins, *Cơn Ác mộng Việt Nam của Chúng ta/ Our Vietnam Nightmare* (New York: Harper and Row, 1965), 89–90.

quan trọng của quốc gia được đề ra, dựa trên những 'sự việc' không đáng tin chút nào." [81]

Vì hậu quả khó lường của những điểm khác nhau giữa những bản tường trình về cuộc khủng hoảng Phật giáo trên chính sách đối ngoại của Hoa Kỳ, nữ sử gia Ellen Hammer và ký giả Marguerite Higgins điều tra về biến cố này với ý định đem lại ánh sáng cho sự thật. Đầu tiên, họ khám phá ra rằng không hề có tài liệu nào chứng minh ông Diệm có hành vi đàn áp Phật giáo hoặc ý đồ ủng hộ việc này. Hai bà cũng không hề tìm thấy bằng chứng nào cho thấy việc cho thi hành đạo luật cấm treo cờ tôn giáo năm 1963 chỉ nhắm vào đàn áp Phật giáo. Theo nữ ký giả Higgins, việc ông Diệm chọn thi hành đạo luật bắt buộc treo cờ VNCH trên tất cả các cờ khác, kể cả các cờ tôn giáo, là nhắm vào chính anh của ông ta, đức Giám mục Ngô Đình Thục, người đã cho phép tổ chức đại lễ mừng ngân khánh 25 năm linh mục một cách trọng thể cho chính mình. Vào dịp này, cờ Toà Thánh Vatican được treo nhiều hơn quốc kỳ VNCH, và Tổng thống Diệm có cái nhìn công bằng với các tôn giáo khác khi thấy phải chỉnh lại tình trạng quá phô trương này, với lý do là nó sẽ làm cho các tôn giáo khác có sự so sánh không tốt. Bà Higgins cũng cho biết tờ New York Times xuyên tạc khi trích dẫn sai bản điều luật "[còn về] lời xác định rằng có lệnh cấm treo cờ Phật giáo, cũng không hề có. Nguồn tin này đã để cho độc giả hiểu có luật cấm chỉ nhắm vào Phật giáo. Thêm một lần, không hề có. Điều lệ này áp dụng cho tất cả mọi tôn giáo. Một điều chắc chắn, đó là quyết định của chính phủ VNCH nhắc lại điều lệ này ngày 6 tháng 5 năm 1963 dẫn tới thảm cảnh Huế." [82]

Phần nữ sử gia Hammer, bà cũng tìm ra một uẩn khúc khác, liên quan đến quyết định thi hành điều lệ lúc đó.[83] Việc treo cờ Phật giáo quá nhiều, nhân ngày Phật Đản, mùng 7 tháng 5 năm 1963, đập vào mắt Đức Giám mục Ngô Đình Thục khi đi qua các đường phố Huế. Ông nói với ông Hồ Đắc Khương, đại diện cho chính quyền Sài Gòn tại Huế, phải bắt hạ cờ theo nghị định. Ông Khương lập tức phản đối, cho rằng đã quá trễ và làm như vậy thì sẽ gây nên mâu thuẫn sâu xa với cộng đồng Phật giáo. Ông Khương còn gọi ngay cho Sài Gòn nhưng vô ích. Bộ trưởng Nội vụ, ông Bùi Văn Lương,

---

[81] Đã dẫn như trên.

[82] Higgins, *Cơn Ác mộng Việt Nam của Chúng ta/ Our Vietnam Nightmare/* Our Vietnam Nightmare, 91.

[83] Hammer, *Cái Chết trong Tháng 11/ Death in November*, 110, 112–13.

lúc đó đang có mặt tại Huế, đến thăm các chùa để trấn an các nhà sư rằng cờ vẫn có thể treo và lệnh gỡ cờ đã được thu hồi; sau này, chính ông cho Liên Hiệp Quốc biết về những nỗ lực trấn an nhóm Phật giáo của ông. Đáng tiếc thay, những nỗ lực này của chính phủ VNCH quá trễ: cảnh sát đã hạ một số cờ. Hành động này đã cho TT Thích Trí Quang có cớ bắt đầu một phong trào chống đối đưa đến đánh đổ ông Diệm và chính phủ của ông.

Theo hai bà Higgins và Hammer, TT Thích Trí Quang, trong ngôn ngữ của nữ ký giả Higgins là "một Machiavelli biết thắp nhang (*một nhà ngoại giao, triết gia và sử gia thời Phục Hưng người Ý, chủ trương 'cứu cánh biện minh cho phương tiện', giống Tào Tháo*)" đóng vai trò của một thủ lãnh trong sự bành trướng của các vụ biểu tình.[84] Lúc đầu, TT Thích Trí Quang trưng ra những lá cờ Phật giáo có ghi khẩu hiệu chống chính phủ. Chính phủ cho phép treo cờ tôn giáo tại những nơi hội họp vì lý do tôn giáo, nhưng đâu có cho phép trưng cờ chống chính phủ; những khẩu hiệu chính trị đó có lẽ là lý do làm cho Đức Giám mục và một số viên chức VNCH phản ứng. Sau khi chính phủ VNCH ra lệnh hạ cờ, ông bộ trưởng Bộ Nội vụ muốn tránh đụng độ bằng cách liên lạc riêng với TT Thích Trí Quang và xin ông đừng xuất hiện. Nhưng thượng tọa vẫn đến nơi xảy ra cuộc tranh chấp, ra lệnh cho các tăng ni hạ cờ; vẻ như muốn khiêu khích thêm sự giận dữ của đám đông. TT Trí Quang cũng yêu cầu các tăng ni báo tin cho các Phật tử ở Huế biết là cờ Phật giáo bị hạ vì ông Diệm ra lệnh cấm treo cờ Phật giáo. Sau đó, ông ta ra lệnh cho đám đông: "Đi tới đài phát thanh - sẽ có chuyện rất hay xảy ra ở đó." [85] Khi TT Trí Quang và đám người theo ông tới đài phát thanh Huế thì những người đứng đầu nhóm Phật giáo đòi ông giám đốc đài phát thanh phải cho phát thanh một bản tuyên bố kêu gọi truất phế ông Diệm, thay cho bản văn được soạn sẵn và thâu băng, với sự chấp thuận của chính phủ, để chúc mừng Lễ Phật Đản.[86] TT Trí Quang và đám đông bắt đầu la ó khi ông giám đốc đài phát thanh cho biết không thể cho phát thanh một thông điệp có tính cách chính trị mà không có phép của chính phủ. Trước nguy cơ bạo động, ông giám đốc đài phát thanh gọi điện thoại cầu cứu Thiếu tá Đặng Sỹ, phó tỉnh trưởng đặc trách về an ninh.

Thiếu tá Đặng Sỹ có mặt tại đài phát thanh hai tiếng đồng hồ sau. Ông đến với các thuộc hạ của ông trong những chiếc xe bọc thép với bánh xe

---

[84] Đã dẫn như trên, 30.

[85] Đã dẫn như trên, 92–93

[86] Hammer, *Cái Chết trong Tháng 11/ Death in November*, 113.

cao su, không phải xe tăng như một số bài báo loan tin. Họ được trang bị với lựu đạn gây choáng và bình hơi cay. Trong khi họ còn ở trong xe bọc thép, cách xa đó gần 50 mét hai tiếng nổ lớn vút qua, làm đám đông dạt ra trong sợ hãi. Cho đó là Việt Cộng tấn công, thiếu tá Đặng Sỹ ra lệnh cho người của ông mở lựu đạn giả và phóng lon hơi cay. Khi khói tan bớt và sau khi đám đông bỏ chạy, ông mới nhìn thấy 7 thi thể người lớn nằm dài bên cạnh một đứa bé đang hấp hối. Những thi thể này không toàn vẹn, một vài người mất cả đầu, bởi sức mạnh gây ra sau hai tiếng nổ. Một y sĩ Phật giáo giảm nghiệm tử thi các nạn nhân và kết luận những thương tích này phải do sức mạnh của vũ khí có sức công phá mạnh hơn những vũ khí chống biểu tình sử dụng bởi quân đội chính phủ VNCH. Điều này giải thích vì sao có tin loan ra rằng những tiếng nổ đó đến từ những loại bom tự chế đã được cài sẵn, loại làm với plastic hoặc chất phân hoá học dùng trong nông nghiệp. Tính chất của những quả bom này là dấu hiệu cho thấy đó là những hành động khủng bố của Việt Cộng.[87]

Trở lại với bà Higgins về những gì bà tìm ra, đây là một bài báo được chấp nhận và phổ biến rộng rãi trong lĩnh vực lịch sử Việt Nam, do ông Stanley Karnow, một ký giả Mỹ, viết: *Hàng ngàn người [Phật tử] đang tụ họp trong trật tự trước đài phát thanh thành phố để nghe, qua loa phát thanh, một bài diễn văn của Thượng toạ Thích Trí Quang, một thủ lãnh Phật giáo. Ông giám đốc đài phát thanh cắt buổi phát thanh với lý do chưa được kiểm duyệt. Ông ta cũng gọi điện thoại cho Thiếu tá Sỹ, và người sĩ quan này gửi 5 xe bọc thép đến hiện trường. Người chỉ huy ra lệnh cho đám đông giải tán, rồi cho lệnh tấn công. Đám đông trở nên hỗn loạn. Một người đàn bà và 8 trẻ em thiệt mạng, họ có thể đã bị bắn hoặc bị dẫm lên trong lúc hỗn loạn.*[88]

Theo ký giả John Mecklin, báo chí Hoa Kỳ có mặt tại VNCH trong lúc có khủng hoảng Phật giáo phải chịu trách nhiệm về những tin tức sai lệch, thiếu trung thực. Trong một bài viết đanh thép (ngày 20 tháng 9 năm 1963) đưa tới việc ký giả Charles Mohr, phụ trách vùng Đông Nam Á, phải từ nhiệm, tờ Time khẳng định: *"những phóng viên tại chỗ góp phần gây thêm hoang mang, thay vì giúp cho độc giả tại quê nhà hiểu rõ sự việc hơn. Họ cho vào bài viết những gì họ nghĩ, những chi tiết, những tin giả và những bất bình... Trước một vấn đề phức tạp, họ thông tin từ một góc nhìn*

---

[87] Đã dẫn như trên, 114–15.

[88] Stanley Karnow, *Việt Nam: một Thiên Lịch sử/ Vietnam: A History* (New York: Viking, 1983), 279.

riêng mà thôi, họ làm như những kết luận họ đưa ra đều đương nhiên rõ như ban ngày." [89] Ông Mecklin nhận thấy ký giả thường trực Joseph Alsop, cũng như bà Clare Boothe Luce, so sánh việc làm của một số những phóng viên có nhiệm sở tại Sài Gòn giống như phong trào chống Tưởng Giới Thạch bởi một số ký giả tại Trung Hoa năm 1944.[90]

Tổng thống Diệm nhận thấy tai hoạ đến từ cuộc chống đối của Phật giáo, đặc biệt nguy cơ sẽ làm mất hết những nỗ lực của ông trong việc nối kết Phật giáo và Thiên Chúa giáo, cũng như thuyết phục các Phật tử để họ hiểu về cái tốt đẹp của chương trình của chính phủ của ông so với những gì Cộng sản hứa hẹn nếu họ lên nắm chính quyền. Nhà sư Nhất Hạnh có nhận xét, "*Dưới chế độ của ông Diệm, người ta mới bắt đầu có ý thức về sự khác biệt giữa Cộng sản và cuộc chiến quốc gia, và đây là đóng góp đáng giá nhất của ông Diệm cho đất nước.*" [91] Muốn cho ý thức về sự khác biệt này luôn rõ ràng sau vụ biểu tình ở Huế, ông Diệm gặp gỡ các vị thủ lãnh Phật giáo, đề nghị bồi thường rất rộng rãi cho các gia đình nạn nhân.[92] Thêm vào đó, ông Diệm cũng triệu tập một uỷ ban đặc biệt dưới quyền một Phật tử là Phó Tổng Thống Nguyễn Ngọc Thơ, để đi đến một số thoả thuận hài hoà giữa chính phủ VNCH và cộng đồng Phật giáo.[93] Tự tin vào sự thật là quân đội VNCH không hề gây ra án mạng trong cuộc biểu tình, ông Diệm từ chối nhận trách nhiệm này trước khi một uỷ ban quốc tế mở cuộc điều tra theo yêu cầu của TT Thích Trí Quang. Một bằng chứng khác đáng lý có thể gây chú ý về dã tâm của nhà sư này, đó là, sau khi ông Diệm đồng ý, ông ta lại từ chối.[94]

Trong buổi họp đầu tiên với các vị thủ lãnh Phật giáo, ông Diệm giải thích với họ các viên chức của chính phủ ông đã có nhiều sai lầm khi muốn bảo vệ lá cờ tổ quốc. Ông cũng bảo đảm với họ về tự do thờ phượng, một điều được ghi rõ trong Hiến Pháp của VNCH, và ông cũng nhắc cho họ thấy là những kẻ phá hoại tại Đài Phát thanh Huế không có can dự gì tới Phật giáo; trên thực tế, trong số những người bị thương cũng có cả những người

---

[89] John Mecklin, *Sứ mạng đầy Sóng Gió: Nhìn sâu vào Vai trò của Hoa Kỳ tại Việt Nam/ Mission in Torment: An Intimate Account of the U.S. Role in Vietnam* (Garden City, N.Y.: Doubleday, 1965), 120.

[90] John Mecklin, *Sứ mạng đầy Sóng Gió/ Mission in Torment*, 120.

[91] Gheddo, *Cây Thánh Giá và Cây Bồ Đề/ Cross and Bo-Tree*, 109.

[92] Higgins, *Cơn Ác mộng Việt Nam của Chúng ta/ Our Vietnam Nightmare*, 101.

[93] Pan and Lyons, *Khủng hoảng Việt Nam/ Vietnam Crisis*, 112–13.

[94] Higgins, *Cơn Ác mộng Việt Nam của Chúng ta/ Our Vietnam Nightmare*, 101.

theo đạo Công giáo.[95] Ông Diệm cũng cố gắng hết sức trấn an các Phật tử và đáp lại các yêu cầu của họ. Tổng thống ra một thông báo chung với TT Thích Tịnh Khiết, Tăng Thống Tổng hội Phật giáo Việt Nam Thống Nhất, hướng tới tất cả mọi yêu cầu của các Phật tử, trừ ra yêu cầu của TT Thích Trí Quang, đòi hỏi ông Diệm phải nhận lỗi trước khi mở mọi cuộc điều tra.[96] Những lý do giải thích lập trường của ông Diệm được chuyển tới Hoa Thịnh Đốn trong một bức điện tín được đánh đi bởi Đại sứ Nolting vào ngày 22 tháng 5 năm 1963.[97] Hầu như tất cả các phóng viên Mỹ không hề chú ý đến những nỗ lực tích cực của ông Diệm, kể cả sẵn sàng khoan hồng cho tất cả những tăng ni phạm pháp khi tham dự cuộc biểu tình bạo loạn vừa qua,[98] bởi vì các phóng viên này tin rằng các vụ biểu tình xảy ra đều do lỗi của chính phủ của ông Diệm và như vậy ông phải nhận trách nhiệm đối với những mạng người đã mất.

Mặc dù vậy, không chỉ có báo chí Hoa Kỳ buộc tội chính phủ của ông Diệm trong vụ những vụ chết người xảy ra ở Huế và tin rằng các vụ biểu tình là phản ứng của những bất công của chính phủ đối với Phật giáo. Sau đây là lời ông Helble, lãnh sự Hoa Kỳ tại Huế mô tả cuộc biểu tình lúc ban đầu:

Có thể nói dân chúng ở trong tình trạng căng thẳng. Thời gian kéo dài và cường độ của cuộc khủng hoảng thật bất thường so với bản tính rất trầm

---

[95] Hammer, *Cái Chết trong Tháng 11/ Death in November*, 117.

[96] Yêu sách của Phật tử trùng hợp với những điểm Tổng thống Diệm trình bày. Xin xem "Tuyên ngôn của Chư Tăng và Phật tử Việt Nam/ Manifesto of Vietnamese Buddhist Clergy and Faithful", May 10, 1963, Hue, in FRUS, 1961–1963, vol. 3, document 118, pp. 287–88.

[97] "Từ những nhận xét sâu rộng của ông Diệm mà ông chia sẻ với tôi, rõ ràng là ông ấy tin:
(a) Sự kiện ở Huế được các lãnh tụ Phật giáo kích động, (b) án mạng xảy ra là do lựu đạn của VC hoặc những người bất đồng chính kiến khác chứ không phải do Chính phủ Việt Nam, và (c) một số lãnh tụ Phật giáo tìm cách sử dụng sự kiện ở Huế như một phương tiện để nâng vị thế của họ trong phong trào Phật giáo." Frederick Nolting ... *Xin xem tiếp phần này ở cuối chương.*

[98] Theo Linh mục Gheddo, thỏa thuận bao gồm "một quy định mới và được nghiên cứu cẩn thận về việc trưng bày công khai các biểu ngữ tôn giáo (điều 1); chính phủ hứa sẽ thông qua vào đầu năm 1964 một luật mới về hội họp và hiệp hội tôn giáo (điều 2); việc thành lập một ủy ban điều tra về những bất công mà các Phật tử tố cáo và quyết định khoan hồng của tổng thống đối với tất cả những ai trong cuộc biểu tình của Phật giáo. *Xin xem tiếp phần này ở cuối chương.*

lặng của người Việt Nam trong những cuộc biểu tình. Họ có vẻ rất tin lời của nhà sư trong buổi nói chuyện của ông ngày mùng 8 'bây giờ là lúc phải đấu tranh.' Dù hai chữ 'đấu tranh' có vẻ hơi quá đáng, lòng người Phật tử lại như sôi sục sau nhiều năm bị dồn nén. Biểu ngữ của các sinh viên sáng ngày mùng 9 đề 'Xin hãy giết chúng tôi'. Người dân xuống đường muốn cho cả thế giới biết về những chết chóc đã xảy ra ngày mùng 8. Dù chính phủ Việt Nam tuyên bố Việt Cộng phải chịu trách nhiệm, dân chúng vẫn không tin.[99]

Theo ông Helble, TT Thích Trí Quang tìm cách đẩy mạnh cả một phong trào Phật tử qua dự định tổ chức một đám tang thật rầm rộ cho các nạn nhân tại Huế với sự tham dự của các lãnh tụ Phật giáo khắp thế giới.[100] Vài giờ sau đó, ông Helble viết cho Bộ Ngoại giao, TT Trí Quang đang cố gắng nhóm một cuộc biểu tình chống chính phủ Việt Nam theo kiểu ông Gandhi. Vị lãnh sự này cũng nhận thấy một nhà lãnh tụ Phật giáo nổi tiếng khác, mà tên tuổi chưa được phép nêu ra, có nỗ lực giúp tránh bạo động, kiềm giữ đám đông đang bị kích động bởi TT Trí Quang bằng cách khen chính phủ của ông Diệm tốt.[101]

Vào thời điểm những cuộc biểu tình Phật giáo xảy ra, Đại sứ Nolting đang cố gắng giải quyết những bất đồng giữa Sài Gòn và Hoa Thịnh Đốn về vấn đề Quỹ Tương trợ chống Bạo loạn, như đã nói đến trong chương trước. Những thư từ qua lại từ ông Nolting cho thấy những điểm dị biệt giữa hai chính phủ đã được giải quyết và Quỹ tương trợ sẽ được đặt trên một nền tảng vững chắc hơn trước.[102] Ông Nolting viết trong hồi ký, những điểm dị biệt chỉ thuộc về phạm vi các sinh hoạt thường nhật vào lúc đó. Tuy vậy, những chi tiết này đối với chính phủ Kennedy lại không phải là những tiểu tiết thường nhật. Hội đồng An ninh Quốc gia (National Security Council - NSC) quyết định họp để bàn xem có nên tiếp tục viện trợ hay không nếu Sài Gòn không đồng ý cho Hoa Kỳ đồng tham gia quản lý Quỹ tương trợ

---

[99] John J. Helble, "Điện văn từ Toà lãnh sự tại Huế gửi Bộ Ngoại giao/ Telegram from the Consulate at Hue to the Department of State", May 10, 1963, Hue, 2 a.m., in FRUS, 1961–1963, vol. 3, document 116, p. 285.

[100] Đã dẫn như trên, 284–85.

[101] John J. Helble, "Điện văn từ Toà lãnh sự tại Huế gửi Bộ Ngoại giao/ Telegram from the Consulate at Hue to Department of State", May 10, 1963, Hue, 3 p.m., in FRUS, 1961–1963, vol. 3, document 117, p. 285.

[102] Frederick Nolting, "Thư của Đại sứ Hoa Kỳ tại Việt Nam (Nolting) gửi Ngoại trưởng và Phụ tá Bộ trưởng Quốc phòng Thuần", May 10, 1963, Saigon, in FRUS, 1961–1963, vol. 3, document 119, pp. 289–90. *Xem tiếp phần này ở cuối chương.*

này. Cuộc họp không xảy ra, ông Nolting viết, và ông Diệm đồng ý cho Hoa Kỳ tham gia cùng quản lý, nhưng "cuộc tranh cãi càng khiến cho Hoa Thịnh Đốn có cái nhìn về ông Diệm là một người không dễ hợp tác, và ông Nhu còn cứng đầu hơn nữa. Cuộc tranh chấp làm một số viên chức Bộ Ngoại giao Hoa Kỳ có ác cảm." [103]

Vấn đề là ông Nhu không mau chóng chấp thuận sự có mặt của quân đội Mỹ tại VNCH. Trong một cuộc phỏng vấn với Warren Unna, một phóng viên của tờ Washington Post, ông Nhu đặt vấn đề về số quân Mỹ tại Việt Nam và nhu cầu cần cắt giảm số này. Một cách chính xác hơn, ông Ngô Đình Nhu nói rõ là sự hiện diện của số đông quân Mỹ tại VIệt Nam chỉ làm lợi cho tuyên truyền Cộng sản. Ngoại trưởng Dean Rusk đánh điện tín cho Đại sứ Nolting để than phiền về cuộc phỏng vấn.[104] Bốn ngày sau, ông Roger Hilsman cũng đánh một bức điện tín chớp nhoáng cho ông Nolting trong đó ông đổ cho ông Nhu gây khó khăn cho Hoa Thịnh Đốn trong việc hỗ trợ VNCH. Nói chung, ông Hilsman muốn Đại sứ Nolting thuyết phục ông Diệm kiềm bớt ông Nhu.[105] Ông Nolting
trả lời không thể làm gì hơn. Ông nói thêm, những hệ quả đáng tiếc của buổi phỏng vấn đều do cách tờ Washington Post tung bài đó ra.[106]

Ông Nolting không thể làm gì nhiều vì, như bà Ellen Hammer cho thấy, hai ông Nhu và Diệm lo ngại cho tính độc lập của VNCH một khi số quân Mỹ tại Việt Nam tăng ngoài tầm kiểm soát của chính phủ Việt Nam. Trước khi có cuộc khủng hoảng, mối lo ngại chính của ông Diệm về ý đồ của Mỹ đối với VNCH đưa đến nhiều khó khăn trong sự đồng thuận về chuyện đồng quản lý Quỹ Tương trợ chống Bạo loạn. "Vấn đề chính khiến cho vị tổng thống Việt Nam băn khoăn không phải ở đồng tiền, mà là ở con người - ở sự hiện diện quá đông, khắp nơi, tham gia quá sâu vào nội bộ của Việt

---

[103] Nolting, *Từ Niềm tin đến Bi kịch/ From Trust to Tragedy*, 103–4.

[104] Dean Rusk, "Điện tín từ Bộ Ngoại giao gửi đến Tòa đại sứ", May 13, 1963, Washington, in FRUS, 1961–1963, vol. 3, document 122, pp. 294–96. (Drafted by Heavner and cleared by Hilsman.)

[105] "Tôi hy vọng ông tìm cơ hội để tiếp tục thuyết phục ông Diệm và ông Nhu rằng chúng tôi đang cố gắng bảo vệ chương trình Việt Nam một cách tốt nhất và sự việc này có thể để lại ấn tượng xấu lâu dài bất chấp những cố gắng. Ông có thể nói chúng tôi hy vọng có những tuyên bố trong tương lai sẽ hữu ích hơn trong nỗ lực đánh bại VC." *Xin xem tiếp phần này ở cuối chương.*

[106] Điện tín từ ông Nolting gửi Bộ Ngoại giao, telegram, May 20, 1963, Saigon, ibid., 309n3.

Nam."[107] Là một nhà ái quốc, ông Diệm bị chấn động bởi con số ngày càng gia tăng của người Mỹ tại VNCH, ngày càng lấn lướt chính phủ ông, làm cho ông cảm thấy như VNCH vừa đánh đuổi được thực dân Pháp thì lại sắp bị đẩy vào tình trạng cũ, lần này với Mỹ.[108]

Tổng thống Diệm có thể đã thoát được mũi dùi của việc đồng quản lý Quỹ tương trợ và vấn đề ông Nhu, nhưng có thể nói rằng những yếu nhân tại Hoa Thịnh Đốn được mở một con đường đúng như họ muốn với cuộc khủng hoảng Phật giáo, kéo dài bao nhiêu tháng trời vừa tại VNCH, và trên các trang nhất của tờ New York Times và các báo khác.

Như chúng ta có thể đọc qua các bài được tờ Times đăng tải, phóng viên David Halberstam để ra luận điệu miêu tả cảnh một chính phủ thiểu số và độc tài đàn áp số đông dân chúng. Và bởi vì chính phủ đó là một đồng minh của Hoa Kỳ, hình ảnh có vẻ đàn áp quyền tự do tôn giáo dồn chính phủ Kennedy vào thế khó xử. Sau đây là những ví dụ điển hình được trích dẫn:

Mâu thuẫn giữa chính phủ miền Nam Việt Nam và các tăng sĩ Phật giáo gây rúng động cho các viên chức Mỹ tại đây...

Vì một số lý do khác nhau, người Mỹ không muốn dính líu đến vai trò của chính quyền Sài Gòn trong cuộc khủng hoảng...

Lại còn có tin cho thấy Hoa Thịnh Đốn cho các viên chức của họ tại đây lên tiếng về mối quan tâm sâu sắc của họ về những gì đang xảy ra và về cách giải quyết của chính phủ Việt Nam, đồng thời gây áp lực để đi đến một giải pháp...

Người Mỹ vô cùng bối rối trước những sự việc, và rất bực bội trước những câu hỏi không ngừng của một số người Việt Nam: "Sao chính phủ các ông có thể để cho chuyện này tiếp tục xảy ra? Sao người Mỹ các ông không lên tiếng? không làm gì cả?"...

Các viên chức Hoa Kỳ tại Mỹ lo lắng cho hậu quả sẽ có của cuộc khủng hoảng trên nỗ lực chiến tranh trong một xứ mà 70% dân số tự cho mình là Phật tử. Trong mắt những người Mỹ này, bởi vì tổng thống VNCH và phần đông những người cộng tác với ông theo đạo Công giáo, rất khó biện minh cho lập luận của chính phủ ông Diệm là chỉ muốn giữ trật tự bằng mọi giá và biến cố Phật giáo không phải vì lý do chính phủ thiên vị tôn giáo.[109]

---

[107] Hammer, *Cái Chết trong Tháng 11/ Death in November*, 120–21.

[108] Đã dẫn như trên.

[109] David Halberstam, "Người Mỹ Bực bội vì Không có Khả năng Hành động trong vụ Tranh chấp ở Việt Nam/ Americans Vexed by Inability to Act in Vietnam Dispute", New York Times, June 10, 1963, 1, 6. *Xem tiếp phần này ở cuối chương.*

Cần phải xem xét kỹ lại điều ông Halberstam nêu lên về khía cạnh tôn giáo của VNCH và chính phủ của ông Diệm. Trước hết, chính điều ông này nói đã định hướng dư luận Mỹ và nhất là chính sách của Hoa Kỳ. Như chúng ta đã thấy, thành phần chính phủ của ông Diệm rất đa diện về tôn giáo. Tuy vậy, với đa số dân chúng trong Miền Nam tự xem là Phật tử, câu hỏi cần thiết là những lãnh tụ của các cuộc biểu tình có là tiếng nói của các Phật tử hay ít ra, của số đông của họ? Sau đó, sau khi xảy ra thêm nhiều vụ biểu tình khác và một vài vụ tự thiêu, một nhà sư nói với nữ ký giả chiến trường Higgins, *"Không một Phật tử chân chính nào lại tự tử như thế. Phật dạy tự tử là sai. Phật cũng dạy trách nhiệm của mỗi người là tự sửa đổi chính đời mình, không phải đi làm chính trị. Như vậy, những người được quý báo mô tả, biểu tình ngoài đường phố [tại Huế và Sài Gòn] không phải là Phật tử. Họ phản lại đạo Phật."* Khi bà Higgins trả lời, *"Dân chúng Mỹ tin rằng những người này là tiếng nói của Phật giáo,"* nhà sư này đáp lời bà, *"Người da trắng đem theo nhiều thứ khi họ đến Việt Nam. Nhưng người da trắng không đem theo đủ sự hiểu biết khi họ đến Việt Nam."* [110]

Trong khi chính phủ Kennedy rất bối rối trước cuộc khủng hoảng Phật giáo, một loạt các báo cáo lạc quan mới trong cuộc chiến chống Bạo loạn của Cộng sản được phổ biến... Một ví dụ điển hình là báo cáo của Đại tá Francis Philip "Ted" Serong, đứng đầu Nhóm Đào tạo cho Việt Nam của Úc, tại một buổi họp gồm các nhân vật cao cấp của Nhóm Đặc nhiệm Chống Bạo loạn ngày 23 tháng 5 năm 1963, với các ông Averell Harriman, Robert Kennedy, John McCone, và các tướng lãnh như Victor Krulak và Maxwell Taylor, Đại tá Serong cho biết cuộc chiến chống lại Việt Cộng đang đi đến chiến thắng.[111] Nhiều dấu hiệu cho thấy điều này, ông ta nói, một trong những điểm đáng nói là sự gia tăng đáng kể của các tin tức tình báo cấp thời gửi đến cho chính phủ VNCH. Theo ông Serong, tiến triển này có được nhờ Chương trình Ấp Chiến lược bảo đảm an ninh tốt đẹp hơn cho dân chúng trước những đe dọa của Cộng sản. Đại tá Serong đặt chiến thắng trong bối cảnh những khó khăn gây ra bởi những cố vấn Mỹ đã hé lộ bí mật cho báo chí. Mặc dù công nhận mọi việc xảy ra tại VNCH chưa đến mức tuyệt hảo, ông ta tuyên bố những thành công đạt được thật sự bị coi rẻ tại

---

[110] Higgins, *Cơn Ác mộng Việt Nam của Chúng ta/ Our Vietnam Nightmare*, 41.

[111] James W. Dingeman [Tổng thư ký]Ủy ban Đặc nhiệm cho Chiến dịch Chống Nổi dậy, "Biên bản phiên họp của Ủy ban Đặc nhiệm cho Chiến dịch Chống Bạo loạn", Washington, May 23, 1963, 2 p.m.", in FRUS, 1961–1963, vol. 3, document 132, pp. 315–16.

Hoa Thịnh Đốn. Ngoài ra, với cách nói ngắn gọn của một quân nhân, ông lưu ý là báo chí Mỹ đã tảng lờ những thành công này, vì một lý do khó hiểu nào đó.[112]

Đại tá Serong nêu lên một điểm rất quan trọng là Đại sứ Nolting gây được ảnh hưởng rất tốt và có hiệu quả trên mối bang giao giữa Hoa Thịnh Đốn và Sài Gòn, giúp chương trình Hỗ trợ Chống Bạo loạn đi đến thành công. Mặc dù vậy, mọi sự đã được xếp đặt sẵn sàng để thay thế Đại sứ Nolting bằng một người hoàn toàn khác hẳn. Trong một điện văn gửi cho Tổng thống Kennedy hai tuần trước khi ông Serong báo cáo, ông Michael Forrestal thuộc Hội đồng An ninh Quốc gia tuyên bố về vấn đề sứ vụ ngoại giao tại Sài Gòn: "Chúng ta cần một người lãnh đạo mới trong phạm vi này." [113] Như chúng ta đã thấy, nhóm của ông Harriman bắt đầu tìm cách thay chính phủ tại miền Nam Việt Nam,[114] và ông Nolting không hợp tác với họ vì trung tín với ông Diệm.

Thật vậy, ông Nolting cảnh cáo các đồng hương của ông rằng sự tự cao tự đại của họ cũng như cái hăng hái quá đáng của họ sẽ phá hỏng hết công trình ông đã kiên nhẫn xây dựng. Ông mạnh mẽ nhắc nhở điều này khi nói với Bộ trưởng Quốc phòng McNamara "Rất khó khăn, giống như không thể lắp một đầu máy xe Ford vào một cỗ xe bò Việt Nam." [115] Theo ông Nolting, ông McNamara đồng ý với phân tích của ông nhưng lại nói Hoa Kỳ có thể làm đúng như vậy và một cách chóng vánh hơn.

---

[112] Theo biên bản cuộc họp: "Ông [Serong] nhận định báo chí ở Việt Nam có vấn đề, nhưng họ đưa ra tin tức từ những gì họ thấy hoặc được kể lại. Ông Serong tin tưởng tình hình này có thể được cải thiện bằng cách làm việc chặt chẽ hơn với báo chí tại hiện trường…. *Xin xem tiếp phần này ở cuối chương.*

[113] Michael V. Forrestal, "Văn thư trình tổng thống của Michael V. Forrestal thuộc Hội đồng An ninh Quốc gia", May 10, 1963, Washington, in FRUS, 1961–1963, vol. 3, document 120, p. 291.

[114] Một trong những bằng chứng quan trọng nhất cho thấy ông Harriman tìm kiếm một nhà lãnh đạo dễ bảo hơn cho miền Nam là bức điện Harriman gửi cho Nolting ngày 18 tháng 2 năm 1963 - trước khi cuộc khủng hoảng Phật giáo xảy ra - yêu cầu Nolting tìm kiếm lãnh đạo khác và ủng hộ các đối thủ của ông Diệm. *Xin xem tiếp phần này ở cuối chương.*

[115] Michael Charlton, "Các Chiến binh Biên giới mới Nắm giữ Phòng tuyến/ The New Frontiersmen Hold the Line", program 4 of Many Reasons Why: The American Involvement in Vietnam, British Broadcasting Corporation, 1977, manu- script copy, 4, Nolting Papers, box 13, Professional Papers.

Ghi chú cho Chương 10 - Tiếp theo

4. ... Tổng trấn Sài Gòn Chợ Lớn, Tướng Tôn Thất Đính, và Tổng Tư lệnh, Tướng Lê Văn Ty, cũng là Phật tử. Trong số 19 vị tướng lãnh cao cấp nhất chỉ có ba người Công giáo. Những người khác là người theo Phật, Nho, và Đạo giáo. Mặc dù nhiều trường học tốt nhất là trường Công giáo, chỉ có 12 người Công giáo trong số 38 vị tỉnh trưởng. Những người còn lại theo Phật, Nho, hoặc Đạo giáo." Stephen Pan và Daniel Lyons, *Khủng hoảng Việt Nam/ Vietnam Crisis* (New York: East Asian Research Institute, 1966), 115.

23. ... April 17, 1963, Washington, in FRUS, 1961–1963, vol. 3, document 94, pp. 232–35. Một báo cáo của CIA đã viết: *"Chương trình Ấp Chiến lược chứng minh có kết quả tốt trong những khu vực được áp dụng nên có mọi lý do để lạc quan và tin tưởng"*. Rufus Phillips, "Memorandum from the Assistant Director for Rural Affairs, United States Operations Mission in Vietnam (Phillips), to the Director of the Mission (Brent); Subject: An Evaluation of Progress in the Strategic Hamlet–Provincial Rehabilitation Program", May 1, 1963, Saigon, in FRUS, 1961–1963, vol. 3, document 102, p. 258.

47. ..."Telegram from the Embassy in Vietnam to the Department of State", May 22, 1963, Saigon, in FRUS, 1961–1963, vol. 3, document 131, p. 314.

48. ... vi phạm pháp luật (điều 3); cải thiện các bảo đảm cho tự do tôn giáo phong phú hơn trong mọi khía cạnh (điều 4) và cuối cùng, hình phạt dành cho các cảnh sát viên được chứng minh là có tội trong cuộc đụng độ với các Phật tử và thỏa thuận trợ cấp cho các gia đình nạn nhân (điều 5). "Gheddo, Cây Thánh Giá và Cây Bồ Đề/ The Cross and the Bo-Tree, 181.

52 ... Ngoài thư từ của Nolting với ông Thuần, vào ngày 17 tháng 5 năm 1963, Tổng thống Diệm và ông Nolting ra một thông cáo chung loan báo chính phủ Hoa Kỳ và Nam Việt Nam đạt được thỏa thuận về Quỹ tài trợ chống Bạo loạn."Editorial Note", in FRUS, 1961–1963, vol. 3, document 127, pp. 307-9.

55. ... Roger Hilsman, "Điện tín từ Bộ Ngoại giao gửi đến Tòa đại sứ", May 17, 1963, Washington, in FRUS, 1961–1963, vol. 3, document 128, pp. 308–9.

59. David Halberstam, "Người Mỹ Bực bội vì Không có Khả năng Hành động trong vụ Tranh chấp ở Việt Nam/ Americans Vexed by Inability to Act in Vietnam Dispute", New York Times, June 10, 1963, 1, 6. For more articles in this vein, see David Halberstam, "Hoa Kỳ. Tránh Dính tay vào Tranh chấp ở Sài Gòn: Chỉ thị Quân đội Không giúp Ngăn chặn các Cuộc Biểu tình của Phật giáo/ U.S. Avoids Part in Saigon Dispute: Tells Its Troops Not to Help Stop Buddhist Protests", New York Times, June 11, 1963, 6; Max Frankel, "Hoa Kỳ Cảnh cáo Miền Nam Việt Nam theo Yêu cầu của Phật tử: Ông Diệm được Cho Biết Ông

Phải Đối mặt với Sự Kiểm tra, Chỉ trích nếu Không Giải quyết Được Những Bất bình về Tôn giáo, nhiều Điều được Gọi là Công chính/ U.S. Warns South Vietnam on Demands of Buddhists: Diem Is Told He Faces Censure If He Fails to Satisfy Religious Grievances, Many of Which Are Called Just", New York Times, June 14, 1963, 1, 10; David Halberstam, "Phật tử Sài Gòn Đụng độ với Cảnh sát/ Buddhists in Saigon Clash with Police", New York Times, June 16, 1963, 1, 18; David Halberstam, "Bất mãn Dâng cao trong Cơn Khủng hoảng tại Việt Nam: bị Mất thế vì Cách đối xử với Phật tử/ Discontent Rises in Vietnam Crisis: Regime Losing Ground over Treatment of Buddhists", New York Times, June 22, 1963, 6.

62. ... Các cố vấn quân sự Hoa Kỳ phản ánh trong các bình luận họ chia sẻ với báo chí; họ đang thất vọng vì khuyến cáo của họ cần được đồng minh Việt Nam chấp nhận. Câu chuyện thành công lớn ở Việt Nam là Chương trình Ấp Chiến lược và câu chuyện này vẫn chưa được kể hết. Ông nói trong tổng số khoảng 16 triệu dân (miền Nam Việt Nam lúc đó), 8 triệu người được di chuyển vào các ấp chiến lược, đây là một trong những cuộc di dân có số lớn nhất trong lịch sử." Sách đã dẫn, 315.

64. ... *Tuy nhiên, ông và Tùy viên Lao động của ông, người rất có khả năng, có thể dùng cơ quan CIA hỗ trợ kín đáo cho liên đoàn lao động của ông Bửu nhằm chống lại các biện pháp đàn áp của Chính phủ Việt Nam.*" W. Averell Harriman to Frederick E. Nolting, February 18, 1963, 1, Nolting Papers, box 12, Selected Correspondence - Harriman, W. Averell. Bộ Ngoại giao nói họ không tìm thấy bức điện này, mặc dù ông Nolting trong công điện trả lời có nhắc đến bức điện của Harriman. Xin đọc Frederick E. Nolting, "Letter from the Ambassador in Vietnam (Nolting) to the Assistant Secretary of State for Far Eastern Affairs (Harriman)", February 27, 1963, Saigon, in FRUS, 1961–1963, vol. 3, document 45, p. 126.

65 Michael Charlton, "Các Chiến binh Biên giới mới Nắm giữ Phòng tuyến/ The New Frontiersmen Hold the Line", program 4 of Many Reasons Why: The American Involvement in Vietnam (Sự can dự của Mỹ vào Việt Nam), British Broadcasting Corporation, 1977, manuscript copy, 4, Nolting Papers, box 13, Professional Papers.

CHƯƠNG 11

HOA THỊNH ĐỐN CÔ LẬP ÔNG DIỆM

Đại sứ Nolting bị rúng động mạnh vì mức độ bạo động tại các vụ biểu tình Phật Giáo ở Huế, nhưng ông vẫn tin rằng sự việc sẽ được giải quyết ổn thoả bởi tất cả các thành phần liên quan, và, khi tình hình đã bắt đầu lắng xuống thì ông mới đi nghỉ mát như dự định vào ngày 23 tháng 5 năm 1963. Quyết định này quả là một định mệnh: khi ông Nolting vừa ra khỏi nước, kẻ thù của ông Diệm thuộc nhóm Phật Giáo quá khích - và trong Bộ Ngoại Giao Hoa Kỳ — đã tăng gấp đôi nỗ lực lật đổ tổng thống của Miền Nam Việt Nam (Việt Nam Cộng Hòa - VNCH). Theo John Mecklin,

Phản ứng của người Mỹ trước cuộc Khủng hoảng Phật giáo đã gây ra một tấn bi kịch cá nhân ngầm. Nó xảy ra, trùng hợp với dịp Đại sứ Nolting rời Sài Gòn cùng với gia đình đi nghỉ mát, sau khi làm việc cật lực. Trong lúc ông Nolting vắng mặt đó, Hoa Kỳ trở mặt chơi đòn "nặng" với ông Diệm, như một phát súng ân huệ cuối cùng cho sứ vụ đầy bấp bênh mà ông Nolting đã hết sức lèo lái. Kết quả là việc này dẫn đến thất bại ê chề. Nó để lại bao nhiêu nghi vấn, không có câu trả lời cho lịch sử, "nếu" vào thời điểm tối thượng đó, sự thay đổi có thể nào tốt đẹp hơn với cách giải quyết mềm dẻo hơn của ông Nolting.[116]

Như chúng ta có thể thấy trong cuốn hồi ký của ông Nolting, ông đồng ý: *"Không có sai lầm nào có thể tệ hơn thế. Tôi đã rời nhiệm sở vào lúc cơn bão đang bắt đầu — cơn bão đã tiêu diệt chín năm trời xây dựng sự đóng góp và giúp đỡ của Hoa Kỳ cho nền độc lập của VNCH."* [117]

Trong khi ông Nolting không có mặt tại Sài gòn, ông William Trueheart là người thay ông điều hành Toà đại sứ. Trong thời gian ông Nolting vắng

---

[116] John Mecklin, *Sứ mạng đầy Sóng gió: Nhìn sâu vào Vai trò của Hoa Kỳ tại Việt Nam/ Mission in Torment: An Intimate Account of the U.S. Role in Vietnam* (Garden City, N.Y.: Doubleday, 1965), 168

[117] Frederick Nolting, *Từ Niềm tin đến Bi Kịch/ From Trust to Tragedy: The Political Memoirs of Frederick Nolting, Kennedy's Ambassador to Diem's Vietnam* (New York: Praeger, 1988), Nolting, 108–9.

mặt, nghiêm lệnh của ông để lại là phải liên lạc ngay với ông khi có biến động gì quan trọng hoặc có dấu hiệu của một vấn đề quan trọng sắp xảy ra.[118]

Thật đáng tiếc, cuộc Khủng hoảng Phật giáo gia tăng trong khi ông Nolting không có mặt tại Việt Nam, và ông Trueheart không liên lạc với đại sứ như đã thu xếp. Đây là một lỗi phạm nghề nghiệp và nó có tầm ảnh hưởng rất sâu rộng về lâu về dài trên chính sách của Hoa Kỳ. Sau đó, vào tháng 8 năm 1963, ông Nolting viết báo cáo về hành vi này của ông Trueheart với Nha Quản lý Nhân sự, khi ông vừa trở lại Bộ Ngoại giao, tại Hoa Thịnh Đốn. Trong bản báo cáo đó, ông nói về ông Trueheart như sau:

"Dù không phải lỗi của ông, ông Trueheart đã phải đối đầu với một vấn nạn lớn đang ló dạng ngay khi tôi vừa vắng mặt. Việc xảy ra mang hậu quả rất lớn đe dọa sự sống còn của tất cả nền tảng trên đó Hoa Kỳ đã xây dựng chính sách tại Việt Nam, nó sẽ gây ra những thay đổi lớn trong mối tương quan giữa sứ mạng của Hoa Kỳ và chính phủ Việt Nam. Ông Trueheart đã không làm tròn nhiệm vụ báo cho tôi biết về tiến triển của sự việc. Ông đã không làm theo chỉ thị và, đối với tôi, ông đã không làm tròn nhiệm vụ được giao phó cũng như đã thất tín với cấp trên trong tư cách là một thuộc cấp, không thi hành nhiệm vụ đã nhận." [119]

Vào tháng 6 năm 1966, ông Nolting cho biết trong một cuộc phỏng vấn rằng ông Trueheart đã không liên lạc với ông vì ông này đã quyết định theo phe ông Harriman.[120] Câu hỏi lịch sử được đặt ra là, chuyện gì đã xảy ra trong lúc ông Nolting vắng mặt, đưa đến phá hoại mối bang giao tích cực mà ông đã xây dựng cho Hoa Kỳ và chính phủ Việt Nam trên căn bản đôi bên tương kính? Câu trả lời là cuộc Khủng hoảng Phật giáo. Tuy nhiên, câu trả lời thật đơn giản này chỉ mới phản ánh được bề mặt của vấn đề bởi vì mối quan hệ giữa Sài Gòn và Hoa Thịnh Đốn đã có thể được cứu vãn, nếu ông Trueheart đã có lối hành xử khác đối với Tổng thống Ngô Đình Diệm. Nhưng không, ông Trueheart đã hành xử theo cách của ông Averell Harriman và ông Roger Hilsman đã chỉ định.

---

[118] Đã dẫn như trên, 108.

[119] Frederick E. Nolting, " Phúc trình Cuối cùng về ông William Trueheart/ Final Report on Mr. William C. Trueheart, Deputy Chief of Mission", August 17, 1963, 1–2, Nolting Papers, box 13, Selected Correspondence— Trueheart, William.

[120] Frederick Nolting, Phỏng vấn bởi Joseph E. O'Connor/ interview by Joseph E. O'Connor, May 14, 1966, Paris, interview 1, transcript, 21, John F. Kennedy Oral History Collection, John F. Kennedy Presidential Library, Boston.

Ông Nolting tóm tắt trong cuốn hồi ký của ông về những gì đã xảy ra tại Việt Nam trong lúc ông vắng mặt. Ông ghi lại rằng các Phật tử vẫn tiếp tục làm loạn bất chấp những cố gắng của ông Diệm để trấn an họ;[121] rồi một nhà sư đáng kính, Thượng toạ Thích Quảng Đức, làm lễ tự thiêu và mất ngày 11 tháng 6 năm 1963.[122] Những lãnh tụ của nhóm quá khích nằm ở Chùa Xá Lợi và chùa Từ Đàm dàn cảnh cho vụ tự thiêu xảy ra ngay trước Toà đại sứ Cam Bốt.[123] Như vậy, ngoài nhiều chuyện khác, vụ nhà sư tự thiêu này còn là một tiếng kêu gửi đến Cam Bốt và thái tử Norodom Sihanouk, người không có cảm tình với ông Diệm.

Cho đến lúc đó, những Phật tử chống lại ông Diệm nhận được sự khuyến khích và hỗ trợ từ Cam Bốt bởi vì phong trào Phật tử tại VNCH thuộc phái Phật giáo Tiểu Thừa, giống như số đông tại Cam Bốt. Sự tham gia của các Phật tử Cam Bốt khiến anh em nhà Ngô lo lắng có thể thái tử Sihanouk, người đứng giữa khuấy động hai khối Cộng sản và các xứ Phương Tây, sẽ dùng phong trào này để ép VNCH trở nên trung lập như xứ của ông. Hai anh em nhà họ Ngô lo sợ tình trạng trung lập sẽ làm lợi cho Cộng sản tiến lên nắm chính quyền, như đã xảy ra tại Lào. Chính hai ông Diệm, Nhu đã từng hỗ trợ những âm mưu chống lại Sihanouk, hoặc tự mình hoặc cộng tác với Mỹ.[124]

Hoàng thân Sihanouk đã có những tuyên bố công khai chống lại hai anh em nhà họ Ngô. Một ví dụ, ông từng nói Hà Nội sẽ thắng hai anh em nhà Ngô. Tại Hội nghị Phật giáo Thế giới lần thứ 7 diễn ra tại Nam Vang (Phnom Penh) vào tháng 11 năm 1961, phái đoàn Phật giáo từ VNCH đã được giới thiệu với phái đoàn Phật giáo từ Miền Bắc và từ Trung Cộng, cả hai phái

---

[121] Những dự tính này của ông Diệm nhằm xoa dịu các nhà sư đã được ghi nhận một cách rõ ràng trong các điện tín giữa Toà đại sứ ở Sài Gòn và Bộ Ngoại giao ở Hoa Thịnh Đốn. Trong bức điện ngày 15 tháng 6 năm 1963, ông Trueheart giải thích chính phủ đang gặp khó khăn trong việc giữ hòa khí với các nhà sư tại bàn hội nghị vì các vị sư có nhiều lý do để không thương lượng với chính phủ, trong đó có sự cảm thông của báo chí... *Xem tiếp ở cuối chương.*

[122] Associated Press, "Nhà Sư Tự Thiêu trong Biểu tình chống ông Diệm/ Monk Suicide by Fire in Anti-Diem Protest", *New York Times*, June 11, 1963, 4.

[123] Marguerite Higgins, *Cơn Ác mộng Việt Nam của Chúng ta/ Our Vietnam Nightmare* (New York: Harper and Row, 1965), 18.

[124] Ellen J. Hammer, *Cái Chết trong Tháng 11: Hoa Kỳ ở Việt Nam/ A Death in November: America in Vietnam, 1963* (New York: E. P. Dutton, 1987), 140–41.

đoàn này đều đặt dưới sự kiểm soát hoàn toàn của Cộng sản.[125] Mặc dù không thể có chứng cớ chắc chắn, tin đồn người Cam Bốt đã giúp kết nối Việt Cộng với nhóm Phật tử quá khích có vẻ có vài điểm khả dĩ. Theo ông Douglas Pike, Thich Thom Me Thế Nhêm, *"một người thuộc sắc tộc Cam Bốt và là một tu sĩ Phật giáo, đã đứng lên lãnh đạo nhóm người sắc tộc Cam Bốt tại Việt Nam, đồng thời cũng là một thành viên cấp chỉ huy của Mặt trận Giải phóng Miền Nam đóng vai nối kết với các tổ chức Phật giáo Việt Nam."* [126] Bài nghiên cứu của linh mục Piero Gheddo, thuộc Học viện Truyền giáo Hải ngoại của Toà Thánh ở Milan, cho thấy một vài trường phái Phật giáo có chung một căn bản triết lý tương đồng với thuyết Cộng sản.[127]

Điểm quan trọng nhất là, đằng sau hình ảnh phừng phực của một nhà sư tự thiêu đã được phóng lên trước công chúng, phải kể đến rất nhiều những khúc mắc và lươn lẹo. Đây là một điểm quan trọng bởi vì hình ảnh đã được tạo ra đó đã gieo vào mắt dân chúng Mỹ hình ảnh một chính phủ VNCH bất khả tín. Đại sứ Nolting nhắc lại trong cuốn hồi ký của ông lời của một người Việt Nam ông quen, kể về những gì đã xảy ra đằng sau vụ tự thiêu đó. Vị bác sĩ riêng của ông Diệm cũng là người đã lo khám bệnh đều đặn cho Thượng toạ Thích Quảng Đức tại chùa Xá Lợi, chính ông đã cho ông Diệm biết Thượng toạ Thích Quảng Đức sẽ tự thiêu đến chết.[128] Danh tính của vị y sĩ này dĩ nhiên được ông Nolting giữ kín vì lý do an ninh. Vị y sĩ này còn cho ông Diệm biết là nhiều nhà sư mới vào tu đã cố thuyết phục Thượng toạ Thích Quảng Đức tự tử. Nhiều năm trước đó, nhà sư này đã kết ước cùng tự thiêu với một nhà sư khác tại Hà Nội. Người này rốt cuộc đã giữ lời và đã chết để phản đối đàn áp Phật giáo tại Miền Bắc Việt Nam.[129]

---

[126] Douglas Pike, *Việt Cộng: Tổ chức và Kỹ năng của Mặt Trận Giải phóng Miền Nam/ Viet Cong: The Organization and Techniques of the National Liberation Front of South Vietnam.* Cambridge, MA. MIT Press, 1966, 431.

[127] Cuộc điều tra của Linh mục Piero Gheddo phát hiện ra một bài báo có tựa đề "Thế giới chung sống giữa Phật giáo và chủ nghĩa Cộng sản" trong một ấn phẩm Phật giáo cấp tiến của Nhật Bản từ Tokyo, *Young East*, số 56 (1965): 18–24. Bài báo này nói rõ rằng có "một sự mong muốn cho thấy có sự áp bức ở châu Á đến từ Cơ đốc giáo và người da trắng, trong khi sự cứu rỗi đến từ Phật giáo hợp nhất với Chủ nghĩa Cộng sản vì cả hai bổ sung cho nhau và có cùng nguyện vọng và cùng mục tiêu." *Xin xem tiếp phần này ở cuối chương.*

[128] Nolting, *Từ Niềm tin đến Bi Kịch/ From Trust to Tragedy*, 115.

[129] Báo chí Hoa Kỳ không quan tâm đến cuộc đàn áp thẳng tay những người theo đạo Phật của Đảng Cộng sản ở Bắc Việt Nam… *Xem tiếp phần này ở cuối chương.*

Khi những nhà lãnh đạo nhóm Phật tử quá khích biết tin Thượng toạ Thích Quảng Đức muốn thực hiện lời hứa của mình, họ đã thúc đẩy ông hành động. Lý do thúc đẩy nhà sư ấy tự thiêu thật ra không liên quan gì đến chính phủ của ông Diệm, cho đến khi ông ta thực hành lời ước hẹn đó.[130]

Trước khi Thượng toạ Thích Quảng Đức qua đời, các nhà sư tại chùa Xá Lợi đã báo cho các phóng viên Mỹ "một sự kiện quan trọng sắp xảy ra", còn hướng dẫn họ nơi phải đến. Kết quả là, nhà báo của Associated Press, Malcolm Browne, đoạt giải thưởng với bức hình "Đức Phật trong lửa", loan đi khắp thế giới. Vì vậy, "cả thế giới, và riêng nước Mỹ, đã bị chấn động, trong kinh hoàng." [131] Thượng nghị sĩ Frank Church, một thành viên của Ủy ban Đối ngoại Thượng viện, nói: *Chúng ta chưa từng chứng kiến những cảnh kinh khủng như thế này từ thời La Mã lùa giết dân Thiên Chúa Giáo từng đoàn nắm tay nhau bước vào các đấu trường.*" [132]

Theo ông Nolting, hình ảnh gây chấn động mạnh cùng những bài viết đi kèm đã là cú cuối cùng đánh vào dư luận Mỹ về Tổng thống Diệm.[133] Và đây chính là kết quả mà nhóm Phật giáo quá khích đã nhắm. Như bà Higgins đã khám phá ra qua những buổi phỏng vấn nhà lãnh đạo của các cuộc xuống đường Phật giáo, nhà sư Thích Trí Quang, các nhà sư đã dùng phương cách tự thiêu không phải vì bị đàn áp bởi chính phủ VNCH mà vì nó sẽ có tác động mạnh lên ý thức hệ về sự sống của người Phương Tây và do đó, sẽ làm cho những người Mỹ từng ủng hộ ông Diệm xa lánh ông. Như vậy, các nhà sư, có thể chỉ là theo như họ nghĩ, sẽ dựng lên một chính phủ của chính họ.[134] Theo nữ sử gia Ellen Hammer, "*Những nhà sư tranh đấu nhận ra họ có trong tay một vũ khí có khả năng gieo kinh hoàng khắp thế giới, cho nên họ sẽ dùng đi dùng lại vũ khí này để đối đầu với chính phủ của ông Diệm.*" [135]

Cần phải nêu rõ, chính các nhà sư không phải là Cộng sản dù cho tác giả này có suy ra được mối liên hệ giữa các nhà sư quá khích với Cộng sản, ngoại trừ trường hợp có thể có một số cán bộ Cộng sản nằm vùng len lỏi

[130] Nolting, *Từ Niềm tin đến Bi Kịch/ From Trust to Tragedy*, 115-16.

[131] Stephen Pan and Daniel Lyons, *Khủng hoảng ở Việt Nam/ Vietnam Crisis* (New York: East Asian Research Institute, 1966), 113–14.

[132] Trích trong Hammer, *Cái Chết trong Tháng 11/ Death in November*, 145–46.

[133] Nolting, *Từ Niềm tin đến Bi Kịch/ From Trust to Tragedy*, 112.

[134] Higgins, *Cơn Ác Mộng Việt Nam của Chúng ta/ Our Vietnam Nightmare*, 33–35.

[135] Hammer, *Cái Chết trong Tháng 11/ Death in November*, 145–46.

vào giữa họ. Ông William Colby so sánh các nhà sư với những giáo sĩ quá khích Hồi Giáo đã dấy lên cuộc cách mạng tại Ba Tư chống lại nhà vua năm 1979. Ông giải thích rằng triết lý chính trị của các nhà sư bao gồm *"sự khước từ hoàn toàn trước mọi thay đổi, canh tân hoá, [và] lý tưởng trở về với một vài căn bản tôn giáo."* [136] Ông Colby nhận ra rõ ràng sự khác biệt giữa tác động của của hình ảnh các nhà sư tự thiêu trên dân chúng Mỹ — cũng có nghĩa là, trên chính sách của Tổng thống Kennedy — và trên chính danh chính trị mà Tổng thống Diệm đang có được tại Việt Nam. Nhờ biết sử dụng khéo léo sức mạnh của báo chí, các nhà sư đã làm cho toàn thế giới tưởng họ có nhiều ảnh hưởng chính trị, đồng thời làm giảm chính danh chính trị mà ông Diệm đang thật sự có. *"Họ [các nhà sư] không phải là một vấn đề lớn,"* ông Colby cho biết, *"và ông [Diệm] đã không mất uy quyền trong nước của ông. Chắc chắn là có những người không hài lòng, nhưng ông ta vẫn còn nhiều ảnh hưởng, hơn nữa, ông ta đã từng có kinh nghiệm tương tự."* [137]

Tuy nhiên, mức xúc động của quần chúng, khuấy động bởi những bài phóng sự về Khủng hoảng Phật giáo, đã làm cho Hoa Thịnh Đốn quên mất những gì đã đạt được về mặt chiến lược, ngay cả những mục tiêu đang nhắm tới tại VNCH. Đại sứ Nolting đã thấy rõ hiện tượng phân tán chủ lực này nơi hành vi của ông Trueheart trong lúc ông vắng mặt. Sau khi xem lại những trao đổi qua lại bằng điện thư giữa Hoa Thịnh Đốn và Sài Gòn trong thời gian này, ông nhận ra: *"toàn thể cơ cấu hợp tác giữa sứ mạng Hoa Kỳ và chính phủ VNCH gần như tan rã."* [138]

Ông thấy Toà đại sứ Hoa Kỳ áp dụng đường hướng "cứng rắn" với ông Diệm. Điều này đã được nữ phóng viên Higgins xác nhận khi bà cũng nhận thấy dưới bàn tay của ông Trueheart, chiến thuật ngoại giao của Hoa Kỳ chỉ thu gọn trong hai việc ra lệnh và doạ nạt. [139] Kết quả là, vị tổng thống của VNCH đã bị Mỹ cố tình cô lập. Ông Nolting viết: "Tôi vẫn chưa thể hiểu được tại sao người thay thế tôi tại Sài Gòn và các đồng sự của tôi tại Bộ Ngoại giao đã để cho xảy ra biến cố này trong bang giao giữa Hoa Kỳ và Việt Nam mà không hề cho tôi biết một chút gì về những gì đã xảy ra. Họ

---

[136] William Colby, phỏng vấn bởi Ted Gittinger, ngày 2 tháng 6, 1981/ interview by Ted Gittinger, June 2, 1981, Washington, D.C., interview 1, transcript, 20, Lyndon Baines Johnson Presidential Library Oral History Collection, University of Texas at Austin.

[137] Đã dẫn như trên.

[138] Nolting, *Từ Niềm tin đến Bi Kịch/ From Trust to Tragedy*, 112.

[139] Higgins, *Cơn Ác Mộng Việt Nam của Chúng ta/ Our Vietnam Nightmare*, 100.

có chương trình hàng ngày của gia đình tôi. Và họ cũng đã hứa với tôi. Nếu được báo tin kịp thời, tôi đã có thể quay lại Sài Gòn trong vòng 24 tiếng, và tôi tin chắc chắn đã có thể ngăn chặn tấn bi kịch xảy ra sau đó." [140] Ông Nolting kết luận rằng chính phủ Kennedy đã không muốn ông trở lại Sài Gòn. "*Tại Hoa Thịnh Đốn, tôi đã họp với hai ông Hilsman và Harriman và một lần với Tổng thống Kennedy. Ông Harriman lúc đó rất khó chịu và không thể đối thoại. Ông ta có vẻ không muốn cho tôi trở lại Sài Gòn. Tôi nghi đã không được thông báo gì trong lúc nghỉ mát vì nhóm chống đối ông Diệm tại Hoa Thịnh Đốn không muốn cho tôi quay trở lại Việt Nam ngay lúc đó. Nhận thấy cuộc Khủng hoảng Phật giáo có thể cho họ một cơ hội làm lại tất cả từ đầu, có thể họ đã muốn để cho tình thế trở nên căng thẳng cùng cực, giúp cho việc thay đổi chính thể tại Sài Gòn trở nên không thể tránh.*" [141] Dựa vào phản ứng tiêu cực của ông Harriman khi ông Nolting yêu cầu được trở lại VNCH và dựa vào những lời bình của ông Roger Hilsman về sự thiên vị của ông Nolting đối với ông Diệm, mà ông này cho là quá "địa phương tính",[142]*(có tầm nhìn hẹp hòi làm hỏng chuyện lớn)*, ta có thể thấy rằng nhóm ông Harriman đã không muốn cho ông Nolting giúp cải thiện mối bang giao giữa Hoa Thịnh Đốn và Tổng thống Diệm.[143]

Một góc nhìn khác về cuộc Khủng hoảng Phật giáo, bởi một nhân chứng sống, cho phép đi đến kết luận đúng đắn rằng những cuộc biểu tình Phật giáo đó có gì khác đằng sau cái vỏ gán tội đàn áp tôn giáo cho chính phủ VNCH. Ông John Mecklin, một nhân viên Cơ quan Thông tin Hoa Kỳ làm việc cho ông Nolting tại Sài Gòn, đã giải thích về sự bùng phát gấp bội của cuộc Khủng hoảng Phật giáo sau khi ông Nolting đi khỏi Sài Gòn. Vào ngày 1 tháng 6 năm 1963, một ngày sau khi ông Diệm gặp gỡ các lãnh tụ Phật giáo và hứa sẽ xem xét các lời họ yêu cầu, khoảng 4.000 Phật tử xuống đường tại Huế. Ông William Trueheart báo cáo với Hoa Thịnh Đốn, cho chính phủ Kennedy biết nhà sư Thích Trí Quang đã nói với những người theo ông rằng "*theo ông, tình hình không còn cho phép nhân nhượng được nữa, để trực tiếp đối đầu với chính phủ VNCH, các Phật tử sẽ phải tìm sự giúp*

---

[140] Đã dẫn như trên, 113.

[141] Đã dẫn như trên.

[142] "Bạn biết đấy, ông Kennedy sẽ cử mọi người đến nơi đó, như tôi hay Mike Forrestal và những người khác, họ sẽ trở về và nói rằng ông Nolting đã trở thành như người phối ngẫu với ông Diệm. Nhóm người thiển cận, chúng tôi thường gọi họ ... *Xem tiếp ở cuối chương.*

[143] Nolting, *Từ Niềm tin đến Bi Kịch/ From Trust to Tragedy*, 113.

đỡ từ tất cả mọi phía, kể cả VC [Việt Cộng]." [144] Bộ Ngoại giao Hoa Kỳ đã trả lời tin bí mật nhận được này và khuyên như sau: "*Đồng ý là cuộc biến động có cả lý do chính trị lẫn tôn giáo, nhưng chúng tôi tin rằng chính phủ VNCH sẽ thiếu khôn ngoan nếu vẫn đổ lỗi cho Cộng sản. Nêu tên họ ra là công khai hoá thêm một thành phần trong cuộc tranh chấp, đồng thời giảm thiểu những đau thương mà chính nhóm Phật giáo đã chịu. Tốt nhất là coi như nhóm Cộng sản không có dính vào và thương lượng với Phật tử một cách càng hợp lý càng tốt.*" [145]

Theo ông Mecklin, vào ngày 2 tháng 6 năm 1963, tại Huế đã xảy ra bạo loạn mà quân đội VNCH cố gắng trấn áp bằng lựu đạn hơi cay, do các lựu đạn này đã quá cũ vũ khí này đã làm cháy da hay làm phỏng vào khoảng 60 người.[146] Vị lãnh sự Mỹ tại Huế đã báo cáo cho Toà đại sứ Mỹ tại Sài Gòn rằng quân đội đã buộc phải dùng một loại khí nén có hoá chất làm cháy da những người biểu tình.[147] Ông Trueheart, với tư cách là quyền đại sứ thay cho ông Nolting trong lúc ông này vắng mặt, đã ngay lập tức xông vào văn phòng Bộ trưởng Nguyễn Đình Thuần, đe doạ chính phủ VNCH sẽ bị lên án tại Hoa Thịnh Đốn. Ông bộ trưởng VNCH đã để mặc cho ông Trueheart la hét, rồi mới cứng rắn cho biết quân đội VNCH không có lựu đạn khí nén, nên chỉ dùng lựu đạn cay, kiểu rất cũ, do quân đội Pháp để lại và chất axít, một khi phát ra thành khói, đã thoát ra, gây phỏng da người biểu tình. Dù gì đi nữa, một phóng viên người Mỹ đã loan tin cuộc đàn áp những nhà sư bất bạo động tại Huế đã xảy ra một cách thô bạo với sự hỗ trợ của chất khí nén làm cháy da.[148] Ông Mecklin, một cựu phóng viên chiến trường, đã đặt vấn đề về căn bản đạo đức nghề nghiệp của người ký giả đã dám loan tin về lựu đạn khí nén mà chưa được xác nhận bởi nguồn tin chính thức. Một

---

[144] William Trueheart, "Điện tín từ Toà đại sứ tại Việt Nam gửi Bộ Ngoại giao/ Telegram from the Embassy in Vietnam to the Department of State", Sài Gòn, June 1, 1963, in *FRUS, 1961–1963*, book 3, document 142, p. 341.

[145] Chalmers B. Wood, "Điện tín từ Bộ Ngoại giao gửi Toà đại sứ Hoa Kỳ ở Việt-Nam/ Telegram from the Department of State to the Embassy in Vietnam"", June 1, 1963, Washington, in *FRUS, 1961–1963*, book 3, document 143, p. 342. (thông qua bởi Rice và Hilsman. Ký tên "Rusk".)

[146] Mecklin, *Sứ mệnh Đầy Sóng Gió/ Mission in Torment*, 155.

[147] William Trueheart, "Điện tín từ Toà đại sứ tại Việt Nam gửi Bộ Ngoại giao/ Telegram from the Embassy in Vietnam to the Department of State", Sài Gòn, June 1, 1963, in *FRUS, 1961–1963*, book 3, document 146, p. 346.

[148] Hammer, *Cái Chết trong Tháng 11/ Death in November*, 136.

cuộc điều tra sau đó đã chứng minh rằng những vết phỏng thật sự đã do hơi cay đã cũ, nhưng vết lầy chính trị đã không thể cứu vãn vì bản tin giả.[149]

Tuy ông Mecklin chỉ trích rất nặng nề chính phủ VNCH lúc đó, ông vẫn thấy được tình trạng rất đáng lo ngại về mối liên kết giữa nhóm Phật giáo và Cộng sản. Một ví dụ, vị cảnh sát trưởng Miền Trung Việt Nam đã nói với một quan sát viên người Mỹ rằng ông ta biết chắc cả ba nhà sư lãnh đạo phong trào Phật giáo quá khích tại Huế là Việt Cộng.[150] Ông Mecklin đã quan sát thấy phong trào chống chính phủ đã *"được thi hành một cách rất tinh vi như thể những người lãnh đạo đã được huấn luyện tại kinh đô của ngành công nghiệp quảng cáo {'Đại lộ Madison')."*[151] Ông đặt những câu hỏi mà những ký giả Mỹ đã không hỏi: ai là người đã hưởng lợi trong đó và ai đã tổ chức cho các nhà tu Phật giáo bước vào chính trường một cách vô tiền khoáng hậu? Thêm vào đó, ông Mecklin muốn biết tại sao, mãi đến ngày 8 tháng 5 năm 1963 đó, những người vốn ghét ông Diệm, luôn tìm mọi dịp để bắt tội ông, lại mới khám phá ra ông là người chống đạo Phật?: *"Những chuyên gia [về Phật giáo] cũng đã kinh ngạc không kém tất cả chúng ta khi các Phật tử lại bước vào chính trường một cách thật ngoạn mục. . . Suốt bao nhiêu năm trời, biết bao nhiêu kẻ thù của ông Diệm vẫn chờ mọi dịp để gán tội ông, nhưng chỉ đến sau ngày 8 tháng 5, những sự kiện xảy ra tại Huế mới giúp họ có cớ gán thêm cho ông tội đàn áp Phật giáo."*[152]

Ông Mecklin vẫn duy trì lập trường của ông về việc chưa hề có bằng chứng bàn tay Cộng sản trong cuộc Khủng hoảng Phật giáo. Tuy nhiên, ông cũng đã thấy rằng *"Từ bao nhiêu năm nay Cộng sản vẫn luôn có chiến thuật nằm vùng khắp nơi trên thế giới, bí mật xâm nhập những tổ chức chính thức, như Liên đoàn Công nhân Hoa Kỳ, hoạt động trong những vai trò lãnh đạo quan trọng, nhằm công khai thúc đẩy theo đường hướng Cộng sản mỗi khi có cơ hội thuận lợi, cho phép đạt thành quả. Các cuộc xuống đường Phật*

---

[149] "Đạo đức nghề nghiệp của những người làm báo ở Sài Gòn đôi khi cũng đáng được tranh luận. . . Có một lần, chúng tôi nhận được một báo cáo sơ bộ cho thấy cảnh sát Việt Nam đã sử dụng một số loại 'khí nén' chống lại một cuộc biểu tình của Phật giáo ở Huế. Vì điều này có thể gây ra hậu quả nghiêm trọng, nên tôi đã thuyết phục người xử lý thường vụ Toà đại sứ Hoa Kỳ, ông William Trueheart, gọi cho những người ký giả đưa tin, nói cho họ tất cả những điều gì chúng ta biết … *Xem tiếp phần này ở cuối chương.*

[150] Trueheart, "Điện tín từ Toà đại sứ Hoa kỳ gửi Bộ Ngoại giao/ Telegram from U.S. Embassy to Department ò State", June 4, 1963, 346n2.

[151] Mecklin, *Sứ mệnh Đầy Sóng Gió/ Mission in Torment*, 157.

[152] Đã dẫn như trên, 158–59.

giáo đáp đúng khuôn mẫu vẫn có này, và các tổ chức Phật tử tại Việt Nam đã từ lâu dễ bị xâm nhập như thế." [153] Ông ta còn nhận thấy rằng các nhóm Phật tử đã không thể đạt được mục tiêu chính trị họ nhắm nếu thiếu sự hỗ trợ của giới truyền thông Mỹ. "Nói trắng ra, các phóng viên Mỹ săn tin về cuộc Khủng hoảng Phật giáo đã trực tiếp đóng góp vào việc phá đổ một chính sách quốc gia có liên quan trực tiếp đến nền an ninh của Hoa Kỳ, trong một địa hạt mà chúng ta đã đưa vào gần 20.000 lính Mỹ, nơi mà chúng ta đã tiêu cả 500.000.000 Mỹ kim mỗi năm, tại một điểm duy nhất trên thế giới mà chúng ta đã cam kết hỗ trợ một chiến trường đẫm máu chống lại kẻ địch Cộng sản." [154]

Nữ ký giả Marguerite Higgins, người từng là phóng viên chiến trường trong cuộc chiến Triều Tiên bên cạnh phóng viên đoạt giải Pulitzer Keyes Beech, hiểu rõ vùng Đông Nam Á, đặc biệt là Việt Nam. Bà đã rảo khắp đất nước này vào mùa hè 1963 để chứng minh sức mạnh của báo chí đang bóp méo hiện tình. Một ví dụ, nhân một trong những chuyến quan sát đó, chính tai bà đã nghe rất nhiều lần, từ miệng những cố vấn Mỹ, câu: *chúng ta đang giành thắng lợi trên từng tấc đất.* Đó là lý do khiến bà đã viết: "tôi đã kinh ngạc khi trở về Sài Gòn thấy thành phố tràn ngập tin từ các nhà báo cho biết cuộc Khủng hoảng Phật giáo đã lan ra đến các vùng quê,' rằng nó đang ảnh hưởng sâu đậm và nung nấu lòng 'quân lính', rằng chiến tranh tại vùng đồng bằng sông Cửu Long đang 'nếm mùi thất bại', và rằng hiện tình 'không mấy gì sáng sủa'." [155] Bà đã sững sờ, không những vì những kết luận láo khoét, mà còn vì không có một bài tường thuật nào về các chiến thắng đã có trong cuộc chống Bạo loạn của Cộng sản trong khoảng thời gian đầy biến động đó. Bà đã so sánh sự ồn ào dấy lên từ thất bại ở Ấp Bắc vào tháng giêng, với sự im lặng trước chiến thắng của quân đội VNCH, bốn tháng sau đó, tại Quảng Ngãi. Tin về vụ Ấp Bắc đã chạy trang nhất suốt bao nhiêu tuần lễ, trong khi không hề có một bản tin nào về chiến thắng Quảng Ngãi. Mặc dù vậy, "Sư Đoàn 25 Bộ Binh của Việt Nam tại Quảng Ngãi, không những đã giữ vững vùng đất của mình mà còn chiến đấu suốt bốn ngày đêm. Kết cục, trận chiến chấm dứt với xác 226 cộng quân được tìm thấy cùng với tất cả vũ khí (cung cấp bởi Trung Cộng và Tiệp Khắc)." [156] Việc gây chú ý vào

---

[153] Đã dẫn như trên.

[154] Đã dẫn như trên.

[155] Higgins trích. Đã dẫn như trên, 122-123

[156] Higgins trích, đã dẫn như trên,127–28.

những điều không tốt đẹp, bà nói, *"là một hiện tượng được diễn đi diễn lại, và đây là điều đã gây ra sự căm tức của những người Mỹ đang cố gắng phục vụ cho sứ mệnh của Hoa Kỳ tại VNCH."*

Những bài viết về Ấp Bắc trên tờ *New York Times* vốn đã gieo vào đầu quần chúng Mỹ rằng chính phủ VNCH đang làm những việc rất sai trái nào đó, rồi tiếp thêm là loạt bài về Khủng hoảng Phật giáo lại càng làm cho điều này trở thành hiện thực. Bài viết của ký giả David Halberstam vẽ ra hình ảnh của chính phủ ông Diệm như trong cơn sốt và hầu như đang bước vào giai đoạn cuối cùng. Bài viết của ký giả Mỹ này đăng trên tờ *New York Times* với những câu như "Bất mãn dâng cao trong cơn khủng hoảng tại Việt Nam: chính phủ bị mất thế vì cách đối xử với Phật tử" giúp đẩy thêm một số cáo buộc và tin đồn trở thành hiện thực. Bài viết bắt đầu với luận điệu nói về chính phủ của ông Diệm đang *"đắm mình trong một cuộc tranh chấp toàn diện để sống còn về chính trị."* [157] Ký giả Halberstam viết rằng những biến động tại Sài Gòn tiêu biểu cho tình trạng của tất cả VNCH và sự sai lầm của chính phủ VNCH trong việc giải quyết cơn Khủng hoảng Phật giáo đã gây tai hại không thể cứu vãn cho những nỗ lực chiến tranh. Ông ta đã thêm, *"Một vài quan sát viên rất am hiểu tình hình tin rằng một biến cố sẽ xảy ra khiến chính phủ này bị truất phế."*

Ký giả Halberstam viết tiếp một bài được cho chạy trang nhất trên tờ *New York Times* vào ngày 3 tháng 7 với tựa đề: "Một vài viên chức Hoa Kỳ tại Sài Gòn bất tín nhiệm chế độ ông Diệm." Bài này đã làm dấy lên vấn đề những viên chức Mỹ muốn thấy chính phủ của ông Diệm bị thay thế: *"Một vài viên chức Hoa Kỳ tại VNCH, hai tháng trước vẫn còn khen ông Ngô Đình Diệm, đã thay đổi cái nhìn của họ về ông và về cơ may chiến thắng của chính phủ của ông trong cuộc chiến chống lại Cộng sản. Nhóm này mong thấy một chính phủ mới tại Sài Gòn."* [158] Bài báo nhắc lại cáo buộc quân đội VNCH đã bắn chết 9 Phật tử trong cuộc biểu tình đầu tiên. Trong một bài viết đăng trên cùng một số báo của tờ *New York Times*, Bộ trưởng Ngoại giao Hoa Kỳ Dean Rusk tuyên bố cuộc biến động tại Việt Nam là một cuộc chiến "bẩn

---

[157] David Halberstam, "Bất mãn dâng cao trong cơn khủng hoảng tại Việt Nam: chính phủ bị mất thế vì cách đối xử với Phật tử", *New York Times*, June 22, 1963, 6.

[158] *New York Times*, July 3, 1963, 1. "Some U.S. Officials in Saigon Dubious about Diem Regime".

thỉu, vô trật tự, khó chấp nhận." [159] Một viên chức khác tại Hoa Thịnh Đốn đã hét lên giận dữ, *"Quý vị muốn chúng tôi làm gì? Chúng tôi không thể làm gì khác hơn. Chúng tôi không thích chính phủ này, nhưng không thể có ai khác thay thế. Chúng ta không thể chiến đấu cùng một lúc một cuộc chiến và một cuộc cách mạng, vậy thì hãy buông tha."* [160]

Nhưng tờ *New York Times* đã không buông, và bởi vì họ vẫn tạo sức ép trên chính phủ Kennedy, ông William Trueheart, theo yêu cầu của nhóm ông Harriman tại Hoa Thịnh Đốn,[161] đã tham gia vào việc gây áp lực *"đã có hành động bất lịch sự, thúc hối không ngừng, vừa cứng rắn gây áp lực trên ông Diệm, vừa nhấn mạnh với ông là nước Mỹ ít khi có hành động như vậy với một quốc gia bạn."* [162] Phu nhân Đại sứ Nolting, bà Lindsay Nolting, cho biết chồng bà tin rằng ông Trueheart đã nhảy rào theo phe mà ông cho là đang nắm phần thắng trong Bộ Ngoại giao. Ông Trueheart đã từng là một cộng sự được đại sứ tin cậy, chia sẻ bí mật, giúp đỡ, coi như một người bạn, và do đó cũng đã được anh em ông Diệm tin cậy. Thế mà, ngay sau khi nhận trách nhiệm trong vai trò phụ tá tại Toà đại sứ Hoa Kỳ tại Sài Gòn, ông đã phản lại một người bạn ở cương vị cấp trên, và ngay cả với ông Diệm, để lấy điểm với nhóm của ông Harriman.[163] Đại sứ Frederick Nolting nói trong một cuộc phỏng vấn rằng ông và ông Trueheart đã hoàn toàn đồng ý trên những gì phải làm, cho đến khi ông đi nghỉ mát. Sau khi trở lại nhiệm sở, ông mới khám phá ra ông *"Trueheart đã trở cờ đón theo ngọn gió từ Hoa Thịnh Đốn—ông này theo phe Harriman-Hilsman và thay đổi cái nhìn theo những người này."* [164]

---

[159] Max Frankel, "Cuộc chiến đầy xáo trộn: Hoa Thịnh Đốn không hài lòng với Sài Gòn nhưng nghĩ rằng sự hỗ trợ vẫn cần thiết/ Vietnam's 'Untidy' War: Washington Is Unhappy with Saigon, But Thinks That Support Is Necessary". New York Times, July 3, 1963, 8.

[160] Đã dẫn như trên.

[161] Các lệnh của ông Truheart có thể tìm thấy trong các điện tín của Bộ Ngoại giao số/ Trueheart's orders can be seen in DOS telegrams 1171 (June 3, 1963), doc. 147; 1173 (June 3, 1963), doc. 148; 1194 (June 8, 1963), doc. 158; 1196 (June 8, 1963), doc. 159; and 1207 (June 11, 1963), doc 167 in FRUS, 1961–1963, vol. 3, pp. 147–167.

[162] Trích dẫn John Mecklin, Higgins, *Cơn Ác Mộng Việt Nam của Chúng ta/ Our Vietnam Nightmare*, 100.

[163] Lindsay Nolting, phỏng vấn bởi Geoffrey D. T. Shaw/ interview by Geoffrey D. T. Shaw, January 29, 1998.

[164] Nolting, phỏng vấn bởi/ interview by O'Connor, interview 1, p. 21.

Trong khi ông Nolting còn đi nghỉ mát, người đại diện cao cấp nhất của Hoa Thịnh Đốn mà ông Diệm có thể liên lạc là ông William Trueheart. Nhưng ông này đã không một chút cảm thông, hoặc cho Tổng thống Diệm một cơ hội nào, theo nguyên tắc ngoại giao bình thường; thay vào đó, ông chỉ doạ nạt ông Diệm. Trong bức điện tín ngày 12 tháng 6 năm 1963 gửi cho hai ông Hilsman và Harriman, ông Trueheart vênh váo khoe thành tích theo sát lệnh của hai ông này, và cho biết *"dĩ nhiên, viên thuốc quá đắng và quá khó nuốt cho ông Diệm... Tôi tin rằng chúng ta có thể đã làm tất cả những gì có thể làm một cách hợp lý để giúp ông Diệm tự cứu lấy mình."* [165] Đặc biệt, ông Trueheart, theo lệnh ông Harriman, đã doạ sẽ có một hình thức ly khai chính thức, nếu ông Diệm không chấp nhận yêu cầu của Bộ Ngoại giao Hoa Kỳ, lấy lại lòng tin tưởng của các nhà sư đối kháng bằng mọi cách.[166] Cách cư xử thẳng thừng của ông Trueheart đã để xảy ra hai việc: đầu tiên, càng làm cho ông Diệm hiểu và thêm ngờ vực sự hợp tác của Hoa Kỳ; thứ đến, càng làm cho ông Diệm phải cứng rắn hơn đối với nhóm Phật tử tham gia xuống đường và bạo động.

Theo các thư từ qua lại của Bộ Ngoại giao, Tổng thống Kennedy đã không ý thức ngay việc Bộ Ngoại giao Hoa Kỳ đã doạ có thể chính thức ly khai với chính phủ của ông Diệm. Khi Tổng thống Kennedy hiểu ra điều này, ngày 14 tháng 6, ông đã vô cùng tức giận, bởi vì ông đã không hề cho phép ra lệnh đó và ông đã cấm Bộ Ngoại giao không được làm như vậy mà không có lệnh của đích thân tổng thống.[167] Mặc cho Tổng thống Kennedy không đồng ý, hai ông Averell Harriman và Roger Hilsman vẫn ra lệnh cho ông Trueheart bằng một bức điện tín tối mật và nhắn *xem xét các bước tiến để tăng cường liên hệ bí mật, hay công khai, với những phần tử không ủng hộ chính phủ VNCH. Trong tình huống hiện tại, chỉ nên thực hiện điều này nếu ông cảm thấy chưa có đủ các mối liên hệ (công khai hoặc bí mật) của chúng ta với những người có thể đóng vai trò chính, trong trường*

[165] William Trueheart, "Điện tín từ Toà đại sứ ở Việt Nam gửi Bộ Ngoại giao/ Telegram from the Embassy in Vietnam to the Department of State", June 12, 1963, Saigon, in *FRUS, 1961–1963*, book 3, document 169, pp. 386–87.

[166] Chalmers B. Wood và Roger Hilsman, "Điện tín từ Bộ Ngoại giao gửi Toà đại sứ tại Việt Nam/ Telegram from the Department of State to the Embassy in Vietnam", June 11, 1963, Washington, in *FRUS , 1961–1963*, book 3, document 167, P. 381. (Thảo bởi Wood và Hilsman và được thông qua bởi Harriman. Ký "Rusk".)

[167] Trueheart, "Điện tín từ Toà đại sứ ở Việt Nam gửi Bộ Ngoại giao/ Telegram from Embassy to Department of State ", June 12, 1963, 386n5, 387n5.

hợp có đảo chính." [168] Ông Trueheart trả lời,"*chúng tôi có đủ để hành động mau chóng, biết làm thế nào để sử dụng và đã sẵn sàng mấy ngày nay.*" [169]

Khi ông Nolting trở lại Việt Nam trong bốn tuần vào tháng 7 năm 1963, ông thấy ngay phe Harriman đã phá hủy gần như tất cả niềm tin mà ông Diệm đã đặt vào chính phủ Mỹ. "*Toà đại sứ tại Sài Gòn trong thời gian tôi đi vắng đã phá vỡ nhịp cầu tin cậy mà chúng tôi đã xây dựng với chính phủ ông Diệm. Sau khi trở lại Sài Gòn, tôi đã cố gắng khôi phục nhịp cầu này trong bốn tuần còn lại tại nhiệm sở, nhưng tôi là một 'con vịt què' (nghĩa bóng là người sẽ bị thay thế). Tôi có ảnh hưởng với ông Diệm hơn là với Hoa Thịnh Đốn.*" [170] Theo ông Nolting, có ba điều đã làm mất sự ủng hộ của Hoa Kỳ đối với Tổng thống Diệm vào mùa hè năm đó. Thứ nhất, Tổng thống Kennedy rất nhạy cảm với những bài viết trên các phương tiện truyền thông Mỹ cho rằng ông đang ủng hộ một chế độ độc tài theo Công giáo La Mã lợi dụng chức quyền để phục vụ gia đình.[171] Thứ hai, phe Harriman không thích tổng thống Việt Nam và gia đình ông, điều này đã được truyền thông đưa tin.[172] Thứ ba, cuộc Khủng hoảng Phật giáo, đã trở thành lý do khiến chính phủ Kennedy khuyến khích một cuộc đảo chính.

Ngày 4 tháng 7 năm 1963, Tổng thống Kennedy đã có buổi họp về cuộc đảo chánh sắp xảy ra, tại Toà Bạch ốc. Thành phần tham dự gồm có Thứ trưởng Ngoại giao George W. Ball, ông Harriman - Phụ tá Đặc biệt về các Vấn đề An ninh Quốc gia, các ông McGeorge Bundy, Hilsman, và Forrestal. Trong biên bản buổi họp, ông Hilsman tóm tắt ý kiến của phe Harriman: "*Ước tính của chúng tôi là bất kể ông Diệm đã làm gì, âm mưu đảo chính trong bốn tháng tới sẽ xảy ra.*" [173] Để thuyết phục Tổng thống Kennedy là cuộc đảo chính sẽ không can dự vào nỗ lực chiến tranh, Hilsman và

---

[168] Chalmers B. Wood, "Điện tín từ Bộ Ngoại giao gửi Toà đại sứ tại Việt Nam/ Telegram from the Department of State to the Embassy in Vietnam", June 14, 1963, Washington, in FRUS, 1961–1963, book 3, document 175, p. 394. (thông qua bởi Hilsman và Harriman. Ký "Rusk".)

[169] Trueheart,"Điện tín từ Toà đại sứ ở Việt Nam gửi Bộ Ngoại giao", June 16, 1963, 398–99.

[170] Nolting, phỏng vấn bởi O'Connor, interview 1, pp. 22–23.

[171] Đã dẫn như trên, phỏng vấn 3, trang 102–3

[172] Đã dẫn như trên,103.

[173] Roger Hilsman, "Bản ghi nhớ một cuộc đối thoại, Toà Bạch ốc, Hoa Thịnh Đốn, July 4, 1963, 11–11:50 a.m.; Chủ đề: Tình hình miền Nam Việt Nam", trong *FRUS (Liên Hệ Ngoại Giao của Hoa Kỳ), 1961–1963*, quyển 3, tài liệu 205, trang 451–52.

Forrestal đã đảo ngược những cảnh cáo trước đó về cuộc Khủng hoảng Phật giáo làm cản trở tiến bộ trong công cuộc chống Bạo loạn của Cộng sản. Hilsman nói, *"Cuộc chiến giữa lực lượng Việt Nam và Việt Cộng đã vẫn tiếp tục trong suốt cuộc Khủng hoảng Phật giáo mà không có ảnh hưởng nào đáng chú ý."* [174] Để ủng hộ ý kiến của ông Hilsman, ông Forrestal đã nêu nhận định của Tướng Krulak là, *"các đơn vị quân đội ở chiến trường vẫn tiếp tục đối đầu với Cộng sản."* [175] Nói một cách khác, cả hai ông đều phát biểu là sẽ không có tổn thất lớn đối với lợi ích an ninh mà Hoa Kỳ đang nhắm tới trong khu vực, nếu ông Diệm bị loại bỏ. Hilsman viết trong biên bản, "Mọi người đều đồng ý cơ nguy hỗn loạn sau cuộc đảo chính sẽ ít hơn so với một năm trước đây." [176] Ông Hilsman trực tiếp bác bỏ những gì ông Nolting và ông Colby đã báo cáo với Hoa Thịnh Đốn và ông Nolting bị cho là đã phóng đại khi tiên đoán cuộc đảo chính có thể gây ra nội chiến.[177]

Khi bàn tới điểm này trong buổi họp, Tổng thống Kennedy nêu lên việc triệu hồi ông Nolting trở về Hoa Thịnh Đốn và phái ông Cabot Lodge tới Sài Gòn.[178] Tổng thống uỷ quyền cho ông Hilsman quyết định thời hạn trở về của ông Nolting. Nhóm ông Harriman muốn ông Hilsman hành động theo quyết định này càng sớm càng tốt. Đúng như vậy, trong một bức điện thư gửi cho ông Bundy, ông Forrestal đã nhấn mạnh việc họ có thể sẽ cần triệu hồi ông Nolting trước ngày ông Lodge đến VNCH. Ông Forrestal khen ngợi ông Trueheart tại vì, không như ông Nolting, ông Trueheart vâng lệnh của nhóm Harriman.[179] Ông Hilsman không cần đến sự khuyến khích nào để triệu hồi ông Nolting càng sớm càng tốt.[180] Không những ông Nolting là một cái gai cho những kẻ muốn truất phế ông Diệm, khoảng thời gian giữa

---

[174] Đã dẫn như trên, 452.

[175] Đã dẫn như trên, 453.

[176] Đã dẫn như trên, 452.

[177] Đã dẫn như trên, 453.

[178] Theo biên bản buổi họp từ Hilsman: "Tổng thống nhìn nhận Đại sứ Nolting đã hoàn thành công tác một cách xuất sắc, ông đã thành công như một phép lạ trong việc xoay ngược cục diện cuộc chiến... *Xem tiếp phần này ở cuối chương.*

[179] Michael V. Forrestal, Bản ghi nhớ từ Michael V. Forrestal, Hội đồng An ninh Quốc gia gửi đến Phụ tá Đặc biệt về An ninh Quốc gia cho Tổng thống (Bundy).

[180] Sau đây là bản ghi nhớ cuộc điện đàm giữa Harriman và Hilsman: "WAH [Harriman] nói với RH [Hilsman] ông ấy rất băn khoăn về các báo cáo về tuyên bố của Nolting về các Phật tử, WAH nói phải nói ông ta về Mỹ ngay lập tức. RH nói ông ta hoàn toàn đồng ý... *Xin xem tiếp phần này ở cuối chương.*

cuối tháng 7 tới ngày 1 tháng 8, ông ta còn làm cho Bộ Ngoại giao khó xử khi tuyên bố với báo chí rằng ông Diệm không hề đàn áp Phật tử.[181]

Đại sứ Nolting tình cờ biết đến việc ông Henry Cabot Lodge sẽ thay thế mình qua đài truyền thanh, trên chuyến tàu đang cập bến Nữu Ước, đưa ông và gia đình trở về sau chuyến nghỉ mát.[182] Sau khi về lại Mỹ vào cuối tháng 6 năm 1963, ông Nolting mới nhận được một bức thư do ông Trueheart gửi riêng cho ông về nhiệm sở mới. Bức điện thư nêu lên biến chuyển quan trọng liên quan đến các Phật tử đã xảy ra tại Việt Nam trong khi ông vắng mặt.

Ngày 5 tháng 7 năm 1963, một ngày sau buổi họp về cuộc đảo chính tại Toà Bạch ốc, ông Nolting đã dự một buổi họp tại Bộ Ngoại giao Mỹ với Thứ trưởng Ball và hai viên chức, Chalmers B. Wood và George S. Springsteen. Ông Ball, người từng được biết là không có cảm tình với chính phủ của ông Diệm, đã hỏi ông nghĩ sao nếu xảy ra một cuộc đảo chính tại VNCH.[183] Ông Nolting đã trả lời, đó sẽ là một tai hoạ và có thể sẽ gây ra nhiều vấn nạn từ nhiều yếu tố đưa đến việc Hoa Kỳ sẽ phải rút lui, bỏ ngỏ Việt Nam cho Cộng sản. Khi các viên chức của Bộ Ngoại giao hỏi ông Diệm có bị ép phải nhân nhượng đối với các Phật tử biểu tình, ông Nolting trả lời rằng ông Diệm sẽ ngưng dẹp biểu tình một khi họ ngưng tìm cách lật đổ chính phủ của ông. Ông giải thích tiếp sau đó, Cộng sản sẽ giành chiến thắng cho được nếu chính phủ của ông Diệm đổ — điều mà ông tin sẽ có thể xảy ra nếu Hoa Kỳ tiếp tục thêm áp lực. Cuối buổi họp, ông Nolting cảnh cáo ông Ball về ông Henry Cabot Lodge, người thay thế mình, *"ông Lodge càng được đốc thúc để mạnh dạn điều khiển ông Diệm phải làm gì, thì sẽ càng khó cho công việc của ông ta tại Việt-Nam."* [184]

Hai ngày sau đó, mặc cho đường hướng của Hoa Thịnh Đốn đối với VNCH, ông Trueheart bênh vực chính phủ VNCH trước những cáo buộc chính phủ này đã kiểm duyệt bài của các ký giả Malcolm Browne, David Halberstam, Peter Kalischer, Neil Sheehan và Peter Arnett. Chuyện là các Phật tử phản kháng đã hé lộ cho các phóng viên này về một cuộc xuống

---

[181] Frederick Nolting, điện tín/ telegram, August 1, 1963, Saigon, no. 161, theo tài liệu đã dẫn, 550n2.

[182] Nolting, *Từ Niềm tin đến Bi Kịch/ From Trust to Tragedy*, 111.

[183] Chalmers B. Wood, "Bản ghi nhớ cuộc thảo luận về tình hình hiện tại của Việt Nam tại BNG." *Xin xem tiếp phần này ở cuối chương.*

[184] Đã dẫn như trên, 467.

đường. Khi các ký giả Mỹ đến nơi, một cuộc ẩu đả xảy ra giữa một số người biểu tình và cảnh sát mặc thường phục, có mặt tại hiện trường với nhiệm vụ theo dõi tình hình. Theo các phóng viên này, cảnh sát đã vật Peter Arnett xuống đất và làm vỡ một máy ảnh.[185] Tuy nhiên, ông Trueheart báo cáo với Hoa Thịnh Đốn là tình hình không hề nghiêm trọng như luận điệu do các phóng viên đưa ra.

Ngày 7 tháng 7, các phóng viên Browne, Halberstam, Kalischer và Sheehan gửi một bức điện tín để đưa sự kiện lên trình Tổng thống Kennedy. Họ cho biết họ đang tường trình một buổi lễ Phật giáo được tổ chức trong trật tự, thì bị một số cảnh sát mặc thường phục tấn công. Họ còn thêm là những cảnh sát viên mặc sắc phục có mặt tại đó cũng không làm gì để giúp đỡ họ. Do đó, nhóm phóng viên này kết luận là chính phủ VNCH đã mở một chiến dịch công khai hành hung, dùng bạo lực với các nhà báo Mỹ. Vì lý do này, họ yêu cầu tổng thống phản kháng mạnh mẽ với ông Diệm, *"bởi vì Toà đại sứ Mỹ tại Sài Gòn đã không coi đây là một việc quan trọng để lập hồ sơ chính thức."* [186] Ít ra là đối với ông Nolting, Tổng thống Kennedy có vẻ không hề bị rúng động vì sự kiện này. Trong buổi họp với tổng thống ngày 8 tháng 7, ông ta đã ghi lại thái độ của tổng thống *"hành xử rất từ tốn, lịch sự, hơn những lần tôi đã gặp tại Bộ Ngoại giao. Chính tổng thống đã đồng ý là tôi cần trở lại Sài Gòn ngay, càng sớm càng tốt, nói tôi hãy bằng mọi cách giúp khôi phục lòng tin tưởng cho đến khi ông Lodge nhận nhiệm sở."* [187]

Ông Trueheart lại đánh điện tín cho Hoa Thịnh Đốn vào ngày 10 tháng 7 để báo cáo cho Bộ Ngoại giao Hoa Kỳ về việc những phóng viên kể trên đã mất hết tính khách quan và công khai kêu gọi hãy lật đổ ông Diệm.[188] Cùng ngày đó, Bộ Ngoại giao chính thức tuyên bố rõ ràng:

---

[185] William Trueheart, "Điện tín từ Toà đại sứ tại Việt Nam gửi đến BNG/ Telegram from the Embassy in Vietnam to the Department of State" July 7, 1963, Saigon, in FRUS, 1961–1963, vol. 3, document 210, p. 470.

[186] Điện tín của Malcom Browne từ Associated Press, David Halberstam từ New York Times, Peter Kalischer từ CBS News, và Neil Sheehan từ United States Press International gửi tổng thống. *Xin xem tiếp phần này ở cuối chương.*

[187] Từ *Niềm tin đến Bi Kịch/ From Trust to Tragedy*, 113.

[188] "Bộ Ngoại giao nên biết trong những tuần gần đây, các phóng viên thường trú trở nên chán ghét Chính phủ VN đến nỗi họ đang nói một cách khá cởi mở với bất kỳ ai lắng nghe rằng họ muốn thấy chế độ bị lật đổ... *Xem tiếp ở cuối chương.*

"Không có thay đổi gì trong chính sách của chúng tôi đối với Việt Nam, hoặc trong sự hỗ trợ chương trình chống Cộng tại quốc gia này." [189] Mặc dù vậy, một khi trở lại Sài Gòn, ông Nolting nhận thấy chính sách trước đó đã bị đảo ngược. Ông báo cáo "bệnh nhân" (có nghĩa là, mối liên hệ Mỹ - Việt) đang trên danh sách "nguy kịch" và niềm tin của ông Diệm vào hảo ý của Hoa Kỳ đã bị thử thách trầm trọng. Điều kinh khủng nhất là ông Nolting thấy ông Diệm đang ở trong vị thế mà ông gọi là "trạng thái sẵn sàng tử vì đạo".

Tổng thống có nhiều nghi ngại và bất bình, không phải là không có lý, về áp lực của Mỹ và ý đồ của nhóm Phật giáo quá khích. [190] Ông Nolting cho Hoa Thịnh Đốn biết rằng điều tốt nhất trong hiện tình này là *"nói cho ông Diệm biết tất cả sự thật trên quan điểm của công chúng tại quê nhà và để cho ông tự tìm cách đối phó... Nhưng tôi nghĩ rằng chúng ta phải chấp nhận việc bị báo chí bôi nhọ một thời gian, cho đến khi nào tình hình chính trị tạm ổn định và chúng ta có thể chứng minh các chiến lược và dự tính của chúng ta mang lại thành công một cách tổng quát."* [191]

Sau cuộc biểu tình Phật giáo ngày 16 tháng 7 bên ngoài Toà đại sứ Mỹ tại Sài Gòn, ông Nolting đánh điện tín về cho Hoa Thịnh Đốn và xác nhận điều mà nhiều người vẫn ngờ: *"Biến động Phật giáo nay đã hoàn toàn nằm dưới ảnh hưởng của các nhà hoạt động và những phần tử quá khích, nhắm đến lật đổ chính phủ VN."* [192] Ông Nolting cũng cảnh cáo Hoa Thịnh Đốn về vị thế của các Phật tử: cho dù họ không có dính dáng gì đến cuộc đảo chính lật đổ ông Diệm bởi tay các tướng tá, họ cũng rất biết họ là ai, cũng như khả năng của chính họ. Để trả lời, Ngoại trưởng Rusk khẳng định vẫn phải chuẩn bị cho những cuộc biểu tình Phật giáo sắp tới, và ông này đề nghị ông Nolting tiếp tục thuyết phục ông Diệm đáp ứng các yêu cầu của phía

---

[189] Trích dẫn trong hồi ký Nolting, "Điện tín từ Toà đại sứ gửi đến Bộ Ngoại giao/ Telegram from Embassy to Department of State", July 11, 1963, 486n1.

[190] Frederick Nolting, "Điện tín từ Toà đại sứ gửi đến Bộ Ngoại giao/ Telegram from the Embassy in Vietnam to the Department of State", July 15, 1963, Saigon, in FRUS, 1961–1963, vol. 3, document 219, p. 487.

[191] Đã dẫn như trên, 487–88. *Xin xem tiếp phần này ở cuối chương.*

[192] Frederick Nolting, "Điện tín từ Toà đại sứ gửi đến Bộ Ngoại giao/ Telegram from the Embassy in Vietnam to the Department of State", July 17, 1963, Saigon, in FRUS, 1961–1963, vol. 3, document 223, pp. 493–94.

Phật giáo.[193] Ông Nolting viết trả lời, cho biết rất thất vọng trước giải pháp của ông Rusk: *"Nó chẳng giúp chúng ta làm được gì, đứng về cả hai phía của vấn đề. Thái độ chúng-ta-cứ-chờ-xem, để cho mọi sự đưa đẩy, theo tôi nghĩ, lại càng có hại cho sự ổn định ở đây và các lợi ích thiết yếu của Hoa Kỳ. Nó chỉ khích động thêm sự hỗn loạn và các đòi hỏi của phía Phật giáo; nó sẽ giảm thiểu các nỗ lực hoà giải về phía chính phủ; nó chỉ làm tăng thêm nguy cơ của cuộc đảo chính."* [194]

Vào cuối nhiệm kỳ đại sứ của ông Nolting tại VNCH, một vấn nạn khác lại thêm vào nạn Khủng hoảng Phật giáo trong phạm vi dân vận: bà Nhu, phu nhân của ông em trai Tổng thống Diệm là Ngô Đình Nhu. Được xem là Đệ nhất Phu nhân của VNCH lúc đó, bà Nhu có biệt tài phát biểu không đúng lúc, đúng thời. Ví dụ, khi nhà sư Thích Quảng Đức vừa tự thiêu, bà Nhu đã dùng chữ "nướng thịt kiểu Mỹ (barbecue)" để miêu tả một sự kiện rất nhạy cảm lúc đó.[195] Điều này dĩ nhiên đã tác động lên sự nhạy cảm của dân chúng Mỹ, nhưng dường như không ai đã đặt vấn đề vì sao bà đã dùng một hình ảnh thiếu Việt Nam tính. Đó là vì con gái bà đã mách cho bà biết cách mà các nhà báo Mỹ đã đặt tên cho vụ tự tử này đằng sau hậu trường.[196] Điều này đã không cản được các nhà báo Mỹ - lợi dụng chữ bà mượn của chính họ (để) - kết tội bà Nhu thiếu ý thức chính trị trong những lời phát biểu, đồng thời dùng việc này như một vũ khí để bôi nhọ ông Diệm với dân chúng Mỹ.

Cả hai bà Ellen Hammer và Marguerite Higgins đã phỏng vấn bà Nhu vào nhiều dịp khác nhau và đều nhận thấy bà không những là một người Việt Nam yêu nước rất nhiệt tình, mà còn là một người tranh đấu mạnh

---

[193] Theodore J. C. Heavner, "Điện tín từ Bộ Ngoại giao gửi đến Toà đại sứ tại Việt Nam/ Telegram from the Department of State to the Embassy in Vietnam", July 19, 1963, Washington, in FRUS, 1961–1963, vol. 3, document 230, pp. 517–18. (Cleared by Kattenberg, Rice, and Rusk. Signed "Rusk".)

[194] Frederick Nolting, "Điện tín từ Toà đại sứ tại Việt Nam gửi đến Bộ Ngoại giao/ Telegram from the Embassy in Vietnam to the Department of State", July 20, 1963, Saigon, in FRUS, 1961–1963, vol. 3, document 232, p. 521.

[195] Marguerite Higgins viết: "Tôi hỏi bà (Nhu) tại sao lại dùng từ 'nướng' để mô tả vụ tự thiêu của Phật giáo. "Nếu tôi phải lặp lại lần nữa, tôi sẽ không nói khác," bà ta nói một cách thách thức.' Tôi sử dụng những thuật ngữ đó vì chúng gây sốc. Cần để thế giới bị chấn động vì họ nhìn sai lệch..*Xem tiếp phần này ở cuối chương.*

[196] Hammer, *Cái Chết trong Tháng 11/ Death in November*, 145.

mẽ cho nữ quyền, trong bối cảnh văn hoá Việt Nam thời đó.[197] Bà rất cương quyết, với cách ăn nói không kìm giữ, và — không may cho mối giao hảo giữa Sài Gòn và Hoa Thịnh Đốn — khả năng Anh ngữ của bà đã không được như Pháp ngữ là ngôn ngữ chính của bà. Tất cả những yếu tố đó, cộng thêm sự đóng góp của một vài nhà báo Mỹ nóng nảy, đã tạo nên hình ảnh nổi tiếng không mấy đẹp của người phụ nữ "Bà Rồng" độc đoán này.[198] Ông Harriman dùng một từ tàn độc và lỗ mãng để gọi bà Nhu: "con chó cái", và ông đã cố ý cho mọi người trong Bộ Ngoại giao biết rõ thâm ý của ông về bà.[199]

Vào ngày 8 tháng 8 năm 1963, ông George Ball đánh điện tín yêu cầu ông Nolting có một cuộc đối thoại với Tổng thống Diệm nhằm bắt bà Nhu phải giữ im lặng bởi vì ký giả Halberstam lại vừa ra một bài trên tờ *New York Times*, một lần nữa nói về một lời tuyên bố vụng về của bà.[200] Ông Nolting đã đánh điện tín trả lời cho Hoa Thịnh Đốn vào ngày 10 tháng 8 như sau: *"Sự thật là không ai có thể kìm hãm được bà Nhu — từ thân phụ và thân mẫu của bà cho đến phu quân của bà và cả anh chồng."*[201] Ông Nolting cho biết việc ông Diệm đã hứa tìm cách cho bà Nhu đi nghỉ mát, mặc dù cho tới lúc đó ông đã thử mà chưa thành công. Ngoài những phiền toái xảy ra với bà Nhu, ông Nolting nhấn mạnh, điều quan trọng nhất vẫn là Hoa Kỳ phải để cho ông Diệm giữ vững uy quyền của ông theo cách của ông, đồng thời ông cũng thúc hối ông Diệm không nên để cho *"ông Nhu đứng ra chính thức ủng hộ chính sách của ông Diệm trước công chúng, bởi*

---

[197] Higgins, *Cơn Ác Mộng Việt Nam của Chúng ta/ Our Vietnam Nightmare*, 64.

[198] Từ hồi ký của Nolting: "Bà ấy không có trình độ học vấn cao theo cách hiểu của người phương Tây, nhưng bà ấy có sức sống và nghị lực phi thường. Trẻ trung, ăn ảnh và thích ăn nói nên dễ thành mục tiêu săn tin của báo giới. *Xem tiếp...*

[199] ... Ông Harriman đọc xong và chuyển cho tôi với dòng ghi chú: "Nolting - ông định làm gì về "con c.. cái"?. Tôi chuyển bức điện lại cho ông ta và viết như sau: 'Thưa ông, theo ông thì phải làm gì?' "). Đã dẫn như trên, 101–2.

[200] Cụ thể, ông Ball nói với Nolting: "Theo đó, ông nên tìm cách nói chuyện với ông Diệm và nhắc ông ấy lần nữa, mặc dù chúng ta xem bà Nhu là một người dân chứ không phải viên chức của Chính phủ Việt Nam, nhưng rõ ràng chúng ta không thể bỏ qua những tuyên bố mang tính phá hủy và xúc phạm như vậy của một người có liên hệ với ông ta... *Xin xem tiếp phần này ở cuối chương.*

[201] Frederick Nolting, "Điện Tín từ Toà đại sứ Hoa Kỳ tại Việt Nam gửi đến BNG/ Telegram from the Embassy in Vietnam to the Department of State", August 10, 1963, Saigon, in FRUS, 1961–1963, vol. 3, document 250, p. 560.

vì việc này sẽ làm cho người ta thắc mắc ai là người nắm chính quyền VNCH cũng như giải quyết những vấn đề liên quan. Xin Tổng thống xem xét lại." [202]

Mặc dù vậy, trước mọi chỉ trích, đúng hay sai, về những lời tuyên bố của bà Nhu, bà đã tiên đoán đúng. Ví dụ như bà đã nói nếu Liên Hiệp Quốc gửi một phái đoàn đến để điều tra về chuyện ông Diệm có đàn áp Phật giáo hay không, họ sẽ thấy là không. Liên Hiệp Quốc đã thật sự gửi đến một nhóm điều tra và đã không tìm thấy điều gì có thể kết tội chính phủ VNCH đàn áp tôn giáo. [203] Đáng tiếc là, trong thời gian chờ cuộc điều tra hoàn tất, ông Diệm đã bị giết và chính phủ của ông đã bị lật đổ; bản báo cáo đó chưa bao giờ được phổ biến. Tuy nhiên, ông William F. Buckley Jr. đã trích một bản sao và đã đăng trên tờ *National Review* của ông. Kết quả điều tra của Liên Hiệp Quốc là một bản cáo trạng hùng hồn kết tội những nhà báo như Halberstam - từng tung tin giả ra cho quần chúng Mỹ - cũng như nhóm lỗi của ông Harriman đã thúc ép chính phủ Kennedy. Một thành phần của Uỷ ban LHQ đó, đại diện cho xứ Costa Rica, lên tiếng: *"Những tội danh từng được nêu ra trong buổi họp khoáng đại chống lại chính phủ của ông Diệm đều vô căn cứ. Không có phân biệt hay đàn áp tôn giáo, không có vi phạm tự do tôn giáo. Không có cách nào khác để thấy rõ hơn. Cuộc đụng độ với một số - không phải là tất cả - cộng đồng Phật giáo và chế độ của ông Diệm đã xảy ra trên căn bản chính trị. Đây là một vấn đề chính trị, không phải tôn giáo."* [204]

Vì những bài báo tiêu cực, chính phủ Kennedy gửi ông Robert J. Manning, phụ tá bộ trưởng Bộ Ngoại giao, đặc trách về dân vận, cùng với ông Marshall Wright, phụ tá đặc biệt của ông, để gặp ông Ngô Đình Nhu xem có thể làm gì trước tình trạng này. [205] Buổi họp ngày 17 tháng 7 năm 1963, với sự có mặt của ông Trương Bửu Khánh (đại diện cho báo chí Việt Nam) và ông John Mecklin, vào lúc đó là nhân viên đặc trách về dân vận

---

[202] Đã dẫn như trên, 561–62.

[203] Higgins, *Ác Mộng Việt Nam của Chúng ta/ Our Vietnam Nightmare*, 62–63.

[204] United Nations (Cao Ủy Liên Hiệp Quốc), "Vi phạm Nhân quyền tại miền Nam Việt Nam/ The Violation of Human Rights in South Vietnam", document A/5630, December 7, 1963, quoted by William F. Buckley, in Nolting Papers, box 23, Professional Papers - News Clippings, 1 of 2.

[205] Theo các biên tập viên FRUS, 1961–1963: "Tổng thống Kennedy gửi ông Manning đi Việt Nam để điều tra và báo cáo về những vấn đề liên quan đến một số phóng viên Hoa Kỳ tại Việt Nam đã dẫn đến việc gửi điện tín than phiền với tổng thống vào ngày 7 tháng 7... *Xin xem tiếp phần này ở cuối chương.*

của Toà đại sứ Hoa Kỳ tại Sài Gòn. Các vị khách Mỹ rất ngạc nhiên trước những hiểu biết chính trị rất tinh tế và trí thông minh phi thường của ông Nhu, hoàn toàn ngược với sự mô tả của báo chí Mỹ. Tài liệu ghi lại từ buổi họp cho thấy ông Nhu rất am tường tình hình, ông biết chính xác và thấu đáo về những sự việc thật sự đã xảy ra. Tình hình đã đảo ngược sau cuộc gặp gỡ, các nhân vật người Mỹ không có gì để chê trách ông Nhu như đã định trước buổi họp, thay vào đó, ông Manning gần như đã xin lỗi ông Nhu và chỉ trấn an ông bằng cách nhắc lại cam kết hỗ trợ của Mỹ đối với Việt Nam. Ông này đồng ý với ông Nhu, các phóng viên không phải là những nhân vật quan trọng tham dự vào chính sách đối ngoại của Hoa Kỳ. Ngoài ra, ông cũng đồng ý, những phóng viên như Halberstam và Sheehan đã đánh mất đạo đức nghề nghiệp và hành động theo cảm tính, và ông nói tiếp, ông có thể sẽ cho các chủ nhiệm tại Hoa Kỳ biết họ phải gửi sang Việt Nam những ký giả có khả năng tự khắc phục nhiều hơn. Ông Manning đã nêu rõ một điểm quan trọng, đó là, năm 1964, nước Mỹ đang trong thời kỳ sửa soạn bầu cử "và vì cuộc chạy đua đang trong thời kỳ gay cấn, tổng thống sẽ càng ngày càng cần được trang bị kỹ càng để giữ được sự hỗ trợ của quần chúng trong nỗ lực đang dồn vào Việt Nam." [206] Ông Manning bắt đầu buổi họp cấp cao này với một thái độ trịch thượng, nhưng cuối cùng đã kết thúc trong sự hoà hoãn tích cực. Tóm lại, buổi họp không đem lại kết quả nhắm tới lúc ban đầu. Nỗ lực của ông Manning rõ ràng không có hiệu quả gì trên những bài báo đưa tin sai lệch, mặt khác, nhóm của ông Harriman cũng không hề thay đổi hướng họ đang theo đuổi nhằm truất phế ông Diệm khỏi guồng máy quyền hành.

Hai ngày sau khi ông Manning trấn an ông Nhu, ông Chester Bowles, người đã thay thế ông John Kenneth Galbraith trong vai trò đại sứ tại Ấn Độ,[207] gửi một bức thư tối mật ủng hộ cuộc đảo chính tới ông McGeorge Bundy, phụ tá đặc biệt của tổng thống về An ninh Quốc gia. Trong bức thư này, chủ trương của nhóm ông Harriman đã hiện nguyên hình: *Ngày nào ông Diệm và gia đình của ông còn điều hành Việt Nam, chúng ta không thể đạt đến mục tiêu đề ra tại Đông Nam Á."* Ông Bowles dùng lá bài Trung Hoa

---

[206] Marshall Wright, "Bản ghi nhớ buổi thảo luận/ Memorandum of a Conversation, Saigon, July 17, 1963", in FRUS, 1961–1963, vol. 3, document 226, pp. 502–7.... *Xin xem tiếp phần này ở cuối chương.*

[207] Theo Galbraith, Bowles bị cách chức thứ trưởng và được làm đại sứ tại Ấn Độ "bề ngoài là vì ông thích lý luận nhiều quá, nhưng thực tế là vì ông ấy không hợp với tinh thần chống Cộng sắc bén của Dean Rusk... *Xin xem tiếp ở cuối chương.*

Dân Quốc trong lá thư ủng hộ hai ông Harriman và Hilsman để khiêu khích chính phủ Kennedy hành động chống lại ông Diệm: *"Qua ông Diệm và gia đình ông, chúng ta đang trở lại với mô hình đã có với chế độ của Thống chế Tưởng Giới Thạch, trong chức vụ Chỉ huy trưởng tối cao tại Trung Hoa trong thập niên 1940. Chúng ta đã thất bại tại Trung Hoa phần lớn vì chúng ta đã không tìm được phương cách hiệu quả để xử sự với một chính phủ bất tài khi họ đã xa cách quần chúng. Chúng ta sẽ lại thất bại tại Đông Nam Á theo bài học này, và có thể lần này còn thảm hại hơn, nếu chúng ta lập lại lỗi lầm này tại Việt Nam."* Nỗi sợ sẽ mất Việt Nam như đã mất Trung Hoa là mối bận tâm chính trị ngày càng lan rộng trong giới cầm quyền tại Hoa Thịnh Đốn, đặc biệt đối với một tổng thống đang cần kiếm phiếu với hy vọng tái đắc cử vào năm 1964. Ông Bowles kết luận: *"Bất cứ một người Việt Nam nào chống Cộng, với chút tài ăn nói, vẻ can trường và có danh tiếng tốt, mà đứng ra nhận vai trò đứng đầu cuộc đảo chính ông Diệm... đều sẽ trở thành anh hùng quốc gia, chỉ trong vòng một vài tuần."* [208]

Theo ông William Colby, cuộc Khủng hoảng Phật giáo không những đã giảm thiểu sự hỗ trợ của Hoa Kỳ đối với ông Diệm, mà còn làm mất lòng tin của các tướng lãnh dưới quyền ông. Các cuộc xuống đường, xách động của các nhà sư đã làm cho chính phủ của ông Diệm mất tập trung, thay vì đang chiến đấu thành công chống lại Việt Cộng, với chiến thuật các Ấp Chiến lược, thì đã phải quay sang đương đầu với các nhà sư quá khích.[209] Cuộc đương đầu với kẻ địch mới này đã dẫn ông Diệm vào việc phải đối đầu với quần chúng Mỹ. Việc xao lãng trong chiến lược quan trọng bảo vệ nông thôn, cộng thêm mối bất đồng với chính phủ Kennedy đã làm lợi cho Cộng sản. Vẫn theo ông Colby, Việt Cộng rất lo lắng trước thành công của chương trình các Ấp Chiến lược đến nỗi họ *"ra lệnh cho người của họ phải phá huỷ chương trình này bằng mọi giá, bởi vì họ thật sự bị đe doạ."* [210] Ông Colby vẫn luôn hiểu rằng, suốt thời kỳ Phật giáo xuống đường, chống đối, Cộng sản vẫn chĩa mũi dùi vào cái làm cho họ sợ nhất: các Ấp Chiến lược. Ông ta nói những người trong chính phủ Kennedy có chủ trương hạ bệ ông Diệm đã vô hình trung dọn đường cho những cuộc tấn công này. *"Chương trình [các Ấp Chiến lược] này đã bị xao lãng đúng vào thời điểm Cộng sản nhận*

---

[208] Chester Bowles, "Thư của Đại sứ tại Ấn Độ (Bowles) gửi Phụ tá Đặc biệt của Tổng thống về các Vấn đề An ninh Quốc gia (Bundy)... *Xin xem tiếp ở cuối chương.*
[209] Colby, Phỏng vấn bởi Gittinger/ interview by Gittinger, interview 1, p. 22.
[210] Đã dẫn như trên.

diện đó là mối đe doạ chính, vì vậy mà họ đã bắt đầu đánh phá nó vào khoảng tháng 6, tháng 7, và chúng ta có thể thấy các vụ khủng bố gia tăng cùng trong thời gian đó.[211] Trong lúc đó, vì những bất đồng giữa Sài Gòn và Hoa Thịnh Đốn về cuộc Khủng hoảng Phật giáo, Hoa Kỳ doạ ngừng viện trợ cho cuộc chiến chống Bạo loạn của Cộng sản, khiến cho các tướng lãnh VNCH mất niềm tin (vào ông Diệm). Sự đe doạ này, theo ông Colby, là lỗi lầm lớn nhất của người Mỹ từ trước tới nay.[212]

Ông Colby rất tinh tường về phần vụ của ông; những gì ông mô tả, trong thực tế, cho thấy cuộc Khủng hoảng Phật giáo chỉ là con cờ đã được sử dụng để đánh lạc hướng, trong khi trận chiến thật mà Cộng sản nhắm vào là chương trình các Ấp Chiến lược. Chiến thuật dương Đông kích Tây này tuy rất thông dụng trong chiến tranh, nhưng Cộng sản đã may mắn có được sự hỗ trợ của báo chí Mỹ trong cuộc Khủng hoảng Phật giáo: chính báo chí Mỹ đã giúp 'dương Đông' để Cộng sản có thể 'kích Tây', với sự hỗ trợ của nhóm ông Harriman, đến một mức độ nào đó, chính tại Bộ Ngoại giao Hoa Kỳ.

Đồng quan điểm với ông Nolting trong suốt thời gian trước đó, ông Colby đã nói ông Diệm đủ khả năng đưa chính phủ của ông qua cuộc Khủng hoảng Phật giáo, dẹp bạo động tại Sài Gòn, và giải quyết cả những xáo động trong quân đội nếu người Mỹ vẫn giữ vững lập trường, trung thành với chính sách hỗ trợ ông Diệm như lúc ban đầu. *"Nhưng từ khi người Mỹ đề cập đến thay đổi, thế là, đùng một cái, mất hết, mất sạch."* [213] Ông Colby cũng hiểu, dù sao đi nữa, Hoa Thịnh Đốn đã phải chịu áp lực quá lớn gây ra từ các thông tin báo chí về vụ biểu tình Phật giáo.

Ngày 12 tháng 8 năm 1963, ông Nolting gửi một trong những bức điện tín cuối cùng cho Hoa Thịnh Đốn, từ Toà đại sứ Hoa Kỳ, với tư cách là đại sứ Mỹ tại VNCH. Bức điện tín này tường trình rành mạch buổi họp của ông Nolting với Tổng thống Diệm về những lời tuyên bố nảy lửa của bà Nhu về báo chí Mỹ.[214] Ông Nolting kể lại, ông Diệm không hề tỏ vẻ khó chịu bà Nhu

---

[211] Đã dẫn như trên.

[212] Những tướng lĩnh muốn có quyền lực lập luận rằng ông Diệm "đang đánh cuộc với việc Mỹ ủng hộ Việt Nam chống Cộng sản. Ông ta sẽ thua trong cuộc chiến vì người Mỹ sẽ rút lui. Thực tế là sẽ không có cuộc đảo chính nếu Hoa Kỳ không khuyến khích làm việc đó. Không có nghi ngờ gì về điều đó". Đã dẫn như trên, 21–22.

[213] Đã dẫn như trên.

[214] Frederick Nolting, "Điện tín từ Toà đại sứ Hoa kỳ tại Việt Nam gửi đến BNG/ Telegram from the Embassy in Vietnam to the Department of State", August 12, 1963, Saigon, in FRUS, 1961–1963, vol. 3, document 251, p. 563.

về nội dung những lời tuyên bố, mà tỏ ra bất nhẫn trước thái độ hung hăng của bà, đã kích động thêm đố ky của báo chí. Trong buổi đàm thoại này, ông Nolting viết, ông Diệm *"nhắc đi nhắc lại dã tâm của các nhà sư, ý định phá nỗ lực chiến tranh của họ, v. v... Ông cũng nói đến áp lực phải chịu từ những 'người tốt' khắp các tỉnh và những nơi khác khuyến cáo ông không được để thua chước của các nhà sư giả. Ông Diệm đã than phiền rằng không ai ở thế giới bên ngoài có thể nhận ra cái giả trá của vấn đề tôn giáo hoặc vấn đề tôn giáo đã được dùng để chống phá."* [215]

Thêm một lần, ông Nolting lại nhận thấy ông Diệm chính là mẫu người lãnh đạo lý tưởng, theo tiêu chuẩn Khổng giáo, đúng ý mọi người Việt Nam có căn bản Nho học. Vị thế của ông đối với các Phật tử đã không gắn liền với niềm hãnh diện vô lối. Thay vào đó, chỗ đứng của ông Diệm đã được đặt nền móng vững chắc trên sự hiểu biết. Thế mà, mặc cho dịp may mong manh của ông đã xoay chiều theo các nhà sư quá khích, ông vẫn một lòng giữ theo những gì là thật, là hợp lý, hợp tình.

Thế mà Bộ Ngoại giao Hoa Kỳ đã nhất định không nhìn nhận ông Diệm với những đức tính đó. Một trong những bức điện tín cuối cùng được gửi tới cho ông Nolting, Bộ Ngoại giao Mỹ vẫn không thể chấp nhận thái độ của ông Diệm, người có trách nhiệm trên những cái chết tại Huế vào tháng 5. Mặc cho các bằng chứng giảo nghiệm các thi thể đã minh oan cho ông Diệm, Hoa Thịnh Đốn vẫn đòi hỏi ông Diệm phải nhượng bộ trước những yêu cầu của các nhà sư trên vấn đề chính này. [216] Một quan sát viên khó tính trong thời kỳ này về mối bang giao Mỹ - Việt có thể kết luận rằng Bộ Ngoại giao biết ông Diệm sẽ không đáp ứng những yêu cầu quá đáng như vậy và lập trường kiên định của ông sẽ khiến cho cuộc đảo chính được hỗ trợ bởi chính phủ Kennedy trở thành không thể tránh. Chúng ta vẫn không thể kết luận một cách hoàn toàn chắc chắn đã có âm mưu gài Tổng thống Diệm vào thế bị truất phế, khi Hoa Thịnh Đốn rút Đại sứ Frederick Nolting khỏi vai trò hỗ trợ chắc chắn nhất cho ông.

---

[215] Đã dẫn như trên.

[216] Điện tín của Bộ Ngoại giao gửi Nolting: "Chúng tôi ghi nhận [Phó Tổng thống] Thơ dùng lời lẽ có thể được hiểu là Chính phủ Việt Nam có ý định truy tố các Phật tử dính dáng đến sự việc ngày 8 tháng Nằm, điều này đi ngược lại việc Phật tử muốn xảy đến cho các viên chức Chính phủ Việt Nam mà họ cho là phải chịu trách nhiệm về những án mạng trong ngày 8 tháng 5... *Xin xem tiếp ở cuối chương.*

Ghi chú cho Chương 11 - Tiếp theo

6.... William Trueheart, "Điện tín từ Toà đại sứ HK tại Việt Nam gửi Bộ Ngoại giao", ngày 15 tháng 6 năm 1963/ Telegram from the Embassy in Vietnam to the Department of State", June 15, 1963, Saigon, in FRUS, 1961–1963, vol. 3, document 176, p. 39. Một ghi chú trên một bản sao khác của bức điện này cho biết Tổng thống Kennedy đã đọc tài liệu này.

12. ... LM Gheddo tiếp tục giải thích rằng lập luận chính của bài báo này là "giữa Phật giáo và chủ nghĩa Cộng sản có nhiều điểm hợp nhất hơn là xa cách". Fr. Piero Gheddo, *Cây Thánh Giá và Cây Bồ Đề: Người Công giáo và Phật giáo ở Việt Nam/ The Cross and the Bo-Tree: Catholics and Buddhists in Vietnam*, tránlated by Charles Underhill Quinn (New York: Sheed and Ward, 1970), 206.

14. ... Theo LM Gheddo: "Không thể phủ nhận việc có sự đối xử tốt hơn [ở miền Nam Việt Nam] cho người Công giáo (không phải cho mọi người Công giáo mà cho một số người Công giáo là kẻ thù của chủ nghĩa Cộng sản), nhưng rằng ông Diệm đã tuyên chiến tôn giáo với 4/5 dân số trong nước, những người là Phật tử mà một số báo chí phương Tây đề cập đến, các loại báo chí này lại không bao giờ đưa ra những phản đối, dù là tối thiểu đối với các cuộc đàn áp xác thực mà Phật giáo phải gánh chịu ở Bắc Việt Nam. "Điều đó đã được chứng minh qua việc hai tổ chức Phật giáo lớn nhất của miền Bắc Việt Nam (Tổng hội Phật giáo Bắc Việt Nam và Tăng đoàn Bắc Việt Nam) đã, và ngay cả trong thời gian ông Diệm nắm chính quyền, đã định cư ở Sài Gòn, sau khi trốn tránh khỏi miền Bắc (*World Buddhism - Phật giáo Thế giới*, tháng Giêng, 1963, P. 20)." Gheddo, *Cross and Bo-Tree*, 184, 204.

27. ... Sau đó, người ta thấy Nolting đi nghỉ phép và Bill Trueheart, cấp phó của ông ấy, người được ông che chở, sau khi ông Nolting nghỉ phép một tháng, bắt đầu chống ông Diệm. Vì vậy, nó gần như là nhất trí ". Michael Charlton, "The New Frontiersmen Hold the Line", program 4 of *Nhiều lý do tại sao: Sự tham gia của Mỹ vào Việt Nam/ Many Reasons Why: The American Involvement in Vietnam*, British Broadcasting Corporation, 1977, bản thảo, 11–12, Nolting Papers, box 13, Professional Papers.

34....và sau đó kêu gọi họ bỏ qua những đoạn tham chiếu liên quan đến 'khí nén' cho tới khi cuộc điều tra được kết thúc. Những người đưa tin này đồng ý, nhưng một người trong số họ ngay lập tức gửi tin này đi và được công bố rộng rãi ở Mỹ cáo buộc chính phủ (Việt Nam) sử dụng 'khí nén'. Như chúng tôi đã hy vọng, cuộc điều tra cho thấy rằng các vết bỏng là do lựu đạn hơi cay đã quá cũ và bị hư hỏng, nhưng vào thời điểm đó thì thiệt hại đã xảy ra rồi." Mecklin, *Sứ mệnh Đầy Sóng Gió/ Mission in Torment*, 127.

63. "Tổng thống nhìn nhận Đại sứ Nolting đã hoàn thành công tác xuất sắc, ông đã thành công như một phép lạ trong việc xoay ngược cục diện cuộc chiến từ điểm thấp thảm hại trong quan hệ giữa ông Diệm và chúng ta lúc Đại sứ Nolting nhận nhiệm sở. . . và Tổng thống hy vọng sẽ tìm được cách tuyên dương Đại sứ Nolting công khai để chứng tỏ thành quả tốt đẹp mà ông ấy đã làm và ông (tổng thống) hy vọng có thể tìm được một vị trí thích hợp cho ông Nolting ở Hoa Thịnh Đốn." Đã dẫn như trên.

64. ... Memorandum from Michael V. Forrestal of the National Security Council Staff to the President's Special Assistant for National Security Affairs (Bundy)", July 9, 1963, Washington, in *FRUS, 1961–1963*, vol. 3, document 215, pp. 481–82.

65. ... "Memorandum of a Telephone Conversation between the Under Secretary of State for Political Affairs (Harriman) and the Assistant Secretary of State for Far Eastern Affairs (Hilsman), Washington, August 1, 1963, 9:55 a.m.", transcribed by Eleanor G. McGann of Harriman's staff, in *FRUS, 1961–1963*, vol. 3, document 243, p. 550.

68. ... Memorandum of a Conversation, Department of State, Washington, July 5, 1963; Subject: Current Situation in Viet-Nam", in FRUS, 1961–1963, vol. 3, document 208, p. 466.

71. "Telegram from Malcolm Browne of the Associated Press, David Halberstam of The New York Times, Peter Kalischer of CBS News, and Neil Sheehan of United States Press International to the President", July 7, 1963, Saigon, in FRUS, 1961–1963, vol. 3, document 211, p. 472.

73. ... Chính phủ Việt Nam chắc chắn đã lập tài liệu này. Không nghi ngờ gì nữa, Chính phủ Việt Nam cũng cho rằng các phóng viên đã tích cực khuyến khích các Phật tử. Do đó, ông Diệm hầu như không chấp nhận quan điểm các phóng viên chỉ có thực hiện các chức năng bình thường là trao đổi tin tức đến công chúng Hoa Kỳ." William Trueheart, Embassy in Vietnam to Department of State, telegram, July 10, 1963, Saigon, no. 65, quoted in ibid., 472, unnumbered footnote.

76. ". . .Để giúp cho quan điểm của chúng ta và đặc biệt cân nhắc các sự kiện tại Hoa Kỳ, chúng ta không nên đặt ra chương trình hoạt động để ép ông ta theo. Cụ thể, chúng ta không nên nhắc lại lời đe dọa bỏ rơi ông ta, cũng như không nên cảm thấy bị kẹt nếu có biện pháp khác để xoa dịu tình hình, đưa đến một giải pháp chính trị hữu ích. Đúng hơn, chúng ta nên tiếp tục cho ông ấy biết sự thật về dư luận của Hoa Kỳ, để ông ấy tự lo liệu. Nhưng tôi nghĩ chúng ta phải chấp nhận một thực tế là chúng ta có thể sẽ tiếp tục bị báo chí bêu rếu một thời gian, cho đến khi có ổn định chính trị trở lại và chúng ta có thể chứng minh sự thành công của chiến lược và kế hoạch tổng thể. Nếu may

mắn — tôi nhấn mạnh điều này— người Mỹ phải quyết tâm bình tĩnh để cuộc khủng hoảng này được khắc phục, tôi tin rằng sẽ có một cơ hội hợp lý để thiết lập lại cơ sở cho tiến trình được tiếp tục. Đã dẫn như trên, 487–88.

80. ... về Việt Nam như thể họ đang bị mê hoặc, về việc đàn áp tôn giáo không hề có". Higgins, *Cơn Ác Mộng Việt Nam của Chúng ta/ Our Vietnam Nightmare*, 62–63.

83. ... Trình độ tiếng Anh của bà ấy trông có vẻ khá, nhưng bà ấy thực sự không giỏi (nếu được chọn, bà ấy không bao giờ sử dụng Anh ngữ khi trò chuyện riêng tư), và trong khi những phát ngôn nhiều sơ hở nơi công cộng đã ảnh hưởng đến lịch sử, tôi nghĩ bà ấy không thấu hiểu được ảnh hưởng của một số nhận xét thái quá của chính mình"). Nolting, *Từ Niềm tin đến Bi Kịch/ From Trust to Tragedy*, 99.

84. Ông Nolting nhớ lại: "Tại một hội nghị của các đại sứ Hoa Kỳ trong khu vực tại Baguio do ông Averell Harriman triệu tập, trong khi khoảng mười lăm người trong chúng tôi đang ngồi quanh một chiếc bàn dài, chủ toạ Harriman nhận được một bức điện từ Sài Gòn, mô tả về bài phát biểu 'chống Mỹ' khác của bà Nhu....

85. ... Ông Diệm không thể không quan tâm điều này đã hạ thấp quyền lực của ông ta và tạo ra ấn tượng ở nước ngoài là ông ta bị đàn bà xỏ mũi. Chúng tôi nghĩ ông Diệm cần có hành động giống như ông đã làm trong những năm đầu của chính phủ ông Diệm - cho bà sống trong một tu viện ở Hồng Kông"). George Ball, "Điện tín từ BNG đến Toà đại sứ Hoa Kỳ tại Việt Nam/ Telegram from the Department of State to the Embassy in Vietnam", August 8, 1963, Washington, in FRUS, 1961–1963, vol. 3, document 248, pp. 557–58. (Drafted by Heavner and Kattenburg, cleared by Harriman and Forrestal, and approved by Hilsman.)

90. ... Document 211 [of FRUS, 1961–1963; see footnote 94 above]." "Memorandum of a Conversation, Saigon, July 17, 1963" in FRUS, 1961–1963, vol. 3, document 226, pp. 496–97n1.

92 ...Bowles tự nhủ rằng bên dưới sự xấu xa của mô hình Cộng sản là những bất mãn xã hội và lạm dụng chính trị đã đẩy người trong guồng máy của họ đến những giải pháp cực đoan. Có những biện pháp quân sự để đương đầu với họ nhưng ông ấy nghĩ quá đơn giản. Và phải thừa nhận ông ấy có xu hướng phóng đại quá cỡ quan điểm này cũng như để nó ảnh hưởng đến ông ấy. Các nhà hoạch định chính sách đối ngoại nghiêm khắc thời đó đáp lại bằng sự xem thường với tính khôi hài nhưng cũng bằng một quyết tâm chấm dứt những điều vô nghĩa đó. Do đó, ông Bowles đã phải "ngồi chơi xơi nước" trong nhiều tháng để giữ thể diện cho Tòa Bạch ốc, làm cố vấn cho tổng thống về phát triển kinh tế. Bây giờ, ông ấy cảm thấy thanh thản khi thay thế tôi. Trước

đây ông là đại sứ tại Ấn Độ (và Nepal) dưới thời Harry Truman". John Kenneth Galbraith, *Hồi Ký: Một Đời trong Thời đại Chúng ta/ A Life in Our Times: Memoirs*, (Boston: Houghton Mifflin, 1981, 444.

93. ... Letter from the Ambassador in India (Bowles) to the President's Special Assistant for National Security Affairs (Bundy)", July 19, 1963, New Delhi, in FRUS, 1961–1963, vol. 3, document 231, p. 519.

101. ... Hành động này không chỉ từ chối yêu cầu của Phật giáo về việc nêu tên các viên chức chịu trách nhiệm và trừng phạt họ mà còn chắc chắn cung cấp thêm cơ sở chính đáng cho các cáo buộc đàn áp Phật giáo". Theodore J. C. Heavner, "Telegram from the Department of State to the Embassy in Vietnam", August 13, 1963, Washington, in FRUS, 1961–1963, vol. 3, document 252, p. 564. (Cleared by Kattenburg and approved by Hilsman. Signed "Rusk".)

CHƯƠNG 12

ÔNG NOLTING CHÀO TỪ BIỆT

Vào ngày 14 tháng 8 năm 1963, Đại sứ Nolting chính thức từ biệt Tổng thống Diệm. Cuộc họp cuối cùng này rất căng thẳng vì nó tập trung vào câu hỏi về Phật giáo và những lời tuyên bố công khai thẳng thừng của bà Nhu, do áp lực của Bộ Ngoại giao Hoa Kỳ. Ông Diệm hứa sẽ đưa ra một tuyên bố hoà giải công khai qua bà Marguerite Higgins và báo New York Herald Tribune để xoa dịu phần nào những người Mỹ đã bị bà Nhu xúc phạm. Ông Diệm đã giữ lời về điều này.[1] Vào cuối buổi họp, ông Nolting kể lại, ông Diệm nói rằng cuộc trao đổi thẳng thắn giữa hai ông sẽ không ảnh hưởng đến tình bạn của họ và ông coi nhiệm kỳ của ông Nolting ở Sài Gòn là một trong những kỷ niệm đẹp nhất trong đời mình.[2]

Ngày hôm sau, ông Nolting và gia đình lên đường về Hoa Kỳ với nhiều mối quan tâm vẫn chưa được giải quyết, đặc biệt là về chính sách của Hoa Kỳ đối với miền Nam Việt Nam (Việt Nam Cộng Hoà - VNCH) và chính phủ của ông Ngô Đình Diệm. Nhận thấy quan hệ Mỹ-Việt vô cùng khó khăn, ông Nolting đã xin ở lại thêm một thời gian để khôi phục lại sự tin cậy cũ, nhưng Bộ Ngoại giao từ chối thỉnh cầu này. Nhóm ông Harriman muốn ông Nolting ra đi ngay cả khi ông Henry Cabot Lodge chưa đến đảm nhận chức vụ này.[3] Ông Diệm, theo ký ức của ông Nolting, cũng quan tâm đến chính sách của Hoa Kỳ như ông. Trước khi ông Nolting lên đường, ông Diệm hỏi Đại sứ Nolting việc ông trở về Hoa Kỳ có báo hiệu cho một sự thay đổi hay

---

[1] Theo các biên tập viên của FRUS, 1961–1963 (Liên Hệ Ngoại Giao của Hoa Kỳ, 1961-1963): "Tuyên bố của ông Diệm được đưa ra cho phóng viên Marguerite Higgins. Như được trích dẫn trên tờ The Herald Tribune, ngày 15 tháng 8, ông Diệm tuyên bố 'chính sách hòa giải tối đa [với các Phật tử] không thể bị đảo ngược'... *Xin xem tiếp phần này ở cuối chương.*

[2] Đã dẫn như trên.

[3] Frederick Nolting, *Từ Niềm Tin đến Bi Kịch/ From Trust to Tragedy: The Political Memoirs of Frederick Nolting, Kennedy's Ambassador to Diem's Vietnam* (New York: Praeger, 1988), 118–19.

không.[4] Ông Diệm hỏi: "Việc ông ra đi có nghĩa chính phủ Mỹ đã thay đổi chính sách của Hoa Kỳ so với những gì ông và tôi đã đồng ý hai năm rưỡi trước đây?" Ông Nolting trả lời: "Không, thưa Tổng thống, không có thay đổi nào."[5] Sau đó, ông Diệm yêu cầu ông Nolting xác nhận với Hoa Thịnh Đốn cho chắc chắn, và ông Nolting đã tuân thủ ngay lập tức. Ông Nolting nhận được câu trả lời từ văn phòng tổng thống Hoa Kỳ: "Không thay đổi chính sách và ông có thể nói thẳng với ông ấy điều đó." [6] Khi ông Nolting dịch lại bức điện tín, ông Diệm nhận xét, "Thưa ông đại sứ, tôi tin ông, nhưng tôi e rằng thông tin của ông không chính xác."[7] Qua các nguồn tin tình báo riêng, ông Diệm biết ông Harriman là người đưa ra kế hoạch và ông nghi Hoa Thịnh Đốn đang tung hoả mù để che mắt ông và cả vị đại sứ của họ.

Trong suốt mùa xuân và mùa hè năm 1963, niềm tin của người Mỹ vào ông Diệm giảm dần. Một trong những lý do là cách thức ông Diệm giải quyết cuộc khủng hoảng Phật giáo và phản ứng của truyền thông Mỹ đối với cuộc khủng hoảng này. Một lý do khác là ông Diệm rất dè dặt đối với việc Mỹ muốn gia tăng nhân sự và sự kiểm soát của họ ở VNCH. Ông Diệm đã ký thỏa thuận với Mỹ về quỹ chung tài trợ cho Chương trình Chống Bạo loạn sau nhiều lần trì hoãn, là vì bề ngoài ông không muốn nhượng quyền kiểm soát tài chính cho Hoa Kỳ. Tuy nhiên, lý do thực sự mà nhà lãnh đạo Việt Nam do dự đã được ông Nolting nêu rõ nhất trong một bức điện ông gửi tới Hoa Thịnh Đốn vào đầu tháng 4 năm 1963 khi hai chính phủ đang thương thảo về quỹ chung: *Theo đánh giá của tôi, ông Diệm bác bỏ đề nghị của chúng ta về việc điều hành quỹ chống Bạo loạn vì ông ta không ủng hộ việc Hoa Kỳ muốn tăng cường chiều rộng và chiều sâu của chương trình cố vấn cho VNCH trong cả hai lãnh vực dân sự và quân sự. Đấy là lý do chính.*[8]

---

[4] Đã dẫn như trên. 119.

[5] Frederick Nolting, *Nhật Ký Cơ quan Ngoại giao/ Foreign Service Journal*, July 1968, 20.

[6] Frederick E. Nolting, Kennedy, Tổ chức Bắc Đại Tây Dương và Đông Nam Á/ Kennedy, NATO, and Southeast Asia/ Trong: *Ngoại giao, Hành chính và Chính Sách: Ý Tưởng và Sự nghiệp của ông Frederick Nolting, Jr. Xem tiếp ở cuối chương.*

[7] Đã dẫn như trên.

[8] Frederick Nolting, "Điện tín từ Toà đại sứ Mỹ ở Việt Nam gửi Bộ Ngoại giao", 7 tháng Tư, 1963, Telegram from the Embassy in Vietnam to the Department of State." April 7, 1963, Saigon, in FRUS, 1961–1963, vol. 3, document 82, p. 213.

Theo bà Ellen Hammer, ông Diệm thấy vấn đề chính của thoả thuận được người Mỹ đề nghị không phải là việc ông Diệm sẽ phải giao quyền kiểm soát quỹ chống Bạo loạn cho Hoa Kỳ mà là số lượng người Mỹ sẽ đến Việt Nam và tầm kiểm soát mà bản thỏa thuận tài trợ sẽ trao cho họ. Một trong những lời phàn nàn chính của ông Diệm là không có một hệ thống rõ ràng để bổ nhiệm các cố vấn Hoa Kỳ vào các đơn vị hành chính và quân sự VNCH và quy trách nhiệm cho mỗi cố vấn trong khi họ tham gia quá nhiều vào các vấn đề chính trị địa phương của Việt Nam. Tại các tỉnh, có ít nhất hai ngàn cố vấn Mỹ đang điều hành kế hoạch phát triển kinh tế nông thôn và cố tình qua mặt chính quyền Sài Gòn. Với thỏa thuận tài trợ chung, nhiều cố vấn quân sự Mỹ sẽ được điều động đến Việt Nam, và các khu vực nông thôn sẽ chịu sự quản lý trực tiếp của người nước ngoài. Bất cứ chính phủ tự trọng nào cũng không thể chấp nhận tình trạng có thể bị xem là một hình thức thực dân mới này. Không những thế, tình trạng này còn làm lợi cho Việt Cộng, những kẻ sẽ dùng nó để cáo buộc ông Diệm đã bán đứng đất nước cho người Mỹ. Ông Diệm nêu những vấn đề này với Toà đại sứ Hoa Kỳ và yêu cầu rút về Mỹ hầu hết số hai nghìn cố vấn này.[9]

Ông Diệm quá lo lắng về vấn đề chủ nghĩa thuộc địa của Mỹ nên đã tìm đến người Pháp để tham khảo ý kiến. Ông phàn nàn trực tiếp với đại sứ Pháp là Roger Lalouette, về số lượng quân nhân Mỹ đến Việt Nam. Ông Diệm nói với đại sứ Pháp các cố vấn mới của Mỹ đến Việt Nam đã không được mời và thậm chí họ không có thông hành.[10] Ông Lalouette cố gắng xoa dịu ông Diệm đang trong tình trạng rất thất vọng, và đề nghị ông Diệm đưa ra một yêu cầu "nhẹ nhàng" giảm một số người Mỹ ở Việt Nam, đó sẽ là cách ứng xử tốt nhất của ông Diệm.[11] Tuy nhiên, ông Lalouette đã nhầm lẫn về tâm tính của người Mỹ, và việc yêu cầu "nhẹ nhàng" của ông Diệm để giảm bớt một số cố vấn Mỹ ở cấp tỉnh đã rung hồi chuông báo động ở Hoa Thịnh Đốn.[12] Nhiều năm sau, vào tháng 6 năm 1970, ông Roger Lalouette nói với bà Ellen Hammer rằng ông đã tìm ra manh mối về việc

---

[9] Ellen J. Hammer, *Một cái Chết trong Tháng 11: Hoa Kỳ ở Việt Nam,1963/ A Death in November: America in Vietnam, 1963* (New York: E. P. Dutton, 1987), 120–21.

[10] Marianna P. Sullivan, *Chính sách về Việt Nam của Pháp / France's Vietnam Policy* (Westport, CT.: Greenwich Press, 1978), 67.

[11] Đã dẫn như trên.

[12] Hammer, *Cái Chết trong Tháng 11/ Death in November*, 121.

đó. Quyết định của Hoa Kỳ bỏ rơi ông Diệm là do ông yêu cầu các cố vấn Mỹ ở cấp tỉnh rút về vào tháng 4 năm 1963.[13]

Mức độ nghiêm trọng của vấn đề mà ông Diệm phải đối mặt đã được đề cập trên tờ báo Hòa Bình được xuất bản tại VNCH năm 1970. Ông Trần Kim Tuyến, một người Việt quốc gia, viết, *"Mọi người thân cận với ông Ngô Đình Diệm biết rằng đối với ông, chủ quyền của Việt Nam là vấn đề cơ bản. Không bao giờ ông Diệm lại xem ngoại viện trọng hơn chủ quyền của VNCH"*.[14] Theo bà Hammer, ông Diệm bác bỏ mọi đề nghị của Mỹ về việc xây dựng một căn cứ lớn tại Vịnh Cam Ranh, và ông ta tiếp tục chống đối đề nghị này vào tháng 8 năm 1963. Trên thực tế, VNCH chỉ chính thức cho phép Hoa Kỳ xây dựng căn cứ nổi tiếng này sau khi ông Diệm bị giết.[15]

Ông William Colby cũng hiểu quan tâm của ông Diệm về chủ quyền quốc gia của VNCH đã thúc đẩy ông phản đối người Mỹ. Năm 1961, khi tình hình ở Lào trở nên tồi tệ đến mức ông Diệm đã kêu gọi sự quyết tâm mạnh mẽ hơn của Mỹ trong việc ngăn chặn Cộng sản ở Đông Nam Á,[16] ông Diệm đã ngần ngại chấp nhận quân đội Mỹ có mặt ở VNCH mà không có một thỏa thuận giới hạn vai trò của họ. Ông còn sẵn sàng chấp nhận đề nghị của Trung Hoa Dân Quốc là gửi một sư đoàn đến nếu Hoa Kỳ không chịu giới hạn vai trò của họ trong việc huấn luyện và cố vấn ở VNCH. Sau khi người Mỹ bảo đảm họ sẽ tôn trọng các hạn chế mà ông đưa ra, chính phủ Đài Loan và ông Diệm ngừng thảo luận về đề nghị này.[17]

Một lý do khác khiến người Mỹ cứng rắn hơn với ông Diệm vào mùa hè năm 1963 là việc ông tìm một giải pháp hoà bình với những người Cộng sản vào mùa xuân năm đó. Ông Ngô Đình Nhu đã hội đàm với nhiều nhà lãnh đạo Việt Cộng, nhưng ông và họ chỉ bàn về việc các đơn vị Việt Cộng của họ có thể đào tẩu và quy hàng VNCH.[18] Theo bà Lindsay Nolting, chiến dịch Chiêu hồi, hay còn gọi là "mở rộng vòng tay", không phải là sáng kiến của ông Nhu mà đã được ông Robert Thompson đề nghị là cách hữu hiệu

[13] Đã dẫn như trên.

[14] Trần Kim Tuyến, *Hòa Bình/ Peace*, August 8, 1970, trích lời đã dẫn.

[15] Hammer, *Cái Chết trong Tháng 11/ Death in November*, 121–22.

[16] William E. Colby, *Chiến thắng Bị Mất: Bản Tường Thuật của Một Chứng nhân về Mười sáu Năm Hoa Kỳ Can dự vào Việt Nam/ Lost Victory: A Firsthand Account of America's Sixteen-Year Involvement in Vietnam*, with James McCargar (Chicago: Contemporary Books, 1989), 96.

[17] Đã dẫn như trên.

[18] Nolting, *Từ Niềm tin đến Bi kịch/ From Trust to Tragedy*, 117–18.

để làm rạn nứt tổ chức bạo loạn của Cộng sản.[19] Ông Nolting từng báo cáo cho bộ Ngoại giao Hoa Kỳ về việc ông Nhu liên lạc với những người Cộng sản bạo loạn qua kênh truyền tin thông thường vì việc này không có gì là bí mật cả.[20] Bộ Ngoại giao dặn ông Nolting không nên can thiệp vào việc này của ông Nhu miễn là Toà đại sứ ở Sài Gòn tin rằng ông ta không "bán đứng miền Nam cho Việt Cộng". Ông Nolting thực sự *tin rằng ông Nhu không bao giờ có ý định bán đứng đất nước cho Việt Cộng. Ngược lại, ông đang chiêu dụ Việt Cộng, hay ít ra một số đơn vị của họ, về với VNCH."* [21] Ông Nolting thừa nhận trong hồi ký đã có một số phản ứng bất lợi về các cuộc gặp của ông Nhu với các nhà lãnh đạo Cộng sản, đặc biệt là phản ứng từ những viên chức của Bộ Ngoại giao Hoa Kỳ thù ghét ông Nhu, những người không tin tưởng và không thích ông Nhu.[22]

Người Mỹ càng quan tâm về việc "bán đứng" hơn từ khi có một biến chuyển khác. Ông Mieczyslaw Maneli cho biết một cuộc đối thoại giữa hai miền Bắc-Nam lớn hơn đang được lên kế hoạch trước khi cuộc khủng hoảng Phật giáo bùng nổ. Ông Mieczyslaw Maneli, người đã làm việc 5 năm ở Việt Nam (1954–1955 và 1962–1964) với tư cách là người đứng đầu phái bộ Ba Lan trong Ủy ban Kiểm soát Đình chiến Quốc tế (ICC). Trong suốt mùa xuân năm 1963, ông Ramchundur Goburdhun, chủ tịch ICC, Đại sứ Pháp Lalouette, và Đại sứ Ý Giovanni d'Orlandi đã liên tục nói với ông rằng họ đang cố gắng sắp xếp một cuộc gặp với ông (Maneli) và ông Nhu tại một địa điểm trung lập.[23] Cuộc khủng hoảng Phật giáo đã bùng nổ trước khi họ sắp xếp xong xuôi cho cuộc họp này, ông Maneli giải thích, và các cuộc biểu tình đã làm chậm lại việc đó. "Tuy nhiên, một cuộc đối thoại giữa chúng tôi đã bắt đầu." [24]

Nói tóm lại, sự chia rẽ giữa Hoa Thịnh Đốn và Sài Gòn đã bắt đầu trước cuộc khủng hoảng Phật giáo, và áp lực nhắm vào Chính phủ Việt

[19] Lindsay Nolting, Phỏng vấn bởi ông Geoffrey D. T. Shaw, January 29, 1998.

[20] Frederick Nolting, Phỏng vấn bởi Dennis O'Brien, May 7, 1970, Washington, D.C., interview 3, transcript, 15, John F. Kennedy Oral History Collection, John F. Kennedy Presidential Library, Boston.

[21] Đã dẫn như trên. 116.

[22] Nolting, *Từ Niềm Tin đến Bi Kịch/ From Trust to Tragedy*, 118.

[23] Mieczyslaw Maneli, *Cuộc Chiến của Bên Thua Trận/ War of the Vanquished*, trans. Maria de Görgey (New York: Harper and Row, 1971), 118.

[24] Đã dẫn như trên.

Nam bởi các chính khách và báo chí Mỹ trong khi cuộc khủng hoảng diễn ra, như được trình bày trong chương trước, đã làm cho quan điểm của hai chính phủ càng cách biệt hơn và thúc đẩy VNCH giám định lại biện pháp đàm phán với Bắc Việt Nam. Ông Nolting tin rằng ông Diệm và ông Nhu đã đánh giá lại những cuộc đàm phán này vì nếu không có sự hỗ trợ của Mỹ, họ sẽ không còn lựa chọn nào để sống còn. Quả thật, viên chức ngoại giao Hoa Kỳ là ông Trueheart đã cảnh cáo ông Diệm rằng Mỹ sẽ ngừng hỗ trợ khi ông Truehart tạm thay ông Nolting trong vai trò đại sứ trong thời gian ông Nolting nghỉ phép.[25] Ông Diệm và ông Nhu đều biết, như các ông Maneli, Goburdhun, Lalouette, và Orlando đã rõ, là người Mỹ muốn loại bỏ hai ông. Nhờ sự sắp xếp của họ, ông Maneli và ông Nhu cuối cùng đã gặp nhau tại một buổi tiệc tiếp tân ngoại giao có sự tham dự của tân đại sứ Mỹ tại VNCH là ông Henry Cabot Lodge. Bà Ellen Hammer, người có mặt trong số những vị khách được mời, nhanh chóng nhận thức có một số khách toan tính một việc gì đó mà họ không chia sẻ với người Mỹ.[26]

Ông Maneli giải thích các quan điểm và mục tiêu khác nhau của các đại sứ đã giúp sắp xếp cuộc họp.[27] Chủ tịch ICC là ông Ramchundur, đến từ Ấn Độ, thể hiện thái độ của chính phủ của ông đối với ông Diệm. Họ xem ông là một nhà lãnh đạo châu Á kiểu mẫu mà họ hoàn toàn ủng hộ — một quan điểm tiêu biểu cho các chính phủ châu Á không liên kết khác. Đại sứ d'Orlandi "là người ít nói nhất trong ba người trong mối quan hệ này. Nước Ý không có lợi ích cụ thể nào ở Việt Nam, ngoài mối hy vọng chung của phương Tây là duy trì sự cân bằng hợp lý về quyền lực ở Đông Nam Á và đưa ra các quyết định một cách chín chắn và kiềm chế hơn so với cách của người Mỹ, thường thiếu kiên nhẫn và thiếu kinh nghiệm". Mặt khác, Đại sứ Pháp Lalouette "càng có nhiều lý do để thu xếp và theo dõi các mối quan hệ trong tương lai của [ông Maneli] với ông Nhu. So với mục đích của đại sứ Ý, mục đích của đại sứ Pháp cao xa hơn nhiều." Kế hoạch dài hạn của ông Lalouette là "bắt đầu dàn xếp cuộc đối thoại giữa Sài Gòn và Hà Nội, và sau đó cuộc trao đổi kinh tế và văn hóa giữa hai miền. Phương cách này tạo cơ sở cho các cuộc đàm phán chính trị có thể được sắp xếp sau đó. Hai chính phủ sẽ cảm thấy bớt căng thẳng, bớt nghi ky và thù hẳn nhau, và hòa bình sẽ được bảo đảm." Theo ông Lalouette, một nền hòa bình bền vững

---

[25] Lindsay Nolting, Phỏng vấn bởi ông Shaw, January 29, 1998.

[26] Hammer, *Cái Chết trong Tháng 11/ Death in November*, 220–21. Đã dẫn như trên, 221.

[27] Maneli, *Cuộc Chiến của Bên Thua Trận/ War of the Vanquished*, 118–21.

và một cuộc đối thoại chính trị là những yếu tố không thể thiếu cho giải pháp chính trị lâu dài ở Việt Nam. Giải pháp này gồm có việc thống nhất hai miền Nam Bắc, bầu cử tự do trên toàn quốc và được quốc tế kiểm soát . Để đạt được những mục tiêu này, ông Lalouette đề nghị ông Maneli tiến hành các cuộc đàm phán cần thiết với Hà Nội trong khi ông đối thoại với Sài Gòn về kế hoạch này.

Ông Maneli đã thấy người Mỹ có ý định bỏ rơi ông Diệm và gia đình ông vào tháng 5 năm 1963, khi ông gửi một báo cáo đến chính phủ Ba Lan, và báo cáo đó có thể đã được chuyển đến Liên Xô, về kế hoạch của Pháp nhằm cứu chế độ (của ông Diệm), không để cho chế độ này bị "những người Mỹ liều lĩnh" đánh đổ. Trong báo cáo này, ông Maneli viết rằng người Pháp không đủ khả năng hỗ trợ VNCH một cách dồi dào như người Mỹ đã làm. *"Vì vậy, họ khuyên 'công nương' này nên thay đổi phong cách sống của mình sang một lối sống ít xa hoa hơn: hòa hoãn với miền Bắc và Mặt trận Giải phóng Quốc gia. Bước tiếp theo sẽ là trung lập hóa: không phải dưới sự chỉ đạo của Ấn Độ, mà của ông Charles de Gaulle. Qua đường hướng này, Việt Nam, cùng với hai nước trung lập Cam Bốt và Lào, sẽ một lần nữa trở thành hòn ngọc tăng thêm vẻ lộng lẫy cho 'sự vĩ đại của nước Pháp'."* Ông Maneli gọi kế hoạch của Pháp là "một trong những kế hoạch chính trị táo bạo nhất của thế kỷ 20." [28]

Ông Mieczyslaw Maneli là người đáng chú ý và phức tạp. Là một du kích quân Ba Lan chống quân đội Đức Quốc xã trong Thế chiến Thứ hai, ông bị quân Đức bắt, đưa đến trại tập trung Auschwitz. Ông vượt ngục cùng các sĩ quan Ba Lan khác. Biết ông là người yêu nước, Đảng Cộng sản Ba Lan kết nạp ông sau thế chiến, giao cho ông nhiều công tác quan trọng. Ông tốt nghiệp đại học luật khoa năm 1954. Một thời gian sau, ông được bổ nhiệm làm phó giáo sư tại Đại học Warsaw. Năm 1954 Ủy ban Trung ương Cộng sản Ba Lan bổ nhiệm ông vào Uỷ Hội Quốc tế Kiểm soát Đình chiến (ICC). Bất kể mối quan hệ khăng khít của ông với đảng, ông đã bị những đảng viên theo chủ nghĩa Stalin công kích, cho ông là "người theo chủ nghĩa xét lại" có cảm tình với "chủ nghĩa tư bản phóng khoáng" vì ông đã lên tiếng chống đối sự không khoan dung và bạo lực nhắm vào người dân Ba Lan vào giữa thập niên 1950. Bất kể áp lực của đảng, ông từ chối lên án người Do Thái sau chiến thắng của họ trong Chiến tranh Sáu Ngày, và cuối cùng họ đã buộc ông thôi việc ở Đại học Warsaw vì bị cho là người

---

[28] Manelli, *"Báo cáo ngày 5 tháng 5, 1963"* trích lời phần đã dẫn như trên. 125–26.

chống xã hội chủ nghĩa. Trong thời gian làm đại sứ của Ba Lan trong ICC, ông có thiện cảm với chủ trương của Đảng Cộng sản Việt Nam và hoàn toàn ủng hộ chế độ của ông Hồ Chí Minh, đồng thời bày tỏ mối quan tâm về tham vọng của người Trung Quốc đối với Việt Nam. Nói tóm lại, ông Maneli là người độc lập, tận tụy phục vụ chủ nghĩa Cộng sản, nhưng không hoàn toàn theo khuôn mẫu đảng viên Cộng sản.[29]

Khi ông Maneli đưa ra lý lẽ ủng hộ việc ông Diệm và ông Hồ muốn hoà hoãn với nhau trong một cuộc thảo luận với đại sứ Trung Cộng tại Hà Nội, ông đã tiết lộ lập trường của ông, bất kể sự ác cảm của một người theo xã hội chủ nghĩa như ông đối với anh em gia đình họ Ngô và chính phủ của họ. Ông nói, "*Ông Diệm và ông Nhu, sợ Mỹ xúi giục người Việt Nam đảo chính, đã ra lệnh lực lượng cảnh sát và quân đội của họ để cao cảnh giác nhắm vào người Mỹ thay vì Mặt trận Giải phóng.*" Sau đó, ông hỏi, "*Trước tình hình chính trị mới này, các lực lượng xã hội chủ nghĩa có nên tìm kiếm các phương pháp và giải pháp mới?*"[30]

Trong một cuộc viếng thăm thường lệ của ông Maneli ở Hà Nội, khi ông thảo luận lần đầu tiên với người miền Bắc Việt Nam (Cộng sản Bắc Việt - CSBV) về việc hai miền Bắc Nam có thể đàm phán, họ rất sốt sắng và mau mắn cho ông biết quan điểm của họ. Thủ tướng Phạm Văn Đồng và ông Hồ Chí Minh sẵn sàng bắt đầu đàm phán vào bất cứ lúc nào, và họ có một danh sách các hàng hóa mà họ tin rằng có thể trao đổi với các sản phẩm của Nam Việt Nam để thiết lập quan hệ kinh tế cơ bản và trực tiếp giữa hai nước Việt Nam.[31] Trong các cuộc thảo luận của họ với cả hai ông Maneli và Lalouette, người CSBV bỏ hẳn thái độ vờ vịt, không rêu rao rằng ông Diệm là một quái vật và một con rối của người Mỹ. "Tại Hà Nội, bất chấp mọi thái độ thù nghịch công khai và chính thức đối với ông Diệm và ông Nhu, thái độ của các lãnh đạo miền Bắc tạo ra một bầu không khí thuận lợi cho các cuộc đàm phán và tiếp xúc với chính phủ đó (VNCH). Ông Phạm Văn Đồng thậm chí còn nói "*ông Nhu chắc chắn có khả năng để suy nghĩ một cách hợp lý, vì ông ta đã tốt nghiệp trường Des Chartes.*" (thuộc Đại Học Khoa học và Văn khoa Ba Lê).[32]

---

[29] Tài liệu về thân thế của ông Maneli có thể được tìm thấy trong Maneli, *Cuộc Chiến của Bên Thua Trận/ War of the Vanquished*, 1–18.

[30] Đã dẫn như trên. 129.

[31] Đã dẫn như trên. 121.

[32] Đã dẫn như trên. 122.

Các cuộc phỏng vấn của bà Ellen Hammer với ông Lalouette và ông Goburdhun xác nhận lời của ông Maneli. Cuộc phỏng vấn này cho thấy ông Hồ đã nhờ ông Goburdhun cho ông Diệm biết ông Hồ cảm thông vị trí khó khăn của ông Diệm, "một người yêu nước", mà người Mỹ đã dồn ông vào. Ông Hồ đã tiên đoán việc này sẽ xảy ra vì tính cách độc lập của ông Diệm trong khi Mỹ "thích kiểm soát tất cả mọi thứ".[33] Thật là một điều trớ trêu. Khi mọi tuyên truyền được bỏ qua một bên, địch thủ miền Bắc chấp nhận ông Ngô Đình Diệm là một nhà lãnh đạo Việt Nam yêu nước. Vào thời điểm này, chính đồng minh Mỹ lại không thấy ông và chính phủ của ông có ưu điểm nào. Tuy nhiên, người Mỹ đã có một lý do chính đáng để lo sợ về mối quan hệ hợp tác giữa Bắc và Nam Việt Nam. Khi ông Maneli hỏi hai nhà lãnh đạo Bắc Việt Nam là ông Phạm Văn Đồng và ông Xuân Thủy rằng ông nên nói gì nếu ông Ngô Đình Nhu mời ông đến để bàn luận, họ nói: *Tất cả những gì ông đã biết về lập trường của chúng tôi về giao thương và trao đổi văn hóa, về hòa bình và thống nhất. Điều chắc chắn là người Mỹ phải ra đi. Trên cơ sở chính trị này, hai chính phủ có thể thương lượng về mọi thứ.*[34]

Trong cuộc trò chuyện này, các nhà lãnh đạo miền Bắc Việt Nam thừa nhận một cách tế nhị vai trò của họ về các cuộc đụng độ ở miền Nam, mà họ bày tỏ mong muốn chấm dứt.[35] Để chuẩn bị cho các cuộc đàm phán giữa Hà Nội và Sài Gòn, Việt Cộng ngừng các cuộc tấn công tại thời điểm mà ông Diệm và chính phủ của ông yếu thế nhất - một phần không nhỏ do Mỹ chưa có quyết định về cuộc khủng hoảng Phật giáo.[36]

---

[33] Hammer, *Cái Chết trong Tháng 11/ Death in November*, 222.

[34] Maneli, *Cuộc Chiến của Bên Thua Trận/ War of the Vanquished*, 127–28.

[35] Maneli nhớ lại: "Tôi hỏi ông Phạm Văn Đồng, trước mặt của ông Hồ Chí Minh, liệu họ có thấy khả năng liên minh với hai ông Diệm Nhu hay một hình thức chính phủ liên hiệp. Ông Phạm Văn Đồng trả lời: 'Mọi thứ đều có thể thương lượng trên cơ sở độc lập và chủ quyền của Việt Nam. Chúng tôi có thể đi đến thỏa thuận với bất kỳ người Việt Nam nào... *Xem tiếp phần này ở cuối chương.*

[36] Maneli cho biết các cuộc đàm phán bí mật đã bắt đầu vào tháng 7 năm 1963: "Sài Gòn đang xôn xao với những tin đồn về các cuộc tiếp xúc bí mật giữa các ông Diệm-Nhu và Hồ Chí Minh. Ở Hà Nội không ai xác nhận điều này, nhưng không ai cho tôi - khi tôi hỏi - một câu trả lời rõ ràng là phủ định. *Xem tiếp ở cuối chương.*

Một thoả thuận ngừng bắn không chính thức đã được chấp nhận bởi các cấp chỉ huy của đôi bên.[37] Đây là một bằng chứng nữa cho thấy Việt Cộng bị chính phủ miền Bắc kiểm soát.

Bà Ellen Hammer giải thích, tuy các cuộc đàm phán không nhắm vào bất kỳ thỏa thuận chi tiết nào — còn quá sớm vào thời điểm này — các cuộc đàm phán đó đã ghi nhận các hành động tương tự mà cả hai bên có thể thực hiện, chẳng hạn như hai bên cùng giới hạn các hoạt động quân sự. Khi thảo luận với bà, ông Lalouette nói rằng Việt Cộng ngừng bắn để tạo điều kiện thuận lợi cho các cuộc đàm phán với miền Bắc và cho ông Diệm thấy họ không muốn lợi dụng tình thế khó khăn của ông do người Mỹ tạo ra, những người Mỹ đã từng ủng hộ ông. Ông Lalouette đã nói chính xác vì giao tranh ở một số khu vực đã hoàn toàn chấm dứt qua các thỏa thuận ngừng bắn giữa những người chỉ huy quân sự đồng cấp của hai bên.[38]

Tổng thống Pháp Charles de Gaulle nhận ra cơ hội để Pháp khôi phục một phần ảnh hưởng tại Việt Nam qua cuộc đối thoại Bắc-Nam. Tháng 8 năm 1963, khi người Mỹ đang cố gắng tìm kiếm tướng lãnh VNCH tham gia đảo chính ông Diệm, tổng thống Pháp kêu gọi các cuộc đàm phán hòa bình và thống nhất giữa Hà Nội và Sài Gòn.[39] Đề nghị của ông De Gaulle - một lời hứa mơ hồ về sự hợp tác của Pháp - đã khơi lại các mối quan hệ cũ giữa người Việt với người Pháp và đáp lại sự mong muốn của người Việt về một đất nước thống nhất.[40] Ông Hồ Chí Minh cũng kêu gọi ngừng bắn sau khi tổng thống Pháp lên tiếng.

Ông Ngô Đình Nhu thận trọng trước những lời kêu gọi này vì ông không muốn mất sự ủng hộ của Mỹ.[41] Như ông Lalouette đã nói với ông Maneli, ông (Nhu) không muốn "cạn tàu ráo máng". Nhưng ông Lalouette nghĩ rằng niềm hy vọng của ông Nhu, duy trì quan hệ với người Mỹ, chỉ là ảo vọng. Ông Lalouette nói thêm, "Ông ta sẽ lâm nạn nếu ông ta không tỉnh ngộ. Đó

---

[37] Có một ngoại lệ đáng chú ý đối với việc ngừng bắn không chính thức này: tuyên truyền độc địa của Cộng sản nhắm vào các ấp chiến lược. Tương tự như vậy, bạo lực nhắm vào các ấp chiến lược vẫn tiếp tục không suy giảm cho đến khi chương trình này bị hủy bỏ.

[38] Hammer, *Cái Chết trong Tháng 11/ Death in November*, 224–25.

[39] Đã dẫn như trên. 225.

[40] Ông Maneli giải thích: "Không còn nghi ngờ gì nữa, chính phủ Pháp, và cá nhân ông de Gaulle, đã quyết định nắm bắt cơ hội, nắm quyền kiểm soát chính phủ Diệm, khiến họ phải lệ thuộc vào sự giúp đỡ của chính phủ Pháp, và bằng cách nào đó đẩy người Mỹ ra... *Xin xem tiếp phần này ở cuối chương.*

[41] Hammer, *Cái Chết trong tháng 11/ Death in November*, 228–29.

là một sai lầm bi thảm." [42] Theo bà Hammer, ông Lalouette nhận thấy ông Lodge cố tình làm rạn nứt quan hệ tốt mà ông Nolting đã gây dựng được giữa chính phủ Kennedy và ông Diệm. Ông Lalouette cố kêu gọi ông Lodge đừng châm ngòi cho một cuộc đảo chính, hãy để ông Diệm tiếp tục cầm quyền, nhưng đại sứ Pháp tin rằng ông Lodge đã được chỉ thị phải làm cho ông Diệm mất quyền càng sớm càng tốt. Bà Hammer cho biết, ông Lalouette nói không ai có thể cứu vãn tình thế được vì người Mỹ "đã quyết tâm dựa trên vũ lực khi đàm phán." [43]

Đây là một tình huống trớ trêu khác được tạo ra sau khi quan hệ giữa chính phủ Kennedy và chính phủ Diệm xấu đi. Lúc chính thể Việt Nam Cộng hòa non trẻ của ông Ngô Đình Diệm mới ra đời, chính người Mỹ đã bảo vệ ông khi người Pháp tìm cách triệt hạ ông; đến cuối mùa hè năm 1963, chính người Pháp lại cố gắng cứu ông Diệm trước nguy cơ của sự nóng nảy và phẫn nộ của người Mỹ. Ông Lalouette nói với ông Maneli, người Pháp tin chỉ có ông Diệm và ông Nhu mới có thể thành công trong hòa đàm với miền Bắc vì người Cộng sản vẫn tôn trọng lòng yêu nước của hai ông này. Ông tin tưởng tính chính danh của họ vẫn tồn tại ngay cả sau khi họ ra lệnh thiết quân luật vào cuối tháng 8 và bố ráp các ngôi chùa của những nhà sư cực đoan. Ông cảnh cáo ông Lodge, một cuộc đảo chính sẽ gây ra tổn hại không bù đắp được cho đất nước vì bất kỳ chính phủ nào người Mỹ đưa ra sẽ thiếu sự hỗ trợ của hầu hết người dân Việt Nam và thậm chí sẽ phụ thuộc nhiều hơn vào Hoa Kỳ. Chiến tranh sẽ tiếp tục, gây thiệt hại cho tất cả mọi người.[44]

Tờ New York Times công kích đại sứ Pháp vì đã thuyết phục các nhà ngoại giao khác gây áp lực với ông Lodge để làm dịu lập trường của Mỹ đối với ông Diệm. Theo bà Hammer, cũng có báo chí đưa tin người Pháp ủng hộ ông Nhu là người để "lãnh đạo một phong trào quốc gia lớn mạnh hướng tới thống nhất đất nước".[45] Ba Lê chính thức phủ nhận

điều này và bảo đảm với người Mỹ rằng chính phủ Pháp không có ý định ủng hộ ông Ngô Đình Nhu trong việc này. Ông Lalouette nói với Đại sứ

[42] Maneli, *Cuộc Chiến của Bên Thua Trận/ War of the Vanquished.*

[43] Hammer, *Cái Chết trong Tháng 11/ Death in November*, 229

[44] Ông Maneli thuật lại lời của ông Lalouette: "Thật khó khăn để biện minh cho chế độ Diệm-Nhu kể từ cuộc đột kích vào các ngôi chùa. Họ bị mất uy tín, nhưng tôi cảm thấy chỉ có ông Diệm mới có thể thành công trong hoà đàm với miền Bắc...

[45] Hammer, *Cái Chết trong Tháng 11/ Death in November*, 229.

Lodge vào ngày 10 tháng 9 rằng ông ta đã được triệu tập về Ba Lê để tham vấn trong một tuần, nhưng ông ta không bao giờ trở lại.[46] Mặc dù với sự triệu hồi của ông Lalouette, những lời đồn đãi ở Sài Gòn và trong báo giới người Mỹ về quan hệ hợp tác giữa hai miền Bắc -Nam vẫn tiếp tục loan truyền.[47]

Trong quyển sách The Dark Side of Camelot (Mặt Tối của Vương quốc Thần tiên), ông Seymour M. Hersh viết đối thoại Bắc-Nam là lý do chính khiến chính phủ Kennedy bỏ rơi ông Diệm. Ông Hersh phỏng vấn ông Charles Bartlett,[48] một người bạn thân của ông Kennedy, về vấn đề này. Ông Bartlett dẫn lời ông Kennedy nói: "*Charlie, tôi không thể để Việt Nam rơi vào tay Cộng sản và sau đó lại yêu cầu những người này [cử tri Mỹ] bầu phiếu cho tôi. Bằng cách nào đó, chúng ta phải bảo vệ lãnh thổ đó cho đến khi cuộc bầu cử (Hoa Kỳ) năm 1964 chấm dứt. Chúng ta đã để Lào rơi vào tay Cộng sản và nếu tôi bỏ rơi Việt Nam, tôi sẽ không bao giờ được người dân (Mỹ) ủng hộ nữa. Nhưng Việt Nam sẽ luôn luôn là một nan đề. [Người VNCH] ghét chúng ta. Họ muốn chúng ta rút ra. Sau cùng họ sẽ tống khứ chúng ta ra khỏi đất nước của họ.*"[49]

Ông Kennedy tiết lộ nhiều điều về chính phủ của ông với ông Bartlett trong cuộc trò chuyện. Điều rất quan trọng là ông Kennedy công nhận thỏa thuận trung lập về Lào (mà ông và ông Harriman ủng hộ và thúc đẩy) đã giao Lào cho Cộng sản. Ông Diệm và ông Nhu đã tiên đoán đúng về tình hình Lào và có lý do chính đáng để lo lắng về chính sách của ông Kennedy đối với chính phủ Ngô Đình Diệm, bất kể những lời phủ nhận và trấn an của Bộ Ngoại giao Hoa Kỳ. Đại sứ Nolting tìm ra lý do chính phủ ông Diệm gây khó khăn cho chính phủ ông Kennedy, đó là việc Hoa Kỳ bỏ rơi Lào. Tuy nhiên, quyển sách ông Hersh không hề đề cập đến vụ Mỹ làm mất niềm tin của VNCH này, chỉ nêu lên lý do chính dẫn đến cuộc đảo chính tháng 11 là cuộc đàm phán của anh em họ Ngô với người Cộng sản.

---

[46] Đã dẫn như trên. 229-30.

[47] Đã dẫn như trên. 230.

[48] Charles Bartlett là một người bạn thân thiết với ông Kennedy đến nỗi khi ông ta ít giao tiếp với mọi người để lo phần hành của một vị tổng thống trong Toà Bạch ốc, ông vẫn ăn tối tại nhà ông bà Bartlett'. Xem Arthur M. Schlesinger Jr., *Một Ngàn Ngày: ông Kennedy ở trong Toà Bạch ốc / A Thousand Days: John F. Kennedy in the White House* (Boston: Houghton Mifflin, 1965), 94, 667.

[49] Trích lời trong sách của ông Seymour M. Hersh, *Mặt Trái của Vương quốc Thần tiên/ The Dark Side of Camelot* (Boston, Brown, 1997), 418.

Cơ sở của luận điểm của ông Hersh là Tổng thống Kennedy tin rằng ông không thể thắng cuộc bầu cử năm 1964 nếu VNCH là một nước "trung lập" sau khi ông Nhu và ông Diệm đàm phán với miền Bắc. Đối thủ của ông Kennedy, đảng Cộng hòa, có thể lập luận khá đúng rằng tuyên bố trung lập thật sự là tuyên bố đầu hàng Cộng sản, nhưng không nói thẳng ra vì lý do chính trị. Đảng Cộng hoà có thể nhắc lại chính sách của ông Kennedy về sự trung lập của Lào đã gây nên hậu quả gì ở Lào, và từ "trung lập" thực sự có nghĩa gì khi đảng Dân chủ dùng nó.[50] Những tính toán chính trị đã không cho phép ông Kennedy chọn chính sách đối ngoại hiệu quả. Chủ đề này tuy cũ nhưng còn thích hợp, ngay cả nhiều năm sau chiến tranh Việt Nam.

Lập luận của ông Hersh có phần đúng,[51] nhưng rất thiếu chiều sâu. Chính phủ ông Kennedy có chính sách không nhất quán với chính phủ ông Diệm từ khi ông Diệm và ông Harriman hiềm khích nhau về các hiệp định trung lập của Lào. Như tác phẩm này đã cho thấy, ông Averell Harriman có nhiều thế lực và đồng nghiệp được tôn trọng và có ảnh hưởng lớn, từ ông Galbraith là người hùng biện và được tổng thống của ông lắng nghe, đến ông Roger Hilsman là người rất kiên trì. Ác cảm của ông Harriman có thể là yếu tố quyết định số phận của Tổng thống Diệm nhiều tháng trước khi có cuộc khủng hoảng Phật giáo và các cuộc đàm phán với Bắc Việt. Theo ông Nolting, ông Kennedy thích Tổng thống Diệm và không muốn ra lệnh đảo chính, nhưng chưa có quan hệ thật khăng khít giữa hai tổng thống. Ông Kennedy đã không kháng cự nổi áp lực của ông Harriman và các đồng nghiệp của ông trong Bộ Ngoại giao, cũng như của báo chí Mỹ và cuộc bầu cử sắp tới.

---

[50] Ông Hersch viết: "Nếu ông Diệm đạt được một thỏa thuận, thỏa thuận đó là Hoa Kỳ sẽ rời khỏi Việt Nam và Miền Nam Việt Nam sẽ trở thành một quốc gia trung lập. Nước Việt Nam vẫn sẽ bị chia đôi. Đối với ông Kennedy, đó là một điều rất tệ hại, bởi vì họ [các đối thủ chính trị của ông trong cuộc bầu cử năm 1964] sẽ nói, "Ông ấy đã làm mất Việt Nam vì ông ấy đã để nước đó trở thành trung lập." Vì vậy, điều đó có nghĩa là phải loại bỏ ông Diệm." *Mặt Trái của Vương quốc Thần tiên/ The Dark Side of Camelot* (Boston, Brown, 1997), 422–23.

[51] Không có chút nghi ngờ nào về khả năng của hai ông Diệm và Nhu đạt được một thỏa thuận với miền Bắc đã khiến Hoa Thịnh Đốn lo lắng. Ví dụ, Đại sứ Lodge đã nghe ông Robert Thompson xác nhận về khả năng của ông Nhu có thể có đạt được một thỏa thuận với miền Bắc... *Xin xem tiếp phần này ở cuối chương.*

Ghi chú cho Chương 12 - Tiếp theo

1. ... và 'không bất kỳ cá nhân và chính phủ nào có thể thay đổi nó.' Ông Diệm được dẫn lời nói rằng, "Chỉ vì một số người đã góp phần, dù cố ý hoặc vô tình, làm dấy lên những nghi ngờ về chính sách này của chính phủ mà giải pháp cho vấn đề Phật giáo đã bị chậm trễ." Frederick Nolting, "Điện tín từ Toà đại sứ ở Việt Nam gửi đến Bộ Ngoại giao", ngày 14 tháng 8 năm 1963, Saigon, in FRUS, 1961–1963, book 3, document 253, p. 566n1.

6. ... in *Diplomacy, Administration, and Policy: The Ideas and Careers of Frederick E. Nolting, Jr.* Frederick C. Mosher, and Paul T. David, ed. Kenneth W. Thompson (Lanham, Md.: University Press of America; Charlottesville, Va.: Miller Center, University of Virginia, 1995), 26.

35. ... Chúng tôi chân thành mong muốn chấm dứt thù địch, thiết lập hòa bình và thống nhất trên cơ sở hoàn toàn thực tế. Chúng tôi là những người theo chủ nghĩa hiện thực. "Maneli, *Cuộc Chiến của Bên Thua Trận/ War of the Vanquished*, 127–28.

36. ... Trên cơ sở thông tin mà tôi nhận được một cách kín đáo ở miền Bắc, có thể kết luận rằng một cuộc đàm phán nào đó của Ngô-Hồ đã bắt đầu: thông qua các đặc vụ trực tiếp của miền Bắc, với sự giúp đỡ của người Pháp - ít nhất là sự giúp đỡ về mặt kỹ thuật trong giai đoạn này." Đã dẫn như trên. 127.

40. ... Bằng cách này, cuối cùng những kẻ man rợ từ bên kia đại dương có thể sẽ học được ý nghĩa của văn hóa, trí thông minh và kinh nghiệm của người Pháp. Hai ông De Gaulle và Lalouette đã nghĩ đúng. Vào năm 1963–64, đã có thể kết thúc chiến tranh và đạt được sự trung lập hóa một nước Việt Nam có chủ quyền, độc lập với Mạc Tư Khoa và Bắc Kinh". *Cuộc Chiến của Bên Thua Trận/ War of the Vanquished*, 151–52.

44. ... và đi đến một thỏa thuận với Mặt trận Giải phóng. Bất kỳ chính phủ nào khác sẽ lệ thuộc nhiều hơn vào người Mỹ, sẽ phải phục tùng họ trong mọi việc, và do đó sẽ không có cơ hội cho hòa bình." " Đã dẫn như trên. 141–42.

51. ... Ông Lodge đã báo cáo những điều sau đây cho Hoa Thịnh Đốn qua một bức điện mật: "Ông Nhu luôn nghĩ đến việc đàm phán với Bắc Việt Nam và [ông Thompson] tin rằng ông ấy đủ khôn khéo để làm được điều đó, vì theo ý của ông (Nhu), Miền Nam Việt Nam có phần mạnh hơn so với hai năm về trước. Ông Thompson tin rằng con bài tẩy duy nhất mà ông Nhu có trong tay là sự rút lui của Mỹ. Ông nói Bắc Việt hầu như sẽ chịu trả bất cứ giá nào để việc này xảy ra. Ông Lodge hỏi, chúng ta sẽ làm gì nếu Chính phủ Việt Nam yêu cầu

chúng ta ra đi?" Điện tín số 496, ngày 12 tháng 9 năm 1963, Sài Gòn do ông Henry Cabot Lodge gửi Ngoại trưởng (Hoa Kỳ), Henry Cabot Lodge to secretary of state, telegram, September 12, 1963, Saigon, no. 496, p. 1, Nolting Papers, box 26, Professional Papers, 1963–1982, 1 of 3.

CHƯƠNG 13

HOA THỊNH ĐỐN TIẾN HÀNH ỦNG HỘ ĐẢO CHÍNH

Vào thời kỳ cuối, chính sách Hoa Kỳ đối với Tổng thống Diệm trở nên "bỉ ổi", ông Frederick Nolting viết, "đã khuyến khích một cuộc đảo chính mà làm như mình không hề có dính líu gì." [52] Tổng thống Diệm và em của ông, ông Nhu, đều biết Mỹ muốn có đảo chính và một trong những lý do đưa đến sự thay đổi này là khủng hoảng ngày càng sâu với nhóm Phật giáo. Tuy vậy, hai ông vẫn chọn phương thế cứng rắn để đối đầu với các nhà sư quá khích giữa lúc Đại sứ Nolting đang hoàn tất thủ tục bàn giao nhiệm vụ lại cho tân Đại sứ Lodge. Rõ ràng lựa chọn này chính là cái ngòi được châm, khởi đầu cho cuộc đảo chính.

Các cuộc xuống đường của nhóm Phật giáo đe doạ sự sinh tồn của chính phủ ông Diệm. Dù cho hai ông đã có kinh nghiệm tương tự trước đây với cuộc bạo loạn của các giáo phái hung hăng, vào những ngày đầu xây dựng Việt Nam Cộng Hoà (VNCH), nghĩa là phải chọn phương án triệt hạ mối đe doạ hoặc chịu buông, không cầm quyền... Cả hai ông đều biết rõ là một khi đã chọn phương án bài trừ các nhà sư quá khích, họ sẽ không thể mong chờ một sự giúp đỡ nào từ người Mỹ, bởi vì chính phủ Kennedy không làm gì khác ngoài đòi hỏi họ phải nhẫn nhịn với một nhóm chỉ muốn lật đổ chính phủ. Mặc dù vậy, vào ngày 20 tháng 8 năm 1963, Tổng thống Diệm ra lệnh thiết quân luật và đưa quân đội vào chiếm đóng chùa Xá Lợi và chùa Từ Đàm. Bản tin về thiết quân luật tại VNCH và tin các chùa bị chiếm đóng gây chấn động và hoang mang tại Hoa Thịnh Đốn và chính phủ Kennedy tức khắc công khai lên án hành động này của đồng minh. [53] Ông Nolting nhớ

---

[52] Frederick Nolting, *Từ Niềm tin đến Bi kịch: Hồi ký Chính trị của Frederick Nolting, Đại sứ của ông Kennedy tại Việt Nam thời ông Diệm/ From Trust to Tragedy: The Political Memoirs of Frederick Nolting, Kennedy's Ambassador to Diem's Vietnam* (New York: Praeger, 1988), 132.

[53] BNG ghi nhận trong một tài liệu nội bộ, "Chúng tôi dự định sẽ đưa ra một tuyên bố vào ngày 21 tháng 8 nói rằng các biện pháp đàn áp đối với các Phật tử do Chính phủ Việt Nam

lại rằng tin này cũng làm cho ông bị chấn động và ông không thể hiểu tại sao ông Diệm lại hành động nhanh như vậy, trái cả với chính sách dĩ hoà của chính ông ta. Ông Nolting gửi cho ông Diệm một bức điện tín riêng về chuyện này. Nhưng ông đã phải ân hận sau đó khi hiểu rõ lý do đã thúc đẩy ông Diệm lấy quyết định này - "vũ khí tiếp tục được đưa vào tàng trữ tại chùa Xá Lợi và các chùa khác, tiếp tục có các cuộc xuống đường khuyến khích đảo chính, và Thượng toạ Thích Trí Quang, cùng với những thành viên trong phe của ông, vẫn không hề một chút nhân nhượng, tỏ thiện chí giảng hoà với bất cứ điều gì".[54]

Về phần ông William Colby, ông tin rằng cuộc bố ráp tại các chùa giúp chính phủ VNCH chiếm thế thượng phong đối với các Phật tử, nhờ đó mà sẽ đủ mạnh để thương thuyết một hình thức giúp xoa dịu những thương đau đã có ví, dụ như ở Huế.[55] Sau đó, chính phủ VNCH lại có thể tiếp tục chống Bạo loạn Cộng sản trở lại - đặc biệt là chương trình Ấp Chiến lược.[56] Tuy nhiên ông cũng nghĩ rằng việc biểu dương lực lượng ào ạt này gây được tiếng vang rất lớn cho những kẻ thù ghét ông Diệm tại Hoa Thịnh Đốn, nhất là ngay trong nội bộ Bộ Ngoại giao Hoa Kỳ.[57] Cuộc tảo thanh các chùa gây rắc rối cho CIA, bởi vì cơ quan này bị cho là có liên luỵ và như vậy

---

thực hiện thể hiện sự vi phạm trực tiếp các cam kết của chính phủ rằng họ đang theo đuổi chính sách hòa giải với Phật tử và do đó các hành động của Chính phủ Việt Nam không thể được dung thứ." *Xem phần tiếp tục ở cuối chương.*

[54] Nolting, *Từ Niềm tin đến Bi kịch/ From Trust to Tragedy*, 121. Johnson Library, Oral History Program, Nolting, From Trust to Tragedy, 121. Hồi ức của Nolting trong hồi ký của ông phù hợp với các cuộc phỏng vấn trước đó mà ông đã trả lời cho Bộ Sưu tập Lịch sử Truyền miệng của Thư viện Tổng thống Lyndon Baines Johnson... *Xem tiếp ở cuối chương.*

[55] Ông Colby: - nỗ lực kêu gọi Chính phủ Việt Nam nhanh chóng thực hiện một loạt các hành động có lợi nhằm tôn trọng các tín đồ Phật giáo để chứng tỏ rằng các biện pháp đàn áp là cần thiết để thiết lập sự yên bình trong khi đó vấn đề tôn giáo có thể được giải quyết." *Xem tiếp ở cuối chương.*

[56] Ông Colby nói rằng Chương trình Ấp Chiến lược bị đình trệ "khi sự chú ý của tổng thống chuyển hướng sau tháng 5 năm 1963, chuyển sang các vấn đề với Phật tử và với người Mỹ." William Colby, phỏng vấn bởi Ted Gittinger, ngày 1 tháng 3 năm 1982, phỏng vấn 2/ William Colby, interview by Ted Gittinger, March 1, 1982, interview 2, transcript, 6, Lyndon Baines Johnson Presidential Library Oral History Collection.

[57] William Colby và Peter Forbath, *Những Người Đáng Kính: Sự nghiệp của tôi trong CIA/ Honorable Men: My Life in the CIA.* New York: Simon and Schuster, 1978, 208–9.

là quá thân cận với hai ông Diệm và Nhu.[58] Trong tình thế đó, CIA vẫn có thẩm định một cách tổng quát rằng Hoa Kỳ vẫn phải tiếp tục hỗ trợ chính phủ Diệm. Trong một cuộc phỏng vấn của đài BBC nhiều năm sau đó, ông Colby cũng nhấn mạnh cùng một lập trường này, hoàn toàn giống như ông Nolting. Ông nói: "Lập trường của chúng tôi là chỉ có ông Diệm mới có đủ tư thế lãnh đạo tại Việt Nam trong thời buổi nhiễu nhương này. Rằng điều mà người Mỹ muốn tại Việt Nam không nằm ở những tiểu tiết thuộc về các vấn đề nội bộ của nhà cầm quyền Việt Nam, mà là làm sao để có thể thành công trong việc dập tắt cuộc Bạo loạn của Cộng sản." [59]

Tới thời điểm này, lợi dụng cuộc tảo thanh chùa chiền và dựa trên một báo cáo giả loan tin ông Nhu muốn củng cố quyền hành để tiếm quyền, ông Roger Hilsman gửi bức điện tín oan nghiệt, với mục đích đem chính phủ Kennedy vào cuộc, trực tiếp tổ chức một cuộc đảo chính. Bức điện do ông Hilsman chuyển, được hiểu là câu trả lời cho một yêu cầu trước đó của ông Lodge, gửi từ Sài Gòn, được chuyển đến Toà Đại sứ Mỹ trong cuối tuần 24 tháng 8 năm 1963, khi Tổng thống Kennedy không có mặt ở Toà Bạch ốc.[60] Nội dung bức điện đề ra những bước sau:

(1) Trước hết, chúng ta phải đặt rõ chương trình hành động mà chính phủ Việt Nam phải theo, từng bước như sau:

Chính phủ Hoa Kỳ không thể chấp nhận những hành động chống Phật giáo của ông Nhu và những người cộng tác khi ra lệnh thiết quân luật.

Phải có ngay lệnh sửa đổi tình thế một cách rõ ràng, kể cả việc thu hồi Nghị định số 10, thả tất cả tăng ni bị giam, v.v..

(2) Đồng thời, chúng ta cũng phải báo cho các tướng lãnh chủ chốt Hoa Kỳ sẽ không tiếp tục viện trợ VNCH về quân sự cũng như về kinh tế,

---

[58] Ông Colby giải thích điều này trong hồi ký của mình: "Vì CIA hoạt động trong bí mật và mối quan hệ thân thiết lâu năm với ông Nhu và ông Diệm, câu hỏi trước mắt được đặt ra trong đầu nhiều người là liệu cơ quan này có thể đang theo đuổi chính sách riêng của mình, trái với vị trí chính thức của Hoa Kỳ, và thậm chí có liên quan đến các cuộc đột kích...*Xem phần tiếp tục ở cuối chương.*

[59] Ông Colby tiếp tục, "Bây giờ, có những người khác ở Hoa Thịnh Đốn tuyên bố vô vọng nếu tiếp tục làm việc với ông Diệm, lòng người chán ghét sự cai trị độc đoán của ông ấy ...*Xem tiếp phần này ở cuối chương.*

[60] Ông Henry Cabot Lodge đảm nhiệm chức vụ đại sứ Hoa Kỳ tại miền Nam Việt Nam và lần đầu tiên đặt chân đến Sài Gòn vào đêm 22/8/1963. Xem Blair, ông Lodge ở Việt Nam/ Lodge in Vietnam, 24.

nếu tất cả những gì kể trên không được thực thi ngay tức khắc. Điều này cũng có nghĩa là truất phế ông Nhu khỏi chính trường. Chúng tôi mong rằng ông Diệm sẽ có thể dứt bỏ ông Nhu, nhưng nếu ông Diệm tiếp tục không hợp tác, chúng tôi sẽ phải sửa soạn để chấp nhận rõ ràng hậu quả là chúng tôi không thể còn tiếp tục ủng hộ ông Diệm. Quý vị cũng có thể nói với các cấp lãnh đạo thích hợp trong quân đội rằng chúng tôi sẽ trực tiếp ủng hộ họ trong thời gian chuyển tiếp, khi mà bộ máy trung ương bị đình trệ.

Song song với những điều trên, Đại sứ và các cộng sự viên hãy tức khắc xem xét tất cả mọi cơ hội tìm người lãnh đạo thay thế và đưa ra chương trình chi tiết về cách nào để chúng ta thay thế ông Diệm nếu việc này trở thành thiết yếu...

. . . Chúng tôi sẽ chung lưng với quý vị trên phương diện những gì phải làm để đạt được mục tiêu cùng nhắm tới.[61]

Ông Nolting chỉ được nhìn thấy bức điện một khoảng thời gian ngắn sau khi nó được gửi đi, ngay trong văn phòng ông Hilsman, tại Bộ Ngoại giao, và ông biết hậu quả của nó sẽ khôn lường, chắc chắn ngoài sức tưởng tượng của tất cả nhóm người đứng đằng sau bức thông điệp đó. *"Bức điện tín ngày 24 tháng 8 là yếu tố quyết định trong việc đưa cả nước chúng ta bước vào một cuộc chiến vô bổ và dài nhất lịch sử nước Mỹ."* [62] Theo ban biên tập của tờ thông tin trực thuộc Văn phòng Đối ngoại của Bộ Ngoại giao trong các năm 1961-1963, *"Việc biên soạn và phê chuẩn của bức thông điệp này gây ra mâu thuẫn đáng kể được nhắc đến trong các cuốn hồi ký hay hồi ức của nhiều nhân vật chính yếu trong cuộc lúc bấy giờ."* Một ví dụ, họ nhắc lại lời của Tướng Maxwell Taylor miêu tả bức điện tín, *"luộm thuộm, mâu thuẫn, và sẽ không bao giờ được chấp thuận nếu ông Hilsman và phe cánh của ông đã không chủ mưu lợi dụng sự vắng mặt của nhân vật có quyền tối cao trong chính phủ tại Hoa Thịnh Đốn."* Vị tướng này cũng viết: *"bức điện*

---

[61] Roger Hilsman, "Điện từ Bộ Ngoại giao đến Toà đại sứ tại Việt Nam", ngày 24 tháng 8 năm 1963/ Telegram from the Department of State to the Embassy in Vietnam", August 24, 1963, Washington, in FRUS, 1961–1963, vol. 3, document 281, pp. 628–29. (Ông Hilsman soạn, đồng thuận bởi các ông Hilsman, Forrestal, Ball/ Drafted by Hilsman and cleared by Hilsman, Forrestal, and Ball. Được ông Harriman cho phép gửi đi và xếp loại/ Approved by Harriman for transmission and classification. Ông Ball ký/ Signed "Ball".)
[62] Nolting, *Từ Niềm tin đến Bi kịch/ From Trust to Tragedy*, 124.

tín đó là một đòn "đánh lén" của phe chống ông Diệm tại Hoa Thịnh Đốn trong đó có các ông Hilsman, Harriman và Forrestal." [63]

Bài thẩm định của ông Nolting vạch trần phương cách lén lút gửi bức điện tín đi với sự chấp thuận ngầm của tất cả những người trong cuộc: "*Họ thông qua nội dung bức điện văn bằng điện thoại với các đại diện Bộ Ngoại giao (ông George Ball lúc đó là quyền bộ trưởng thay thế ông Rusk đang vắng mặt), Bộ Quốc phòng, CIA và nhân viên Toà Bạch ốc. Tổng thống cũng đã được hội ý. Mọi người, (kể cả Tổng thống Kennedy khi đó đang nghỉ hè ở Cape Cod) đều phê chuẩn bức điện tín với cảm tưởng là nó đã được các cấp trên họ đồng ý. Không hề có một buổi họp chính thức nào để bàn cãi hoặc điều nghiên bức điện.*" [64]

Ông Robert McNamara, Bộ trưởng Bộ Quốc phòng của chính phủ Kennedy, nhớ lại những chi tiết liên quan đến cách bức điện được thông qua và chuyển đi. Ông miêu tả đúng như ông Nolting xác nhận, tất cả những người nhận được bức điện được cho biết nó đã được chấp thuận bởi những người khác.[65] Ông McNamara cũng nhớ lại rằng ông Maxwell Taylor, mà ông coi là viên chức uyên thâm nhất về chính trị quốc tế, đồng thời là cố vấn an ninh có khả năng cao nhất trong chính phủ Kennedy, rất kinh hoàng trước cách ông Hilsman đã làm. Ông Roswell Gilpatric, ban đầu cả tin trước nỗ lực của nhóm Hilsman và Harriman để bức điện tín được thông qua ngay tức khắc, cũng lập tức nghi ngại và, ngay trong lúc bức điện còn đang được chuyển đi, nhất định phải làm sao cho tướng Taylor có được một bản sao ngay lập tức. Bất chấp mọi nghi ngại, bức điện tín được gửi đi và ông McNamara hồi tưởng lại: "*Ông Lodge hiểu bức điện đề ngày 24 tháng 8 đó chỉ thị cho ông bắt đầu tiến hành đẩy ông Diệm ra khỏi vai trò lãnh đạo của VNCH.*"[66] Nhiều năm sau — năm 1977, trong một buổi phỏng vấn của đài BBC— Đại sứ Lodge cho biết ông sững người trước nội dung bức điện tín nhận được ngày 24 tháng 8 đó: "*Tôi nghe như sét đánh ngang tai. Chuyện*

[63] Hilsman, "Điện từ Bộ Ngoại giao gửi Toà đại sứ tại Việt Nam", ngày 24 tháng 8 năm 1963/ "Telegram from Department of State to Embassy in Vietnam", August 24, 1963, 628n1.

[64] Nolting, *Từ Niềm tin đến Bi kịch/ From Trust to Tragedy*, 124.

[65] Robert S. McNamara, *Nhìn lại: Thảm kịch và Những Bài học từ Việt Nam/ In Retrospect: The Tragedy and Lessons of Vietnam*, with Brian Van- DeMark (New York: Random House, 1995), 54. "Điện từ Bộ Ngoại giao đến Toà đại sứ tại Việt Nam ", ngày 24 tháng 8 năm 1963. *Xem tiếp ở cuối chương.*

[66] Đã dẫn như trên, 54–55.

là tôi vừa đáp xuống Sài Gòn ngày thứ Sáu, thì ngay ngày Chủ Nhật, tôi nhận được bức điện tín này, ra lệnh cho tôi phải làm bất cứ cách nào để lật đổ ông Diệm, và như vậy, trên thực tế, là bấm nút bật đèn xanh. Tôi nghĩ chắc nên hỏi lại cho rõ các chi tiết nhưng rồi tôi nghĩ không, tôi không làm vậy....Tôi đọc được tiếng Anh, tôi hiểu rất rõ bức điện tín muốn nói gì, tôi nghĩ bức điện tín đó không đủ khôn ngoan; nhưng tôi chỉ mới ở tại quốc gia này 24 giờ và ý kiến của tôi không đáng kể đối với chính tôi và bất cứ ai khác. Cho nên tôi tự nhủ sẽ cố gắng thi hành.' [67] Ông Lodge tiếp tục nói với phóng viên đài BBC rằng ông nghĩ những người thảo bức điện đó (tức là phe của ông Harriman tại Hoa Thịnh Đốn) đã đi quá đà. *Tại Bộ Ngoại giao, những người này đã dành gần hết cuộc đời họ cho những việc này, họ sống với nó suốt ngày đêm và trở nên quá khích, tôi nghĩ tất cả đều chân thành, tin rằng mình làm đúng. Nhưng đó không có nghĩa là không đáng trách.*" [68] Phóng viên đài BBC lại tiếp tục hỏi ông Lodge: "*Ông có nghĩ rằng một nhóm chống đối ông Diệm trong Bộ Ngoại giao đã lợi dụng dịp cuối tuần đó một cách có tính toán?*" [69] Ông Lodge khảng khái trả lời: "*Rõ ràng đó là cách giải thích, là có một nhóm đã suy nghĩ về vấn đề này từ lâu và họ đã hành động một cách đầy cảm tính.*" [70] Một trong những điều chính yếu mà nhóm Harriman vu cáo cho ông Nolting đó là ông này có cảm tình với ông Diệm, thế mà chính họ lại không nhận thấy được họ cũng đầy cảm tính, mà ở chiều ngược lại.

Ông Nolting nhớ lại, ông McNamara rất khó chịu bởi những gì đã đọc trong bức điện tín của Hilsman, đến nỗi Bộ trưởng Bộ Ngoại giao gọi cho ông và mời ông tham dự buổi họp ông ta đang cố gắng tổ chức với Tổng thống để bãi bỏ bức điện tín đó.[71] Ông Nolting trấn an ông McNamara, ông sẵn sàng tham dự buổi họp nếu được mời, ngay khi nhận được lời mời trực tiếp từ tuỳ viên quân sự của Tổng thống Kennedy, tướng Chester V. "Ted" Clifton. Buổi họp đó hoá ra, theo lời ông Nolting, chỉ là *một kiểu họp như buổi họp Hội đồng An ninh Quốc gia, được chủ trì bởi Tổng thống Kennedy, hôm đó có vẻ rất khó chịu và bất an.*" [72] Tuy nhiên, buổi họp đó cho thấy rõ có sự chia rẽ sâu đậm trong chính phủ Kennedy về chính sách đối với Tổng thống Diệm. Trước buổi họp này, một sự chia rẽ khác cũng xảy ra tại Toà

---

[67] Phỏng vấn bởi Charlton/ Interview by Charlton in "New Frontiersmen", 27–29.

[68] Đã dẫn như trên, 29.

[69] Đã dẫn như trên, 30.

[70] Phỏng vấn bởi Charlton/ Interview by Charlton in "New Frontiersmen", 30.

[71] Nolting, *Từ Niềm tin đến Bi kịch/ From Trust to Tragedy*, 124–25.

[72] Đã dẫn.

Bạch ốc vào ngày 26 tháng 8 năm 1963, khi mà tất cả những bộ mặt quan trọng của nhóm ông Harriman đều tham gia. Đó là các ông Ball, Forrestal, Harriman và Hilsman. Theo lời ông Nolting kể lại trong hồi ký của ông, Tổng thống Kennedy tỏ ra rất phiền lòng trước cách mà chính sách của Hoa Kỳ bị lôi kéo bởi một vài cá nhân và ông cũng quá chán nản với những gì báo chí đã làm. Ông nói: "*phóng viên Halberstam của tờ New York Times hiện đang lo cho một cuộc tranh cử; và ông này hoàn toàn thiên vị, gợi lại hình ảnh của phóng viên Matthews trong những ngày đầu với Fidel Castro.*" Tổng thống nói thêm, phóng viên không nên can dự một cách vô lối vào việc của chính phủ.[73] Nhưng chính tổng thống có hiểu ra rằng ảnh hưởng của nhà báo về chính sách đã được chuyển đến cho ông một phần nào đó từ chính những viên chức của Bộ Ngoại giao?

Vào ngày 14 tháng 8 chẳng hạn, Phụ tá (Trợ lý) Bộ trưởng Ngoại giao, ông Roger Hilsman, trong một buổi phát hình của Đài Tiếng Nói Hoa Kỳ (VOA), tuyên bố, cuộc khủng hoảng với Phật giáo *"đang bắt đầu ảnh hưởng đến tầm vóc của cuộc chiến"*. Nữ phóng viên Marguerite Higgins chuyển lời của ông Hilsman đến Đại sứ Nolting, trong lúc ông này đang sửa soạn rời Saigon vào ngày hôm sau. Ông Nolting nói với bà rằng tất cả các báo cáo đều cho thấy cuộc khủng hoảng với Phật giáo chẳng có ảnh hưởng gì hết. Ông nói: *"Tôi không biết ông Hilsman dựa vào đâu mà tuyên bố như vậy. Nhưng ông ta chắc chắn không dựa trên bất cứ một điều gì đến từ Toà đại sứ này, hoặc từ Uỷ ban quân sự, hoặc từ CIA."* [74] Khi bà Higgins trở về New York, bà gọi điện thoại cho ông Hilsman và hỏi ông có phải lời tuyên bố của ông bắt nguồn từ tờ New York Times. *"Một phần là vậy,"* ông Hilsman trả lời *"Tờ Times và các nhà báo săn tin từ Saigon."* Bà Higgins viết ra như vậy sau này,

Và kết quả là lịch sử đã bị bóp méo. Tất cả những người Mỹ biết nói tiếng Việt đã rảo khắp các vùng thôn quê với mục đích dò hỏi ý kiến của người Việt Nam; tất cả những viên chức Mỹ tìm cách nâng đỡ tinh thần chiến sĩ; tất cả những đặc vụ CIA đã bỏ công thu thập thông tin từ các nguồn mật của họ (hy vọng là thế) ở khắp nơi; tất cả những nhân viên đã được Đại sứ Nolting phái đi - cả một đoàn người đi thu thập dữ liệu - những người có khả năng nhận thức tốt lại bị coi nhẹ và hạ thấp để cho các phóng viên săn

[73] Đã dẫn như trên, 638.

[74] Marguerite Higgins, *Cơn Ác mộng Việt Nam của Chúng ta/ Our Vietnam Nightmare* (New York: Harper and Row, 1965), 124–25.

tin rút ra kết luận trái ngược. Đó là lần đầu tiên mà tôi bắt đầu thấy rõ, một cách sâu xa và đáng buồn, thế nào là sức mạnh của báo chí.

Có thể bà cũng nên kinh ngạc trước cái uy quyền của những người đang nắm quyền khi họ dùng báo chí.

Trở lại với thời điểm buổi họp ngày 26 tháng 8 tại Toà Bạch ốc, trong khi Tổng thống Kennedy cố tìm một giải pháp giữa Mỹ và hai anh em ông Diệm, ông Nhu, thì ông Hilsman trả lời đó sẽ là điều khủng khiếp để nghĩ đến do "tình trạng tâm thần bất ổn nặng của ông Nhu".[75] Ông Hilsman cố đẩy cuộc họp đến việc lật đổ chính phủ, điều có vẻ làm cho tổng thống bất nhẫn.[76] Ông Harriman ủng hộ ông Hilsman trong suốt buổi họp bằng cách nhắc rằng lý do họ gửi bức điện tín ngày 24 tháng 8 là vì họ tin tưởng có một số người Việt Nam ủng hộ việc chống ông Diệm từ sau những vụ bắt bớ trong các chùa. Theo trí nhớ của ông Robert McNamara về buổi họp này, ông Hilsman ngăn cản Tổng thống Kennedy trong việc vấn kế ông Nolting. "Tổng thống nói với ông rằng người muốn có một buổi họp khác ngày hôm sau và đòi hỏi sự có mặt của cựu Đại sứ Nolting. Ông Hilsman không bằng lòng. Ông than phiền cái nhìn của ông Nolting không khách quan vì ông này đặt tình cảm trong chuyện này. Tổng thống trả lời một cách khô khan: "Có thể ông ta có lý do tốt".[77] Những điều ông McNamara hồi tưởng lại về buổi họp đều ăn khớp với tài liệu lưu lại trong hồ sơ của Bộ Ngoại giao.[78]

Như chúng ta đã thấy, ông Nolting không dự buổi họp ngày hôm sau. Trong vài tuần sau đó, ông dự nhiều buổi họp về Việt Nam.

Trong cuốn hồi ký của ông, ông diễn tả lại cách ông bày tỏ sự ủng hộ Tổng thống Diệm.

Vấn đề căn bản nằm ở chỗ chính phủ Hoa Kỳ có nên thông đồng với việc lật đổ chính phủ của ông Diệm hay không. Tôi đã lý luận rằng không nên làm

[75] Nolting, *Từ Niềm tin đến Bi kịch/ From Trust to Tragedy*, 641.

[76] Ông Harriman ủng hộ ông Hilsman trong hội nghị này bằng cách nói rằng họ đã gửi bức điện ngày 24 tháng 8 vì họ tin rằng họ có sự ủng hộ của người Việt Nam trong việc chống lại ông Diệm do hậu quả của các cuộc đột kích vào chùa. Xem đã dẫn như trên, 638.

[77] *Nhìn lại/ In Retrospect*, 58.

[78] Biên bản chính thức được viết: "Ông Hilsman nhận xét, quan điểm của ông Nolting thiên vị, ở chỗ ông ta không nhận ra cảm tính của ông ta trong tình huống. Khi nghe điều này, tổng thống nhận xét, "Có thể ông ta có lý do tốt.' " V. H. Krulak, "Bản ghi nhớ ghi lại cuộc họp tại Toà Bạch ốc/ Memorandum for the Record of a Meeting at the White House, Washington, August 26, 1963, Noon", in FRUS, 1961–1963, vol. 3, document 265, p. 641.

thế. Cuộc đảo chính sẽ chỉ tạo ra một khoảng trống, làm lợi cho Cộng sản, và xoá tan 9 năm trời công sức, có thể nói là thành công, của chúng ta để giúp VNCH - mà không cần đem quân đội Hoa Kỳ sang. Hơn thế nữa, khi ủng hộ cuộc đảo chính, Hoa Kỳ vi phạm chính điều mà Tổng thống Kennedy đã hứa với ông Diệm là sẽ không làm, nói đúng ra là, xen vào nội bộ của VNCH. Có hai điều sẽ bị tổn hại: lời cam kết trên danh dự và sự liêm chính của Hoa Kỳ. Cuối cùng, tôi đã nêu lên rằng các tướng lãnh sẽ là những nhà lãnh đạo kém. Họ sẽ không được sự ủng hộ của dân chúng Miền Nam và lẽ tất nhiên sẽ chạy tới cầu viện Hoa Kỳ để thêm viện trợ, thêm quân trang, quân cụ, và rất có thể, quân viện. Tôi đã kinh ngạc khi thấy chính phủ Mỹ có thể khuyến khích cuộc đảo chính của những tướng lãnh chống đối để lật đổ một chính phủ dân cử. Điều đó thật là sai trên nguyên tắc và, dù cho thành công, cũng sẽ gây ra những tổn thất về lâu về dài cho cả Hoa Kỳ và Việt Nam.[79]

Mặc cho những nỗ lực của ông Nolting, và mặc cho ý muốn lắng nghe vị cựu Đại sứ của Tổng thống Kennedy, không có một bằng chứng cụ thể nào cho thấy Toà Bạch ốc đã làm bất cứ điều gì để ngăn chặn cuộc đảo chính. Thật ra, từ những gì có thể rút tỉa ra từ bức điện tín tối mật mà Tổng thống Kennedy gửi cho ông Lodge ngày 29 tháng 8 năm 1963, chính Tổng thống chấp thuận bật đèn xanh cho cuộc đảo chính chính phủ dân sự của ông Diệm bởi các tướng lĩnh dưới quyền:

Tối Mật, chỉ người được chỉ định mới được đọc,

Tổng thống Cấp tốc Thân chinh Gửi Đại sứ - Không gửi cùng lúc đến bất cứ một bộ nào hoặc nơi nào khác

Tôi chấp thuận tất cả những thông điệp ông nhận được hôm nay, và tôi nhấn mạnh rằng tất cả mọi thông điệp đều được tôi hoàn toàn ủng hộ.

Chúng tôi sẽ làm tất cả những gì có thể được để giúp ông thành công trong công việc này. Tuy nhiên, có một điều dựa trên trách nhiệm hiến định của tôi với tư cách là Tổng thống và Chỉ huy trưởng, mà tôi phải tuyên xưng với ông trong thông điệp mật này mà chỉ có Ngoại trưởng được đọc mà thôi. Trong khi tôi hoàn toàn ý thức về khả năng xét đoán của ông trên những hậu quả của sự đổi ý như vậy, theo kinh nghiệm của tôi, thất bại sẽ nguy hại hơn là việc mà người bên ngoài thấy mình thiếu cả quyết. Dĩ nhiên, tôi sẽ chịu trách nhiệm của mọi thay đổi cũng như tôi cũng có bổn phận phải lãnh hoàn toàn trách nhiệm về vụ này cũng như những hậu quả của nó. Vì lý do này, tôi trông đợi nơi ông để liên tục đo lường triển vọng của thành tựu và

[79] Nolting, Từ Niềm tin đến Bi kịch/ From Trust to Tragedy, 125

đặc biệt hơn hết, tôi mong mỏi ông sẽ chân thành báo động nếu sự việc bắt đầu trở nên khó khăn. Một khi chúng ta bắt tay vào việc, chúng ta phải thắng, nhưng tốt hơn là kịp đổi ý thay vì đi đến hỏng việc. Và nếu vì lợi ích quốc gia mà chúng ta phải đổi ý, chúng ta không sợ phải làm như vậy.[80]

Khi gửi đi một bức điện tín như vậy, Tổng thống Kennedy không đếm xỉa đến ý kiến của các ông Colby, Nolting, Taylor và McNamara mà còn bỏ qua ý kiến của một số nước khác. Ý kiến của chính phủ Pháp có thể được thấy trong một điện thư của ông Lodge gửi cho ông George Ball ngày 30 tháng 8 năm 1963, trong đó, ông Lodge báo cáo Đại sứ Pháp Roger Lalouette đang hối thúc Hoa Kỳ đừng ủng hộ đảo chính. Ông Lalouette bênh vực hai ông Diệm và Nhu, nói họ là những nhà lãnh đạo giỏi nhất của VNCH và họ có thể chiến thắng trong cuộc chiến chống Cộng sản. Ông này giải thích rằng báo chí đã thổi phồng các cuộc biểu tình của Phật tử, do đó chính dư luận Hoa Kỳ cũng cần bớt gay gắt.[81]

Chính phủ Phi Luật Tân cũng có một thông điệp tương tự như của ông Lalouette. Một bản báo cáo của CIA đề ngày 7 tháng 9 năm 1963 có kèm theo lời phát biểu của Ngoại trưởng Salvador Lopez, cho biết chính phủ ông ủng hộ Tổng thống Diệm và sẵn sàng đóng vai giảng hoà giữa ông với Hoa Kỳ. Nạn Cộng sản là mối đe doạ lớn nhất tại VNCH, ông ta nói. Ông Lopez cảnh cáo rằng nếu ông Diệm cần sự ủng hộ và giúp đỡ của Hoa Kỳ để chống Bạo loạn của Cộng sản, thì Hoa Kỳ cũng không thể thắng nếu không có ông Diệm. Ông này nhắc rằng các cuộc xuống đường của người theo Phật giáo là vấn đề nội bộ của chính phủ VNCH và theo tin tình báo Phi, Cộng sản có nhúng tay vào.[82]

---

[80] Tổng thống Kennedy cũng đã chỉ thị cho ông Lodge, nếu ông này trả lời, thì hãy gửi điện tin theo đường này: "gửi cho Tổng thống mà thôi, qua thẳng Toà Bạch ốc, không gửi thêm đến bất cứ nơi nào khác." John F. Kennedy gửi cho Henry Cabot Lodge, điện tín, 29 tháng 8 năm 1963/ John F. Kennedy to Henry Cabot Lodge, telegram, August 29, 1963, Washington, Nolting Papers, box 26, Professional Papers, 2 of 3.

[81] Henry Cabot Lodge gửi George Ball, điện tín/ Henry Cabot Lodge to George Ball, telegram, August 30, 1963, Saigon, 1–2, Nolting Papers, box 26, Professional Papers, 1 of 3.

[82] CIA, "Ngoại trưởng Philippines Lopez tin rằng Philippines phải ủng hộ việc Hoa Kỳ hỗ trợ ông Ngô Đình Diệm như một thành trì chống Cộng/ Philippine Foreign Secretary Lopez' Belief that the Philippines Must Support the United States' Backing of Ngo Dinh Diem as an Anti-Communist Bulwark", telegram information report TDCS 3/558,907, reference

Tư thế của chính phủ Úc rất giống với chính phủ Phi. Toà Đại sứ Hoa Kỳ tại Canberra gửi một điện tín tới Bộ Ngoại giao tại Hoa Thịnh Đốn nói rõ về tư thế của Úc - ông Diệm là lựa chọn duy nhất và chính phủ của ông vẫn còn tiếp nhận được những khuyến cáo xây dựng. Những Phật tử quá khích đã ra hết đòn của họ cho tới lúc này, và khủng hoảng đang như dần qua đi. Chính phủ Úc hy vọng tình hình lắng dịu có thể cho phép mọi bên tập trung lại vào cuộc chiến chống Cộng sản.[83]

Vị đại sứ Anh tại VNCH, ông Gordon Etherington-Smith, cảm thấy như vậy, theo nhận xét của ông Lodge trong bức điện tín ngày 11 tháng 9 năm 1963: "Một cách tổng quát, ông Etherington-Smith nghĩ rằng chính phủ Diệm đã vượt qua được vấn nạn Phật giáo và đang ở thế thượng phong, vậy nỗ lực thay đổi chính phủ này cũng sẽ không đem lại được gì hơn. Nói rõ hơn là việc đổi chính phủ này với một chính phủ khác có thể sẽ đem đến thất bại và vì vậy, không nên tiến hành." [84]

Trong quá trình nghiên cứu của bà Anne Blair về VNCH, bà đặt một câu hỏi rất căn bản: Làm sao mà Tổng thống Kennedy lại không xét đến những gì đang thật sự xảy ra tại VNCH đến nỗi ông ủng hộ một cuộc đảo chính? Câu trả lời của bà trùng hợp phần lớn với lời của hai ông Nolting và Colby. Bà nhận diện sức mạnh của nhóm phóng viên Halberstam-Sheehan trong việc gây chú ý và thổi phồng khủng hoảng Phật giáo, làm cho chính phủ Kennedy bị tổn hại chính trị. Bà nêu rõ việc các ông Halberstam, Sheehan, and các phóng viên khác công khai ủng hộ một cuộc đảo chính.[85] Theo thẩm định của bà Blair, Tổng thống Kennedy quá bị ảnh hưởng bởi

---

17430, September 7, 1963, 1, Nolting Papers, box 26, Professional Papers, 1963–1982, 1 of 3.

[83] Jack Wilson Lydman gửi ngoại trưởng, bức điện, ngày 10 tháng 9 năm 1963, Toà đại sứ Mỹ tại Canberra/ Jack Wilson Lydman to secretary of state, telegram, September 10, 1963, American embassy in Canberra, 1, Nolting Papers, box 26, Professional Papers, 1963–1982, 1 of 3.

[84] Henry Cabot Lodge gửi ngoại trưởng, điện tín, ngày 11 tháng 9 năm 1963/ Henry Cabot Lodge to secretary of state, telegram, September 11, 1963, Saigon, no. 484, p. 1, Các Tài liệu của ông Nolting, hộp 26, Tài liệu Chuyên nghiệp/ Nolting Papers, box 26, Professional Papers, 1963–1982, 1 of 3.

[85] "Theo sự thừa nhận của chính họ, họ đã lấy câu chuyện về cuộc tranh chấp đang phát triển giữa ông Diệm và các nhóm Phật giáo khác nhau như một phương tiện để viết về tình hình chính trị ở miền Nam Việt Nam với động cơ mà chính họ ý thức được khá rõ là thúc đẩy một cuộc đảo chính ông Diệm...*Xem phần tiếp tục ở cuối chương.*

những lo lắng trong nước về những hình ảnh xấu mà ông Diệm và VNCH bị gán cho, đến nỗi chính tổng thống tự để cho mình bị lừa bởi một nhóm người bất tài và thiếu kinh nghiệm, mà đứng đầu là ông Averell Harriman, một người có tầm ảnh hưởng lớn.

Đối lại, những mối lo lắng tại quốc nội đã cản trở ông không thấy và không nghe được những gì các chuyên gia đầy hiểu biết và kinh nghiệm về Đông Nam Á đã nói: Nên tiếp tục đi đến cùng với ông Diệm.[86]

Ngày 29 tháng 8 năm 1963, Đại sứ Lodge trả lời bức điện tín của Tổng thống Kennedy bằng một bức điện tín quan trọng không kém, trong đó ông nói: *Chúng tôi đã bắt đầu cuộc đua không thể quay ngược trở lại: Lật đổ chính phủ Diệm.*"[87] Cùng một ngày hôm đó, Toà Bạch ốc thảo một điện tín tối mật, chỉ người được chỉ định mới được đọc mà thôi, phê chuẩn bởi Tổng thống, bộ trưởng Bộ Ngoại giao Rusk, và ông Hilsman. Bức điện tín tối mật đó cho ông Lodge biết rằng: *Chính phủ Hoa Kỳ sẽ ủng hộ cuộc đảo chính có nhiều phần sẽ thành công, nhưng không dự tính có sự can thiệp trực tiếp của quân đội Hoa Kỳ.*"[88] Bức điện tín này hiện rõ thông điệp mà Tổng thống Kennedy chỉ nói khéo với ông Lodge trước đó. Không hề có chỉ dấu nào cho thấy ông Nolting có thể biết hay không về bức điện tín cuối cùng này của Bộ Ngoại giao, nhất là ngay trong một buổi họp cùng ngày tại Toà Bạch ốc, ông vẫn còn chống lại cuộc đảo chính. Ông cãi rằng ông Diệm kiểm soát rất chặt chẽ chính phủ của ông, làm việc cả 18 tiếng đồng hồ mỗi ngày và cũng vẫn chưa rõ các tướng lãnh có muốn trừ khử cả hai anh em ông hay không. Ông cũng thêm rằng nếu gia đình ông Nhu phải ra đi, chắc chắn Hoa Kỳ sẽ có thể tiếp tục cộng tác với một chính phủ mới của ông Diệm.[89]

[86] Theo bà Blair, "Trong mùa hè năm 1963, ông Kennedy dường như đã khái niệm Việt Nam như một vấn đề chính trị và quan hệ công chúng hơn là một cuộc chiến. Ông chỉ hỏi ý kiến một số người được chọn từ Bộ Ngoại giao, đặc biệt là ông Harriman và ông Hilsman. *Xem tiếp phần này ở cuối chương.*

[87] Henry Cabot Lodge, "Điện tín từ Toà đại sứ tại Việt Nam gửi Bộ Ngoại giao", ngày 29 tháng 8 năm 1963/ Telegram from the Embassy in Vietnam to the Department of State", August 29, 1963, Saigon, in FRUS, 1961–1963, vol. 4, document 12, p. 21.

[88] Dean Rusk gửi Henry Cabot Lodge và Paul Harkins, điện tín, ngày 29 tháng 8 năm 1963/ Dean Rusk to Henry Cabot Lodge and Paul Harkins, telegram, August 29, 1963, Washington, no. 272, Nolting Papers, box 26, Professional Papers, 1963–1982, 1 of 3.

[89] Bromley Smith, "Bản Ghi nhớ về cuộc Hội nghị với Tổng thống, Toà Bạch ốc, Washington, ngày 29 tháng 8 năm 1963, Buổi trưa/ Memorandum of a Conference with

Trong một buổi họp với Bộ Ngoại giao vào ngày hôm sau, ông Nolting cố gắng bênh vực ông Nhu trước những lời vu cáo rất dữ dội về ông. Những ác cảm đối với ông Nhu làm cho Hoa Thịnh Đốn không thể nghĩ đến việc có thể cộng tác nếu còn có ông trong bất kỳ một chính phủ nào trong tương lai. Vấn đề được đặt ra là liệu ông Nhu có sẽ theo phe Bắc Việt, và ông Nolting trả lời dù ông Nhu có vẻ "khó hiểu", ông đã cam kết đứng vào công cuộc chống Cộng.[90] Khi cuộc bàn luận xoay qua vụ đảo chính, bộ trưởng Bộ Quốc phòng McNamara bênh vực lập trường của ông Nolting khi phản đối việc này. Ông tỏ ra khinh dể về âm mưu của các tướng lãnh chống lại ông Diệm và thấy họ không hề có kế hoạch nào về một chính phủ thay thế, "trái với những lời trấn an của họ".[91] Một ngày sau đó, trong một cuộc họp cấp cao khác của Bộ Ngoại giao, ông McNamara lại đưa ra lập luận chống lại việc ủng hộ đảo chính. Ông nói rằng Hoa Kỳ đúng ra phải giúp ông Diệm chống Việt Cộng. Ông tuyên bố: "*Chúng ta cần phải mở lại cuộc đàm thoại với ông để nghe xem ông tính sao về những bước tới.*"[92] Một thời gian sau đó, khi ông Paul Kattenburg, một nghiên cứu gia của Bộ Ngoại giao, buộc tội ông Diệm là một nhà độc tài đàn áp dân chúng VNCH, ông Nolting đáp lại rằng cuộc tranh chấp chính trị chỉ xảy ra trong các thành phố, có nghĩa là 15% dân số VNCH mà thôi.[93] Tới giây phút đó của buổi họp, Ngoại trưởng Rusk chuyển hướng sang bênh vực ông Nolting. Không đồng ý với điều mà ông Kattenburg đã đưa ra, ông nói rằng chính phủ Việt Nam đã có tiến bộ vững chắc trong việc thu phục nhân tâm ở nông thôn và vì vậy, phải làm một cái gì để lấy lại vị thế này.[94]

---

the President, White House, Washington, August 29, 1963, Noon", in FRUS, 1961–1963, vol. 4, document 15, vol. 4, pp. 27, 31.

[90] Roger Hilsman, "Bản ghi nhớ về cuộc thảo luận, Bộ Ngoại giao, Washington, ngày 30 tháng 8 năm 1963, 2:30 chiều/ Memorandum of a Conversation, Department of State, Washington, August 30, 1963, 2:30 p.m.", in FRUS, 1961–1963, vol. 4, document 26, p. 54.

[91] Đã dẫn như trên, 55.

[92] Roger Hilsman, "Bản ghi nhớ về một cuộc thảo luận, Bộ Ngoại giao, Washington, ngày 31 tháng 8 năm 1963, 11 giờ sáng./ Memorandum of a Conversation, Department of State, Washington, August 31, 1963, 11 a.m.", in FRUS, 1961–1963, vol. 4, document 37, p. 73. *Xem tiếp ở cuối chương.*

[93] Đã dẫn như trên, 74.

[94] Đã dẫn.

Tại thời điểm này, phó Tổng thống Johnson tuyên bố một cách khá mạnh mẽ rằng ông không bao giờ có thiện cảm với ý đồ thay thế chính phủ Việt Nam qua một âm mưu với các tướng lãnh VNCH; ông đã cả quyết khuyên Toà Bạch ốc phải rút lại tức khắc, tái lập mối giao hảo trong thiện cảm với ông Diệm và tiếp tục cuộc chiến đấu thật sự là chống Cộng sản.[95] Trong lúc biện hộ mạnh mẽ cho ông Diệm, ông Johnson vẫn không quên câu bông đùa nổi tiếng theo kiểu Texas cố hữu của ông: *"Hẳn là có nhiều chuyện rất tệ tại VNCH, mà cũng có rất nhiều chuyện tệ hại trên đất Mỹ. Chúng ta khó sống chung với Dân biểu Otto Passman, nhưng chúng ta đâu có tổ chức một cuộc đảo chính để truất bỏ ông ta."* [96]

Trong một nỗ lực cuối cùng để thuyết phục chính phủ Hoa Kỳ tiếp tục ủng hộ chính phủ của ông Diệm, ông Nolting khuyên Tổng thống Kennedy vào buổi họp ngày 6 tháng 9 tại Toà Bạch ốc, không nên có thêm những biện pháp gây áp lực trên ông Diệm, bởi vì nó sẽ chỉ gây ra những "phản ứng không hay". Tổng thống hỏi lại ông vậy nếu Mỹ cho ông Diệm biết rằng yêu cầu tối thiểu của Mỹ là loại bỏ ông Nhu thì sao. Ông Nolting trả lời, vì muốn tránh gây nên sự bất bình trong dư luận Mỹ, ông Nhu sẽ phải ra đi. Nhưng ông cũng mau mắn nói thêm rằng việc loại trừ ông Nhu sẽ là một mất mát lớn cho Việt Nam, một mất mát rất khó mà biện minh cho dù đổi lại là dư luận quần chúng sẽ thuận lợi hơn cho Tổng thống Kennedy.[97]

Vào ngày 10 tháng 9, tại một buổi họp khác ở Toà Bạch ốc, Tướng Thuỷ quân lục chiến Krulak và cố vấn Bộ Ngoại giao Joseph A. Mendenhall nộp hai bản báo cáo về chuyến viếng thăm Việt Nam mới nhất của họ. Đại sứ Nolting có mặt trong buổi họp đó. Hai bản báo cáo rất khác nhau — bản báo cáo của ông Mendenhall chú trọng vào những rối rắm chính trị tại Saigon, trong khi bản của ông Krulak lại chuyên tâm vào bối cảnh chung của cả nước Việt Nam và cuộc chống Bạo loạn của Cộng sản - Tổng thống Kennedy hỏi ngay: *"Cả hai ông đều đã viếng thăm cùng một nước có phải*

---

[95] Đã dẫn như trên, 74n7.

[96] 45 Otto Passman was a conservative-minded Democratic congressman from Louisiana. Đã dẫn như trên, 74.

[97] Bromley Smith, "Bản ghi nhớ về Hội nghị với Tổng thống, Toà Bạch ốc, Washington, ngày 6 tháng 9 năm 1963, 10:30 sáng/ Memorandum of a Conference with the President, White House, Washington, September 6, 1963, 10:30 a.m.", in FRUS, 1961–1963, vol. 4, document 66, p. 120.

không?" [98] Bản báo cáo của ông Mendenhall rất tiêu cực về ông Diệm, trong khi bản của ông Krulak thì cho thấy những thành quả nhãn tiền trong công cuộc chống Cộng. Tướng Krulak nhận xét, mặt dù còn phải đánh nhiều trận nữa, *"cuộc chiến chống Cộng sẽ đi đến chiến thắng nếu vẫn có những chương trình hỗ trợ của Mỹ hiện nay về quân sự và xã hội."* [99] Thông điệp của ông gửi ra cho tổng thống rất rõ ràng: nên tiếp tục theo chính sách hiện hữu.

Ông Nolting rất hài lòng về những gì ông nghe từ Tướng Krulak. Ông chỉ lên tiếng sau khi nghe ông Rufus Phillips, một nhân viên CIA, đưa ra một vài ví dụ qua đó ông Nhu và Đại tá Lê Quang Tung thuộc Lực lượng Đặc biệt VNCH có thể bị làm mất danh tiếng và truất phế. [100] Ông Nolting hỏi ngược lại ngay rằng hậu quả của mưu đồ của ông Phillips đưa ra là gì nếu điều đó thành sự thật: *"Quân đội sẽ chống lại ông Nhu? Quân đội sẽ chống lại chính phủ? ... Nội chiến?"* [101] Ông Phillips sau đó tiếp tục chỉ trích chính phủ của ông Diệm bằng một cách khác. Ông ta rêu rao rằng các Ấp Chiến lược *"đã bị Việt Cộng bóp nát [trong vùng đồng bằng sông Cửu Long]"*, rằng Việt Cộng tấn công thành công vào 60 phần trăm số ấp. [102] Ông Hilsman, đang ghi chép, nhớ lại rằng Tướng Krulak tỏ ý bất đồng ý kiến với ông Phillips một cách rất mạnh mẽ. Tướng Krulak nói rằng bản báo cáo *"tôn trọng tiến triển tốt đẹp của tôi đến từ một nhóm cố vấn đông đảo không làm gì khác ngoài việc quan sát cách các lực lượng VNCH tham chiến; nhận xét của họ đã được Tướng Harkins chấp nhận và chính thức nhắc đến."* Tướng Krulak nói thêm, nếu phải lựa chọn giữa ý kiến của Tướng Harkins và ý kiến của ông Phillips, ông sẽ chọn ý kiến của vị tướng kia. [103]

Do đã luôn bênh vực cho Tổng thống Diệm, ông Nolting trở thành một cái gai trong chính phủ Kennedy và càng ngày càng không được mời dự

---

[98]Roger Hilsman, "Bản ghi nhớ về một cuộc thảo luận, Toà Bạch ốc, Washington, ngày 10 tháng 9 năm 1963, 10:30 sáng/ Memorandum of a Conversation, White House, Washington, September 10, 1963, 10:30 a.m.", in FRUS, 1961–1963, vol. 4, document 83, p. 162.

[99] Đã dẫn.

[100] Mặc dù ông Phillips đã sẵn sàng chê bai và bỏ rơi Đại tá Tung, vị tiền nhiệm của ông là William Colby, đã vô cùng nể trọng ông này. Cơ quan CIA cũng có thể có chia rẽ nội bộ không kém gì Bộ Ngoại giao về vấn đề Việt Nam.

[101] Hilsman, "Bản Ghi nhớ về cuộc Thảo luận, ngày 10 tháng 9 năm 1963/ Memorandum of Conversation, September 10, 1963", 163–64.

[102] Đã dẫn như trên, 165.

[103] Trích từ đã dẫn như trên, 165n6.

phần vào các buổi họp. Ông không được mời đến dự buổi họp quan trọng ngày 10 tháng 9 tại Bộ Ngoại giao với sự có mặt của Bộ trưởng McNamara, Bộ trưởng Bộ Tư pháp Robert Kennedy, Giám đốc CIA John McCone, Phụ tá Bộ trưởng Harriman, Tướng Taylor, Tướng Krulak, Thứ trưởng Gilpatric, Phụ tá bộ trưởng Hilsman, và các ông Colby, Phillips, và một vài người khác.[104] Cuộc họp này cho thấy sự rạn nứt rõ ràng giữa phe của ông Harriman và những người ủng hộ ông Diệm trong chính phủ Kennedy. Sự chia rẽ này được thể hiện khi ông Robert Kennedy nói họ đã đồng ý với nhau rằng cuộc chiến sẽ thành công hơn nếu ông Diệm bị loại ra, và Bộ trưởng Quốc phòng McNamara lập tức phản đối: "*Ông ta tin rằng chính sách hiện nay của chúng ta không khả thi. Ông ta nghĩ rằng chúng ta đang cố lật đổ ông Diệm, nhưng chúng ta chưa biết được ai có thể thay thế ông Diệm. Vì vậy mà một mặt, các hành động của chúng ta đang làm cho chúng ta không có cách gì làm việc với ông Diệm và, mặt khác, hiện giờ chúng ta không triển khai một giải pháp nào khác. Ông ta cảm thấy chúng ta phải quay trở lại với những gì chúng ta đã làm ba tuần trước.*"[105] Ông Harriman thúc đẩy một sự thay đổi, viện cớ rằng đó là chính sách của tổng thống, và tuyên bố: như vậy phải chấm dứt bàn cãi. Ông ta nói, vì vụ đàn áp Phật giáo, ông Diệm đã tạo nên một tình huống khiến Hoa Kỳ không thể ủng hộ ông được nữa. Ông đã nói thêm, ông Diệm phải bị truất phế bởi vì ông này đã "*xúc phạm cộng đồng thế giới một cách nghiêm trọng.*"[106]

Những quân nhân có mặt trong phòng họp đã không đồng ý với lý luận xa vời của ông Harriman. Qua thông điệp của Tướng Harkins gửi cho Tham mưu trưởng Liên quân hai ngày sau buổi họp với ông Harriman, chúng ta có thể nhận thấy rằng họ đã nhận ra chính kẻ địch Cộng sản là kẻ phải bị lên án trong các cuộc xuống đường của nhóm Phật giáo, chứ không phải là ông Diệm:

Tôi nghĩ tất cả chúng ta phải hiểu rằng chúng ta đang chiến đấu với một địch thủ tàn nhẫn, thô bạo, tàn ác, đang dùng mọi thủ đoạn lừa đảo mà Cộng sản thường làm. Năm 1960, họ thấy họ đã thua vòng đầu nên bây giờ họ đang biểu dương hết sức mạnh. Nỗ lực rất lớn của chúng ta từ một năm rưỡi

[104] Bromley Smith, "Bản Ghi nhớ về một cuộc Thảo luận, Bộ Ngoại giao, Washington, ngày 10 tháng 9 năm 1963, 5:45 chiều/ Memorandum of a Conversation, Department of State, Washington, September 10, 1963, 5:45 p.m.", in FRUS, 1961–1963, vol. 4, document 85, p. 169.

[105] Đã dẫn như trên, 169–70.

[106] Đã dẫn như trên, 170–71.

vừa qua đã đem lại kết quả vào đầu năm nay và kẻ địch của chúng ta thấy rõ đang thua trên mặt trận cho nên họ đi tìm một phương án mới, vin vào vụ tôn giáo này. Thượng tọa Quang, thủ phạm mà chúng ta đang cho ẩn náu trong Toà đại sứ của chúng ta, đã thú nhận qua những cuộc thảo luận, từ khi ông cảm thấy được an toàn, là ông đã dự định chống đối rất mạnh mẽ chính phủ của ông Diệm trước ngày 8 tháng 5 này. Ông ta đã nắm lấy cơ hội này như một dịp may. Mặc dù chính phủ đã có những điều đình nhượng bộ, nhà sư Quang và phe của ông từ chối không chấp nhận mọi đề nghị và chỉ luôn đòi hỏi thêm. Ông ta vẫn không thể đánh đổ được ông Diệm. Cuộc đàn áp ngày 21 tháng 8 đã chặn được nỗ lực phô trương ảnh hưởng về mặt tôn giáo, rồi đến các học sinh sinh viên [tổ chức biểu tình chống ông Diệm]. Dĩ nhiên, đây cũng là một hoạt động có tổ chức khác dưới trướng Cộng sản.[107]

Mỉa mai thay, cuộc đảo chính của các tướng lãnh Việt Nam lại do các viên chức ngoại giao Hoa Kỳ đứng lên đòi hỏi và chính các tướng lãnh Mỹ lại cưỡng lại. Giới viên chức dân sự Mỹ tin rằng phải truất phế ông Diệm mới thắng được trong cuộc chiến, trong khi giới quân đội lại thấy rằng chỉ có thể thắng khi có ông Diệm tại chức. Ngày 3 tháng 9, Tướng Taylor đã trao cho Tổng thống Kennedy một bức thư nói rằng, mặc dù Saigon đã trải qua một thời gian bất ổn về chính trị, nhưng vẫn có những thành quả quân sự tốt đẹp ở mọi lĩnh vực, khắp nơi suốt tháng 8 năm 1963. Nói một cách khác, Chính phủ VNCH đang nắm ưu thế trong trận chiến chống Bạo loạn của Cộng sản bất chấp những cuộc biểu tình của Phật giáo.[108] Tuy vậy, Tổng thống Kennedy vẫn ra lệnh Bộ trưởng McNamara xác định sự xác thực của những báo cáo ngược lại được đăng trên tờ New York Times. Bộ trưởng McNamara cho tổng thống biết phóng viên Halberstam giảm thiểu sự thành công của Quân lực VNCH và thổi phồng khả năng của Việt Cộng. Thêm vào đó, ông McNamara cho biết, phóng viên Halberstam không báo

---

[107] Paul Harkins, "Điện tín từ Tư lệnh, Bộ Chỉ huy Hỗ trợ Quân sự, Việt Nam (Harkins) tới Phụ tá Đặc biệt của Tham mưu trưởng Liên quân về Chống Bạo loạn và Đặc nhiệm (Krulak)/ Telegram from the Commander, Military Assistance Command, Vietnam (Harkins) to the Joint Chiefs of Staff's Special Assistant for Counterinsurgency and Special Activities (Krulak)", September 12, 1963, Saigon, in FRUS, 1961–1963, vol. 4, document 96, p. 194.

[108] Maxwell D. Taylor, "Bản Ghi nhớ của Chủ tịch HĐTMT Liên quân (Taylor) gửi Tổng thống "[3 tháng 9 năm 1963]/ Memorandum from the Chairman of the Joint Chiefs of Staff (Taylor) to the President" [September 3, 1963], Washington, in FRUS, 1961–1963, vol. 4, document 53, pp. 98–99.

cáo những thành quả có chiều hướng tốt đẹp của Quân lực VNCH.[109] CIA soạn một bản báo cáo cho Tổng giám đốc CIA McCone để đệ trình lên Tổng thống, dựa trên những bài viết bởi phóng viên Halberstam từ tháng 6. Phần đông những bài này là những báo cáo tiêu cực ở nhiều mức độ khác nhau về *"khủng hoảng Phật giáo tại VNCH và những hậu quả tai hại trên cuộc chiến chống lại Việt Cộng"*. Cơ quan CIA nhận thấy rằng phóng viên Halberstam đã "rất chính xác" về những gì đã xảy ra nhưng cách ông phóng đại và kết luận thì phải "đặt vấn đề về tính khách quan của ông." [110]

Cơ quan CIA cũng đã soạn một báo cáo khác liên quan đến một mối quan ngại của chính phủ Kennedy, đó là hai ông Diệm và Nhu có thể có một thoả thuận trung lập với Bắc Việt, nghĩa là giao trọn miền Nam vào tay Cộng sản. Cơ quan CIA báo cáo vào cuối tháng 9 năm 1963, hai ông Diệm, Nhu cảm thấy *"bị trói tay giữa hai chọn lựa bất khả thi: chịu khuất phục, theo chỉ thị của Mỹ hoặc mất hết quyền lực chính trị"*. Trong khi họ còn đang tìm giải pháp thay thế sự giúp đỡ của Mỹ, kể cả việc đi đến một thoả thuận với Hà Nội, họ cũng không thể chấp nhận một Việt Nam thống nhất dưới chế độ Cộng sản.[111]

Bất kể những báo cáo tích cực — chúng xác nhận những gì ông Nolting đã nói với Tổng thống, mối lo ngại về khả năng lãnh đạo cuộc chiến của ông Diệm vẫn tiếp tục tăng trong cách suy nghĩ của chính phủ Kennedy, và ông Nolting thật sự không còn gây được một ảnh hưởng nào trên những quyết định cuối cùng liên quan tới chính phủ của ông Diệm.[112] Một dịp tốt khác

---

[109] "Ghi chú của Biên tập viên", trong "Giai đoạn Tạm Dừng, ngày 7 tháng 9 - ngày 22 tháng 10 năm 1963: Đánh giá về Tiến trình của cuộc Chiến, Nỗ lực của Hoa Kỳ để Cải cách Chính phủ Diệm, Phái bộ McNamara-Taylor tới Việt Nam và Báo cáo, Chính sách của Hoa Kỳ về Âm mưu Đảo chính ở Việt Nam/ "Editorial Note", in "Period of Interlude, September 7–October 22, 1963: Assessment of the Progress of the War, U.S. Efforts to Reform the Diem Government, the McNamara-Taylor Mission to Vietnam and Report, U.S. Policy on Coup Plotting in Vietnam", pt. 2 of FRUS, 1961–1963, vol. 4, document 141, pp. 277–78.

[110] Trích trong đã dẫn như trên, 278.

[111] Ray S. Cline, "Bản Ghi nhớ, soạn cho Giám đốc Cơ quan Tình báo Trung ương CIA (McCone); Chủ đề: Triển vọng Hoà giải giữa Bắc và Nam Việt Nam", ngày 26 tháng 9 năm 1963. *Xem tiếp ở cuối chương.*

[112] Ông Frederick Nolting không được mời tham dự tất cả các hội nghị của Toà Bạch ốc vào tháng 10 năm 1963. Sau đó, vào năm 1964, ông Nolting thông báo với chủ bút của tờ New York Times rằng ông không có tiếng nói gì trong bất kỳ vấn đề chính sách nào liên quan đến Việt Nam kể từ ngày 27 tháng 8 năm 1963. Xem Frederick E. Nolting Jr., thư gửi

cũng bị bỏ qua, đó là một chuyến viếng thăm VNCH để thẩm định sự việc vào cuối tháng 10 của phái đoàn đại biểu Quốc hội Hoa Kỳ - với kết luận: con đường tốt đẹp nhất cho Mỹ là tiếp tục cộng tác với ông Diệm. Dân biểu Clement Zablocki báo cáo, dù cho ông Diệm có sai trái, có "quá tự chủ, có dung thứ cho tham nhũng và bạo lực", chính phủ của ông vẫn đang thắng thế trong cuộc chiến chống Bạo loạn của Cộng sản. Vị dân biểu này cho rằng không có lựa chọn khả thi để thay thế ông Diệm, và các mưu toan đảo chính rất tai hại. Ông đã kết án các nhà báo Mỹ trong nước là "hàm hồ, đầy cảm tính, thiếu khách quan và thiếu hiểu biết", cũng như đã "phản ánh rất tiêu cực cho toàn thể ngành báo chí của họ." [113]

Bỏ ngoài tai những buổi họp, những bản báo cáo, và ngay cả những sứ vụ thẩm định suốt thời gian cuối hè và đầu mùa thu năm 1963, Tổng thống Kennedy đã không làm bất cứ một điều gì để ngăn cản âm mưu hạ ông Diệm. Thật lạ lùng khi sau này ông Averell Harriman đã trách Đại sứ Lodge về những gì đã xảy ra sau đó: "*Ông John McCone cảm thấy chúng ta phải báo cho ông Diệm biết về cuộc đảo chính. Tôi thì không nghĩ vậy. Bây giờ thì thật ra là vào lúc cuối ông Lodge đã không tìm cách ngăn chặn nó. Ông ấy đã phải ngăn chặn nó. Không có điều gì mà tôi được biết trong những gì chúng tôi đã làm mà lại khuyến khích cuộc đảo chính.*" [114]

Giao cho ông Lodge, người thuộc đảng Cộng Hoà, nhiệm vụ đảo chính có thể đã là một suy tính ngay từ khi bổ nhiệm ông vào chức đại sứ tại VNCH. Theo bà Anne Blair, "*Tổng thống Kennedy rất vui mừng khi Bộ trưởng Rusk bổ nhiệm ông Lodge. Ông nghĩ ông Lodge sẽ là một cộng sự Cộng Hoà xuất sắc có tác dụng làm giảm những chỉ trích trong tương lai đối với chính sách của ông Kennedy về Việt Nam, do ông Lodge là người của đảng đối lập.*

Sau này, lịch sử cho thấy việc bổ nhiệm ông Lodge thật sự làm giảm những chỉ trích về chính sách của chính phủ Kennedy đối với Việt Nam tuy

---

chủ bút, New York Times, ngày 19 tháng 3 năm 1964/ letter to the editor, New York Times, March 19, 1964, Nolting Papers, box 12, Editor, New York Times.

[113] Trích dẫn trong V. H. Krulak, "Bản ghi nhớ do Phụ tá Đặc biệt của Bộ Tổng tham mưu Liên quân về Chống Bạo loạn và Đặc nhiệm (Krulak)", ngày 28 tháng 10 năm 1963/ Quoted in V. H. Krulak, "Memorandum for the Record by the Joint Chiefs of Staff's Special Assistant for Counterinsurgency and Special Activities (Krulak)", October 28, 1963, Washington, in FRUS, 1961–1963, vol. 4, document 222, p. 446.

[114] Đã dẫn như trên, 105–17.

nhiên về sau này nó dẫn đến một tổn hại lớn lao cho tiếng tăm của Hoa Kỳ trong lĩnh vực ngoại giao." [115]

Cuộc đảo chính đã xảy ra vào ngày 1 tháng 11 năm 1963. Bởi vì quân đội trung thành với ông Diệm đều đóng ở những nơi xa xôi của VNCH, quân đảo chính đã bao vây các trại lính trong đô thành, chiếm đóng Dinh Độc lập, và đã phát hiện được hai ông Diệm Nhu đã đào thoát trong đêm. Hai anh em ông đã trốn trong nhà một người bạn trong Chợ Lớn. Sáng sớm ngày 2 tháng 11 năm 1963, hai ông đã dự thánh lễ tại một nhà thờ trong khu vực giáo xứ thánh Phanxicô Giavê và đã ở đó cầu nguyện một thời gian, theo lời Linh mục Clement Nguyễn Văn Thạch, một nhân chứng sống.[116] Hai anh em đang ở bên ngoài nhà nguyện, trong hang đá Đức Mẹ, khi một đoàn lính của tướng Dương Văn Minh "cồ" lái vài ba xe jeep Mỹ và một thiết vận xa ập đến. Sáng hôm đó, tướng Minh, người lãnh đạo cuộc đảo chính, đã được thông báo là hai anh em họ Ngô đang ở tại nhà thờ. Ông đã lập kế để bắt cả hai anh em tại đó và trực tiếp ra lệnh cho người cận vệ của mình giết cả hai ông. Một khi hai ông đã bị đẩy lên thiết vận xa, lệnh sát thủ của ông Minh đã được thi hành ngay khi chiếc xe vừa chuyển bánh. Người hành quyết, Thiếu tá Nguyễn Văn Nhung, đã cắt túi mật của cả hai ông khi họ còn sống, rồi bắn chết họ.

Nhiều năm sau đó, rõ ràng còn bị ám ảnh bởi cuộc tàn sát hai anh em ông Diệm, tướng Nguyễn Khánh đã nói: *"Ông Nhu còn sống khi chúng cho con dao vào và lấy ra một số nội tạng ... túi mật. Và ở Châu Á, khi đã là một quân nhân quan trọng, một người có chức vị quan trọng - bộ phận này rất quan trọng... Họ đã làm vậy với ông Nhu khi ông còn sống. Và cả ông Diệm cũng bị như vậy, và sau đó họ đã giết ông bằng súng lục và súng trường. Đó là một án mạng. Thật sự là một án mạng... Quá dã man. Quá dã man!"* [117] Tướng Khánh người dính líu trong cuộc đảo chính, khẳng định người Mỹ không ngờ hai ông Diệm và Nhu sẽ bị giết, nhưng ông cũng nói, người Mỹ

---

[115] Anne Blair, ông Lodge ở Việt Nam/ Lodge in Vietnam, 13.

[116] Hoàng Ngọc Thành, Thân Thị Nhân Đức. *Tại sao có Chiến tranh Việt Nam? Xem tiếp ở cuối trang.*

[117] Nguyễn Khánh, phỏng vấn bởi Geoffrey D. T. Shaw, ngày 16 tháng 6 năm 1994/ interview by Geoffrey D. T. Shaw, June 16, 1994, Trường Đặc nhiệm của Không quân Hoa Kỳ/ United States Air Force Special Operations School, Hurlburt Field, FL, transcript, 46–48, Vietnam Center and Archive at Texas Tech University, Lubbock, TX, and the United States Air Force Special Operations School, Hurlburt Field, FL.

không biết rõ về Tướng Minh, người mà họ đã giao trách nhiệm lãnh đạo cuộc đảo chính, là người như thế nào.[118]

Tướng Khánh nói rõ, nếu người Mỹ biết được về những mưu đồ do Tướng Minh nhúng tay vào, hẳn họ sẽ hiểu án mạng sẽ xảy ra và đã không liên kết với ông ta nữa.[119]

Theo Tướng Minh, người Mỹ không những không ngạc nhiên trước án mạng nhưng còn muốn nó xảy ra. Những tướng lãnh đồng mưu muốn giết anh em ông Diệm và *"người Mỹ cũng muốn như vậy."* [120] Tướng Minh đã cố gắng biện minh cho vụ án mạng: *"họ phải bị giết. Ông Diệm không thể sống vì ông quá được lòng dân quê, những người bình dị, cả tin, nhất là những người Công giáo và dân tị nạn."* [121] Theo ông Trần Văn Hương, người ký bản tuyên ngôn Caravelle và là vị Tổng thống cuối cùng của VNCH năm 1975, *"Những tướng lãnh chóp bu đã quyết định giết ông Diệm cùng với em trai ông vì họ rất lo sợ. Họ biết rất rõ rằng họ bất tài, vô lương tâm, không có chút hậu thuẫn chính trị nào, họ sẽ không thể ngăn được ngày trở về vinh quang của ông Diệm và ông Nhu nếu để cho hai ông sống."* [122] Lời chứng của ông Hương đặc biệt có giá trị bởi vì ông đã từng bị chính phủ ông Diệm bỏ tù về tội tham gia với nhóm Caravelle; ông không hề thân thiện với anh em ông Diệm.

---

[118] Tướng "Big" Dương Văn Minh mang một mối thù đối với hai anh em họ Ngô vì 3 lý do: sau khi ông bị bắt vì đã biển thủ tiền năm 1954 trong lúc ông điều khiển quân đội VNCH chống quân Bình Xuyên, ông Ngô Đình Nhu đã bắt ông trả lại số tiền biển thủ cho chính phủ... *Xem tiếp ở cuối chương.*

[119] Khánh, phỏng vấn bởi Shaw, 48–50.

[120] Hoàng Ngọc Thanh, Thân Thị Nhân Đức, *Tại sao có Chiến tranh Việt Nam/ Why the Vietnam War?*, 419.

[121] Trích trong Howard Jones/ Quoted in Howard Jones, *Cái Chết của một Thế hệ: Vụ Ám sát ông Diệm và ông JFK kéo dài Chiến tranh Việt Nam như thế nào/ Death of a Generation: How the Assassinations of Diem and JFK Prolonged the Vietnam War* (Oxford University Press, 2003), 435.

[122] Trích trong đã dẫn như trên, 435–36.

Ghi chú cho Chương 13 - Tiếp theo

1. "Bản Tóm tắt Hàng ngày của Bộ Ngoại giao do Nhân viên Soạn/ "Department of State Daily Staff Summary", August 21, 1963, Washington, in FRUS, 1961–1963, vol. 3, document 263, pp. 598–99.

2. Trong cuộc điện đàm ngày 10 tháng 9, Thượng nghị sĩ Frank Church chỉ trích ông Hilsman, hỏi tại sao Hoa Kỳ vẫn chưa đưa ra tuyên bố công khai quốc tế lên án ông Diệm đàn áp tôn giáo. Bản ghi nhớ của ông Hilsman về cuộc thảo luận nêu, "Hilsman nói, ông Nolting và bà Maggie Higgins khẳng định không có cuộc đàn áp tôn giáo nào. Nhưng, ông ấy [Hilsman] nói ông ấy có thể hỗ trợ Thượng nghị sĩ Church về ngôn ngữ của một tuyên bố như thế." Roger Hilsman, "Bản Ghi nhớ về cuộc thảo luận qua điện thoại giữa Phụ tá Ngoại trưởng Phụ trách các Vấn đề Viễn Đông (Hilsman) và Thượng nghị sĩ Frank Church/ Roger Hilsman, "Memorandum of a Telephone Conversation between the Assistant Secretary of State for Far Eastern Affairs (Hilsman) and Senator Frank Church, Washington, September 10, 1963, 11:55 a.m.", vol. 4, document 84, p. 168.

3. … như các biên tập viên của FRUS, 1961–1963 đã ghi chú: "Trong một cuộc phỏng vấn để tạo ra lịch sử truyền miệng, ông Nolting nhớ ông đã bị 'sốc' trước các cuộc đột kích và ông gửi ông Diệm một tin nhắn cá nhân từ Honolulu, trong đó ông nói với ông Diệm: "Đây là lần đầu tiên ông không giữ lời hứa với tôi." Chương trình Lịch sử Truyền miệng. Frederick E. Nolting Jr., November 11, 1982, quoted in Bromley Smith, "Memorandum of a Conference with the President, White House, Washington, August 27, 1963, 4 p.m.; Subject: Vietnam", in FRUS, 1961–1963, vol. 3, document 303, p. 661n6.

4. Victor H. Krulak, "Bản Ghi nhớ của Phụ tá Đặc biệt về Chống Bạo loạn và Đặc nhiệm của Bộ Tham mưu Liên quân/ Memorandum for the Record by the Joint Chiefs of Staff's Special Assistant for Counterinsurgency and Special Activities (Krulak)", August 21, 1963, Washington, in FRUS, 1961–1963, vol. 3, document 265, pp. 601–2.

7. … Bởi vì những đội quân thực hiện các cuộc đột kích được chỉ huy bởi Lực lượng Đặc biệt Việt Nam trong khi LLĐBVN được CIA hỗ trợ. Tuy nhiên, trên thực tế, các đội quân đã được tập hợp cho các cuộc đột kích vào chùa mà CIA không hề hay biết, và tôi đã phải thuyết phục người Mỹ cũng như người Việt Nam về sự thật này". Đã dẫn như trên, 209.

8. ... sự chống đối chính trị quá mạnh, đến nỗi những người Cộng sản không thể không giành chiến thắng trong cuộc chiến lâu dài với một chính phủ kiểu này. Câu hỏi quan trọng không bao giờ được trả lời: Chúng ta quan tâm đến cái gì? Chúng ta có quan tâm đến việc tạo nên một nền dân chủ hợp hiến hoàn hảo ở một quốc gia nhỏ kém phát triển ở châu Á, gần đây mới được giải phóng khỏi ách thống trị hàng trăm năm của thực dân không? Hay chúng ta quan tâm đến việc bảo toàn một loại cấu trúc nào đó sẽ ngăn cản sự bành trướng của Cộng sản? " Phỏng vấn trong chương trình số 4 của Michael Charlton/ Interview in Michael Charlton, "The New Frontiersmen Hold the Line", program 4 of Many Reasons Why: The American Involvement in Vietnam, British Broadcasting Corporation, 1977, transcript copy, 8–9, Nolting Papers, box 27, Professional Papers.

14. Mô tả của ông McNamara chắc chắn ủng hộ quan điểm của ông Nolting rằng nhóm Harriman đã chủ mưu cho nỗ lực này: "Sau khi ông Hilsman hoàn thành điện tín, vào ngày 24 tháng 8, ông Averell Harriman, người vừa trở thành ngoại trưởng Phụ trách các Vấn đề chính trị, đã chấp thuận nó. Ông Michael Forrestal, con trai của Bộ trưởng Quốc phòng thứ nhất và là nhân viên National Security Council/ Hội đồng An ninh Quốc gia, đã ngay lập tức gửi điện tín tới Tổng thống Kennedy tại Hyannis Port, nói rõ, 'Đang liên lạc với [Thứ trưởng Ngoại giao George] Ball và Bộ Quốc phòng để họ đồng thuận. . . . Đề nghị ông cho tôi biết nếu ông muốn. . . để tiếp tục hành động. '. . . Các viên chức ủng hộ nội dung của điện tín quyết tâm gửi nó đến Sài Gòn ngay ngày hôm đó. Họ tìm thấy ông George Ball đang chơi gôn trên một sân gôn, yêu cầu ông gọi điện cho Tổng thống ở Cape Cod. Ông ấy đã làm như vậy và Tổng thống Kennedy nói ông sẽ đồng ý với việc gửi đi nếu các cố vấn cao cấp đồng ý. Ông George [Ball] ngay lập tức điện thoại cho ông Dean Rusk ở New York: tổng thống đồng ý. Ông Dean Rusk tán thành, mặc dù không nhiệt tình lắm. Ông Averell Harriman, trong khi đó, liên lạc với CIA để tìm sự đồng tình. Vì ông John McCone vắng mặt nên ông đã nói chuyện với ông Richard Helms, phó giám đốc về Kế hoạch. Ông Helms miễn cưỡng, nhưng, giống như ông Rusk, không cản trở vì tổng thống đã chấp thuận. Trong khi đó, ông Forrestal gọi điện cho ông Ros [Roswell] Gilpatric ở nhà và kể cho ông nghe câu chuyện tương tự: tổng thống và ngoại trưởng đã đọc bức điện tín và đều đồng tình." Đã dẫn như trên, 53.

34. Nhóm Halberstam-Sheehan đã làm cho câu chuyện 'Cuộc khủng hoảng Phật giáo' trở thành câu chuyện của riêng họ; bản tin của họ là cơ sở cho hầu hết tất cả các bài viết xuất hiện trên các nhật báo và tạp chí hàng tuần lớn của Mỹ như Time và Newsweek. Hoạt động quảng bá câu chuyện của nhóm đã đưa

Việt Nam lên trang nhất trong vài tuần, khiến nhiều độc giả đã đưa ra nhiều bài xã luận và thư bày tỏ sự bất đồng và khó chịu đối với việc Hoa Kỳ ủng hộ ông Diệm. Diễn biến này đe dọa mở ra cuộc tranh luận công khai về cách thức tiến hành cuộc chiến - cuộc tranh luận mà ông Kennedy muốn tránh." Anne Blair, *Ông Lodge ở Việt Nam: Một Người Yêu nước Làm việc ở Ngoại quốc/ Lodge in Vietnam: A Patriot Abroad* (New Haven, Conn.: Yale University Press, 1995), 13.

35. Các đại diện của Bộ Quốc phòng, HĐTMT Liên quân và CIA không có mặt trong các cuộc thảo luận này. Kết quả là - ông William Bundy ghi lại - các viên chức cao cấp này không biết các ông Harriman, Hilsman, Kennedy, và Lodge nghĩ gì về tình hình chính trị ở Sài Gòn. Nếu việc ông Kennedy đã không hội ý các đại diện chủ chốt của Hội đồng An ninh Quốc gia về chính sách đối với Việt Nam đã là một sơ xuất nghiêm trọng, lại còn có thêm một rắc rối khác. Trên thực tế, nhóm viên chức của Bộ Ngoại giao (tên được nêu ở phần trên) cũng đã xa cách với các viên chức có khả năng cao nhất trong việc cố vấn cho họ cách hành xử với ông Diệm và gia đình ông. Hai trong số những người này là ông John Richardson của CIA, người có công việc đặc biệt là liên lạc với ông Ngô Đình Nhu, và ông William Colby, lúc đó là Trưởng Phòng Viễn Đông của CIA ở Hoa Thịnh Đốn và trước đây là giám đốc CIA tại Sài Gòn. Đã dẫn như trên, 16–17.

41. ...Bản ghi nhớ của Tướng Krulak về cuộc họp này được in trong Sự Tham gia của Hoa Kỳ vào Chiến tranh, Tài liệu Nội bộ: Chính phủ Kennedy, tháng 1 năm 1961 – tháng 11 năm 1963, Quyển II/ General Krulak's memorandum of this meeting is printed in U.S. Involvement in the War, Internal Documents: The Kennedy Administration, January 1961–November 1963, Book II, section V.B.4 of bk. 12 of United States–Vietnam Relations, 1945–1967: Study Prepared by the Department of Defense, by Congress, House, Committee on Armed Services (Washington, D.C.: United States Government Printing Office, 1971), 540–44.

60. Memorandum Prepared for the Director of Central Intelligence (McCone); Subject: Possible Rapprochement between North and South Vietnam", September 26, 1963, Washington, in FRUS, 1961–1963, vol. 4, document 151, p. 297.

65. ... Tổng thống Ngô Đình Diệm và Hoa Kỳ: Vụ Đảo chính và Sát Hại ông/ Why the Vietnam War? President Ngo Dinh Diem and the US: His Overthrow and Assassination (San Jose, CA: Tuan-Yen and Quan-Viet Mai-Nam Publishers, 2001), 391.

67...Ông Nhu tha, không truy tố ông Minh, cũng không cách chức ông vì nghĩ ông đã đủ mất mặt và như vậy thì đã đền tội đủ rồi. Sau khi Bình Xuyên thua, ông Minh được giao bắt Ba Cụt, thủ lãnh của nhóm Hoà Hảo. Sau hai lần thất bại, ông Nhu nhập cuộc, chỉ trích ông Minh không đủ sáng suốt và can đảm, và nghĩ ra một phương án thành công. Cuối cùng, ông Minh bị phát hiện liên lạc với Việt Cộng qua người anh trai Cộng sản của ông, ông Dương Văn Nhựt. Ông Nhu chuyển ông từ một chức vụ cầm quân sang chức kiểm toán trưởng của Quân lực VNCH. Nguồn, Paul Nghĩa, biên tập viên bản tin của Viện Văn hóa, và Giáo dục Sài Gòn (SACEI), e-mail cho tác giả/ Paul Nghĩa, editor of the newsletter of the Saigon Arts, Culture, and Education Institute (SACEI), email to author, March 5, 2014.

KẾT LUẬN

(Dịch giả tri ân nhà văn Trần Phong Vũ đã "cho mượn" một số câu đã được ông dịch trong bài viết *Học giả Geoffrey Shaw nói gì về cái chết của cố TT Việt Nam Cộng Hòa Ngô Đình Diệm?*)

Ông Rufus Phillips, nhân viên CIA đã gặp ông Diệm vài ngày trước cuộc đảo chính, vô cùng đau buồn khi ông vào Dinh Gia Long một ngày sau cuộc đảo chính: "*Tôi chỉ muốn ngồi xuống mà khóc. Và tôi vô cùng tức giận khi được tin ông ta đã bị giết chết. . . .Thật là một quyết định ngu xuẩn và lạy Chúa tôi, chúng ta sẽ phải trả giá, họ sẽ phải trả giá, mọi người sẽ phải trả giá.*" [1] Phó Tổng thống Johnson luôn phản đối âm mưu đảo chính; theo nhiều nguồn tin, ông thực sự thích ông Diệm và nghĩ ông là nhà lãnh đạo tốt cho Việt Nam. Ông Johnson vô cùng giận dữ về việc họ sát hại ông Diệm và không che dấu lòng khinh bỉ đối với những người đã nhúng tay vào vụ sát hại. Năm 1966, sau khi đắc cử Tổng Thống, trong một cuộc điện đàm, ông Johnson tâm sự với Thượng nghị sĩ Eugene McCarthy sự thật về những gì chính phủ Kennedy đã thực hiện đối với ông Diệm vào năm 1963: "*Chúng ta đã giết ông ta. Chúng ta đã đồng lòng và tập họp một đám du thủ du thực khốn nạn để ám sát ông ta. Giờ đây, chúng ta thực sự không còn một sự ổn định chính trị nào kể từ khi đó.*" [2] Vào năm 1966, ông William Colby cũng có sự nhận định tương tự đối với tác giả khi tâm sự rằng sau khi ông Diệm bị giết, miền Nam Việt Nam đã không bao giờ vực trở lại được nữa. Vào ngày 05 tháng 11 năm 1963, bà Ngô Đình Nhu tuyên bố trong một cuộc họp báo: "*Những ai có người Mỹ là đồng minh thì không cần có kẻ thù nào*

---

[1] Howard Jones, *Cái Chết của một Thế hệ: Các vụ Ám sát ông Diệm và ông JFK Kéo dài Chiến tranh Việt Nam Như thế nào/ Death of a Generation: How the Assassinations of Diem and JFK Prolonged the Vietnam War* (New York: Oxford University Press, 2003), 436.

[2] "Cuộc Trò chuyện giữa ông Johnson và ông Eugene McCarthy/ Johnson Conversation with Eugene McCarthy", February 1, 1966, tape WH6602.01, conversation 9602, from *Presidential Recordings of Lyndon B. Johnson*, Miller Center, University of Virginia. http://millercenter.org/presidentialrecordings/lbj-wh6602.01-9601.

nữa… Tôi có thể tiên đoán với tất cả quý vị rằng câu chuyện về Việt Nam chỉ mới là phần mở đầu." [3] Lời nói của bà ấy đã được chứng minh là có cơ sở.

Cuộc đảo chính gần như ngay lập tức làm tiêu tan mọi gắn kết ban đầu trong đám tướng lãnh VN. Giết ông Diệm, họ cũng đồng thời đánh mất hết các cơ may của chính mình để có thể điều hành đất nước một cách hiệu quả. Tướng Trần Văn Đôn căm tức người đồng chủ mưu là Tướng Minh đã ra lệnh giết người. Tuy nhiên, ông biết rõ những động cơ nhỏ nhen và độc ác của ông Minh. Sau này ông thừa nhận ông biết ông này rất có thể sẽ ra lệnh sát hại ông Diệm và ông Nhu. Tướng Đôn kể lại với sử gia George McTurnan Kahin rằng nếu hai ông Diệm và Nhu không bị sát hại thì chỉ trong vòng ba tháng, người Mỹ sẽ loại bỏ ông ta và các tướng lãnh khác. Sau đó sẽ nhẹ nhõm trao quyền lại cho hai anh em TT Diệm.[4] Và sẽ vì lý do chính đáng: ông Đôn và ông Minh đều có phe cánh đáng kể, đã kình nhau sau cuộc đảo chính.[5] Hiềm khích giữa hai ông ảnh hưởng đến mọi quyết định cũng như việc sắp xếp nhân sự, làm cho chính quyền quân nhân yếu đi và dễ thất bại. Tình trạng này dẫn đến cuộc đảo chính vào năm 1964.

Cũng trong năm 1964, ông Frederick Nolting từ chức, rời Bộ Ngoại giao để phản đối cuộc đảo chính ông Diệm ở Miền Nam Việt Nam. Dưới đây là một đoạn trích từ bức thư ngắn ông gửi cho Tổng thống Johnson vào ngày 25 tháng 2:

Hôm nay, tôi đã gửi tới bộ trưởng Ngoại giao đơn xin nghỉ hưu để nhận việc với một doanh nghiệp. Tôi không phủ nhận rằng quyết định của tôi là do sự bất bình nghiêm trọng đối với các hành động có liên quan đến VN vào mùa thu năm ngoái, với những hậu quả xấu người ta có thể tiên đoán được. Tôi cũng không phủ nhận rằng tôi không cảm thấy thoải mái khi còn dính dáng đến Bộ Ngoại giao kể từ khi tôi về Mỹ sáu tháng trước.[6]

---

[3] Monique Brinson Demery, *Đi tìm bà Rồng: Bí ẩn của bà Nhu, người Việt Nam/ Finding the Dragon Lady: The Mystery of Vietnam's Madame Nhu* (New York: Public Affairs, 2013), 214

[4] Hoàng Ngọc Thanh and Thân Thị Nhân Đức, *Tại sao có Chiến tranh Việt Nam? Tổng thống Ngô Đình Diệm và Hoa Kỳ: cuộc Đảo chính và Ám sát/ Why the Vietnam War? President Ngo Dinh Diem and the US: His Overthrow and Assassination* ([San Jose, Calif.]: Tuan-Yen and Quan-Viet Mai-Nam Publishers, 2001), 418.

[5] Jones, *Cái Chết của Một Thế Hệ/ Death of a Generation*, 436.

[6] Frederick Nolting, *Từ Niềm tin đến Bi kịch: Hồi ký Chính trị của Frederick Nolting, Đại sứ của ông Kennedy tại Việt Nam Thời ông Diệm/ From Trust to Tragedy: The Political*

Sau cuộc đảo chính, ông Nolting đã bình luận công khai về biến cố này. Một trong những bình luận công khai sau cùng của ông cho thấy rõ những tổn thất chiến lược dài hạn do việc theo đuổi lợi ích chiến thuật ngắn hạn của Tổng thống Kennedy:

Sau đó, vị tổng thống trẻ tuổi chắc chắn đã lâm vào tình thế tiến thoái lưỡng nan. Trước đó, ông ta có thể chọn giữa một số hướng đi, nhưng ông đã chọn hướng đi tồi tệ nhất. Thậm chí, những hệ quả về mặt đạo đức còn tệ hơn hậu quả thực tế của cuộc đảo chính. Tôi sẽ không đi sâu vào chuỗi các sự kiện ở đây vì rõ ràng tình hình đã xấu đi sau cuộc đảo chính mặc dù số quân mà chúng ta đưa sang và tổn phí đã tăng lên đáng kể, với 57 ngàn sinh mạng người Mỹ, tám năm bất hòa trong nội bộ Mỹ quốc, nợ nần quốc gia chồng chất cao nghệu, và nạn lạm phát đã gieo đau khổ xuống cho chúng ta trong suốt thập niên 1970. Các quyết định của chính phủ Kennedy là nguyên nhân chính cho hậu quả này.[7]

Tướng Harkins và vị cựu đại sứ trong các cuộc trao đổi thư từ sau đảo chính đã chỉ trích Hilsman, Harriman, và báo giới Hoa Kỳ về những sai lầm tại miền Nam Việt Nam một cách nghiêm khắc hơn là chỉ trích Tổng thống Kennedy. Chẳng hạn vào ngày 27 tháng 3 năm 1964, trong một lá thư chia buồn về chuyện từ chức của ông Nolting, ông Harkins viết rằng việc loại bỏ ông Diệm đã làm cho chương trình chống du kích bị thụt lùi lại khoảng 10 tháng trời và ông trách giới truyền thông Mỹ đã đóng góp một phần lớn vào chuyện này: *"Như ngài đã biết, giới báo chí đã chống phá ông Diệm từ tháng 6 và tháng 7 năm ngoái, và gần như đã vô hiệu hóa ông ta"*.

Ông Nolting hồi đáp ông Harkins vào ngày 7 tháng 4 năm 1964 và cho biết rằng ông cùng vợ là bà Lindsay đã suy ngẫm lại tấn thảm kịch về những gì đã xảy ra đối với ông Diệm và ông Nhu quá nhiều lần đến độ muốn phát điên. Trong lời phân tích cuối cùng, ông tin rằng sự lật đổ chính phủ Ngô Đình Diệm là điều không thể tránh khỏi vì sự hiện diện của những kẻ chủ

Memoirs of Frederick Nolting, Kennedy's Ambassador to Diem's Vietnam (New York: Praeger, 1988), 134–35.

[7] Frederick E. Nolting, "Kennedy, NATO và Đông Nam Á ", trong Ngoại giao, Hành chính và Chính sách: Ý tưởng và Sự nghiệp của Frederick E. Nolting, Jr./ Kennedy, NATO, and Southeast Asia", in Diplomacy, Administration, and Policy: The Ideas and Careers of Frederick E. Nolting, Jr"., Frederick C. Mosher, and Paul T. David, ed. Kenneth W. Thompson (Lanham, Md.: University Press of America; Charlottesville, VA: Miller Center, University of Virginia, 1995), 25.

chốt trong Bộ Ngoại giao Hoa Kỳ vào lúc đó: *"Ngoài các chuyện khác, họ đã cung cấp cho báo chí những điều mà ngài và tôi đã được ủy nhiệm để chống lại – chẳng hạn cái giọng điệu, chúng ta không thể thắng được nếu còn Ngô Đình Diệm."*

Đây là một câu chuyện rất đáng buồn, nhưng một ngày nào đó sự thật sẽ được công khai. Những viên chức quanh quẩn trong thủ đô Hoa Thịnh Đốn đã thấy được sự thật nhưng không thừa nhận một cách công khai, và vì thể diện giới báo chí không nhận lỗi." [8] Trong một bức thư viết tay cho ông Nolting năm 1971, ông Harkins liệt kê những người đã có những hành động làm Tổng thống Diệm bị xa lánh, dẫn đến việc ông ta bị sát hại, và đánh đổ chính sách hiệu quả của Mỹ ở Đông Nam Á. Ông Harkins liệt kê tên những người mà ông tin là phải chịu nhiều trách nhiệm nhất: Harriman, Hilsman, Thượng nghị sĩ Mansfield, và báo giới Mỹ, người nào nhiều trách nhiệm nhất được liệt kê trước nhất theo thứ tự.[9]

Ông Nolting đã làm việc cho công ty Morgan Guaranty Trust ở Paris trong chức vụ phó chủ tịch. Ông giữ chức vụ này từ năm 1964 đến năm 1969, khi trở thành phụ tá cho chủ tịch công ty này ở thành phố New York. Năm 1973, ông là cố vấn cho công ty và duy trì vị trí này cho đến năm 1976. Cùng với sự nghiệp kinh doanh, ông đã thiết lập lại các mối quan hệ giáo khoa. Từ năm 1971 đến năm 1973 ông Nolting được Đại học Virginia bổ nhiệm làm chuyên gia khoa Ngoại giao. Ông tiếp tục giữ chức vụ giảng dạy và hành chính với tư cách là Giáo sư Quản trị Kinh doanh hưởng quỹ danh dự Olsson tại Trường Cao Đẳng Kinh doanh Darden từ năm 1973 đến năm 1976. Sau này, ông làm giáo sư của Viện Ngoại giao và Hành chính Woodrow Wilson và giúp thành lập Trung tâm Nghiên cứu Công quyền Miller, với chính ông làm giám đốc đầu tiên. Ông nghỉ hưu, thôi làm tại Đại học Virginia vào năm 1982 và bắt đầu quá trình miệt mài biên soạn tài liệu để phân tích, phê phán những sai lầm của chính phủ Kennedy ở Việt Nam. Tác phẩm này ra đời dưới dạng cuốn hồi ký chính trị của ông, *Từ Niềm tin đến Bi kịch*. Ông Frederick Nolting mất vào ngày

---

[8] Frederick Nolting gửi Paul D. Harkins/ Frederick Nolting to Paul D. Harkins, April 7, 1964, 1, Các Tài liệu của Nolting/ Nolting Papers, box 12, Selected Correspondence—Harkins, Paul D.

[9] Paul D. Harkins gửi Frederick Nolting/ Paul D. Harkins to Frederick Nolting, July 22, 1971, 1–2, Các Tài liệu của Nolting/ Nolting Papers, box 12, Selected Correspondence—Harkins, Paul D.

14 tháng 12 năm 1989, ở tuổi bảy mươi tám, chỉ một năm sau khi hồi ký *Từ Niềm tin đến Bi kịch* được xuất bản.

Khi ông Nolting bắt đầu công khai quan điểm của mình về cuộc đảo chính, ông khẳng định Tổng thống John F. Kennedy và Ngoại trưởng Dean Rusk phải chịu trách nhiệm tối hậu cho các quyết định của chính phủ Hoa Kỳ (tại VN). Theo ông Rusk, ông đã yêu cầu ông Nolting ở lại Sài Gòn và chính ông Nolting là người nhất quyết đòi về Mỹ. Lời nói này của ông Rusk rõ ràng buộc tội ông Nolting đã từ bỏ chức vụ của mình trong giai đoạn quan trọng và khó khăn này. Tuy nhiên, các sự kiện và chứng cớ đã cho thấy lời biện minh của ông Nolting đáng tin hơn lời biện minh của ông Rusk. Đầu tiên, như đã ghi nhận ở trên, số lượng điện văn và các bản ghi nhớ trong hồ sơ của Bộ Ngoại giao cho thấy hai ông Harriman và Hilsman muốn đẩy ông Nolting rời Sài Gòn càng sớm càng tốt, dù biết sẽ không có ai đảm trách nhiệm vụ đại sứ trong thời gian đó. Ông Hilsman đã được Tổng thống Kennedy trao quyền quyết định ngày ông Nolting hồi hương, và ông đã hành động khá nhanh chóng theo thẩm quyền này. Thứ hai, khi ông Nolting yêu cầu được tiếp tục làm đại sứ, yêu cầu này đã bị từ chối. Tuy nhiên, sau đó ông Nolting đã phải tranh đấu trong nhiều năm để bảo vệ danh dự của mình.

Về phần ông Ngô Đình Diệm, Tướng Nguyễn Khánh nói với tác giả này hầu hết những Phật tử mà ông biết, những người từng hoàn toàn ủng hộ cuộc đảo chính — và ngay cả vụ sát hại ông Diệm — đã đổi ý trong những thập kỷ qua và xem việc giết ông Diệm là một sai lầm vô song của chính phủ VNCH.[10] Người Việt theo Công giáo, như đã nói ở phần đầu của tác phẩm này, tôn kính và tưởng nhớ Tổng thống Diệm. Họ khẳng định điều mà Đức Hồng Y Josef Frings, tổng giám mục thành phố Cologne, đã tuyên bố vào năm 1965: *"Phần lớn thế giới đã không đánh giá công bằng con người cao quý này."* [11]

---

[10] Nguyễn Khánh, phỏng vấn bởi Geoffrey D. T. Shaw/ interview by Geoffrey D. T. Shaw, June 16, 1994, Trường Đặc nhiệm của Không quân Hoa Kỳ/ United States Air Force Special Operations School, Hurlburt Field, FL., transcript, Vietnam Center and Archive at Texas Tech University, Lubbock, TX, and the United States Air Force Special Operations School, Hurlburt Field, FL.

[11] Báo Sunday Examiner (Hong Kong), 30 tháng 7, 1965/ July 30, 1965, 12.

Thư mục Chọn lọc/ Selected Bibliography

Các Nguồn Chính/Primary sources

1. Tài liệu của Chính phủ Hoa Kỳ:

Quốc hội, Hạ viện, Ủy ban Quân vụ. Quan hệ Hoa Kỳ - Việt Nam, 1945–1967/ Congress, House, Committee on Armed Services. United States–Vietnam Relations, 1945–1967: Nghiên cứu do Bộ Quốc phòng soạn. Washington, D.C: Government Printing Office, 1971.

Gibbons, William C. Chính phủ Hoa Kỳ và Chiến tranh Việt Nam: Vai trò và Mối quan hệ của Hành pháp và Lập pháp/ The U.S. Government and the Vietnam War: Executive and Legislative Roles and Relationships. . Pts. 1–2. Washington, D.C: Government Printing Office, 1984. Tái bản, Princeton: Princeton University Press, 1986.

Jackson, Henry M., ed. Bộ trưởng Ngoại giao và Đại sứ: Hồ sơ Tiểu ban Jackson về Thi hành Chính sách Đối ngoại Hoa Kỳ/ The Secretary of State and the Ambassador: Jackson Subcommittee Papers on the Conduct of American Foreign Policy. New York: Frederick A. Praeger, 1966.

Hồ sơ An ninh Quốc gia John F. Kennedy: Hồ sơ An ninh Quốc gia - Việt Nam/ Vietnam National Security Files 1961-1963; The John F. Kennedy National Security Files: Hồ sơ An ninh Quốc gia - Châu Á và Thái Bình Dương/ Asia and the Pacific National Security Files, 1961–1963. Frederick, Md: University Publications of America. Microfilm.

Thompson, Robert G. K. "Bản thảo của Trưởng Phái đoàn Cố vấn Anh tại Việt Nam (Thompson)/ Draft Paper by the Head of the British Advisory Mission in Vietnam (Thompson)". Hội đồng An ninh Quốc gia, Chỉ thị Chính sách số [dấu chấm lửng trong nguyên bản], Kế hoạch Delta. [Ngày 7 tháng 2 năm 1962?], Sài gòn. Trong Bộ Ngoại giao Hoa Kỳ, Quan hệ Đối ngoại, 1961– 1963, tập. 2, tài liệu 51, trang 102–9.

Bộ Lục quân Hoa Kỳ. Lực lượng Vũ trang Hoa Kỳ tại Việt Nam, 1954–1975/ United States Department of the Army. United States Armed Forces in Vietnam, 1954–1975. Frederick, Md: University Publications of America, Indochina Studies, 1983. Microfilm.

Bộ Ngoại giao Hoa Kỳ. Hồ sơ Đặc biệt Bí mật của Bộ Ngoại giao Hoa Kỳ: Đông Nam Á, 1944–1958. United States Department of State. Confidential U.S. State Department Special Files: Southeast Asia, 1944–1958. Frederick, Md.: University Publications of America. Microfilm.

Bộ Ngoại giao Hoa Kỳ. Quan hệ Đối ngoại của Hoa Kỳ, 1958– 1960. John P. Glennon biên tập. Tập 1, Việt Nam. United States Department of State. Foreign Relations of the United States, 1958– 1960. Edited by John P. Glennon. Vol. 1, Vietnam. Washington, D.C.: United States Government Printing Office, 1986.

Bộ Ngoại giao Hoa Kỳ. Quan hệ Đối ngoại của Hoa Kỳ, 1961– 1963. John P. Glennon biên tập. Tập 1, Việt Nam, 1961. United States Department of State. Foreign Relations of the United States, 1961– 1963. Edited by John P. Glennon. Vol. 1, Vietnam, 1961. Washington, D.C.: United States Government Printing Office, 1988.

Bộ Ngoại giao Hoa Kỳ. Quan hệ Đối ngoại của Hoa Kỳ, 1961– 1963. John P. Glennon biên tập. Tập 2, Việt Nam, 1962. United States Department of State. Foign Relations of the United States, 1961– 1963. Edited by John P. Glennon. Vol. 2, Vietnam, 1962. Washington, D.C.: United States Government Printing Office, 1990.

Bộ Ngoại giao Hoa Kỳ. Quan hệ Đối ngoại của Hoa Kỳ, 1961– 1963. John P. Glennon biên tập. Tập 3, Việt Nam, tháng 1 - tháng 8 năm 1963. United States Department of State. Foreign Relations of the United States, 1961– 1963. Edited by John P. Glennon. Vol. 3, Vietnam, January–August 1963. Washington, D.C.: United States Government Printing Office, 1991.

Bộ Ngoại giao Hoa Kỳ. Quan hệ Đối ngoại của Hoa Kỳ, 1961–1963. John P. Glennon biên tập. Tập 4, Vietnam, August– December 1963. United States Department of State. Foreign Relations of the United States, 1961–1963. Edited by John P. Glennon. Vol. 4, Vietnam, August– December 1963. Washington, D.C: United States Government Printing Office, 1991.

Bộ Ngoại giao Hoa Kỳ. Quan hệ Đối ngoại của Hoa Kỳ, 1958– 1960. John P. Glennon biên tập. Tập 16, Khu vực Đông Á - Thái Bình Dương; Campuchia; Nước Lào. United States Department of State. Foreign Relations of the United States, 1958– 1960. Edited by John P. Glennon. Vol. 16, East Asia– Pacific Region; Cambodia; Laos. Washington, D.C.: United States Government Printing Office, 1992.

Ủy ban Đối ngoại Thượng viện Hoa Kỳ: Phiên Điều trần Tối mật của Ủy Ban Đối Ngoại Thượng Viện: Đợt đầu tiên, 1959–1966/ United States Senate Committee on Foreign Relations. Top-Secret Hearings by the U.S. Senate Committee on Foreign Relations: First Installment, 1959–1966. Frederick, Md.: University Publications of America, 1981. Microfilm.

Ủy ban Đặc trách Nghiên cứu Hoạt động của Chính phủ của Thượng viện Hoa Kỳ. Các âm mưu ám sát các nhà lãnh đạo nước ngoài/ United States Senate, Select Committee to Study Governmental Operations. Alleged Assassination Plots Involving Foreign Leaders. Washington, D.C.: United States Government Printing Office, 1975.

2. Tư liệu tự truyện:

Ball, George W. Quá Khứ Có Một Hình Mẫu Khác: Hồi ức. The Past Has Another Pattern: Memoirs. New York: W. W. Norton, 1982.

Bowles, Chester. Lời Hứa Sẽ Giữ: Những Năm Tháng Tham Chính của Tôi, 1941–1969/ Promises to Keep: My Years in Public Life, 1941–1969. New York: Harper and Row, 1971.

Colby, William và Peter Forbath. Những Người Đáng Kính: Sự nghiệp của Tôi trong CIA/ Honorable Men: My Life in the CIA. New York: Simon and Schuster, 1978.

Collins, J. Lawton. Joe Chớp Nhoáng: Một Hồi ký/ Lightning Joe: An Autobiography. Baton Rouge: Louisiana State University Press, 1979.
Galbraith, John Kenneth. Hồi ký của Đại sứ: Tự thuật Liên quan đến Nhiệm kỳ TT Kennedy/ Ambassador's Journal: A Personal Account of the Kennedy Years. Boston: Houghton Mifflin, 1969.

Galbraith, John Kenneth. Một Cuộc Đời trong Thời đại của Chúng ta/A Life in Our Times: Hồi ức. Boston: Houghton Mifflin, 1981.

Johnson, Lyndon Baines. Góc Nhìn: Quan điểm của Tổng thống, 1963–1969/ The Vantage Point: Perspectives of the Presidency, 1963–1969. New York: Popular Library, 1971.

Lansdale, Edward Geary. Ngay Giữa các Cuộc Chiến: Sứ mệnh của người Mỹ đến Đông Nam Á/ In The Midst of Wars: An American's Mission to Southeast Asia. New York: Harper and Row, 1972.

Nolting, Frederick. Từ Niềm tin đến Bi kịch: Hồi ký Chính trị của Frederick Nolting, Đại sứ của Kennedy tại Việt Nam thời ông Diệm/ From Trust to Tragedy: The Political Memoirs of Frederick Nolting, Kennedy's Ambassador to Diem's Vietnam. New York: Praeger, 1988.

Nguyễn Cao Kỳ, Hai Mươi Năm và Hai Mươi Ngày/ Twenty Years and Twenty Days. New York: Stein and Day, 1976.

Taylor, Maxwell D. Kèn bất định/ The Uncertain Trumpet/ The Uncertain Trumpet. New York: Harper and Brothers,1960.

Trần Văn Đôn. Cuộc chiến bất tận của chúng tôi: Bên trong Việt Nam/ Our Endless War: Inside Vietnam. San Rafael, Calif.: Presidio Press, 1978.

3. Tư liệu Tiểu sử:

Abramson, Rudy. Trải dài thế kỷ: Cuộc đời của W. Averell Harriman, 1891–1986/ Spanning the Century: The Life of W. Averell Harriman, 1891–1986. New York: William Morrow, 1992.

Anderson, David L., biên tập. Bóng tối trên Tòa Bạch ốc: Tổng thống và Chiến tranh Việt Nam, 1945–1975/ Shadow on the White House: Presidents and the Vietnam War, 1945–1975. Lawrence: University Press of Kansas, 1993.

Anderson, Joseph J. Bị Ru Ngủ bởi Thành công: Chính quyền Eisenhower và Việt Nam, 1953–1961/ Trapped By Success: The Eisenhower

Administration and Vietnam, 1953–1961. New York: Columbia University Press, 1991.

Blair, Anne E. Lodge in Vietnam: Nhà Ái quốc ở Ngoại quốc/ A Patriot Abroad. New Haven, Conn: Yale University Press, 1995.

Bouscaren, Anthony Trawick. Vị Quan Cuối cùng: ông Diệm của Việt Nam/ The Last of the Mandarins: Diem of Vietnam. Pittsburgh: Duquesne University Press, 1965.

Colvin, John. Giáp: Núi lửa dưới tuyết. Giap: Volcano under the Snow. New York: Soho Press, 1996.

Currey, Edward Lansdale: Người Mỹ Không Thầm lặng/ Cecil B. Edward Lansdale: The Unquiet American. Boston: Houghton Mifflin, 1989.

Douglas, William O. Phía Bắc của Malaya/ North from Malaya. New York: Doubleday, 1953.

Isaacson, Walter và Evan Thomas. Những Người Suy diễn Giỏi: Sáu người bạn và Thế giới Họ đã Tạo ra; Acheson, Bohlen, Harriman, Kennan, Lovett, McCloy/ The Wise Men: Six Friends and the World They Made; Acheson, Bohlen, Harriman, Kennan, Lovett, McCloy. New York: Simon and Schuster, 1986.

Macdonald, Peter. Giáp: Người Chiến thắng ở Việt Nam/ Giap: The Victor in Vietnam. New York: W. W. Norton, 1993.

Nolting, Frederick E. "Các Tài liệu của Frederick (Fritz) Ernest Nolting Jr: Giấy tờ và Nhật ký cá nhân/ The Papers of Frederick (Fritz) Ernest Nolting Jr.: Personal Papers and Diaries". Accession 12804. Bộ sưu tập đặc biệt, Special Collections, Alderman Library, University of Virginia, Charlottesville.

Salinger, Pierre. Với Kennedy/ With Kennedy. Garden City, N.Y.: Doubleday, 1966.

Schlesinger, Arthur M., Jr. Một Ngàn Ngày: John F. Kennedy trong Tòa Bạch ốc/ A Thousand Days: John F. Kennedy in the White House. Boston: Houghton Mifflin, 1965.

Schlesinger, Arthur M., Jr. Robert Kennedy và Thời đại của ông. Tập 2/ Robert Kennedy and His Times. Vol. 2. Boston: Houghton Mifflin, 1978.

Schoenbaum, Thomas J. Hòa và Chiến: ông Dean Rusk trong Những Năm Phục vụ các Tổng thống Truman, Kennedy và Johnson/ Waging Peace and War: Dean Rusk in the Truman, Kennedy, and Johnson Years. New York: Simon and Schuster, 1988.

Smith, Sally Bedell. Vinh quang được Phản chiếu: Cuộc đời của Pamela Churchill Harriman/ Reflected Glory: The Life of Pamela Churchill Harriman. New York: Simon and Schuster, 1997.

Stanfield, James Ronald. John Kenneth Galbraith. New York: St. Martin's Press, 1996.

4. Kinh nghiệm và chuyên môn thực địa:

Andrews, William R. Cuộc Chiến trong các Thôn Làng: Hoạt động Cách mạng Cộng sản Việt Nam trong tỉnh Định Tường, 1960–1964/ The Village War: Vietnamese Communist Revolutionary Activities in Dinh Tuong Province, 1960–1964. Columbia: University of Missouri Press, 1973.

Burchett, Wilfred. Chiến tranh Lén lút: Hoa Kỳ ở Việt Nam và Lào/ The Furtive War: The United States in Vietnam and Laos. New York: International Publishers, 1963.

Burchett, Wilfred. Châu chấu và Voi: Tại sao Thất bại ở Việt Nam/ Grasshoppers and Elephants: Why Viet Nam Fell. New York: Urizen Books, 1977.

Burchett, Wilfred. Chiến tranh Đông Dương Lần Thứ hai: Campuchia và Lào/ The Second Indochina War: Cambodia and Laos. New York: International Publishers, 1970.

Burchett, Wilfred. Vietnam: Câu chuyện Bên trong Chiến tranh Du kích/ Vietnam: Inside Story of the Guerrilla War. New York: International Publishers, 1965.

Colby, William E. Chiến thắng bị Mất: Bản Tường thuật của Một Chứng nhân về sự Tham gia Mười sáu Năm của Hoa Kỳ tại Việt Nam/ Colby, William E. Lost Victory: A Firsthand Account of America's Sixteen-Year Involvement in Vietnam. With James McCargar. Chicago: Contemporary Books, 1989.

Dallin, Alexander và George W. Breslauer. Khủng bố Chính trị trong các Hệ thống Cộng sản/ Political Terror in Communist Systems. Stanford, Calif.: Stanford University Press, 1970.

Davison, W. P. Một số Quan sát về Hoạt động của Việt Cộng trong Thôn Làng/ Some Observations on Viet Cong Operations in the Villages. Santa Monica, California: RAND Corporation, 1967.

Fall, Bernard B. Những Suy tư Cuối cùng về Một Cuộc chiến: Những Bình luận Cuối cùng của Bernard B. Fall về Việt Nam/ Last Reflections on A War: Bernard B. Fall's Last Comments on Vietnam Garden City, N.Y: Doubleday, 1967.

Gheddo, Piero. Cây Thánh Giá và Cây Bồ Đề: Người Công giáo và Phật tử tại Việt Nam/ The Cross and the Bo-Tree: Catholics and Buddhists in Vietnam. Translated by Charles Underhill Quinn. New York: Sheed and Ward, 1970.

Giáp, Võ Nguyên. Biểu ngữ Chiến tranh Nhân dân, Chủ trương Quân sự của Đảng/ Banner of People's War, the Party's Military Line. New York: Frederick A. Praeger, 1970.

Giáp, Võ Nguyên. "Chiến thắng Lớn, Nhiệm vụ Vĩ đại": Bộ trưởng Bộ Quốc phòng Bắc Việt Nam đánh giá diễn biến của Chiến tranh/ "Big Victory, Great Task": North Viet-Nam's Minister of Defense Assesses the Course of the War. New York: Frederick A. Praeger, 1968.

Giáp, Võ Nguyên. Chiến tranh Nhân dân, Quân đội Nhân dân: Cẩm nang Khởi nghĩa Việt Cộng cho các Nước kém Phát triển/ People's War, People's Army: The Viet Cong Insurrection Manual for Underdeveloped Countries. New York: Frederick A. Praeger, 1962.

Giáp, Võ Nguyên. Những ngày không thể quên được. Hà Nội: Nhà xuất bản Ngoại ngữ, 1975. Unforgettable Days. Hanoi: Foreign Languages Publishing House, 1975.

Government of the Republic of Vietnam/ Chính phủ Việt Nam Cộng hòa. Những vi phạm Hiệp định Genève của Việt-Minh Cộng sản: Từ tháng 7 năm 1959 đến tháng 6 năm 1960. 1975/ Violations of the Geneva Agreements by the Viet-Minh Communists: From July 1959 to June 1960. Second White Book. Saigon: Republic of Vietnam Printing Office, 1960.

Gravel, Mike, ed. Các tài liệu của Ngũ Giác Đài (Lầu Năm Góc): Lịch sử Bộ Quốc phòng Hoa Kỳ ra quyết định đối với Việt Nam/ The Pentagon Papers: The Defense Department History of United States Decisionmaking on Vietnam. Vols. 1–3. Boston: Beacon Press, 1971.

Hammer, Ellen J. Một cái Chết trong Tháng 11: Hoa Kỳ tại Việt Nam/ A Death in November: America in Vietnam, 1963. New York: E. P. Dutton, 1987.

Hammer, Ellen J. Cuộc đấu tranh vì Đông Dương/ The Struggle for Indochina. Stanford, California: Nhà xuất bản Đại học Stanford, 1954.
Hammer, Ellen J. Việt Nam: Hôm qua và Hôm nay/ Vietnam: Yesterday and Today. New York: Holt, Rinehart và Winston, 1966.

Harriman, W. Averell. Mỹ và Nga trong Một Thế giới đang Thay đổi: Nửa Thế kỷ Quan sát bởi Chính tôi/ America and Russia in a Changing World: A Half Century of Personal Observation. Garden City, N.Y.: Doubleday, 1971.

Hosmer, Stephen T. Sự Đàn áp của Việt Cộng và những Tác động của nó cho Tương lai. Báo cáo soạn cho Cơ quan Dự án Nghiên cứu Cấp cao: R-475 / Viet Cong Repression and Its Implications for the Future. Report Prepared for the Advanced Research Projects Agency: R-475/1ARPA. Santa Monica, Calif.: RAND Corporation, 1970.

Langer, Paul F. và Joseph J. Zasloff. Bắc Việt Nam và Pathet Lào: Đối tác trong Cuộc Đấu tranh vì Lào/ North Vietnam and the Pathet Lao: Partners in the Struggle for Laos. Cambridge, Mass.: Harvard University Press, 1970.

Maneli, Mieczyslaw. Cuộc Chiến của Bên Thua Trận/ War of the Vanquished. Bản dịch của Maria de Görgey. New York: Harper and Row, 1971.

Mao Tse Tung. Tuyên bố Phản đối Hành động Bạo lực Chống lại miền Nam Việt Nam và Hành động Tàn sát Người dân của Bè lũ Hoa Kỳ - Ngô Đình Diệm/ Statement Opposing Aggression against Southern Viet Nam and Slaughter of Its People by the U.S.–Ngo Dinh Diem Clique. Peking: Foreign Languages Press, 1963.

Nolting, Frederick E. "Kennedy, Tổ chức Hiệp ước Bắc Đại Tây Dương (NATO) và Đông Nam Á". Trong Ngoại giao, Quản trị và Chính sách: Ý tưởng và Sự nghiệp của Frederick E. Nolting, Jr./ "Kennedy, NATO, and Southeast Asia". In Diplomacy, Administration, and Policy: The Ideas and Careers of Frederick E. Nolting, Jr., Frederick C. Mosher, and Paul T. David, edited by Kenneth W. Thompson, 17–35. Lanham, Md.: University Press of America; Charlottesville, VA: Miller Center, University of Virginia, 1995.

Pike, Douglas. Lược sử Chính phủ Việt Nam (GVN) trong Chiến tranh Việt Nam/ Brief History of the Government of Vietnam (GVN) during the Vietnam War. Berkeley, Calif.: Indochina Studies, 1991.

Pike, Douglas. Lịch sử Cộng sản Việt Nam/ History of Vietnam Communism, 1925–1976. Stanford, California: Hoover Institution, 1978.

Pike, Douglas. Việt Cộng: Tổ chức và Kỹ thuật của Mặt trận Dân tộc Giải phóng miền Nam Việt Nam/ Viet Cong: The Organization and Techniques of the National Liberation Front of South Vietnam. Cambridge, Mass.: MIT Press, 1966.

Pike, Douglas. Chiến tranh, Hoà bình, và Việt Cộng/ War, Peace, and the Viet Cong. Cambridge, Mass.: MIT Press, 1969

Công ty RAND và Bộ chỉ huy hỗ trợ quân sự, Việt Nam J-2. "Nghiên cứu về Mặt trận Dân tộc Giải phóng miền Nam Việt Nam"/ RAND Corporation and Military Assistance Command, Vietnam J-2. "Studies of the National Liberation Front of South Vietnam". DT-86, DT-99, DT-84, DT-88. Saigon, n.d.

Scheer, Robert. "Nguồn gốc của việc Hoa Kỳ Ủng Hộ ông Ngô Đình Diệm". Tại Việt Nam: Lịch sử, tài liệu và ý kiến về một cuộc khủng hoảng lớn trên thế giới, do Marvin E. Gettlemen biên tập/ "The Genesis of United States Support for Ngo Dinh Diem". In Vietnam: History, Documents, and Opinions on a Major World Crisis, edited by Marvin E. Gettlemen, 147–252. Greenwich, Conn.: Fawcett Publications, 1965.

Thanh, Hoang Ngoc, and Than Thi Nhan Duc. Tại sao có chiến tranh Việt Nam? Tổng Thống Ngô Đình Diệm và Hoa Kỳ: Cuộc Đảo chính và vụ Ám sát Ông. [Why the Vietnam War? President Ngo Dinh Diem and the US: His Overthrow and Assassination. [San Jose, Calif].: Tuan-Yen and Quan-Viet Mai-Nam, 2001.

Thompson, Robert Grainger. Đánh Bại cuộc Bạo loạn của Cộng sản: Kinh nghiệm từ Malaya và Việt Nam/ Defeating Communist Insurgency: Experiences from Malaya and Vietnam. London: Chatto and Windus, 1966.

Thompson, Robert Grainger. Không thể Ra khỏi Việt Nam. Phiên bản cập nhật/ No Exit from Vietnam. Updated ed. New York: David McKay, 1970.

Thompson, Robert Grainger. Hoà bình Không phải ở trong Tầm tay/ Peace Is Not at Hand. London: Chatto and Windus, 1974.

Thornton, Thomas Perry. "Khủng bố như Một Vũ khí Kích động Chính trị". Trong Nội chiến: Vấn đề và Cách Tiếp cận, được biên tập bởi Harry Eckstein/ "Terror as a Weapon of Political Agitation". In Internal War: Problems and Approaches, edited by Harry Eckstein, XX–XX. New York: Free Press, 1968.

Trần Văn Định. "Tại Sao Mọi Người Mỹ Nên Đọc Kim Vân Kiều/ Why Every American Should Read Kim Van Kieu". In We the Vietnamese: Voices from Vietnam, edited by François Sully, 236–37. New York: Praeger, 1971.

5. Lịch sử truyền khẩu:

Carver, George A., Jr. "Báo động Cháy nhà không được Nghe: Cuộc Đảo chính tháng 11 năm 1960/ An Unheeded Firebell: The November 1960

Coup Attempt". In Kennedy in Vietnam, by William J. Rust and the editors of U.S. News Books, XX–XX. New York: Scribner, 1985.

Colby, William E. Phỏng vấn bởi Michael Charlton trong "Các Chiến binh Biên giới mới Nắm giữ Phòng tuyến/ The New Frontiersmen Hold the Line", program 4 of Many Reasons Why: The American Involvement in Vietnam. Transcript. British Broadcasting Corporation, 1977.

Colby, William E. Phỏng vấn bởi Ted Gittinger, ngày 2 tháng 6 năm 1981, Washington, D.C. Phỏng vấn 1. Bản ghi. Bộ sưu tập Lịch sử Truyền miệng của Thư viện Tổng thống Lyndon Baines Johnson, Interview by Ted Gittinger, June 2, 1981, Washington, D.C. Interview 1. Transcript. Lyndon Baines Johnson Presidential Library Oral History Collection, University of Texas at Austin.

Colby, William E. Phỏng vấn bởi Ted Gittinger, ngày 1 tháng 3 năm 1982, Washington, D.C. Phỏng vấn 2. Bản ghi. Bộ sưu tập Lịch sử Truyền miệng của Thư viện Tổng thống Lyndon Baines Johnson, Interview by Ted Gittinger, March 1, 1982, Washington, D.C. Interview 2. Transcript. Lyndon Baines Johnson Presidential Library Oral History Collection, University of Texas at Austin.

Colby, William E. Diễn văn tại Trung tâm Miller tại Đại học Virginia, trong Ngoại giao, Hành chính và Chính sách: Ý tưởng và Sự nghiệp của Frederick E. Nolting, Jr., Interview by Ted Gittinger, March 1, 1982, Washington, D.C. Interview 2. Transcript. Lyndon Baines Johnson Presidential Library Oral History Collection, University of Texas at Austin.

Colby, William E. Diễn văn tại Trung tâm Miller tại Đại học Virginia, trong Ngoại giao, Hành chính và Chính sách: Ý tưởng và Sự nghiệp của Frederick E. Nolting, Jr./ Speech to the Miller Center at the University of Virginia, in Diplomacy, Administration and Policy: The Ideas and Careers of Frederick E. Nolting, Jr., Frederick C. Mosher, and Paul T. David, edited by Kenneth W. Thompson. Lanham, Md.: University Press of America, 1995.

Harriman, W. Averell. Phỏng vấn bởi Michael V. Forrestal, ngày 13 tháng 4 năm 1964, Hobe Sound, FL. Phỏng vấn 1. Biên bản. Bộ sưu tập Lịch sử Truyền miệng John F. Kennedy, Thư viện Tổng thống John F. Kennedy, Boston. Interview by Michael V. Forrestal, April 13, 1964, Hobe Sound, FL.

Interview 1. Transcript. John F. Kennedy Oral History Collection, John F. Kennedy Presidential Library, Boston.

Harriman, W. Averell. Phỏng vấn bởi Arthur M. Schlesinger Jr., ngày 17 tháng 1 năm 1965, Washington, D.C. Phỏng vấn 2. Bản viết. Bộ sưu tập Lịch sử Truyền miệng John F. Kennedy, Thư viện Tổng thống John F. Kennedy, Boston. Interview by Arthur M. Schlesinger Jr., January 17, 1965, Washington, D.C. Interview 2. Transcript. John F. Kennedy Oral History Collection, John F. Kennedy Presidential Library, Boston.

Hilsman, Roger. Phỏng vấn bởi Dennis J. O'Brien, 14/8/1970, Hamburg Cove, Lyme, Conn. Transcript. Bộ sưu tập Lịch sử Truyền miệng John F. Kennedy, Thư viện Tổng thống John F. Kennedy, Boston. Hilsman, Roger. Interview by Dennis J. O'Brien, August 14, 1970, Hamburg Cove, Lyme, Conn. Transcript. John F. Kennedy Oral History Collection, John F. Kennedy Presidential Library, Boston.

Johnson, Lyndon B., "Cuộc trò chuyện của ông với ông Eugene McCarthy/ Johnson Conversation with Eugene McCarthy", ngày 1 tháng 2 năm 1966, băng WH6602.01, cuộc trò chuyện 9601. Bản ghi âm Tổng thống của Lyndon B. Johnson. February 1, 1966, tape WH6602.01, conversation 9601. Presidential Recordings of Lyndon B. Johnson. Charlottesville, Va: Miller Center, University of Virginia. http://millercenter.org/presidentialrecordings/lbj-wh6602.01-9601.

Kennedy, John F. "Cuộc Họp Báo của Tổng thống ngày 23 tháng 3 năm 1961". Trong Hồ sơ Công khai của các Tổng thống Hoa Kỳ: John F. Kennedy. "The President's News Conference of March 23, 1961". In Public Papers of the Presidents of the United States: John F. Kennedy. Vol. 1, 1961, document 92, pp. 213–20. Washington, D.C.: United States Government Printing Office, 1962.

John F. Kennedy. "Cuộc Họp Báo của Tổng thống ngày 29 tháng 11 năm 1961". Trong Hồ sơ Công khai của các Tổng thống Hoa Kỳ: John F. Kennedy. "The President's News Conference of November 29, 1961". In Public Papers of the Presidents of the United States: John F. Kennedy. Vol. 1, 1961, document 488, pp. XX–XX. Washington, D.C.: United States Government Printing Office, 1962.

Kennedy, Robert F. Phỏng vấn bởi John Bartlow Martin, ngày 30 tháng 4 năm 1964, n.p. Bản viết. Bộ sưu tập Lịch sử Truyền miệng John F. Kennedy, Interview by John Bartlow Martin, April 30, 1964, n.p. Transcript. John F. Kennedy Oral History Collection, John F. Kennedy Presidential Library, Boston.

Khánh, Nguyễn. Phỏng vấn bởi Geoffrey D. T. Shaw, ngày 16 tháng 6 năm 1994, Trường Đặc nhiệm (Huấn luyện Lực lượng Đặc biệt) của Không quân Hoa Kỳ, Hurlburt Field, FL. Interview by Geoffrey D. T. Shaw, June 16, 1994, United States Air Force Special Operations School, Hurlburt Field, FL. Transcript. Vietnam Center and Archive at Texas Tech University, Lubbock, TX., and the United States Air Force Special Operations School, Hurlburt Field, FL

Miller, Anne. "Và Một Người Vì Dân: Chuyện Đời Tổng thống Ngô Đình Diệm". Bản thảo chưa xuất bản, ngày 30 tháng 7 năm 1965. "And One for the People: The Life Story of President Ngo Dinh Diem". Unpublished manuscript, July 30, 1965. Microfilm, Indochina Studies Archive at the University of California at Berkeley.

Nolting, Frederick E. Phỏng vấn bởi Joseph E. O'Connor, ngày 14 tháng 5 năm 1966, Paris. Phỏng vấn 1. Bản viết. Bộ sưu tập Lịch sử Truyền miệng John F. Kennedy. Interview by Joseph E. O'Connor, May 14, 1966, Paris. Interview 1. Transcript. John F. Kennedy Oral History Collection, John F. Kennedy Presidential Library, Boston.

Nolting, Frederick E. Phỏng vấn bởi Dennis O'Brien, ngày 6 tháng 5 năm 1970, New York. Phỏng vấn 2. Bản viết. Bộ sưu tập Lịch sử Truyền miệng John F. Kennedy. Interview by Dennis O'Brien, May 6, 1970, New York. Interview 2. Transcript. John F. Kennedy Oral History Collection, John F. Kennedy Presidential Library, Boston.

Nolting, Frederick E. Phỏng vấn bởi Dennis O'Brien, ngày 7 tháng 5 năm 1970, Washington, D.C. Phỏng vấn 3. Bản ghi. Bộ sưu tập Lịch sử Truyền miệng John F. Kennedy/ Interview by Dennis O'Brien, May 7, 1970, Washington, D.C. Interview 3. Transcript. John F. Kennedy Oral History Collection, John F. Kennedy Presidential Library, Boston.

Nolting, Frederick E. "Nguồn gốc và sự Phát triển của Cam kết Hoa Kỳ tại Việt Nam". Bài giảng, ngày 2 tháng 4 năm 1968. Bản ghi. Bộ sưu tập Lịch sử Truyền miệng John F. Kennedy. "The Origin and Development of United States Commitment in Viet-nam". Lecture, April 2, 1968. Transcript. John F. Kennedy Oral History Collection, John F. Kennedy Presidential Library, Boston.

Nolting, Lindsay. Phỏng vấn bởi Geoffrey D. T. Shaw, ngày 29 tháng 1 năm 1998; Ngày 3 tháng 2 năm 1999; 4 tháng 2 năm 1999. Interviews by Geoffrey D. T. Shaw, January 29, 1998; February 3, 1999; February 4, 1999.

Phạm Kim Vinh. Chính trị Ích kỷ: Việt Nam, Lời Nói Đầu dựa trên Quá khứ/ The Politics of Selfishness: Vietnam the Past as Prologue. San Diego: n.p., 1977. Vietnam Centre and Archive, Texas Tech University, Lubbock, TX.

Rusk, Dean. Phỏng vấn bởi Paige E. Mulhollan, ngày 28 tháng 7 năm 1969, n.p. Phỏng vấn 1. Bản viết. Interview by Paige E. Mulhollan, July 28, 1969, n.p. Interview 1. Transcript. Lyndon Baines Johnson Presidential Library Oral History Collection, University of Texas at Austin.

Rusk, Dean. Phỏng vấn bởi Paige E. Mulhollan, ngày 26 tháng 9 năm 1969, n.p. Phỏng vấn 2. Bản viết. Interview by Paige E. Mulhollan, September 26, 1969, n.p. Interview 2. Transcript. Lyndon Baines Johnson Presidential Library Oral History Collection, University of Texas at Austinl History Collection, University of Texas at Austin.

Streeb, Kent M. "Một Nỗ lực Phân mảnh: Ngô Đình Diệm, Quân đội và Bộ Ngoại giao Hoa Kỳ và Chương trình Ấp Chiến lược 1961–1963/ A Fragmented Effort: Ngo Dinh Diem, the United States Military and State Department and the Strategic Hamlet Program of 1961–1963". Paper, George Mason University, December 10, 1994. Vietnam Center and Archive, Texas Tech University, Lubbock, TX.

Weller, Jac. "Lửa và Di chuyển: Chiến tranh Giảm giá Tối đa ở Viễn Đông/ Fire and Movement: Bargain-Basement Warfare in the Far East". Vietnam Center and Archive, Texas Tech University, Lubbock, TX.

6. Tạp chí định kỳ:

Associated Press. "Nhà sư ở Sài Gòn Qua Đời trong Chuyến thăm của Liên Hợp Quốc/ Monk in Saigon Dies as U.N. Team Tours". New York Times. October 27, 1963, 1, 24.

Associated Press. "Nhà sư Tự sát Bằng Hoả thiêu trong cuộc Biểu tình chống Diệm/ Monk Suicide by Fire in Anti-Diem Protest", New York Times, June 11, 1963, 6.

Associated Press. "Những Phóng viên Bị Cảnh sát Sài Gòn Đánh: Phật tử Thứ 6 Tự thiêu - Tăng Khủng Hoảng/ Newsmen Beaten By Saigon Police: 6th Buddhist Burns Himself to Death—Crisis Grows". New York Times, October 6, 1963, 20.

Associated Press. "Linh mục Dự báo Cộng sản sẽ Bành trướng ở Châu Á: Một Nhà Truyền giáo Công giáo La Mã đã Tiên đoán vào Tuần trước rằng Lào, Campuchia và Thái Lan sẽ bị Cộng sản Thống trị trong vòng 10 đến 20 năm/ Priest Forecasts Red Gains in Asia: A Roman Catholic Missionary Predicted Last Week That Laos, Cambodia and Thailand Would Be Communist-Dominated within Ten to Twenty Years". New York Times, May 6, 1962, 27.

Associated Press. "Phiến Quân chiếm Trung Lào: Lực lượng Ủng hộ Cộng sản đã Chiếm được Nậm Tha/ Rebels Capture Laotian Center: Pro-Communist Forces Have Captured Nam Tha". New York Times, May 7, 1962, 1, 13.

Associated Press. "Cuộc Đột kích của Trung Cộng ở Lào đã được khẳng định: Cố vấn Hoa Kỳ Xác nhận về Vai trò của Bắc Kinh trong vụ Tiến công và Chiếm Thị trấn sát Biên giới/ Red Chinese Raid in Laos Affirmed: U.S. Aides Back Charges of Peiping Role in Drive That Captured Border Town". New York Times, May 6, 1962, 1, 28

Associated Press. "Cộng sản Chiếm thêm Đất: Chiếm tới sát Biên giới Thái Lan được coi là Nguy hiểm cho các Thủ đô. "Reds Widen Gains: Push to Thai Border Seen as Peril to Capitals". New York Times, May 12, 1962, 1, 2.

Associated Press. "Những Người Cực hữu ở Lào Đẩy lùi Cuộc Tấn công của Cộng sản: Tuyên bố những Tổn thất của những người Cánh tả tại Thị trấn ở phía Nam là Nặng nề trong khi Cuộc Chiến giữa các Phe nhóm đang Lan Rộng/ "Rightists in Laos Repel Red Drive: Call Leftists' Losses Heavy at Town in South as Fight among Factions Spreads". New York Times, June 14, 1963, 1, 10.

Associated Press. "Quân đội và Xe tăng Dập tắt các cuộc Bạo động Phật giáo ở Sài Gòn/ Troops and Tanks Quell Buddhist Riots in Saigon". New York Times, June 17, 1963, 1, 4.

Bigart, Homer. "Các Đình trệ ở Sài Gòn Quấy rối các Phóng viên: Chiến dịch Chống Báo chí đã được thấy — Các chuyến Bay bị Hạn chế/ Delays in Saigon Harass Newsmen: Anti-Press Campaign Seen—Flights Are Curbed". New York Times, May 7, 1962, 6.

Bigart, Homer. "McNamara Yêu cầu Lãnh đạo Việt Nam Thay đổi Chiến thuật: Hoa Kỳ đang Tỏ ra Mất Kiên nhẫn trước sự Chậm trễ trong Kế hoạch Bình định Đồng bằng Sông Cửu Long— Phi công Mỹ bị Thương/ McNamara Asks Vietnam Chief to Alter Tactics in Struggle: U.S. Is Showing Impatience over Lag on Mekong Delta Pacification Plan— American Pilot Wounded". New York Times, May 11, 1962, 7.

Bigart, Homer. "McNamara Chống đỡ cho Vai trò ở Việt Nam: Nói ở Sài Gòn, Hoa Kỳ không có Kế hoạch gửi Quân đội sang Tham chiến/ "McNamara Backs Role in Vietnam: Says in Saigon U.S. Plans to Send No Combat Men". New York Times, May 10, 1962, 7.

Bigart, Homer. "McNamara cho Biết là đang Viện trợ Dư giả cho Sài Gòn: Nói rằng nó Đang ở Mức Cao nhất và sẽ không Gia tăng — Ca ngợi Cuộc chiến chống Cộng của ông Diệm./ McNamara Terms Saigon Aid Ample: Says It Is at Peak and Will Level Off—Diem's Fight against Reds Hailed". New York Times, May 12, 1962, 1, 2.

Billings-Yun, Melanie. "Ike và Việt Nam/ Ike and Vietnam". History Today 38 (November 1988): 13–19.

Browne, Malcolm W. "Vai trò Tình báo Hoa Kỳ là Đa dạng ở Miền Nam Việt Nam/ U.S. Intelligence Role Is Diverse in South Vietnam". New York Times, October 8, 1963, 21.

Feron, James. "Anh quốc Đả kích Giải thích của Liên Xô về Quá trình Làm Mất Hòa bình ở Lào/ Britain Assails Soviet Account of How Laos Peace Broke Down". New York Times, June 22, 1963, 6.

Frankel, Max. "Hoa Kỳ Thay đổi Chính sách đối với Lào, không Màng đến Đoàn quân Thua chạy; Lên Kế hoạch Di chuyển của Hạm đội Châu Á: Hiệp ước được Săn đuổi, Kennedy có Hành động Buộc Phe Cực hữu tham gia vào Chế độ 3 phe/ U.S. Shifting Laos Policy, Writes Off Routed Army; Plans Asian Fleet Moves: Accord Is Sought, Kennedy Acts to Force Rightists to Join a 3-Faction Regime". New York Times, May 12, 1963, 1, 2.

Frankel, Max. "Hoa Kỳ Cảnh cáo Miền Nam Việt Nam theo Yêu cầu của Phật tử: Ông Diệm được Cho Biết Ông Phải Đối mặt với Sự Kiểm tra, Chỉ trích nếu Không Giải quyết Được Những Bất bình về Tôn giáo, nhiều Điều được Gọi là Công chính/ U.S. Warns South Vietnam On Demands of Buddhists: Diem Is Told He Faces Censure if He Fails to Satisfy Religious Grievances, Many of Which Are Called Just". New York Times, June 14, 1963, 1, 10.

Frankel, Max. "Cuộc chiến Đầy Xáo trộn" của Việt Nam: Hoa Thịnh Đốn không Hài lòng với Sài Gòn, nhưng Nghĩ rằng sự Hỗ trợ là Cần thiết/ Vietnam's 'Untidy' War: Washington Is Unhappy with Saigon, But Thinks That Support Is Necessary". New York Times, July 3, 1963, 8.

Frankel, Max. "Bạo lực ở Sài Gòn làm Tái sinh Cuộc Tranh luận của Hoa Kỳ về Chính sách đối với Việt Nam/ Violence in Saigon Renews U.S. Debate on Vietnam Policy". New York Times, October 7, 1963, 1, 2.

Halberstam, David. "Người Mỹ Bực bội vì Không có Khả năng Hành động trong vụ Tranh chấp ở Việt Nam". "Phật tử Sài Gòn Đụng độ với Cảnh sát/ Americans Vexed by Inability to Act in Vietnam Dispute". "Saigon Buddhists Clash with Police". New York Times, June 16, 1963, 1, 18.

Halberstam, David. "Diệm Yêu cầu Hòa bình trong Khủng hoảng Tôn giáo: Nhưng Phật tử vẫn phản đối— Tranh chấp Dường như còn Tệ hơn/ Diem

Asks Peace in Religion Crisis: But Buddhists Still Protest— Dispute Seems Worse". New York Times, June 12, 1963, 3.

Halberstam, David. "Bất mãn Dâng cao trong Cơn Khủng hoảng tại Việt Nam: Chế độ bị Mất thế vì Cách Đối xử với Phật tử/ Discontent Rises in Vietnam Crisis: Regime Losing Ground over Treatment of Buddhists". New York Times, June 22, 1963, 6.

Halberstam, David. "Harkins Ca ngợi Quân đội Việt Nam: Biện hộ cho lòng Dũng cảm của Lính, Phản bác lại các Chỉ trích của người Mỹ/ Harkins Praises Vietnam Troops: Defends Soldiers' Courage against U.S. Criticism". New York Times, January 11, 1963, 3.

Halberstam, David. "Lodge cho thấy Quan điểm của Bà Nhu về các Sĩ quan Hoa Kỳ: Gọi những Lời Miệt thị là Tàn nhẫn và Gây sốc — Bà ấy Chối tội Miệt thị được Gán cho Bà ấy/ Lodge Deplores Mrs. Nhu's View of U.S. Officers: Calls Disparagement Cruel and Shocking—She Denies Slur Attributed to Her". New York Times, September 27, 1963, 1, 2.

Halberstam, David. "Lực lượng hỗn tạp Hoa Kỳ chặn Việt Cộng: Giúp tóm 32 tên đang tẩu thoát để tăng giá phải trả vì chúng thất bại/ Motley U.S. Force Blocks Vietcong: Helps Trap 32 in Flight to Raise Costs of Defeat". New York Times, January 5, 1963, 2.

Halberstam, David. "Sài Gòn Bắt 800 Thanh Thiếu niên Tham gia Biểu tình/ Saigon Arrests 800 Teen-Agers Staging Protest". New York Times, September 8, 1963, 1, 3.

Halberstam, David. "Lực lượng Sài Gòn Bắt giữ thêm 1.000 Người trong Trận đối kháng tại các Trường học/ Saigon Forces Seize 1,000 More in School Battle". New York Times, September 10, 1963, 1, 3.

Halberstam, David. "Một số Viện trợ của Hoa Kỳ cho Sài Gòn đã tạm Dừng; Chính sách đã được Rà soát; Hoa Thịnh Đốn Cảm thấy Việt Nam có thể Dễ bảo hơn nếu không cho thêm 10 triệu đô la; Cấm Xuất khẩu Thương mại sau các cuộc Tấn công vào tháng 8 vào các Chùa Phật giáo/ Some of U.S. Aid to Saigon Halted; Policy Reviewed; Washington Feels Vietnam May Be Easier to Guide if Funds Run Out $10 Million Reduction Ban on

Commercial Exports Followed August Attacks on Buddhist Pagodas". New York Times, October 8, 1963, 1, 18.

Halberstam, David. "Một vài Viên chức Hoa Kỳ tại Sài Gòn Bất tín nhiệm Chế độ ông Diệm/ Some U.S. Officials in Saigon Dubious about Diem Regime". New York Times, July 3, 1963, 1, 8.

Halberstam, David. "Hai Viên chức Hoa Kỳ đến Sài Gòn: McNamara và Taylor sẽ Nghiên cứu Cuộc chiến chống Quân CS đỏ/ Two U.S. Officials Arrive in Saigon: McNamara and Taylor Will Study War with Reds". New York Times, September 25, 1963, 3.

Halberstam, David. "Phái đoàn LHQ Thăm các Phật tử bị Bỏ tù: Câu hỏi 6 trong cuộc Điều tra về các Chính sách của Sài Gòn/ U.N. Mission Sees Jailed Buddhists: It Questions 6 in Inquiry into Saigon's Policies". New York Times, October 30, 1963, 11.

Halberstam, David. "Phái đoàn LHQ tại Việt Nam, Cam kết Tính công bằng trong Tìm hiểu Phật giáo/ U.N. Team, in Vietnam, Pledges Impartiality in Buddhist Inquiry". New York Times, October 24, 1963, 8.

Halberstam, David. "Phái đoàn LHQ Thăm Chùa ở Sài Gòn: Chỉ có 2 Tu sĩ tại Trung tâm của Phong trào Phản đối — Kennedy Gửi Diệm Thông điệp: Nên để Tình hình Lắng dịu/ U.N. Team Visits Pagoda in Saigon: Only 2 Monks at Protest Center— Kennedy Sends Cool Message to Diem". New York Times, October 26, 1963, 1, 8.

Halberstam, David. "Hoa Kỳ. Tránh Dính tay vào Tranh chấp ở Sài Gòn: Chỉ thị Quân đội Không giúp Ngăn chặn các Cuộc Biểu tình của Phật giáo/ U.S. Avoids Part in Saigon Dispute: Tells Its Troops Not to Help Stop Buddhist Protests". New York Times, June 11, 1963, 3.

Halberstam, David. "Nghiên cứu của Hoa Kỳ Bắt đầu ở miền Nam Việt Nam: Trợ lý của McNamara cho Biết Chiến tranh với quân Đỏ đang Tiến triển tốt hơn / U.S. Starts Study in South Vietnam: McNamara Aide Says War on Reds Is Going Better". New York Times, September 26, 1963, 13.

Halberstam, David. "Việt Cộng Bắn rơi 5 Trực thăng Mỹ, Bắn trúng 9 chiếc khác: Thất bại Tồi tệ nhất kể từ khi Bắt đầu Đổ quân sang — Ba người Mỹ

Tử thương ở Việt Nam / Vietcong Downs Five U.S. Copters, Hits Nine Others: Defeat Worst since Build-Up Began—Three Americans Killed in Vietnam". New York Times, January 3, 1963, 1 2.

Halberstam, David. "Việt Nam Áp dụng Phương pháp Chiến tranh mới: Sai lầm của Cộng sản cho thấy Hiệu quả của các cuộc Tuần tra /Vietnam Adopts New War Method: Communist Blunder Shows Effectiveness of Patrols". New York Times, January 9, 1963, 3.

Halberstam, David. "Thất bại ở Việt Nam gây Cú sốc cho các Trợ lý Hoa Kỳ: Việc Sài Gòn từ chối lời khuyên bị Hoa Kỳ Quy là Lý do làm Thụt lùi/ Vietnam Defeat Shocks U.S. Aides: Saigon's Rejection of Advice Blamed for Setback". New York Times, January 7, 1963, 2.

Halberstam, David. "Cộng sản Việt Nam Giành Chiến thắng trong cuộc Đụng độ Lớn: Gây 100 Thương vong khi Giao tranh với Lực lượng Lớn hơn/ Vietnamese Reds Win Major Clash: Inflict 100 Casualties in Fighting Larger Force". New York Times, January 4, 1963, 2.

Halberstam, David. "Việt Nam Lên án Hoa Kỳ Tiếp tay cho cuộc Đảo chính năm 1960 qua 19 vụ Án Xử tội Chống chính quyền - Các Bản án có Tính cách Răn đe Mỹ/ Vietnam Says U.S. Aided '60 Revolt: 19 Go on Trial for Uprising— Charges Considered Warning to Americans". New York Times, July 6, 1963, 1, 8.

Kenworthy, E. W. "Tổng thống Chỉ trích phe Thân Cộng ở Lào Vi phạm Ngưng bắn/ President Scores Pro-Reds in Laos for Truce Breach". New York Times, May 10, 1962, 1, 5.

Kenworthy, E. W. "Hoa Kỳ đòi Điều tra cuộc Tấn công ở Lào như Vi phạm Thoả thuận Ngưng bắn/ U.S. Asks Inquiry into Laos Attack as Truce Breach". New York Times, May 8, 1962, 1, 17.

King, Seth S. "Chương trình Hoạt động của Liên Hiệp Quốc tại Sài Gòn: Chính phủ chấm dứt việc Hướng dẫn họ. Phật tử tự sát/ U.N.'s Itinerary in Use in Saigon: Guidance by Regime Ends. Buddhist Is Suicide". New York Times, October 28, 1963, 12.

King, Seth S. "Việt Nam Thúc đẩy Chương trình Ấp Chiến lược để chống Cộng sản: Hiệu quả không Đồng nhất/ Vietnam Presses Hamlet Program:

Shelters against Vietcong Vary in Effectiveness". New York Times, October 26, 1963, 8.

Luce, Clare Boothe. "Phu nhân Muốn họ Tự thiêu: 7 Đại tội của bà Nhu/ The Lady Is for Burning: The Seven Deadly Sins of Madame Nhu". National Review, November 5, 1963, 395–99. New York Times (advertisement), October 30, 1963, 40. New York Times.

Luce, Clare Boothe. "Ông Diệm Tuyên bố Châu Á Lâm nguy: Cáo buộc rằng người Ngoại quốc Muốn giật dây Phật tử/ Diem Tells That Asia Is Imperiled: Charges Foreigners Tried to Control Buddhists". Special ed., New York Times, September 25, 1963, 3.

Luce, Clare Boothe. "Tìm Sự thật tại Việt Nam: Abdul Rahman Pazhwak/ Fact-Finder in Vietnam: Abdul Rahman Pazhwak". Special ed., New York Times, October 28, 1963, 12.

Luce, Clare Boothe. "Lào, từng bị Cai trị bởi Ngoại bang rất lâu, nay lại bị Giằng xé bởi những Mâu thuẫn Nội bộ giữa các phe Trung Lập, Cộng Sản và Thân cộng kể từ 1949, sau khi Thoát Ách đô hộ của Pháp/ Long Ruled by Outsiders, Now Torn by Internal Conflict: Neutralists, Communists and Pro-Reds Have Struggled for Power since the End of French Rule in 1949". New York Times, May 12, 1962, 2.

Luce, Clare Boothe. "Thân phụ bà Nhu Tuyên bố việc Cắt Viện trợ có thể có Ảnh hưởng đến Chính sách của Sài Gòn/ Mrs. Nhu's Father Says Aid Cut Could Influence Saigon's Policy". Special ed., New York Times, October 9, 1963, 10.

Luce, Clare Boothe. "Ông Nhu Xác nhận phải Tham chính trước Tình trạng Khó khăn của Chính quyền Sài Gòn/ Nhu Asserts Saigon's Struggle Forced Him into Political Role". Special ed., New York Times, September 25, 1963, 3.

Luce, Clare Boothe. "Nội dung những Bức thư giữa hai ông Thant và Diệm/ Texts of Letters by Thant and Diem" Special ed., New York Times, September 25, 1963, 3.

Luce, Clare Boothe. "Phái đoàn Liên Hiệp Quốc Viếng thăm Trại tạm giữ tại Việt Nam: Phỏng vấn các Sinh viên bị Bắt trong các vụ Đấu tranh Phật giáo/ U.N. Team Visits Camp in Vietnam: Interviews Students Seized in Buddhist Disorders". Special ed., New York Times, October 29, 1963, 7.

Luce, Clare Boothe. "73 quân Việt Cộng bị Lính Việt Nam Đánh Tan hoang/ 73 Vietcong Battered By Vietnam Troops" Special ed., New York Times, September 10, 1963, 1, 2.

Luce, Clare Boothe. "Thắc mắc về Chiếu khán cấp cho bà Nhu: Dân biểu Hayes Đặt Vấn đề Căn bản thế nào là Thông hành ngoại giao/ Visa to Mrs. Nhu is under Inquiry: Diplomatic Nature of Permit Questioned by Rep. Hayes". Special ed., New York Times, October 9, 1963, 10.

Luce, Clare Boothe. "Chuyện gì đang không Ổn ở Việt Nam? / What's Wrong in Vietnam?" Special ed., New York Times, January 15, 1963, 6.
Osborne, John. "Người Đàn ông Cứng rắn, Kỳ diệu của Việt Nam: ông Diệm, Vị khách mới Đến Mỹ, đã Làm Đất nước Hứng khởi và Đánh Cộng sản đỏ Chạy có cờ/ The Tough Miracle Man of Vietnam: Diem, America's Newly Arrived Visitor, Has Roused His Country and Routed the Reds". Life, May 13, 1957.

Reuters. "Phe Đỏ của Lào Pháo kích một Đồn của cánh Hữu/ Laotian Reds Pound 'Rightist' Garrison". New York Times, June 21, 1963, 15.
Shaplen, Robert. "Một phóng viên tại Việt Nam: ông Diệm/ A Reporter in Vietnam: Diem". New Yorker, September 22, 1962.

Smith, Hedrick. "Đại sứ Lodge sắp Rời Sài Gòn về Mỹ để Tham gia Thảo luận về Chính sách: Báo cáo với Tổng thống Kennedy về Tình hình Chính trị và Quân sự tại Việt Nam; Phản bác Tin đồn có Đột biến - các Viên chức Hoa Kỳ Quả quyết Chuyến Viếng thăm không phải Dấu hiệu sẽ có Thay đổi gì trong Kế hoạch/ Lodge to Return from Saigon Soon for Policy Talks: Envoy to Brief Kennedy on the Political and Military Situation in Vietnam; — Air of Crisis Denied—Officials in U.S. Insist Visit Does Not Herald Major Changes in Planning", New York Times, October 24, 1963, 1, 8.

Smith, Hedrick. "Ông Rusk lên án vụ các Phóng viên Mỹ bị Hành hung tại Sài Gòn: Đại sứ Lodge Lên tiếng Chống đối việc 3 Phóng viên bị Đánh khi Quan sát một vụ Tự tử của một Phật tử khác; Mansfield bị Sốc; Thương

Nghị sĩ Lên tiếng Đòi phải Xin lỗi và Bồi thường cho các Nạn nhân/ Rusk Condemns Attack in Saigon on U.S. Newsmen: Lodge Protests the Beating of 3 Who Watched another Suicide by a Buddhist; Mansfield Is Shocked; Senator Calls for Apology and Compensation for Victims of Assault". New York Times, October 6, 1963, 1, 21.

Smith, Hedrick. "Hoa Kỳ Tố cáo Hà Nội tiếp tục Viện trợ cho Lào: Kết án Bắc Việt Tiếp tế Vũ khí cho Phe thân Cộng, Vi phạm Hiệp Định Geneva/ U.S. Says Hanoi Renews Laos Aid: Charges North Vietnamese Give Arms to Pro-Reds in Breach of Geneva Pact". New York Times, October 30, 1963, 1, 10.

Sunday Examiner (Hong Kong). "Hồng y Frings Vận động Gây quỹ cho Giáo dân tại Miền Nam Việt Nam: Ông gọi cố Tổng thống Diệm là một Người "Cao quý"/ Cardinal Frings Raises Funds for Catholics in S. Vietnam: Calls Late President Diem a 'Noble Man' ". Catholic News of the Week, July 30, 1965.

Teltsch, Kathleen. "Tại Liên Hiệp Quốc, Liên Xô đã Chặn Đề nghị từ VNCH về sự Cần thiết của một cuộc Điều tra/ Soviet, in U.N., Blocks Bid from Vietnam for Inquiry". New York Times, October 8, 1963, 1, 19.

Time. "Miền Nam Việt Nam: Người trong Tình trạng Khốn đốn/ South Vietnam: The Beleaguered Man" . April 4, 1955.

Topping, Seymour. "Hoa Kỳ và Anh Quốc Thúc đẩy Mạc Tư Khoa phải Ngăn chặn Lào Cộng/ Moscow Is Urged by U.S. and Britain to Curb Laos Reds". New York Times, May 9, 1962, 1, 2.

United Press. "Em gái bà Nhu gọi bà là người "mù"/ Mrs. Nhu's Sister Calls Her 'Blind' ". New York Times, October 26, 1963, 8.

United Press. "Lào Cộng mới Tiến quân tại Lào, Đe doạ phe Trung lập: Kong Le cho Biết Quân Pathet Lào chỉ còn cách Căn cứ của ông 5 dặm/ New Red Advance in Laos Menaces Neutralist Base: Kong Le Says Pathet Lao Forces Are Only 5 Miles from His Headquarters" New York Times, June 10, 1963, 1, 7.

Wicker, Tom. "Kennedy Tuyên bố không thể Cắt Viện trợ cho Sài Gòn trong Lúc này vì Mối nguy Cộng Sản' Kennedy Says Red Threat Bars Saigon Aid Cut Now". New York Times, September 10, 1963, 1, 3.

CÁC NGUỒN PHỤ/ SECONDARY SOURCES

Ambrose, Stephen E. "Rise to Globalism : American Foreign Policy, 1938–1976"(Chính sách đối ngoại của Hoa Kỳ trước sự bành trướng của hiện tượng toàn-cầu-hoá, giai đoạn 1938-1976). Rev. ed. New York: Penguin Books, 1976.

Anderson, David L. "J. Lawton Collins, John Foster Dulles, and the Eisenhower administration's "Point of No Return" in Vietnam" (J. Lawton Collins, John Foster Dulles, và ngõ cụt không lối thoát của chính phủ Eisenhower tại Việt Nam). Diplomatic History, no. 12 (Spring 1988): 127–47.

Anderson, Patrick. "The President's Men: White House Assistants of Franklin D. Roosevelt, Harry S. Truman, Dwight D. Eisenhower, John F. Kennedy and Lyndon B. Johnson" (Tay chân của tổng thống: các phụ tá của Franklin D. Roosevelt, Harry S. Truman, Dwight D. Eisenhower, John F. Kennedy và Lyndon B. Johnson tại Tòa Bạch ốc). Garden City, N.Y.: Anchor Books / Doubleday, 1969.

Arnold, James R. "The First Domino: Eisenhower, the Military, and America's Intervention in Vietnam" (Con cờ đầu tiên: Eisenhower, quân đội, và sự can thiệp của Hoa Kỳ vào Việt Nam). New York: Morrow, 1991.

Asprey, Robert B. "War in the Shadows: The Guerrilla in History" (Chiến tranh trong bóng tối: chiến thuật du kích trong lịch sử), [vol. 1], rev. ed. New York: William Morrow, 1994.

Ball, Moya Ann. "Vietnam-on-the-Potomac"(Một Việt-Nam-trên-sông-Potomac). New York: Praeger, 1992.

Barber, Noel. "The War of the Running Dogs: Malaya, 1948–1960" (Cuộc chiến của lũ chó săn: Mã Lai Á - giai đoạn 1948-1960). London: Arrow Books, 1989.

Bator, Victor M. "Vietnam: A Diplomatic Tragedy" (Việt Nam: một thảm cảnh ngoại giao). Dobbs Ferry, N.Y.: Oceana Publications, 1965.

Bell, J. Boyer. "The Myth of the Guerrilla: Revolutionary Theory and Malpractice" (Huyền thoại chiến tranh du kích: lý thuyết cách mạng và những thực hành sai trái). New York: Alfred A. Knopf, 1971.

Bell, J. Boyer. "A Time of Terror: How Democratic Societies Respond to Revolutionary Violence" (Thời đại của khủng bố: cách các xã hội dân chủ đáp trả bạo lực của quân cách mạng). New York: Basic Books, 1978.
Berman, Larry. "Planning a Tragedy: The Americanization of the War in Vietnam" (Lập trình một thảm hoạ: cuộc Mỹ hoá chiến tranh Việt Nam). New York: W. W. Norton, 1982.

Berman, Paul. "Revolutionary Organization: Institution-Building within the People's Liberation Armed Forces" (Tổ chức cách mạng: xây dựng cơ cấu bên trong Lực Lượng Quân Đội Nhân Dân). Lexington, Mass.: Lexington Books / D. C. Heath, 1974.

Blaufarb, Douglas A. "The Counter-Insurgency Era: U.S. Doctrine and Performance, 1950 to the Present" (Thời đại chống Bạo loạn: chủ thuyết của Hoa-Kỳ và hiệu năng, giai đoạn từ 1950 cho tới nay). New York: Macmillan, 1977.

Bloodworth, Dennis. "An Eye for the Dragon: Southeast Asia Observed, 1954–1970" (Nhận biết con Rồng: khảo sát Đông Nam Á, giai đoạn 1954-1970). New York: Farrar, Straus, and Giroux, 1970.

Blum, Robert. "Drawing the Line: The Origin of the American Containment Policy in East Asia". (Vạch một lằn ranh: nguồn gốc của chính sách của Hoa Kỳ nhằm đóng khung sự bành trướng của khối Cộng sản tại Đông Nam Á). New York: Norton, 1982.

Bodard, Lucien. "The Quicksand War: Prelude to Vietnam" (Cuộc chiến sa lầy: dẫn nhập vào Việt Nam. Bản dịch với lời mở đầu của Patrick O'Brian). Translated and with an introduction by Patrick O'Brian". Boston: Little, Brown, 1967.

Boettiger, John R. "Vietnam and American Foreign Policy "(Chính sách ngoại giao Việt Nam và Hoa Kỳ). Boston: D. C. Heath, 1968.

Bouscaren, Anthony T., ed. "All Quiet on the Eastern Front: The Death of South Vietnam" (Mặt trận miền Đông hoàn toàn bình lặng: Cái chết của Miền Nam Việt Nam). Old Greenwich, Conn.: Devin-Adair, 1977.

Brandon, Henry. "Anatomy of Error: The Inside Story of the Asian War on the Potomac, 1954–1969" (Mổ xẻ những sai lầm: câu chuyện bên trong cuộc chiến Châu Á trên sông Potomac, giai đoạn 1954-1969). Boston: Gambit, 1969.

Briggs, Phillip J. "Making American Foreign Policy: President-Congress Relations from the Second World War to Vietnam" (Thiết lập chính sách đối ngoại của Mỹ: tương quan giữa tổng thống và quốc hội, thời kỳ Đệ Nhị Thế Chiến đến Việt Nam). Lanham, Md.: University Press of America, 1991.

Brocheux, Pierre. "The Mekong Delta: Ecology, Economy, and Revolution, 1860– 1960" (Đồng bằng sông Cửu Long: môi trường sinh thái, kinh tế và cách mạng, giai đoạn 1860-1960). Madison: Center for Southeast Asian Studies, University of Wisconsin, 1995.

Bromley, Dorothy D. "Washington and Vietnam: An Examination of the Moral and Political Issues" (Hoa Thịnh Đốn và Việt Nam: khảo nghiệm về các vấn đề đạo đức và chính trị). Dobbs Ferry, N.Y.: Oceana Publications, 1966.

Brown, Weldon A. "Prelude to Disaster: The American Role in Vietnam, 1940–1963" (Con đường dẫn đến tai hoạ: vai trò của người Mỹ tại Việt Nam, giai đoạn 1940-1963). Port Washington, N.Y.: Kennikat Press, 1975.

Browne, Malcom W. "The New Face of War"(Khuôn mặt mới của chiến tranh). New York: Bobbs-Merrill, 1965.

Burke, John P., and Fred I. Greenstein. "How Presidents Test Reality: Decisions on Vietnam, 1954 and 1965" (Các vị tổng thống làm cách nào để khảo sát thực tế: những quyết định đã có với Việt Nam, giai đoạn 1954-1965). New York: Russell Sage Foundation, 1989.

Buzzanco, Robert. "Prologue to Tragedy: U.S. Military Opposition to Intervention in Vietnam, 1950–1954" (Dẫn nhập vào một bi kịch: quân đội Mỹ phản đối sự tham gia của Hoa Kỳ vào chiến tranh Việt Nam, giai đoạn 1950-1954). Diplomatic History 17 (Spring 1993): 201–22.

Cable, Larry E. "Conflict of Myths: The Development of American Counterinsurgency Doctrine and the Vietnam War" (Những huyền thoại đối nghịch: chủ thuyết chống Bạo loạn của Mỹ và chiến tranh Việt Nam). New York: New York University Press, 1986.

Callison, Charles S. "Land-to-the-Tiller in the Mekong Delta: Economic, Social and Political Effects of Land Reform in Four Villages of South Vietnam" (Chương trình Người cày có ruộng tại đồng bằng sông Cửu Long: các hệ quả kinh tế, xã hội và chính trị của cuộc cải cách ruộng đất cho 4 làng tại miền Nam Việt Nam). Lanham, Md.: University Press of America, 1983.

Cao Văn Viên and Đổng Văn Khuyên. "Reflections on the Vietnam War" (suy tư về cuộc chiến tại Việt Nam). Indochina Monographs. Washington, D.C.: United States Army Center of Military History, 1980.
Catton, Philip E. "Diem's Final Failure: Prelude to America's War in Vietnam" (Thất bại cuối cùng của ông Diệm: khởi đầu cuộc chiến của Hoa Kỳ tại Việt Nam). Lawrence: University Press of Kansas, 2002.

Charlton, Michael, and Anthony Moncrieff. "Many Reasons Why: The American Involvement in Vietnam" (Nhiều nguyên nhân Mỹ can thiệp vào Việt Nam). New York: Hill and Wang, 1978.

Clutterbuck, Richard L. "Terrorism and Guerrilla Warfare" (khủng bố và du kích chiến). New York: Routledge, 1990.

Cochran, David. "I. F. Stone and the New Left: Protesting U.S. Policy in Vietnam" (I.F. Stone và nhóm tả khuynh mới: phản đối chính sách của Mỹ tại Việt Nam. Historian 53 (Spring 1991): 505–20.

Combs, Arthur. "The Path Not Taken: The British Alternative to U.S. Policy in Vietnam, 1954–1956" (Con đường đã không được dùng: đường lối của Anh Quốc thay vì chính sách của Mỹ tại Việt Nam, giai đoạn 1954-1956). Diplomatic History 19 (Winter 1995): 33–57.

Condit, Kenneth W. "The History of the Joint Chiefs of Staff: The Joint Chiefs of Staff and National Policy" (Lịch sử của Bộ Tham mưu Liên quân: Bộ Tham mưu Liên quân và chính sách quốc gia). Vols. 1–4. Wilmington: Michael Glazier, 1979.

Cooper, Chester L. "The Lost Crusade: America in Vietnam" (Cuộc thánh chiến bất thành: Hoa Kỳ tại Việt Nam). New York: Dodd, Mead, 1970.

Courtois, Stéphane et al. "The Black Book of Communism: Crimes, Terror, Repression" (Sách đen về Chủ nghĩa Cộng sản: tội phạm, khủng bố, đàn áp). Translated by Mark Kramer and Jonathan Murphy. Cambridge, Mass.: Harvard University Press, 1999.

Critchfield, Richard. "The Long Charade: Political Subversion in the Vietnam War" (Trò đóng kịch kéo dài: chống phá chính trị trong chiến tranh Việt Nam). New York: Harcourt, Brace and World, 1968.

Dacy, Douglas C. "Foreign Aid, War, and Economic Development: South Vietnam, 1955–1975 (Viện trợ của ngoại bang, chiến tranh và phát triển kinh tế: Miền Nam Việt Nam, giai đoạn 1955-1975). New York: Cambridge University Press, 1986.

Dallin, Alexander, and George W. Breslauer. "Political Terror in Communist Systems" (Khủng bố chính trị trong hệ thống cộng sản). Stanford, Calif.: Stanford University Press, 1970.

Dalloz, Jacques. "The War in Indo-China, 1945–54"(Cuộc chiến tại Đông Dương, giai đoạn 1945-54). Dublin: Gill and Macmillan, 1990.

Davidson, Phillip B. "Vietnam at War: The History, 1946–1975" (Việt Nam thời chiến: Lịch sử, giai đoạn 1946-1975). Novato, Calif.: Presidio Press, 1988.

DeConde, Alexander. "The American Secretary of State: An Interpretation" (Bộ trưởng Bộ Ngoại giao: một cách diễn giải). New York: Praeger, 1962.

Deitchman, Seymour J. "Limited War and American Defense Policy"(Chiến tranh giới hạn và chính sách quốc phòng Mỹ). Cambridge: MIT Press, 1964.

Demery, Monique Brinson. "Finding the Dragon Lady: The Mystery of Vietnam's Madame Nhu" (Đi tìm bà Rồng: bí ẩn về bà Nhu của Việt Nam). New York: Public Affairs, 2013.

Destler, I. M., Leslie H. Gelb, and Anthony Lake. "Our Own Worst Enemy: The Unmaking of American Foreign Policy" (Kẻ thù nguy hiểm nhất của chúng ta: Tự làm suy đồi chính sách ngoại giao Mỹ). Rev. ed. New York: Touchstone Books / Simon and Schuster, 1984.

Dietz, Terry. "Republicans and Vietnam, 1961–1968" (Đảng Cộng hoà và Việt Nam, giai đoạn 1961-1968). Westport, Conn.: Greenwood, 1986.

Dommen, Arthur J. "Laos: Keystone of Indochina" (Lào: tâm điểm của Đông Dương). Boulder, Colo.: Westview Press, 1985.

Dowdy, Homer E. "The Bamboo Cross" (Cây thánh giá bằng tre). Harrisburg, Pa.: Christian Publications, 1964.

Drachman, Edward R. "United States Policy toward Vietnam, 1940–1945" (Chính sách của Mỹ đối với Việt Nam, giai đoạn 1940-1945). Farleigh Dickinson, 1970.

Duiker, William J. "The Communist Road to Power in Vietnam" (Con đường đưa Cộng Sản nắm chính quyền tại Việt Nam). Boulder, Colo.: Westview Press, 1981.

"Sacred War: Nationalism and Revolution in a Divided Vietnam" (Chiến tranh thiêng liêng: Tinh thần ái quốc và cách mạng trong một Việt Nam bị chia đôi). New York: McGraw-Hill, 1995.

Duncanson, Dennis J. "Government and Revolution in Vietnam" (chính phủ và cách mạng tại Việt Nam). London: Oxford University Press / Royal Institute of International Affairs, 1968.

Emerson, Gloria A. "Winners and Losers: Battles, Retreats, Gains, Losses and Ruins from a Long War" (Phe thắng cuộc và phe thua cuộc: đấu tranh, thất thủ, thắng, thua và tàn phá trong cuộc chiến kéo dài). 2nd ed. New York: Random House, 1976.

Fair, Charles. "From the Jaws of Victory" (Đoạt thất bại ở ngưỡng cửa chiến thắng). New York: W. W. Norton, 1972.

Fall, Bernard B. "Anatomy of a Crisis: The Laotian Crisis of 1960–1961" (Mổ xẻ một biến động: biến động tại Lào trong giai đoạn 1960-1961). New York: Doubleday, 1969.

Fall, Bernard B. "Last Reflections on a War: Bernard B. Fall's Last Comments on Viet-Nam" (Suy tư cuối cùng về một cuộc chiến: Những bình luận cuối cùng của Bernard B. Fall về Việt Nam). Garden City, N.Y.: Doubleday, 1967.

Fall, Bernard B. "The Two Viet-Nams: A Political and Military Analysis" (Hai Việt Nam khác nhau: một phân tích chính trị và quân sự). New York: Praeger, 1963.

Fall, Bernard B. "Vietnam Witness, 1953–66" (Chứng nhân tại Việt Nam, giai đoạn 1953-66). London: Pall Mall Press, 1966.

Ferrell, Robert H. "American Diplomacy: A History" (chính sách ngoại giao Hoa Kỳ: lịch sử). 3rd ed. New York: W. W. Norton, 1975.

Field, Michael. "The Prevailing Wind: Witness in Indo-China" (Ngọn gió đương thời: chứng nhân tại Đông Nam Á). London: Methuen, 1965.

Fifield, Russell H. "Americans in Southeast Asia: The Roots of Commitment" (Người Mỹ tại Đông Nam Á: căn gốc của quyết định can thiệp). New York: Thomas Crowell, 1973.

Fishel, Wesley, ed. "Vietnam: Anatomy of a Conflict" (Việt Nam: mổ xẻ một cuộc chiến). Itasca, Ill.: F. E. Peacock, 1968.

Fitzgerald, Frances. "Fire in the Lake: The Vietnamese and the Americans in Vietnam" (Lửa trên hồ: người Việt và người Mỹ tại Việt Nam). New York: Vintage Books, 1989.

Gabriel, Richard A., and Paul L. Savage, "Crisis in Command: Mismanagement in the Army" (Khủng hoảng trong ban tham mưu: sai trái về điều hành trong quân đội). New York: Hill and Wang, 1978.

Galula, David. "Counter-Insurgency Warfare: Theory and Practice" (Cuộc chiến chống Bạo loạn: lý thuyết và thực hành). New York: Frederick A. Praeger, 1964.

Gates, John M. "People's War in Vietnam". Journal of Military History 54 (July 1990)" (Chiến tranh nhân dân tại Việt Nam: Báo quân sử 54 (tháng 7, 1990): 325–44.

Gelb, Leslie H. "The Irony of Vietnam: The System Worked" (Trớ trêu thay cho Việt Nam: hệ thống đạt hiệu quả). Washington, D.C.: Brookings Institution, 1979.

Gettleman, Marvin E., ed. "Vietnam: History, Documents and Opinions on a Major World Crisis" (Việt Nam: lịch sử, tài liệu và ý kiến về một khủng hoảng lớn trên thế giới). New York: Fawcett Publications, 1965.

Glick, Edward Bernard. "Peaceful Conflict: The Non-Military Use of the Military" (Tranh chấp trong hoà bình: quân đội trong vai trò dân sự) Harrisburg, Pa.: Stackpole Books, 1967.

Goldstein, Martin E. "American Policy toward Laos" (Chính sách của Hoa Kỳ đối với Lào). Cranbury, N.J.: Associated University Presses, 1973.

Goodman, Allan E. "An Institutional Profile of the South Vietnamese Officer Corps" (Chân dung đội ngũ sĩ quan Miền Nam Việt Nam). Santa Monica, Calif.: RAND Publications, 1970.

Goodman, Allan E. "Politics in War: The Bases of Political Community in South Vietnam" (Chính trị trong chiến tranh: nền móng của cộng đồng chính trị gia tại Miền Nam Việt Nam). Cambridge, Mass.: Harvard University Press, 1973.

Goodwin, Richard N. "Triumph or Tragedy: Reflections on Vietnam" (Chiến thắng hay thảm hoạ: Những suy tư về Việt Nam). New York: Random House, 1966.

Gurtov, Melvin. "The First Vietnam Crisis: Chinese Communist Strategy and United States Involvement, 1953–1954" (Khủng hoảng đầu tiên tại Việt Nam: Chính sách của Trung Cộng và sự can thiệp của Hoa Kỳ, giai đoạn 1953-1954). New York: Columbia University Press, 1967.

Halberstam, David. Ho. London: Barrie and Jenkins, 1971. "The Making of a Quagmire: America and Vietnam during the Kennedy Era" (Tạo ra một bãi lầy: Hoa Kỳ và Việt Nam dưới thời Tổng thống Kennedy). Rev. ed. New York, Alfred A. Knopf, 1988.

Hamilton-Merrit, Jane. Tragic Mountains: "The Hmong, the Americans, and the Secret Wars for Laos, 1942–1992" (Người Hmong, người Mỹ và những cuộc chiến bí mật để dành thượng phong ở Lào, giai đoạn 1945-1992). Bloomington: Indiana University Press, 1993.

Hammond, William M. "The Press in Vietnam as Agent of Defeat: A Critical Examination" (Báo chí tại Việt Nam là nhân tố cuộc chiến bại: một khảo sát kỹ lưỡng) Reviews in American History 17 (June 1989): 312–23.

Hannah, Norman B. "The Key to Failure: Laos and the Vietnam War" (Chìa khóa của thất bại: Nước Lào và Chiến tranh Việt Nam). New York: Madison Books, 1987.

Harrison, James. "The Endless War: Vietnam's Struggle for Independence" (Cuộc chiến không ngừng: cuộc tranh đấu cho độc lập của Việt Nam). New York: McGraw-Hill, 1983.

Hatcher, Patrick Lloyd. "The Suicide of an Elite: American Internationalists and Vietnam" (Một giới tinh hoa Mỹ đã tự sát: phe chủ trương can thiệp tại ngoại quốc và chiến tranh Việt Nam . Stanford, Calif.: Stanford University Press, 1990.

Hayes, Samuel P., ed. The Beginning of American Aid to Southeast Asia: The Griffin Mission of 1950 (Mỹ bắt đầu viện trợ cho Đông Nam Á: sứ mạng của Griffin năm 1950). Lexington, Mass.: Heath, 1971.

Henderson, William D. "Why the Viet Cong Fought: A Study of Motivation and Control in a Modern Army in Combat" (Tại sao Việt cộng chiến đấu: nghiên cứu về động lực và kiểm soát trong một đội quân tân tiến trong khi đang chiến đấu). Westport, Conn.: Greenwood, 1979.

Herring, George C. "America's Longest War: The United States and Vietnam, 1950 – 1975" (Cuộc chiến dài nhất của Mỹ: Hoa Kỳ và Việt Nam, từ 1950 đến 1975), 2nd ed. New York: Knopf, 1986.

Herring, George C. "Vietnam: An American Ordeal" (Việt Nam: một thử thách cho Mỹ). St. Louis: Forum Press, 1976.

Herrington, Stuart A. "Silence Was a Weapon: The Vietnam War in the Villages; A Personal Perspective" (Sự im lặng như một vũ khí: chiến tranh trong các làng Việt Nam; một cái nhìn cá nhân). Novato, Calif.: Presidio Press, 1982.

Hersh, Seymour M. "The Dark Side of Camelot" (Mặt trái của vương quốc thiên đường). Boston: Little, Brown, 1997.

Hess, Gary R. "Historiography: The Unending Debate—Historians and the Vietnam War" (Sử ký: một cuộc bàn cãi không ngừng - các sử gia và chiến tranh Việt Nam). Diplomatic History 18, no. 2 (Spring 1994): 239–64.

Hess, Gary R. "The United States' Emergence as a Southeast Asian Power, 1940–1950" (Mỹ bắt đầu lộ diện là một cường quốc Đông Nam Á. New York: Columbia University Press, 1987.

Hickey, Gerald C. "Village in Vietnam" (Làng ở Việt Nam). New Haven, Conn.: Yale University Press, 1964.

Hickey, Gerald C. "The American Military Advisor and His Foreign Counterpart: The Case of Vietnam" (Cố vấn quân sự Mỹ và đối tác ngoại quốc: trường hợp của Việt Nam). Santa Monica, Calf.: RAND Publications, 1965.

Higgins, Marguerite. "Our Vietnam Nightmare" (Cơn ác mộng Việt Nam của chúng ta). New York: Harper and Row, 1965.

Hilsman, Roger. "The Politics of Policy Making in Defense and Foreign Affairs" (Khía cạnh chính trị của việc thiết lập chính sách trong quốc phòng và ngoại giao) . New York: Harper and Row, 1971.

Hilsman, Roger. "To Move a Nation: The Politics of Foreign Policy in the Administration of John F. Kennedy" (Để chuyển đổi một quốc gia: Chính sách đối ngoại của chính phủ Kennedy). Garden City, N.Y.: Doubleday, 1967.

Hilsman, Roger, and Robert C. Good, eds. "Foreign Policy in the Sixties: The Issues and the Instruments" (Chính sách đối ngoại những năm 60: Các vấn đề và các công cụ. Baltimore: John Hopkins Press, 1965.

Hunt, Richard A. "Pacification: The American Struggle for Vietnam's Hearts and Minds" (Bình Định: Cuộc Đấu Tranh Của Người Mỹ để Giành Trái Tim và Khối Óc của Việt Nam). Boulder, Colo.: Westview Press, 1995.

Huntington, Samuel P. "Military Interventions, Political Involvement and the Unlessons of Vietnam" (Sự can thiệp quân sự, chính trị và những bài chưa học với Việt Nam). Chicago: Adlai Stevenson Institute of International Affairs, 1968.

Iriye, Akira. "The Cold War in Asia" (Chiến tranh lạnh tại Á Châu). Englewood Cliffs, N.J.: Prentice-Hall, 1974.

Jackson, Henry M., ed. "The Secretary of State and the Ambassador: Jackson Subcommittee Papers on the Conduct of American Foreign Policy" (Ngoại trưởng và đại sứ: hồ sơ của tiểu ban Jackson về cách thực hành chính sách ngoại giao Mỹ) . New York: Frederick A. Praeger, 1966.

Jamieson, Neil L. "Understanding Vietnam" (Tìm hiểu về Việt Nam). Berkeley: University of California Press, 1993.

Jervis, Robert, and Jack Snyder, eds. "Dominoes and Bandwagons: Strategic Beliefs and Great Power Competition in the Eurasian Rimland" (Thuyết Domino và trào lưu: niềm tin vào một chiến lược và sự tranh giành ảnh hưởng giữa các thế lực nơi các vùng ranh Âu-Á) . New York: Oxford University Press, 1990.

Jones, Howard. "Death of a Generation: How the Assassinations of Diem and JFK Prolonged the Vietnam War" (Cái chết của một thế hệ: hai cuộc ám sát tổng thống Diệm và JFK đã kéo dài chiến tranh VN như thế nào?). New York: Oxford University Press, 2003.

Kahin, George McTurnan. *Intervention: How America Became Involved in Vietnam* (Can thiệp: Hoa Kỳ đã can dự vào Việt Nam như thế nào?). New York: Alfred Knopf, 1986.

Karnow, Stanley. *Vietnam: A History* (Việt Nam: một thiên lịch sử). New York: Viking Press, 1983.

Kattenburg, Paul. *The Vietnam Trauma in American Foreign Policy, 1945–1975* (Việt Nam, mối chấn thương tâm lý trong chính sách đối ngoại Hoa Kỳ, giai đoạn 1945-1975). New Brunswick, N.J.: Transaction Books, 1980.

Keith, Charles. *Catholic Vietnam: A Church from Empire to Nation* (Công giáo Việt Nam: Một Giáo hội từ Thời đại Đế chế đến Thời đại Quốc gia). Berkeley: University of California Press, 2012.

Kern, Montague, Patricia W. Levering, and Ralph B. Levering. *The Kennedy Crisis: The Press, the Presidency, and Foreign Policy* (Khủng hoảng dưới thời Kennedy: truyền thông, tổng thống và chính sách đối ngoại). Chapel Hill: University of North Carolina Press, 1983.

Kimball, Jeffrey P., ed. *To Reason Why: The Debate about the Causes of U.S. Involvement in the Vietnam War* (Tìm hiểu căn nguyên: Tranh luận về những lý do đưa đến sự can thiệp của Mỹ vào cuộc chiến tại Việt Nam). New York: McGraw-Hill, 1990.

Kinnard, Douglas. *The Certain Trumpet: Maxwell Taylor and the American Experience in Vietnam* (Cuốn sách The Certain Trumpet: Tướng Maxwell Taylor và kinh nghiệm của Hoa Kỳ tại Việt Nam). McLean, Va.: Brassey's, 1991.

Kitson, Frank. *Low Intensity Operations: Subversion, Insurgency, Peace-Keeping* (Những nghiệp vụ có cường độ thấp: chống đối, Bạo loạn, giữ gìn hoà bình). London: Faber and Faber, 1971.

Knightly, Philip. *The First Casualty: From Crimea to Vietnam; The War Correspondent as Hero, Propagandist, and Myth Maker* (Thương vong đầu tiên: Từ Crimea đến Việt Nam; Người phóng viên chiến trường như một anh hùng, một chuyên viên tuyên truyền và một tay xây dựng huyền thoại). New York: Harcourt Brace Jovanovich, 1975.

Kolko, Gabriel. *Anatomy of a War: Vietnam, the United States, and the Modern Historical Experience* (Mổ xẻ một cuộc chiến: Việt Nam, Hoa Kỳ và kinh nghiệm lịch sử hiện đại). New York: Pantheon Books, 1985.

Komer, Robert W. *Bureaucracy at War: U.S. Performance in the Vietnam Conflict* (Guồng máy điều hành thời chiến: Hiệu năng của Hoa Kỳ trong chiến tranh Việt Nam). Boulder, Colo.: Westview Press, 1986.

Krepinevich, Andrew F., Jr. *The Army and Vietnam* (Quân đội và Việt Nam). Baltimore: Johns Hopkins University Press, 1986.

Lake, Anthony, ed. *The Vietnam Legacy: The War, American Society, and the Future of American Foreign Policy* (Di sản của Việt Nam: cuộc chiến, xã hội Mỹ và tương lai của chính sách đối ngoại Hoa Kỳ). New York: New York University Press, 1976.

Langer, Paul F., and Joseph J. Zasloff. *North Vietnam and the Pathet Lao: Partners in the Struggle for Laos* (Miền Bắc Việt Nam và Pathet Lào: Đối tác trong Cuộc Đấu tranh Giành Nước Lào). Cambridge, Mass.: Harvard University Press, 1970.

Lanning, Michael Lee, and Dan Cragg. *Inside the VC and NVA: The Real Story of North Vietnam's Armed Forces* (Bên trong lực lượng việt cộng và quân Bắc Việt: sự thật của quân đội Bắc Việt). New York: Fawcett, 1992.

Leacacos, John P. Fires in the In-Basket: *The ABC's of the State Department* (Những điều căn bản của Bộ Ngoại giao). New York: World Publishing, 1968.

Lewy, Guenther. *America in Vietnam* (Hoa Kỳ tại Việt Nam). New York: Oxford University Press, 1978.

Logevall, Fredrik. *De Gaulle, Neutralization, and American Involvement in Vietnam* (De Gaulle, trung lập, và sự can thiệp của Mỹ tại Việt Nam). Pacific Historical Review 61 (February 1992): 69–102.

Lomperis, Timothy J. *From People's War to People's Rule: Insurgency, Intervention, and the Lessons of Vietnam* (Từ chiến tranh nhân dân đến chế độ của nhân dân: Bạo loạn, can thiệp và những bài học của Việt Nam). Chapel Hill: University of North Carolina Press, 1996.

Lomperis, Timothy J. *The War Everyone Lost and Won: America's Intervention in Viet Nam's Twin Struggles.* (Cuộc chiến hai bên cùng thắng và thua: Sự can thiệp của Hoa Kỳ vào hai cuộc tranh chấp ở Việt Nam).

Baton Rouge: Louisiana State University Press, 1984. Paperback, Washington, D.C.: Congressional Quarterly Press, 1987; rev. ed., 1992.

Luce, Don, and John Summer. *Viet Nam: The Unheard Voices* (Việt Nam, tiếng nói không được nghe). Ithaca, N.Y.: Cornell University Press, 1969.

MacDonald, Douglas J. *Adventures in Chaos: American Intervention for Reform in the Third World* (Cuộc thám hiểm vô tổ chức: sự can thiệp của Hoa Kỳ trong việc cải tiến Thế Giới Thứ Ba). Cambridge, Mass.: Harvard University Press, 1992.

Mai Thọ Truyền. *Le Bouddhisme au Vietnam. Saigon: Xa Loi Pagoda, 1962* (Phật giáo tại Việt Nam. Saigon: Chùa Xá Lợi, 1962).
Mallin, Jay. *Terror in Vietnam* (Khủng bố tại Việt Nam). Princeton, N.J.: Van Nostrand, 1966.

McCoy, James W. *Secrets of the Viet Cong* (Bí mật của Việt Cộng). New York: Hippocrene, 1992.

McNamara, Robert S. *The Essence of Security* (Căn bản của an ninh). London: Hodder and Stoughton, 1968.

McNamara, Robert S. *In Retrospect: The Tragedy and Lessons of Vietnam. With Brian VanDeMark.* (Nhìn lại: Thảm kịch và bài học của Việt Nam. Với Brian VanDeMark). New York: Random House, 1995.

McNeill, Ian. *The Team: Australian Advisors in Vietnam, 1962–1972* (Đồng đội: Các cố vấn Úc tại Việt Nam, giai đoạn 1962-1972). St. Lucia, Australia: University of Queensland Press, 1984.

McNeill, Ian. To Long Tan: *The Australian Army and the Vietnam War, 1950–1966* (Quân đội Úc và chiến tranh Việt Nam, giai đoạn 1950-1966). St. Leonards, Australia: Allen and Unwin, 1993.

Mecklin, John. *Mission in Torment: An Intimate Account of the U.S. Role in Vietnam* (Sứ mạng đầy sóng gió: nhìn sâu vào vai trò của Hoa Kỳ tại Việt Nam). Garden City, N.Y.: Doubleday, 1965.

Metzner, Edward P. *More than a Soldier's War: Pacification in Vietnam* (Không chỉ là một cuộc chiến của lính: bình định tại Việt Nam). College Station, TX.: Texas A&M University Press, 1995.

Middleton, Drew. *Retreat from Victory: A Critical Appraisal of American Foreign and Military Policy from 1920 to the 1970s* (Rút khỏi chiến thắng: một New York: Hawthorn Books, 1973.

Mohr, Charles. *Once Again—Did the Press Lose Vietnam?* (Thêm một lần, giới truyền thông có lại đánh mất Việt Nam?). Columbia Journalism Review 22 (November–December 1983): 51–80.

Moyar, Mark. *Triumph Forsaken: The Vietnam War, 1954–1965* (Chiến thắng bỏ quên: Chiến tranh Việt Nam, giai đoạn 1954-1965). Cambridge, U.K.: Cambridge University Press, 2006.

Murti, B. S. N. *Vietnam Divided: The Unfinished Struggle* (Chia đôi Việt Nam: cuộc đấu tranh chưa ngừng). New York: Asia Publishing House, 1964.

Nasution, Abdul Harris. *Fundamentals of Guerrilla Warfare* (Căn bản của chiến tranh du kích). New York: Praeger, 1965.

Newman, John M. *JFK and Vietnam: Deception, Intrigue, and the Struggle for Power* (JFK và Việt Nam: thất vọng, khó khăn và tranh giành quyền lực). New York: Warner Publications, 1992.

Nguyễn Thị Tuyết Mai. *The Rubber Tree* (Cây cao su). Edited by Monique Senderowicz. Jefferson, N.C.: McFarland, 1994.

Nighswonger, William A. *Rural Pacification in Vietnam* (Bình định Nông thôn ở Việt Nam). Praeger Special Studies in International Politics and Public Affairs. New York: Frederick A. Praeger, 1966.

O'Ballance, Edgar. *The Wars in Vietnam, 1954–1980* (Những cuộc chiến tại Việt Nam, giai đoạn 1954-1980). New York: Hippocrene Books, 1981.

O'Neill, Bard E. *Insurgency and Terrorism: Inside Modern Revolutionary Warfare* (Bạo loạn và khủng bố: Bên trong chiến tranh cách mạng hiện đại). New York: Brassey's, 1990.

Osanka, Franklin Mark, ed. *Modern Guerrilla Warfare: Fighting Communist Guerrilla Movements, 1941–1961* (Chiến tranh du kích hiện đại: chống lại những phong trào du kích cộng sản, giai đoạn 1941-1961). New York: Free Press of Glencoe / Mac millan, 1962.

Osborne, Milton E. *Strategic Hamlets in South Viet-Nam: A Survey and a Comparison* (Ấp Chiến lược tại Miền Nam Việt Nam: khảo sát và so sánh). Data Paper Number 55. Ithaca, N.Y.: Southeast Asia Program, Department of Asian Studies, Cornell University Press, 1965.

Palmer, Gregory. *The McNamara Strategy and the Vietnam War: Program Budgeting in the Pentagon, 1960–1968* (Chiến lược McNamara và chiến tranh Việt Nam: chương trình theo ngân sách tại Pentagon, 1960-1963). Westport, Conn.: Greenwood, 1978.

Pan, Stephen, and Daniel Lyons. *Vietnam Crisis* (Khủng hoảng Việt Nam). New York: East Asian Research Institute, 1966.

Paret, Peter, and John W. Shy. *Guerrillas in the 1960's* (Chiến tranh du kích những năm 60). Rev. ed. New York: Frederick A. Praeger, 1962, 1966.

Paterson, Thomas G. *Meeting the Communist Threat: Truman to Reagan* (Đối đầu với nguy cơ cộng sản: từ Truman tới Reagan). Oxford: Oxford University Press, 1988.

Pfeffer, Richard M., ed. *No More Vietnams? The War and the Future of American Foreign Policy.* (Không còn cuộc chiến như Việt Nam? Cuộc chiến và tương lai của chính sách đối ngoại của Hoa Kỳ). New York: Harper and Row, 1968.

Pho, Hai B. *Vietnamese Public Management in Transition: South Vietnam Public Administration, 1955–1975* (Thay đổi cơ cấu điều hành của chính phủ Việt Nam: Nền quản trị hành chính công, giai đoạn 1955-1975). Lanham, Md.: University Press of America, 1990.

Pike, Douglas. "South Vietnam: Autopsy of a Compound Crisis" (Miền Nam Việt Nam: mổ xẻ một cuộc khủng hoảng cộng hưởng). In *Friendly Tyrants: An American Dilemma* (trích trong "Những nhà độc tài thân thiết: tình trạng khó xử của Mỹ), edited by Daniel Pipes and Adam Garfinkle. New York: St. Martin's Press, 1991.

Podhoretz, Norman. *Why We Were in Vietnam* (Vì sao chúng ta đã có mặt tại Việt Nam). New York: Simon and Schuster, 1982.

Pomeroy, William J., ed. *Guerrilla Warfare and Marxism: A Collection of Writings from Karl Marx to the Present on Armed Struggles for Liberation and for Socialism.* (Chiến tranh du kích và chủ thuyết Mác Xít: Tập hợp một số bài viết kể từ Karl Marx đến ngày nay về chiến tranh vũ trang để giải phóng và vì Chủ nghĩa Xã hội). New York: International Publishers, 1968.

Poole, Peter A. The United States and Indochina: *From FDR to Nixon* (Mỹ và Đông Dương: Từ FDR đến Nixon). Hinsdale, Ill.: Dryden Press, 1973.

Pustay, John S. *Counterinsurgency Warfare* (Chiến tranh chống Bạo loạn). New York: Free Press, 1965.

Pye, Lucian W. *Guerrilla Communism in Malaya: Its Social and Political Meaning* (Du Kích Cộng sản tại Mã Lai: Ý nghĩa xã hội và chính trị). Westport, Conn.: Greenwood Press, 1981.

Race, Jeffrey. *War Comes to Long An* (Chiến tranh đến Long An). Berkeley: University of California Press, 1972.

Ramsay, Jacob. *Mandarins and Martyrs: The Church and the Nguyen Dynasty in Early Nineteenth-Century Vietnam* (Quan lại và Tử Vì Đạo: Giáo Hội và Triều nhà Nguyễn vào đầu thế kỷ thứ 19 tại Việt Nam). Stanford, Calif.: Stanford University Press, 2008.

Rice, Edward E. *Wars of the Third Kind: Conflict in Underdeveloped Countries* (Chiến tranh loại thứ ba: xung đột tại các nước đang phát triển). Berkeley: University of California Press, 1988.

Rotter, Andrew J. *The Path to Vietnam* (Đường đến Việt Nam). Ithaca, N.Y.: Cornell University Press, 1989.

Rust, William J., and the editors of U.S. News Books. *Kennedy in Vietnam* (Kennedy ở Việt Nam). New York: Scribners, 1985.

Sanger, Richard H. *Insurgent Era: New Patterns of Political, Economic, and Social Revolution*. (Thời đại của Bạo loạn: hình thức mới của cách mạng chính trị, kinh tế và xã hội). Washington, D. C.: Potomac Books, 1967.

Sansom, Robert L. The Economics of Insurgency in the Mekong Delta (Nền kinh tế của quân Bạo loạn vùng đồng bằng sông Cửu Long). Cambridge, Mass.: MIT Press, 1970.

Sapin, Burton M. The Making of United States Foreign Policy (thiết lập chính sách đối ngoại Hoa Kỳ). New York: Praeger, 1966. 295

Sarkesian, Sam Charles. America's Forgotten Wars: The Counter-Revolutionary Past and Lessons for the Future (Những cuộc chiến bỏ quên của Hoa Kỳ: Quá khứ chống cách mạng và những bài học cho tương lai). Westport, Conn.: Greenwood Press, 1984.

Sarkesian, Sam Charles. The New Battlefield: The United States and Unconventional Conflicts (Chiến trường mới: Hoa Kỳ và chiến tranh bất quy ước). Westport, Conn.: Greenwood Press, 1986.

Sarkesian, Sam Charles. Unconventional Conflict in a New Security Era: Lessons from Malaya and Vietnam. (Chiến tranh bất quy ước thời an ninh mới: những bài học từ Mã Lai và Việt Nam). Westport, Conn.: Greenwood, 1993.

Schurmann, Franz, Peter Dale Scott, and Reginald Zelnik. The Politics of Escalation in Vietnam. (Chính sách leo thang tại Việt Nam). Boston: Beacon Press, 1966.

Schlesinger, Arthur M., Jr. The Bitter Heritage: Vietnam and American Democracy, 1941–1966. (Di sản cay đắng: Việt Nam và dân chủ Mỹ, giai đoạn 1941-1966). Boston: Houghton Mifflin, 1967.

Scigliano, Robert. South Vietnam: Nation under Stress. (Miền Nam Việt Nam: quốc gia chịu nhiều áp lực). Boston: Houghton Mifflin, 1964.

Scigliano, Robert, and Guy Fox. Technical Assistance in Vietnam: The Michigan State University Experience (trợ giúp kỹ thuật tại Việt Nam: kinh nghiệm của Đại Học tiểu bang Michigan). New York: Praeger, 1965.

Shackleton, Ronald. Village Defense: Initial Special Forces Operations in Vietnam (Bảo vệ làng mạc: buổi đầu hoạt động của lính biệt kích tại Việt Nam). Arvada, Colo.: Phoenix Press, 1975.

Shafer, D. Michael. Deadly Paradigms: The Failure of U.S. Counterinsurgency Policy (Các mô hình nguy hiểm: thất bại của chính sách chống Bạo loạn của Hoa Kỳ). Princeton, N.J.: Princeton University Press, 1989.

Shaplen, Robert. The Lost Revolution: The Story of Twenty Years of Neglected Opportunities in Vietnam and of America's Failure to Foster Democracy There. (Cuộc cách mạng đánh mất: Việt Nam để lỡ dịp suốt trong 20 năm và Hoa Kỳ đã thất bại trong việc xây dựng dân chủ tại đây). New York: Harper and Row, 1965.

Sharp, U. S. Grant. Strategy for Defeat: Vietnam in Retrospect (Chiến lược để thất bại: Việt Nam nhìn lại). San Rafael, Calif.: Presidio Press, 1978.

Sheehan, Neil. A Bright Shining Lie: John Paul Vann and America in Vietnam. (Nói dối quá lộ liễu: John Paul Vann và Hoa Kỳ tại Việt Nam). New York: Vintage Books, 1988.

Simpson, Smith. Anatomy of the State Department (phân tích Bộ Ngoại Giao). Boston: Beacon Press, 1968.

Smith, Ralph. Viet-Nam and the West (Việt Nam và Phương Tây). Ithaca, N.Y.: Cornell University Press, 1971.

Smith, R. B. An International History of the Vietnam War. Vol. 1, Revolution versus Containment, 1955–1961 (Lịch sử quốc tế về chiến tranh Việt Nam. Tập 1. Cách mạng đấu với phong toả). London: St. Martin's Press, 1983.

Stanton, Shelby L. Green Berets at War: US Army Special Forces in Southeast Asia, 1956–1975 (Lính Mũ Xanh thời chiến: Lực lượng đặc biệt Mỹ tại Đông Nam Á, giai đoạn 1956-1975). Novato, Calif.: Presidio Press, 1985; New York: Dell, 1991.

Stevenson, Charles A. The End of Nowhere: American Policy toward Laos since 1954. (Đoạn Cuối của Con Đường Chẳng Dẫn tới Đâu: Chính Sách của Mỹ đối với Lào từ Năm 1954). Boston: Beacon Press, 1972.

Sullivan, Marianna P. France's Vietnam Policy (Chính sách của Pháp về Việt Nam). Westport, Conn.: Greenwich Press, 1978.

Summers, Harry G., Jr. On Strategy: A Critical Analysis of the Vietnam War. (Một bài phân tích kỹ lưỡng chiến tranh Việt Nam). Novato, Calif.: Presidio Press, 1982.

Tanham, George K. War without Guns: American Civilians in Rural Vietnam, With W. Robert Warne, Earl J. Young, and William A. Nighswonger. (Chiến tranh không có súng: người Mỹ dân sự tại vùng quê Việt Nam. Với W. Robert Warne, Earl J. Young, and William A. Nighswonger). New York: Praeger, 1966.

Taylor, Maxwell D. Responsibility and Response (Trách nhiệm và đáp trả). New York: Harper and Row, 1967.

Taylor, Maxwell D. Swords and Plowshares (Gươm và lưỡi cày). New York: W. W. Norton, 1972.

Thayer, Carlyle A. War by Other Means: National Liberation and Revolution in Viet-Nam, 1954–60 (Chiến tranh với vũ khí mới: giải phóng quốc gia và cách mạng tại Việt Nam, 1954-60). Cambridge, Mass.: Unwin Hyman, 1989.

Thayer, Charles W. Guerrilla (Chiến tranh du kích). New York: Harper and Row, 1963.

Thompson, Kenneth W., ed. Diplomacy, Administration, and Policy: The Ideas and Careers of Frederick E. Nolting, Jr., Frederick C. Mosher, and Paul. T. David (Ngoại giao, hành chính và chính sách: tư tưởng và sự nghiệp của Frederick E. Nolting, Jr., Frederick C. Mosher, and Paul. T. David). Lanham, Md.: University Press of America; Charlottesville, Va.: Miller Center, University of Virginia, 1995.

Thompson, Leroy. Ragged War: The Story of Unconventional and CounterRevolutionary Warfare (Cuộc chiến đầy chông gai: câu chuyện của chiến tranh bất quy ước và chống lại cách mạng). London: Arms and Armour Press, 1994.

Thompson, Robert Grainger, ed. War in Peace: Conventional and Guerrilla Warfare since 1945 (Chiến tranh thời bình: chiến tranh có quy ước và chiến tranh du kích từ 1945). New York: Harmony Books, 1982.

Thompson, W. Scott, and Donaldson D. Frizzell, eds. The Lessons of Vietnam (Bài học của Việt Nam). New York: Crane, Russak, 1977.

Trinquier, Roger. Modern Warfare: A French View of Counterinsurgency. (Chiến tranh thời đại mới: Chống Bạo loạn dưới nhãn quan của Pháp). New York: Praeger, 1964.

Trullinger, James. Village at War. (Làng mạc thời chiến). New York: Longman, 1980.

Turley, William S. The Second Indochina War: A Short Political and Military History, 1954–1975 (Chiến tranh Đông Nam Á thứ hai: lịch sử chính trị và quân sự tóm lược, giai đoạn 1954-1975). Boulder, Colo.: Westview Press, 1986.

Wade, Betsy, ed. Forward Positions: The War Correspondence of Homer Bigart (Tại tiền tuyến: thư từ chiến tranh của Homer Bigart) Fayetteville: Arkansas University Press, 1992.

Warner, Denis. The Last Confucian: Vietnam, Southeast Asia, and the West (Nhà Nho cuối cùng: Việt Nam, Đông Nam Á và Phương Tây). Rev. ed. Sydney, Australia: Angus and Robertson, 1964.

Warner, Denis. Reporting Southeast Asia. (Báo cáo về Đông Nam Á). Australia: Angus and Robertson, 1966

Warner, Geoffrey. The United States and the Fall of Diem, Part I (Hoa Kỳ và sự sụp đổ của chính phủ Diệm, Phần I). Australian Outlook (December 1974): XX–XX.

Warner, Geoffrey. The United States and the Fall of Diem, Part II (Hoa Kỳ và sự sụp đổ của chính phủ Diệm, phần II). Australian Outlook (April 1975): XX–XX.

Weigley, Russell F. The American Way of War: A History of United States Military Strategy and Policy (Cách Mỹ gây chiến: Lịch sử Chiến lược và Chính sách Quân sự của Hoa Kỳ) (New York: Macmillan, 1973.

Weil, Martin. A Pretty Good Club: The Founding Fathers of the U.S. Foreign Service (Một nhóm hội khá tốt: những thành lập viên ngành ngoại giao Hoa Kỳ). New York: W. W. Norton, 1978.

White, Theodore. The Making of the President, 1960 (Đưa một người vào chức vụ tổng thống). New York: Atheneum, 1961.

White, Theodore, and Annalee Jacoby. Thunder out of China (Sấm sét xuất phát từ Trung Quốc). New York: William Sloane and Associates, 1946.

Wyatt, Clarence R. At the Cannon's Mouth: The American Press and the Vietnam War (Trước họng súng đại pháo: truyền thông Mỹ và chiến tranh Việt Nam). Journalism History 13 (Autumn/Winter 1986): 104–13.